புலிநகக் கொன்றை

புலிநகக் கொன்றை

பி. ஏ. கிருஷ்ணன் (பி. 1946)

பி. அனந்தகிருஷ்ணன் மத்திய அரசுப் பணியிலும் தனியார், பன்னாட்டு நிறுவனங்களிலும் பல உயர் பதவிகள் வகித்து ஓய்வுபெற்றவர். தமிழ், ஆங்கிலத்தில் திறமையாக எழுதும் படைப்பாளிகளில் குறிப்பிடத்தக்கவர். மனைவி ரேவதி கிருஷ்ணன், தில்லித் தமிழ்ப் பள்ளி ஒன்றில் ஆசிரியையாகப் பணியாற்றி ஓய்வுபெற்றவர்.

மின்னஞ்சல்: tigerclaw@gmail.com

பி. ஏ. கிருஷ்ணன்

புலிநகக் கொன்றை

காலச்சுவடு பதிப்பகம்

● அன்பார்ந்த வாசகருக்கு,

வணக்கம்.

காலச்சுவடு நூலை வாங்கியமைக்கு நன்றி.

நூலின் உள்ளடக்கம், உருவாக்கம், அட்டைப்படம் இன்ன பிற அம்சங்கள் பற்றிய உங்கள் கருத்துகளையும் ஆலோசனைகளையும் காலச்சுவடு வரவேற்கிறது. தகவல், எழுத்து, வாக்கியப் பிழைகள் தென்பட்டால் அவசியம் தெரிவித்து உதவுங்கள். நூல் தயாரிப்பில் கடும் குறைபாடு இருப்பின் மாற்றுப் பிரதி உங்களுக்குக் கிடைக்கக் காலச்சுவடு ஏற்பாடு செய்யும்.

மின்னஞ்சல்: **publisher@kalachuvadu.com**

காலச்சுவடு நாகர்கோவில் அலுவலகத்திற்குக் கடிதம் அனுப்பலாம்.

தங்கள்
எஸ்.ஆர். சுந்தரம் (கண்ணன்)
பதிப்பாளர் – நிர்வாக இயக்குநர்

புலிநகக் கொன்றை / நாவல் / ஆசிரியர்: பி.ஏ. கிருஷ்ணன் / © பி. ஏ. கிருஷ்ணன் / முதல் பதிப்பு: டிசம்பர் 2002, பன்னிரண்டாம் பதிப்பு: ஜனவரி 2025 / வெளியீடு: காலச்சுவடு பப்ளிகேஷன்ஸ் (பி) லிட்., 669 கே.பி. சாலை, நாகர்கோவில் 629001

Pulinaga Kontrai / Novel / Author: P.A.Krishnan / © P.A. Krishnan / Language: Tamil / First Edition: December 2002, Twelfth Edition: January 2025 / Size: Demy 1×8 /Paper: 18.6 kg maplitho / Pages: 336

Published by Kalachuvadu Publications Pvt.Ltd., 669 K.P. Road, Nagercoil 629001, India / Phone: 91-4652-278525 / e-mail: publications@kalachuvadu.com / Front Cover Painting: R. Krishna Rao / Printed at Clicto Print, Jaleel Towers,42 KB Dasan Road, Teynampet Chennai 600018

ISBN: 978-81-87477-28-0

01/2025/S.No.126, kcp 5556, 18.6 (12) 1k

கம்பன் புகழ் பாடியே தன் வாழ்வை நிறைவாக்கிக்
கொண்ட என் தந்தையின் நினைவுக்கு

பொருளடக்கம்

1. நன்றியுரை — 11
2. புலிநகக் கொன்றை - பெயரும் பின்னணியும் — 13
3. ஆரம்பம் 1970 — 15
4. பிரிவு — 23
5. மது ஆண்டுகள் — 147
6. வருகை — 163

நான் இந்த நாவலை எழுதக் காரணமாக இருந்தவன் என் மருமகன் நம்பி கிருஷ்ணன். இதன் முதல் வாசகனும் அவன்தான். ஆங்கில வரைவை வரி விடாமல் பூதக்கண்ணாடியால் பார்த்து மாற்றங்களைச் சொன்னவர் என் அருமை நண்பர் டொமினிக் குடால். P. R. ரங்கராமானுஜம், R. S. ராமஸ்வாமி, அஷோக் மாலிக், வெங்கட் சாமிநாதன், சுந்தர ராமசாமி, ஐயான் மிச்செல் ஆகியோரும் வரைவைப் படித்து, பல கருத்துக்களைச் சொன்னார்கள். எனது மனைவி ரேவதி நான் எழுதி முடிக்கும் வரையும் என்னைச் சகித்துக் கொண்டு இருந்தாள். என் மகன் அவனுடைய எழுதும் மேஜையை யும் நாற்காலியையும் இரவலாகக் கொடுத்தான். சமப் பிரதான வித்வான் திரு. நா. சீ. கிருஷ்ண ஐயங்கார் வானமாமலை மடத்தைப் பற்றிப் பல தகவல்களைக் கொடுத்தார்.

இவர்கள் அனைவருக்கும் நன்றி.

இந்த நாவலை எழுதுவதற்கு உதவிய புத்தகங்கள் பல. அவற்றில் சில : ரா. அ. பத்மநாபனின் *வ. வே. சு. ஐயர்,* தொ. மு. சி. ரகுநாதனின் *பாரதி - காலமும் கருத்தும்.* David Ludden எழுதிய *Peasant History in South India,* V. K. Narasimhan எழுதிய *Kasturi Renga Iyengar,* T.V. Parvate எழுதிய *Bal Gangadhar Tilak,* Rajayyan எழுதிய *South Indian Rebellion,* N. Rajendran எழுதிய *The Nationalist Movement in Tamil Nadu 1905 -1914* மற்றும் *The Tinnevelly District Gazetteer,* 1917.

“செவ்வாய் கிரகத்திலிருந்து ஒரு மொழி அறிஞர் பூமிக்கு வந்தால்- உலகெங்கும் மனிதர்கள் பேசும் மொழி ஒன்றுதான், ஒரு சில வட்டார வித்தியாசங்களுடன், என்ற முடிவுக்கு அவர் வருவார்” என்று சாம்ஸ்கி கூறுகிறார். “அந்த வித்தியாசங்கள் நமக்கு மிகவும் முக்கிய மானவை.” எவ்வளவு முக்கியமானவை என்பது என் ஆங்கில நாவலைத் தமிழில் மறுபடியும் எழுத முற்பட்டபோதுதான் தெரிந்தது. கம்பனையும் சங்கப் பாடல்களையும் நம்மாழ்வாரையும் நமது காரமான வசவுகளையும் ஆங்கிலத்தில் கொண்டுவருவது எவ்வளவு கடினமோ அவ்வளவு கடினம் ஷேக்ஸ்பியரையும் ஹௌஸ்மனையும் நாஷையும் லியரையும் தமிழில் கொண்டுவருவது. திறமையான மொழிபெயர்ப்பாளர்கள் கோவிலில் வைத்துக் கும்பிடத்தக்கவர்கள். என் மொழிபெயர்ப்புத் திறமையைப் பற்றி எனக்கே உயர்ந்த அபிப்ராயம் கிடையாது. அதனால் மொழிபெயர்த்தால் கதையின் ஓட்டம் தடைபடலாம் என்று தோன்றிய சில இடங்களில் ஆங்கிலக் கவிதை வரிகளையும் மேற்கோள்களையும் ஆங்கிலப் பாத்திரங்கள் பேசுவதையும் அப்படியே விட்டிருக்கிறேன். சில பகுதிகள் தமிழாக்கம் செய்யப்பட்டு, ஆங்கில வாசகங்கள் பின்னிணைப்பாகச் சேர்க்கப் பட்டுள்ளன.

இந்த நாவலைத் தமிழில் ஏன் முதலில் எழுதவில்லை என்று பல நண்பர்கள் கேட்டார்கள். தமிழ் *இந்தியா டுடேயில்* இதை மதிப்பிட்ட திரு. அசோகமித்திரன்கூட இது ஆங்கிலத்தில் எழுதப்பட்ட ஒரு தமிழ் நாவல் என்று குறிப்பிட்டிருந்தார். ஆங்கிலத்தில் முதலில் எழுதுவதற்குப் பல காரணங்கள். எல்லாம் உதவாக்கரை காரணங்கள் - ஒரு காரணத்தைத் தவிர. தமிழில் எழுதப் பயமாக இருந்தது. தமிழில்கண்ணில் விளக்கெண்ணெய் விட்டுக்கொண்டு படிப்பவர்கள் அதிகம். இவன் எழுதாமலே இருந்தால் தமிழ்த்தாய் இவனை வாழ்த்தியிருப்பாள் என்று யாராவது எழுதப்போக அது எவ்வளவு உண்மை என்பது எனது மனதிலேயே பட்டால் என்ன செய்வது என்ற பயம்.

இந்தப் பயத்தை விரட்டியடித்தவர்கள் சுந்தர ராமசாமியும், இந்திரா பார்த்தசாரதியும், கண்ணனும். அவர்களுக்கு எனது நன்றி. காலச்சுவடு பதிப்பகத்தாருக்கும், இந்த நாவலை இணையத்தில் தொடராக வெளியிடும் உலகத்தமிழ் இணைய இதழுக்கும், இதன் படிகளை ஊன்றிப் படித்துப் பல திருத்தங்கள் செய்து உதவிய எம். எஸ். அவர்களுக்கும் ஆனந்துக்கும் நன்றி.

இப்போது இது தமிழில் எழுதப்பட்ட தமிழ் நாவல்.

அனந்தகிருஷ்ணன்

புலிநகக் கொன்றை:

பெயரும் பின்னணியும்

ஐங்குறுநூறு 142ஆம் பாடலின் ஆங்கில மொழிபெயர்ப்பிலிருந்து தான் எனக்கு இந்த நாவலுக்கான தலைப்பு கிடைத்தது. மொழி பெயர்த்தவர் சங்கப் பாடல்களை உலக முழுவதும் அறியச் செய்த ஏ.கே. ராமானுஜன் அவர்கள். பாடலும் அதன் பொருளும் ராமானுஜ னின் ஆங்கில மொழிபெயர்ப்பும் கீழே தரப்பட்டிருக்கின்றன.

எக்கர் ஞாழல் இறங்கிணர்ப் படுசினைப்
புள்ளிறை கூருந் துறைவனை
உள்ளேன் தோழி படீஇயரென் கண்ணே.

அம்மூவனார்
ஐங்குறுநூறு 142

தோழி கேள்,

அவனுடைய மணலடர்ந்த கரையில் ஒரு புலிநகக் கொன்றை மரம். அதன் தாழ்ந்த பூத்துக் குலுங்கும் கிளைகளில் எப்போதும் கூச்சலிட்டு அழிவு செய்யும் பறவைக் கூட்டம். அவனை இனி நான் நினைக்கமாட்டேன். எனது கண்களுக்குச் சிறிது தூக்கமாவது கிடைக்கும்.

The Tigerclaw Tree

What she said

Friend, listen.
I'll not think any more
of that man on whose sandy shore
birds occupy the tigerclaw tree
and play havoc with the low flowering branches,
and my eyes will get some sleep

Ammuvanar
***Ainkurunuru* 142**

ராமன் - பொன்னா
(பி. 1865) (பி.1871)
நம்மாழ்வார் - லெட்சுமி
(1887) (1895)
பட்சி - வேதா
(1889) (1897)
ஆண்டாள்
(1891)
மதுரகவி - கமலா
(1911) (1916)
திருமலை - ரெங்கநாயகி
(1914) (1920)
நம்பி - ரோசா
(1941) (1937)
கண்ணன்
(1947)
ராதா
(1954)
இந்து
(1972)

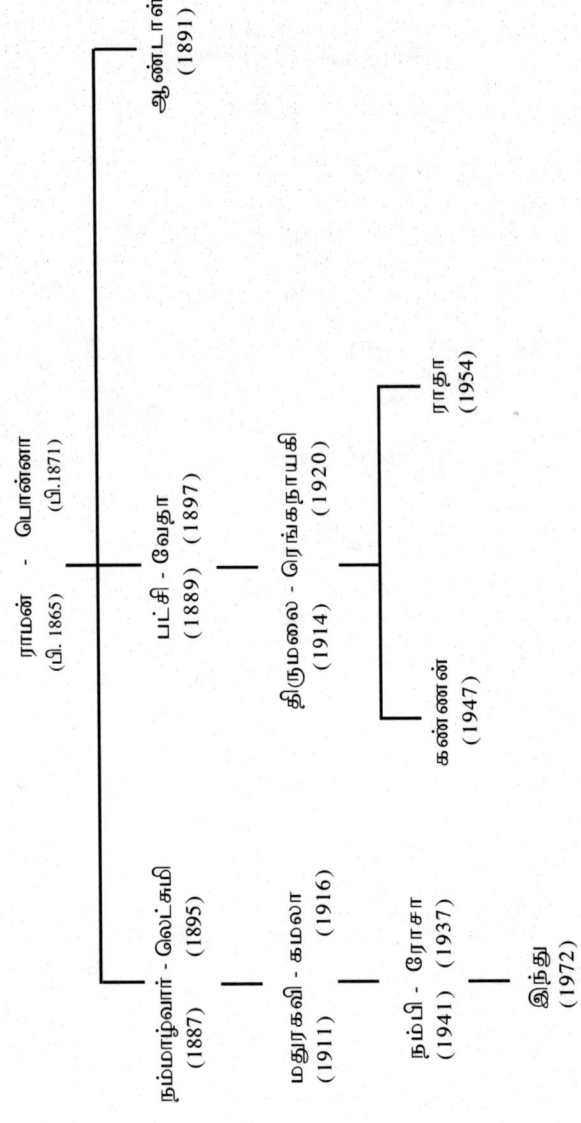

ஆரம்பம்
1970

பெரிய பாட்டியின் கட்டில் சுவரிலிருந்து ஒரு அடியாவது தள்ளி யிருந்தது. நீர் நிரம்பிய எவர்சில்வர் வட்டைகளில் அதன் கால் நுனிகள் அமிழ்ந்திருந்தன. சுவர்கள் அசாதாரணமான வெண்மையில் பளிச்சிட்டன. சுத்தமான படுக்கை விரிப்புகளிலும், தலையணை உறைகளிலும் அப்போதுதான் பெட்டிபோட்ட துணிகளின் முறுமுறுப்பு, கதகதப்பு. எப்போதும் சுவரில் ஓடிக்கொண்டிருக்கும் பல்லிகளைக் காணவில்லை. வேலைக்காரி செண்பகம் சில நாட்களுக்கு முன்புதான் ஒவ்வொன்றாகத் தேடி விரட்டியிருந்தாள்.

பிரச்சினை எறும்புகள்தான். பெரிய பாட்டியின் தூக்கத்தைக் கெடுத்த கொள்ளி எறும்புகள். வாழ்க்கையின் கடைசிப் பாதையில் – வளைந்து வளைந்து நூறு ஆண்டுகள் முடியப் போகும் பாதையில் – இடைவெளியே இல்லாமல் நிரம்பியிருக்கும் நினைவு எறும்புகள்.

அவள் கண்களைத் திறக்கவில்லை. திறந்திருந்தால் முக்காலியில் உட்கார்ந்திருக்கும் கொள்ளுப்பேத்தியின் உருவம் மங்கலாகத் தெரிந்திருக்கும். அவளுக்கு இப்போதும் காது நன்றாகக் கேட்டது. பக்கங்கள் திருப்பப்படும் மெல்லிய ஓசை. ராதா ஏதோ படித்துக்கொண்டிருக் கிறாள். ராதா வயதிருக்கும்போது அவளுக்கு உட்காரக்கூட நேரம் இருக்காது. அதுவும் இந்த நேரத்தில் திருப்பள்ளியில் சுற்றிச்சுற்றி வேலை. பெண்களுக்கு அப்போது புத்தகங்கள் புனிதப் பொருள்களாக இருந் தன. சரஸ்வதி பூஜை நாட்களில் வழிபட வேண்டியவை. மிக அரி தாகத் திறக்கப்பட வேண்டியவை. அவளுடைய கண்களைப் போல.

ராதாவின் வயதில் நம்மாழ்வாருக்குப் பால் கொடுத்துக் கொண் டிருந்தாள் அவள். நான்கு வயதுவரையிலும் பால் நினைப்பு வந்ததும் அவன் அம்மாவிடம் ஓடி வந்து விடுவான். இன்னொரு மார்பில் பட்சி பால் குடித்துக் கொண்டிருக்கும்போதுகூட வந்து முட்டுவான். ஆண்டாள் பிறந்த பிறகும் அவளிடம் பால் நிறைய இருந்தது. ஆண்டாளுக்குத்தான் தாய்ப்பால் பிடிக்கவில்லை. அவள் பசும்பால் பைத்தியம். அவளுக்குச் செழுமை கொடுத்தது பசும்பால். சாகும் வரை கூட அந்தச் செழுமை அவளை விட்டுப் போகவில்லை. நம்மாழ்வாருக்கு சதை அதிகமில்லை.

நேற்று நடந்தவை பறந்து போய்விட்டன. பல வருடங்களுக்கு முன் நடந்தவை பாறாங்கற்கள். அசைக்கக்கூட முடியாதபடி நினைவில் அங்கங்கே கிடந்தன. அறுபது வருடங்களுக்கு முன்பு மழை ஓய்ந்த

ஒரு நாளில் நம்மாழ்வார் வீட்டைவிட்டுச் சென்றதை அவள் பார்க்க வில்லை. ஆனால், அதற்கு முந்தைய தினத்தில் அவன் முகம் எப்படி யிருந்தது என்பது இப்போதும் நினைவில் இருக்கிறது. அன்று அவள் அவனிடம் கோபமாகப் பேசினாள். அவள் அவனிடம் கடைசியாகப் பேசியதும் அன்றுதான்.

ராட்டினம் இரைச்சலிடுகிறது. கயிறு செண்பகத்தின் கைகளை மெலிதாக உராய்ந்துகொண்டு வேகமாகக் கிணற்றில் இறங்கும். கொஞ்ச நேரத்தில் பாத்திரம் தண்ணீரின் பரப்பைக் கிழிக்கும். தண்ணீர் பாத்திரத்துக்குள் பாயும். இந்த ஓசைகளை நான் எத்தனை நாட்கள் கேட்டிருக்கிறேன். என்னுடைய வாழ்க்கையின் ஓசைகள் இவை. கிணறு வற்றியபோது கழிந்த அந்த துன்பமான நாட்கள்! நான் அப்போது வாழ்ந்தேனா என்ன?

ராட்டினம் இப்போது அதிகமாக இரைச்சலிட்டது. பாத்திரம் வெளியே வருகிறது. இந்த அரைக்கிறுக்கு வேலைக்காரியிடம் ராட்டினத்திற்கு எண்ணெய் போடச் சொல்ல இந்த வீட்டில் யாருக் கும் துப்பு இல்லை. ராதாவிடம் சொல்லலாமா? பெரிய பாட்டி முணுமுணுக்க நினைத்தாள். எதற்கு? இந்தச் சத்தம் ரொம்ப நாளாக என்னோடு இருந்து வருகிறது. இல்லாமல் தாங்க முடியாது. சத்தம் திரும்ப வர மாதங்கள் எடுக்கும். என்னிடம் மாதங்கள் இல்லை. அவளுக்கு இன்னொரு சத்தம் நினைவுக்கு வந்தது. அது எங்கே போய்விட்டது? ராதா தலை மயிர் பறக்கக் கூடாது என்பதற்காக மின்விசிறியை அணைத்திருக்க வேண்டும். என் தலை மயிர் எங்கே? அவளுடைய மெலிந்த சிவந்த கை மெதுவாகத் தலையைத் தொட்டது. ரோமம் இப்போது முள். கையைக் குத்தியது. ஏன் தொட்டேன்? எறும்புப் புற்று இங்கேதானே இருக்கிறது.

வலது காலை திருப்பிக்கொள்ள வேண்டும் போல இருந்தது. எந்தச் சமயத்திலும் வெடித்துவிடும் போல் வீங்கிய கருஞ்சிவப்பு ரத்தம் இறங்கிய கால். காலைத் திருப்ப வேண்டும் என்ற நினைப்பே அயர்வைத் தந்தது. கண்களைத் திறப்போம். எறும்புகள் ஓடிவிடும்.

சாயங்காலம். முற்றத்தின் கதவு திறந்து கிடந்தது. சூரியன் சாய்ந்து விட்டாலும் அறையில் வெளிச்சம் படிந்து கிடந்தது. நடப்போமா? மெதுவாகக் கிணறுவரை. சிமெண்டுத் தொட்டியை செண்பகம் நிரப்பியிருப்பாள். ஒரு நூறு குவளைக் குளியாவது குளிக்க வேண்டும். இந்த விடாப்பிடி எறும்புகள் தண்ணீரோடு வழிந்து ஓடிவிடுமா? அப்படி நடக்கும் என்று தோன்றவில்லை. மிதமாக இருந்தாலும் வெளிச்சம் அவள் கண்ணை உறுத்தத் தொடங்கியது. வெளிச்சத்திடம் எனக்கு என்ன கோபம்? நடந்ததெல்லாம் வெளிச்சத்தில்தானே? அந்த ராத்திரியில்கூட ஒரு அகல் விளக்கு இருந்தது. அதனுடைய அணையும் ஒளிதானே அவனுடைய அகன்ற மார்பையும் பயந்த முகத்தையும் காட்டியது? இப்போது வெளிச்சத்திற்குப் பயந்து மூடிக்கொள்ளும் கண்கள் அன்று எவ்வளவு நேரம் திறந்து இருந்தன – அவன் இருட்டுக்குள் மறைந்து வெகு நேரமான பின்பும்?

அவள் கண்களை மூடினாள். உறக்கம் கவிந்தது. எறும்புகளிட மிருந்து தாற்காலிகமான விடுதலை.

ராதா புத்தகத்தை மூடினாள். அவளுக்குப் பதினெட்டு வயது. வாழ்க்கையின் சாம்பல் படராத, ஒளிர்விடும் வயது.

'குற்றமும் தண்டனையும்.' அந்தக் கதையின் சிக்கலான, பிரச் சினைகள் மிகுந்த பாத்திரங்கள் அவள் மனதில் எந்தத் தாக்கத்தையும் ஏற்படுத்தவில்லை. கதையில் நடக்கும் போராட்டங்கள் வெகு தொலைவில் நடக்கின்றன. அங்கே நான் போகப் போவதில்லை. அவளுடைய போராட்டங்கள் எளிமையானவை. அன்றன்றே நடந்து முடிபவை. பெரும்பாலும் ரசிக்கக்கூடியவை.

"கண்ணன் ஒரு மாதிரிதான். இந்தப் புத்தகத்தை எதற்குப் படிக்கக் கொடுத்தான்? தன்னை ரோடியொ என்று நினைத்துக் கொண்டானோ? நான் என்ன தூனியாவா? புத்தகத்தைச் சீக்கிரம் முடித்துவிட்டு அவனிடம் கேட்க வேண்டும்." திடீரென்று புத்த கத்தைப் புரட்டி அது வெளிவந்த வருடத்தைப் பார்த்தாள். 1866. பெரிய பாட்டி அப்போது பிறக்கவில்லை. ஆனாலும் இடைவெளி ஐந்து வருடங்கள்தான். இவள் வலுத்த கிழவி. போகமறுக்கும் கிழவி. எதற்குப் போக வேண்டும்?

பெரிய பாட்டி ஏதோ சொல்கிறாள். "என்ன பெரிய பாட்டி?" எழுந்து பக்கத்தில் சென்று குனிந்தாள். என்ன சொல்கிறாள் என்று தெரியவில்லை. நெற்றியில் முத்துமுத்தாக வேர்த்திருந்தது. மின்விசிறியைப் போடலாமா? போடப்போனவளுக்கு நினைவு வந்தது. மூன்று நாட்களுக்கு முன்புதான் ஒரு முட்டாள் குருவி கூடுகட்டும் வேகத்தில் பாய்ந்து வந்து விசிறியில் அடிபட்டு கிழவியின் மேல் விழுந்தது. ராதா வரும்வரை அதன் உயிரற்ற பஞ்சு உடல் பெரிய பாட்டியின் மாரிலேயே இருந்தது. அவளுக்கு மேலே என்ன விழுந்தது என்று தெரியும். ஆனால் தள்ளி விடவில்லை. ராதா வந்தபோது கிழவி கண்களில் கண்ணீர் வழிந்து தலையணையை நனைத்திருந்தது. கண்கள் மின்விசிறியை இனிமேல் போட வேண் டாமே என்று கெஞ்சின.

ராதா சுற்றும் பார்த்தாள். சுவரோடு ஒட்டியிருந்த மர அலமாரிக்குப் பின்னால் ஒரு பனை விசிறி சொருகியிருந்தது. அதை உருவி ராதா வீசத் தொடங்கினாள். விசிறி படுக்கையிலிருந்த பொருள்களுக்கு உயிர் தந்தது. தலையணை உறையின் ஓரங்களில் நீட்டிக் கொண் டிருக்கும் பச்சை, காவி, சிவப்பு, வெள்ளை, நீல நிற நூல்கள் லேசாக ஆடத்தொடங்கின. விரிப்பு மூச்சுற்று குமிழ்ந்தது. பெரிய பாட்டிதான் அசையவில்லை. அவள் தலையின் கறுப்பு கலந்த முள் மயிர்கள் உயிர் பெற முடியாதபடி குட்டையாகக் கத்தரிக்கப் பட்டிருந்தன.

ஒவ்வொரு தடவை இந்த அறைக்கு வரும்போதும் ஏதாவது புதிதாகப் பார்க்கிறேன்.

இந்தத் தடவை கைத்தடி. சுவரின் மூலையில் சாத்தியிருந்தது. ஆனை முகம். வெள்ளிப்பூண். காலத்தின் வழவழப்பு. இதை எப்படி இத்தனை நாளும் பார்க்கவில்லை? பாய்க்குப் பின்னால் ஒளிந்திருந் ததோ? யாரோ கிழவருடையதாகத்தான் இருக்கும். கிழவியை விடக் கனமாகயிருக்கும் போலிருக்கிறது. பெரிய தாத்தாவுடையதோ? இருக்காது. சாகும்போது அவருக்கு வயது நாற்பதுக்குள்தான். ராதாவிற்கு இன்னொன்று நினைவுக்கு வந்தது. அவளுடைய தாத்தா பட்சி பெரிய பாட்டிக்குச் சக்கர நாற்காலி வாங்கிக் கொடுக்க வேண்டும் என்று நினைத்தார். அது நிறைவேறவேயில்லை. சக்கர நாற்காலி அவளுடைய கம்பீரத்தைக் குறைக்காது என்று அவர் சொல்லிக்கொண்டாலும், பெரிய பாட்டியிடம் கேட்கத் தைரியம் வரவில்லை. இப்போது அதுவும் முடியாது. பாட்டிக்கு உட்காரக் கூட திராணியில்லை. காலம் மெதுவாக, ஓய்வின்றி அவளுடைய கம்பீரத்தைச் சூறையாடிக்கொண்டிருக்கிறது. ஆனாலும் பெரிய பாட்டியிடம் கொஞ்சம் கம்பீரம் இன்னும் மிச்சமிருக்கிறது. போய்ச் சேரும்வரையிலும் இருக்கும்.

எறும்புகள் வேலையை ஆரம்பித்துவிட்டன. பெருமாளை நான் ஏன் இப்போதெல்லாம் நினைப்பதில்லை? அதுவும் கட்டையில் வைக்கும் காலத்தில்? ஒரு காலத்தில் நாலாயிரமும் சொல்ல முடிந்தது. இப்போது திருப்பாவை கூட ஞாபகமில்லை. எப்போதோ வெளியே தூக்கி எறியப்பட்ட குப்பைகள் திரும்ப உள்ளே வந்து குவிந்துவிட்டன. எறும்புகள்தான் இழுத்து வந்திருக்க வேண்டும். பிரபந்தம் பறந்து போய்விட்டது. அந்த பாழாய்ப் போன திரவத்தின் சுவை மட்டும் இன்னும் உள்ளேயிருக்கிறது. இவ்வளவு வருடங்கள் கழித்தும்.

பெரிய பாட்டி ஏதோ முணுமுணுக்கிறாள். ராதா மீண்டும் அவள் அருகில் சென்றாள்.

“கள்ளு வேணும்.”

ராதாவிற்குப் புரியவில்லை. “கல்லு? எந்தக் கல்லு, பெரிய பாட்டி? வைரக்கல்லா? வைர மோதிரமா?”

பெரிய பாட்டியின் முன்னோர்களில் ஒருவர் பெரிய சமஸ்கிருதப் பண்டிதர். அவர் வானமாமலை பதினாறாவது ஜீயரோடு பத்மநாப சுவாமியைத் தரிசனம் செய்யச் சென்றிருந்தார். மகாராஜாவே ஜீயரை நேரில் வந்து வரவேற்றார். மகாராஜா நன்றாகப் படித்தவர். ஜீயரிடம் ஸ்ரீவைஷ்ணவ சித்தாந்தத்தைப் பற்றி ஒரு சில வார்த்தைகள் சொல்ல வேண்டும் என்று விண்ணப்பித்துக்கொண்டார். ஜீயர் பண்டிதரைப் பணிக்க, அவர் தெளிவாக இரண்டு மணி நேரம் பேசினார். மகா ராஜா புல்லரித்துப் போய், தம் கையில் போட்டிருந்த மோதிரத்தைக் கழற்றிப் பரிசாகப் பண்டிதருக்கு அளித்தார். அந்த மோதிரம் இப்போது பரம்பரைச் சொத்து. குடும்பத்தின் ஒவ்வொரு குழந்தையின் முதல் பிறந்த நாளன்றும் அதன் சிறிய விரலில் இந்த மோதிரத்தைப்

போட்டு எடுப்பது வழக்கம். மோதிரம் இப்போது தாத்தாவிடம்தான் இருக்க வேண்டும்.

"வைர மோதிரமா?"

பாட்டி தலையை அசைத்தாள்.

"கள்ளு, கள்ளு." கண்கள் மூடியிருந்தன. கள்ளா?

இப்படித்தான் அவள் ஏதாவது கேட்பாள். நினைவில் வந்ததைப் பறித்து நேரில் பார்க்க வேண்டும் என்ற ஆசை. பொதுவாகக் கேட்பது சாப்பிடும் பொருளாகத்தான் இருக்கும். அல்லது அவள் எப்போதாவது உபயோகித்தது. சாப்பிடுவதை ஒரு துண்டு விண்டு வாயில் அடக்கிக்கொள்வாள். கரையும்வரையிலோ, முழுங்கும் வரையிலோ அது வாய்க்குள்ளேயே இருக்கும். உபயோகிக்கும் பொரு ளாக இருந்தால் அதைக் கண்ணருகே கொண்டு சென்று உற்றுப் பார்த்து, தடவி, முகர்ந்து, பக்கத்தில் வைத்துக்கொள்வாள். ஒரு தடவை பழைய தங்க முலாம் பூசிய கடிகாரம் ஒன்றைக் கேட்டாள். தாத்தாவிற்குக் கடிகார ரிப்பேர் செய்பவனைக் கண்டுபிடித்து அதை ஓடச்செய்வதற்குள் போதும் போதும் என்றாகிவிட்டது. அவள் என்ன கேட்கிறாள் என்பது தாத்தாவிற்கு மட்டும்தான் புரியும். மற்றவர்களிடம் அவள் மனிதர்களைப் பற்றிக் கேட்பதே யில்லை. தாத்தாவிடம் மட்டும்தான். அவர் வரும்போது கேட்பது "நம்மாழ்வாரைப் பாக்கணும்."

ராதா கிழவியை மெதுவாக அசைத்துப் பார்த்தாள். அவள் தூங்கிவிட்டாள் என்று தெரிந்ததும் முற்றத்தின் கதவை ஓசையில் லாமல் தாளிட்டாள். மற்றொரு கதவின் வழியாகத் தாழ்வாரத்துக்கு வந்தாள். தாழ்வாரத்தின் மறு மூலையில் கற்படிகள் இருந்தன. ஏறினால், மேலே வீடு அகன்று விரிந்தது. மூன்றாவது படியிலிருந்தே ராதாவால் செண்பகம் வாசல் தெளித்துக்கொண்டிருப்பதைப் பார்க்க முடிந்தது. மாலையின் தூசுகள் ஆடும் ஒளித் தூண்கள் வாசல்வரையில் நட்டிருப்பது போன்ற ஒரு மயக்கம்.

ராதாவிற்கு அன்று கருட சேவை என்பது நினைவுக்கு வந்தது. நான்கைந்து துள்ளல்களில் அவள் வாசலைச் சேர்ந்தாள். தாத்தா பட்சி சாய்வு நாற்காலியில் உட்கார்ந்திருந்தார். உடல் சுருங்கிப் போனாலும் குரல் சுருங்கவில்லை. நடுக்கமில்லாத இளமையான குரல். காலடியில் ஒரு கட்சிக்காரன். பட்சி அவனையும் அவனை இந்த உலகுக்குக் கொண்டுவந்ததற்காக அவனுடைய மூதாதையர் களையும் சபித்துக்கொண்டிருந்தார். பட்சி இப்பொதெல்லாம் வக்கீல் தொழில் செய்வதில்லை. கட்சிக்காரர்கள் வற்புறுத்தினால்தான் வேண்டாவெறுப்பாக யோசனை சொல்வார்.

ராதாவைப் பார்த்ததும் குரல் தணிந்தது.

"அம்மா எப்படியிருக்கா?"

"கல்லோ, கள்ளோ என்னமோ கேக்கறா, தாத்தா. என்னன்னு புரியலை. உங்களுக்குத் தெரியறதா?"

"கல்லா? வைர மோதிரமா?"

"எனக்கும் அதுதான் தோணித்து. கேட்டா தலையை இல்லைன்னு ஆட்டறா."

"நம்பிகிட்டத்தான் கேக்கணும். அந்த மகாப்ராக்யர், பெரிய டாக்டர்கிட்ட. இடியட். எப்போ ஆத்துக்கு வரானோ அப்போ."

நம்பி ராதாவின் ஒன்று விட்ட பெரியப்பாவின் பிள்ளை. நம் மாழ்வாரின் பேரன்.

"உனக்கும் நம்பிக்கும் என்ன சண்டை, தாத்தா?"

"குடும்ப விஷயத்தை இந்த முட்டாள் முன்னால் பேசணுமா?" பட்சி ஆங்கிலத்தில் கேட்டார். அவர் கோபம் மீண்டும் கட்சிக்காரன் மீது பாய்ந்துவிட்டது என்று ராதாவிற்குத் தெரிந்துவிட்டது. மெதுவாக அவர் பின்னால் சென்று பிறையிலிருந்து கோலப்பொடி டப்பாவை எடுத்தாள். சில நாட்களுக்கு முன்புதான் அவளுடைய சினேகிதி சூரியபிரபைக் கோலம் போடக் கற்றுக்கொடுத்திருந்தாள். கோலம் பெருமாளே ஆச்சரியப்படும்படியிருக்க வேண்டும். பெருமாளைச் சுமந்து வரும் பட்சிராஜனும்தான். அவருடைய பெயர்தானே தாத்தாவுக்கும்.

பிரிவு

ஒன்று

1

பெரிய பாட்டிக்கும் ஒரு பெயர் இருந்தது. அது அலங்காரமான சமஸ்கிருதப் பெயர் அல்ல. தமிழ்ப் பெயர். பொன்னம்மாள். தென்கலை ஐயங்கார்ப் பெயர். பிறந்தவுடனேயே பொன்னாவாகச் சுருங்கி விட்டது. பத்து பதினொன்று வயதுவரையும் பொன்னா மற்ற பிராமணப் பெண்களைப் போலத்தான் கச்சலாக மூக்கொழுகிக் கொண்டு இருந்தாள். மூக்கின் ஓரங்களில் பிய்த்துப் பிய்த்து புண்ணான தடங்கள். பொட்டுப் பொட்டாகக் காய்ந்த ரத்தம். மார் மேடிடத் தொடங்கியதும் மூக்கொழுகுவது மாயமாகிவிட்டது. ஏக வளர்த்தி. அப்பாவைவிட உயரம். மூச்சை நிறுத்தும் அழகு. வீட்டில் எல்லோரும் உயிரைக் கையில் பிடித்துக் கொண்டுதான் நின்றார்கள்.

பொன்னாவின் அம்மா திருப்பள்ளி மூஞ்சூறு. ஓட்டமெல்லாம் திருப்பள்ளிக்குள்ளேதான். தன் கையில் எதுவுமில்லை என்பதை நன்றாக அறிந்தவள். ஆனாலும் அவளுக்கும் வெளியே சொல்ல முடியாத கவலை. மாமியார் வேறு மாதிரி. கொஞ்சம் மந்தம். கொஞ்சம் லொடலொடப்பு. பொன்னாவின் வளர்த்தி அவளையே வித்தியாசமாக நினைக்கத் தூண்டியது.

“இந்தப் பொண்ணு நம்ப பையனுக்குப் பொறந்தவதானா?”

தன் பையனின் இல்லாத திறமைகள் மீது அவளுக்கு அசாதாரணமான நம்பிக்கை. ஆனாலும் நம்பிக்கைக்கும் எல்லை உண்டு. “வித்தே வேற மாதிரின்னா இருக்கு. நம்ம சாயலே இல்லையே?” என்று அவள் கூப்பாடு போட்டு அழுதாள். பையனுடைய கையாலாகத்தனங்களை வரிசையாக அடுக்கினாள். “அன்னிலிருந்து இன்னி வரை உன்னாலெ காக்காசு பிரோசனம் உண்டா? நீயோ உன் லட்சணமோ?” பொன்னாவின் அப்பா அம்மாவுக்குப் பதிலே சொல்லவில்லை. அவனுக்கு அம்மா சொல்வதில் உள்ள உண்மை தெரிந்திருந்தது. ஆனாலும் அவள் குறிப்பிடும் முக்கிய விஷயம் மட்டும் உண்மையல்ல என்பதும் தெரியும். அவன் செய்ததிலேயே உருப்படியானது அது ஒன்றுதான்.

கல்யாணமான புதிதில் மனைவியை அங்கு இங்கு நகர விட வில்லை அவன். போகத்தின் பிடி அவ்வளவு இறுக்கம். அவன் சமைத்துப் போட்டுக்கொண்டிருந்த ஜீயர் அப்போது வயிற்று வலியால் அவதிப்பட்டுக்கொண்டிருந்தார். மடப்பள்ளியில் வேலை கம்மி. எப்போதும் அவள் பின்னால் சுற்றிச் சுற்றி வந்துகொண்டிருந் தான். அவளது தடுப்புகள் அழைப்புகள் ஆயின. சில நேரம் காம வேகத்தில் மூர்க்கமாகத் தள்ளப்பட்டன. மாதாந்தரத்துக்கு ஒதுங்கும் போதும் அவளது குச்சிலருகிலேயே படுத்துக்கொள்வான். தூமை நாற்றமோ, சுற்றியுள்ள குப்பைகளோ அவனைப் பாதிக்கவில்லை. மனைவியின் மேல் வைத்திருந்த பார்வை மாறாத கண்களை அவள் வயிறு பொன்னாவால் வீங்கும்வரை எடுக்கவில்லை. வேகம் பொன்னா பிறந்ததும் தணிந்துவிட்டது. சேர்வது மற்ற காரியங்களைப் போல சாதாரணமாகிவிட்டது. பொன்னாவின் அம்மாவும் வருடா வருடம் வயிற்றைத் தள்ளிக்கொண்டுதான் நின்றாள். சுமைகள் ஒன்றில் பிண்டங்களாக இறங்கின; அல்லது ஓரிரு வருடங்கள் தவித்துவிட்டு விடைபெற்றுக்கொண்டன. காரியங்கள் முடிந்ததும் மறந்து போய் விடக்கூடிய, கண்ணீரைக் கூட வரவழைக்காத சுமைகள் அவை. பொன்னாவின் அப்பாவிற்குப் புரிந்த நிகழ்ச்சிகள். ஆனால் அவனு டைய வாழ்க்கையின் இடிபாடுகளுக்கு இடையில் இப்படி ஒரு புஷ்பிதம் நிகழ்வதுதான் புரியவில்லை. இப்படி உலகத்தில் இல்லாத பெண் ஒருத்தி இருப்பது அவனுக்கும் கவலைதான்.

"வயசு தாண்டிண்டே போறது. இப்படியே போனா யார் இவளைத் தேடி வருவா? இன்னும் ஒரு மாசத்திலேயோ இரண்டு மாசத்தி லேயோ விலக ஆரம்பிச்சுடுவள். ருதுவான பொண்ணு வீட்டிலெ இருந்தா சர்வ நாசம்தான். ஊர் மழையழிந்து போயிடும். இப்பவே மழைக்கு ஒரு அறிகுறியும் காணோம்." ஒரு கணம் புலம்பலை நிறுத்தி மூச்சு வாங்கிக்கொண்டாள் கிழவி.

"ஏண்டி குளத்திலே விழுந்து சாக மாட்டேங்கற. அந்தப் பிசாசை யும் இழுத்துண்டு போயேன்."

பொன்னாவின் அம்மா இதைவிடப் பெரிய வசவெல்லாம் கேட் டவள். அசராதவள். "குளத்தில கால் கழுவக்கூட ஜலம் இல்லை. முழுகறதுக்கு எங்க இருக்கு? இருந்தாலும் இவளையும் இழுத்துண்டு போறதுக்கு எங்கிட்ட சக்தி இருக்கா?"

ஒரு டம்ளர் மோர் கொடுத்தால் கிழவி வாயடைத்துவிடுவாள் என்பது அவளுக்குத் தெரியும். மோரைக் கொடுத்துவிட்டு மெதுவாகச் சொன்னாள்.

"உம்ம பையனை ஜீயர்ட்ட பேசச் சொல்ல வேண்டியதுதானே? நானும் தினமும் சொல்லிண்டுருக்கேன். காதில வாங்கிக்கமாட்டேங் கறார். இவர் புளியோதரைன்னா அவருக்கு ரொம்ப இஷ்டமின்னு சொல்றா. இவருக்காக என்ன வேணா செய்வராமே? உங்க ஆத்துக் காரருக்கும் பூர்வாசிரமத்தில நல்ல சினேகிதர்தானே?"

2

அவனும் ஜீயருக்கு இருபத்து ஐந்து வருடங்களாகச் சமைத்துப் போட்டுக்கொண்டிருந்தான். அவரிடம் ஓரிரு நிமிஷங்களுக்கு மேலாகப் பேசியதில்லை. நாங்குனேரியை விட்டு ஓடி திருநெல்வேலியில் ஒரு ஐயங்கார் சாப்பாட்டுக் கடை ஆரம்பிக்க வேண்டும் என்று அவனுக்கு ஆசை. அதற்குத் தேவையான நூறு ரூபாயை ஜீயரிடம் கேட்பதற்கு அவனிடம் தைரியம் இல்லை. மாடு மாதிரி மடப்பள்ளியில் உழைத்தான் – அப்பாவின் வெற்றிகளெல்லாம் தாற்காலிகமாக இல்லாது இருந்தால் நாம் எங்கேயோ இருந்திருப்போம். எனக்கு பிராப்தம் இந்த மடப்பள்ளிதான்.

பதினெட்டாம் ஜீயருக்கும் அந்த வருடம் வானம் பொய்த்து விடுமோ என்ற கவலைதான். மடத்திலிருந்து பக்கத்திலிருக்கும் குளம் வரை நடக்கும்போதும் இதைப் பற்றித்தான் யோசித்துக்கொண்டு வந்தார். பெரிய குளம். அதன் தெற்குப் பக்கம் வானமாமலைப் பெருமாள் கோயில் மதிலைத் தொட்டுக்கொண்டு நின்றது. ஜீயர் மெதுவாகப் படியேறி ஸ்நான மண்டபத்தில் நின்றார். பெருமாளுடைய வரங்களிலேயே மிகச் சிறந்த வரம் இந்தக் குளம்தான் – அதில் தண்ணீர் இருக்கும்வரை. இப்போது சகதிதான் மிச்சம். கருப்பட்டிக் கரசல் மாதிரி. குளத்தின் தரையே தெரிகிறது. மேற்கு மலையிலிருந்து வரும் நதிகளெல்லாம் வற்றிவிட்டன. இன்னும் கொஞ்ச நாள் போனால் சூரியன் உறிஞ்சும் உறிஞ்சலில் இருக்கிற ஈரமும் காணாமல் போய்விடும். குளத்தின் தரை பயித்தியம் பிடித்த சதுரங்கப் பலகை. எங்கு பார்த்தாலும் கோணல் சதுரங்களாக வெடித்துக் கிடக்கும். வயல்கள் தண்ணீர் காணாமல் வாடும்போது வரப்பாட்டுக்காரன் கையைப் பிசைந்துகொண்டு கடவுளைச் சபிப்பான். நம் சம்பிரதாயப் படி பெருமாளே உகந்து தேர்ந்தெடுத்த திவ்ய தேசங்களில் நம்மூரும் ஒன்று. ஏன் தேர்ந்தெடுத்தார் என்பது தெரியவில்லை. தம திருவுள்ளம். ஒரு வேளை தமது குழந்தைகள் சிரமப்படுகிறமாதிரி தானும் சிரமப்பட வேண்டும் என்று நினைத்தாரோ என்னவோ? தூரத்தில் ஜீயரூற்றில் ஜனங்கள் குளித்துக்கொண்டிருந்தார்கள்.

"நாராயணா, ஊத்தையாவது வத்த விடாதே." ஜீயர் இருகரங்களையும் கூப்பிக் கோவிலை நோக்கிச் சேவித்தார்.

கோவில் ஒருகாலத்தில் நம்பூதிரிகளின் கைகளில் இருந்தது. நாங்குனேரியின் வறட்சி அவர்களை மலையாளத்தின் பசுமையை நினைக்கத் தூண்டியதோ என்னவோ, ஒரு தென்கலை சன்யாசி கோவில் நிர்வாகத்தை எடுத்துக்கொள்ள விருப்பம் தெரிவித்த போது மறுபேச்சுப் பேசாமல் கோவில் சாவிகளை அவர் கையில் கொடுத்துவிட்டு நாட்டைப் பார்க்க நடையைக் கட்டினார்கள் அவர்கள். இது நடந்தது 1447ல். சன்யாசிதான் மடத்தின் முதல் ஜீயர். அன்றிலிருந்து இன்றுவரை தொடர்ச்சியாக ஜீயர்கள் மடத்தையும் கோவிலையும் நிர்வகித்துவருகிறார்கள்.

ஜீயரைத் தவிர மடத்தில் சன்யாசிகள் யாரும் கிடையாது. பரமபதப் ப்ராப்தி நெருங்கிவிட்டது என்று தெரிந்ததும் அவரே அடுத்த ஜீயரைத் தேர்ந்தெடுப்பார். மடத்தின் சொத்துகளுக்குச் சர்வாதிகாரி அவர்தான். பெரும்பாலான தென்கலை பிராமணருக்கும் அல்லாதவர்க்கும் ஆசாரியரும் அவரே. ஆனாலும் நாங்குனேரி யிலேயே இருப்பதால் அந்த ஊர் ஐயங்கார்களுடன் அவருக்கு விசேஷ உறவு. மடத்தில் வேலை செய்பவர்களில் அநேகமாக எல்லோரும் அந்த ஊர்க்காரர்கள். ஜீயரும் ஊர்க்காரராகத்தான் இருப்பார். எனவே பிரச்சினை வரும் போதெல்லாம் ஊர்க்காரர்கள் முதலில் ஓடுவது ஜீயரிடம். தீர்வு காண்பதும் அவர்தான்.

3

மடப்பள்ளி ஐயங்காரின் அப்பா மேலநீலிதநல்லூர்க்காரர். நாங்கு னேரிக்கு சமஸ்கிருதம் படிக்க வந்தவர், அவருடைய மூதாதையர்கள் மாதிரி. சாப்பாடும் படிப்பும் இலவசம். ஜீயர் அவருக்குப் பள்ளித் தோழர். இருவரும் நெருங்கிய நண்பர்கள். ஜீயர் படிப்பில் ஏனோ தானோதான் என்றால் அவரது நண்பர் அசகாய சூரர். பதினாறு வயதிலேயே மற்ற மாணவர்கள் காளிதாசனையும் மாகனையும் கண்டு மிரண்டு ஓடும்போது இவர் குமார சம்பவத்தையும் சிசு பால வதத்தையும் மனப்பாடமாகச் சொல்வார். சமஸ்கிருதத்திலும் ஸ்ரீவைஷ்ணவ சம்பிரதாயத்திலும் மிகப் பெரிய ஆசிரியராக ஆகியிருந் திருப்பார் – மடத்து நூல் நிலையத்தின் பனையோலைச் சுவடிகளின் புதையல் ஒன்று அவர் கையில் அகப்படாமல் இருந்திருந்தால். நடந்தது, நடப்பது, நடக்கப்போவது இவை எல்லாவற்றையும் காட்டும் கண்ணாடி அந்தச் சுவடிகள் என்பது அவர் கூற்று. அவரை எதிர்த்துக் கூற ஆளில்லை. என்ன எழுதி இருக்கிறது என்பதை வேறு யாராலும் படித்துச் சொல்ல முடியவில்லை. இருபது வயது தாண்டுமுன்பே திருநெல்வேலியிலும் அதன் சுற்றுப் புறங்களிலும் எல்லோரும் தேடிப்போகும் சோதிடராக ஆகிவிட்டார் அவர். "சொல்வதெல்லாம் பலிக்கிறது. நாட்டுநடப்பைப் பற்றியோ, வெள்ளம், பஞ்சம், நோய் பற்றியோ அவர் சொன்னால் சொன்னது தான். சுலோசன முதலியார் பாலம் கட்டப்படும் என்பதை முன் கூட்டியே சொன்ன தீர்க்கதரிசி அவர்" என்றார்கள் அவரை நம்புகிறவர்கள். அவரது எதிரிகள் இவற்றைச் சொல்வதற்கு ஒரு சோதிடர் தேவையில்லை என்றார்கள். ஆனால் எதிரிகள் கூட்டம் அதிகம் இல்லை. அவரால் பலனடைந்தவர்கள் அவருடைய புகழ் பாடினார்கள். ஏமாற்றம் அடைந்தவர்கள் ஏனோ அதிகம் பேச வில்லை. திருநெல்வேலி வட்டாரத்தில் ஒரு பேச்சுக்கூட இருந்தது, மதராஸ் பிரசிடென்சியின் கவர்னர் சர் தாமஸ் மன்ரோ இவரை அரசாங்கச் சோதிடராக்கத் தீர்மானம் செய்துவிட்டார் என்று. "உத்தரவு ஆறதுக்கு தாமசம் இந்தப் பாதிரிமார் வேலைதான்" என்று சிலர் சொல்லிக்கொண்டார்கள். "உத்தரவு வந்தாலும் போக

மாட்டேன். சொக்கம்பட்டி ஜமீனில ஆஸ்தான ஜோசியரா நியமனம் ஆயிடுத்து" என்று இவர் சொன்னார். நல்ல நாள் பார்த்துத் தான் தன்னுடைய கிராமத்தை விட்டுப் புறப்பட்டார். சக்கரவர்த்தி கள் அசுவமேதயாகக் குதிரையைத் தேடிப் புறப்படும் அதே லக்னம். கிராமத்துக்குத் திரும்பவேயில்லை.

சொக்கம்பட்டி ஜமீந்தார் வலங்கைப்புலித் தேவர் குழந்தைகளைத் தூங்கவைப்பதற்கு அம்மாக்கள் கூப்பிடும் ஆசாமி. பணத்தட்டுப்பாடு என்றால் – தட்டுப்பாடு அனேகமாக எப்போதும் இருக்கும் – பக்கத்து ஜமீன்களைக் கொள்ளை அடிப்பது பொழுதுபோக்கு. பிரிட்டிஷ் அரசின் கொள்கை கொள்ளைக்கார ஜமீந்தார்களை உடனடியாக நசுக்குவதுதான். ஆனால் இவர் விஷயத்தில் என்ன அரசியல் காரணமோ தெரியவில்லை கொஞ்சம் நிதானம் காட்டினார்கள்.

சோதிடருக்குக் கொள்ளைகளைப் பற்றித் தெரியும். ஜமீந்தாரின் ஆட்கள் நாங்குனேரிப் பக்கத்தைச் சேர்ந்தவர்கள். அவர்களுக்கு நல்ல நாள் பார்த்துக் கொடுப்பது இவர். தேவர் தன்னை வேறு விதமாக நடத்துவார் என்று எதிர்பார்த்துத்தான் அவருடைய ஆஸ் தானத்தில் சேர்ந்தார். முதல் சில வருடங்கள் நன்றாகவே கழிந்தன. அதிருஷ்டம் சோதிடர் பக்கம் இருந்தது. நாளாக நாளாக சாயம் வெளுக்க ஆரம்பித்தது. சிலர் சுவடிகள் காணாமல் போய்விட்டன என்றார்கள். சிலர் அவரது இரவு நேர நடவடிக்கைகள் சோதிடத் திறமையை மழுங்கடித்துவிட்டன என்றார்கள். எது எப்படியோ சொக்கம் பட்டியில் விதவைகளின் எண்ணிக்கை அதிகம் ஆகிவிட்டது உண்மை. அவர்களில் பலர் இவர் பொருத்தம் பார்த்து திருமணம் நடந்ததே தங்கள் கணவர்கள் சீக்கிரம் சிவனடி சேர்ந்ததற்குக் காரணம் என்றார்கள். "இவன் போடற நாமத்தை எங்களுக்குச் சாத்திவிட்டானே" என்று சபித்தார்கள்.

சோதிடர் சொக்கம் பட்டியை விட்டு ஓட நேர்ந்தது ஜமீந்தாருக்குப் புலிவேட்டைக்கு நாள் குறித்துக் கொடுத்த பிறகுதான். ஜமீனைச் சுற்றியுள்ள காடுகளில் புலிகள் அதிகம். ஜமீந்தாருடன் சென்றவர் கள் திறமையான வேட்டைக்காரர்கள். இருந்தும், ஜமீந்தாரின் விரோதிகள் எதிர்பார்த்தபடி, வேட்டை தலைகீழானது. வேட்டைக் காரர்கள் நல்ல வேளை சிறு காயங்களோடு உயிர் தப்பினர். ஜமீந்தாருக்குக் காயம் இல்லை என்றாலும் கோபம் தாங்க முடிய வில்லை. கிரகங்களின் சேர்க்கையால்தான் அவர்கள் புலிக்கு விருந்தாகாமல் தப்பினார்கள் என்று சோதிடர் சொல்லிப் பார்த்தார். பசித்த புலிக்கு விருந்து படைக்க வேறு வழிகள் உண்டு என்றார் ஜமீந்தார். அன்று இரவே சோதிடர் சொக்கம்பட்டியை விட்டு வெளியேறினார்.

அவருடைய அடுத்த சில வருடங்கள் வெகு தொலைவில் இருக்கும் இந்தூரில் கழிந்தன. பல நாட்களுக்குப் பிறகு அவருக்கு ஒரு பெண்ணும் பையனும் பிறந்தது இந்தூரில்தான். இந்தூரின் ஜனங்களுக்குத் தென்னிந்திய பிராமணர்கள்மீது மிகுந்த மரியாதை.

அவரது திருமண் தாட்டியம் ஆக ஆக அவரிடம் சோதிடம் கேட்க வரும் கூட்டமும் அதிகரித்தது. உதவிக்கு வந்தது அவரது மொழி. அவர் பேசும் சமஸ்கிருத, ஹிந்துஸ்தானி, தமிழ் மொழிகள் சேர்ந்த ஒரு கலவை, கேட்பவர்கள் கேட்க விரும்பியதை அவர் கூறுவதாக ஒரு மயக்கத்தைத் தந்தது. எல்லோருக்கும் திருப்தி. இந்தூரிலியே இருந்திருப்பார். உறைய வைக்கும் குளிர் இல்லாமல் இருந்திருந்தால். அவர் போர்த்தியிருந்த பல சால்வைகளையும் துளைத்து மரக்கட்டை எரிக்கும் புகையும் பனிமூட்டமும் அவரைச் சாவின் விளிம்புக்குக் கொண்டுவந்துவிட்டன. கனவெல்லாம் வாழைக்காயும் பாளையம் கோட்டைக் கீரையும்தான். திரும்ப அவைகளை ருசிக்காமல் போய்ச் சேர்ந்துவிடுவோமோ என்ற கலக்கம். பல்லைக் கடித்துக் கொண்டு கழித்தாலும் கடைசியில் குளிர் தாங்க முடியாமல் தெற்கே திரும்பிவிட்டார்.

சோதிடர் ஆறு மாதங்கள் பயணம் செய்து சங்கரன்கோவில் வந்து சேர்ந்தார். வெக்கை, புழுதி, குப்பை இவை எதுவும் அவரை சங்கரன் கோவிலை சொர்க்கமாகக் கருதுவதிலிருந்து மாற்ற முடியவில்லை. வெறும் உடம்போடு வெய்யிலில் நடமாடுவதில் ஏக மகிழ்ச்சி. கொஞ்ச நாளைக்குப் பிறகுதான் தெரிந்தது, வந்திருப்பது சீக்கிரம் விடாத சுரம் என்று. இரண்டு வருடங்கள் விடாமல் அவரைப் பிடித்துக்கொண்டி ருந்த அந்தச் சுரம் இருந்த பணத்தை வழித்துக்கொண்டுதான் சென்றது. கூடவே சுரண்டப்பட்டது அவரிடம் கொஞ்சநஞ்சம் மிஞ்சியிருந்த அதிர்ஷ்டம். பெரிய இடி மகளின் சாவு. வைகாசி மாதம் வராத தூறல் வந்ததால் வெய்யில் தாழ்ந்திருந்த ஒரு நாளில் காலரா அவளை முன்னறிவிப்பு இன்றி வாரிக்கொண்டது.

சோதிடர் மனத்திடம் உள்ளவர். அவர் மனைவி பழைய நிலை மைக்குத் திரும்ப சில வருடங்கள் ஆயின. முப்பது வருட இடை வெளியில் மிஞ்சியது சிடுசிடு மனைவியும் கொஞ்சம் புத்தி மட்டான பிள்ளையும்தாம். ஊர் திரும்பிய உடனே ஜீயரைச் சேவிக்க மடத்திற்குப் புறப்பட்டுவிட்டார்.

வானமாமலை மடத்தின் பதினெட்டாம் ஜீயரும் அவரது இளமைத் தோழரும் மடத்தின் உள்ளறை ஒன்றில் சந்தித்தனர். எளிமையான, அலங்காரங்கள் அற்ற அறை அது – சங்கு சக்கரம் திருமண் பதித்த ஒரு வெள்ளி ஆசனத்தைத் தவிர. ஆசனத்துக்கு முன்னால் ஒரு முக்காலி. அதன் மேல் திருவாராதனப் பாத்திரங்கள். ஜீயர் பத்மா சனத்தில் அமர்ந்திருந்தார். கையில் திரிதண்டம் – நண்பருக்கு தான் சன்யாசி என்பதை நினைவுபடுத்துவதற்காகவோ என்னவோ. சோதிடர் கையில் ஒரு பித்தளைத் தட்டு. தட்டில் ஒரு சீப்பு வாழைப்பழம். சீப்பின் மேல் ஒரு வெள்ளி ரூபாய். தட்டை ஜீயரின் காலடியில் வைத்து நெடுஞ்சாண்கிடையாகச் சேவித்தார்.

“கோதை அருளிச்செய்த மாதிரி ‘உன் தன்னோடு உறவேல் நமக்கு இங்கு ஒழிக்க ஒழியாது.’ ஸ்வாமியை விட்டா ஏழை வைஷ்ண

வாளுக்கு யாரிருக்கா? நீர் கைவிட்டுட்டீர்னா நாங்க எங்க போக முடியும்?"

"எல்லாம் மேல இருக்கற என்னப்பன் திருவுள்ளம்தான். நான் சாதாரண புழு. நீர் பரம பாகவதர். அவன் பத்துடை அடியவருக்கு எளியவன், இல்லையா? சடகோபருடைய வாக்கு இந்த நாயேன் சொல்லியா உமக்குத் தெரியணும்? நாங்களெல்லாந்தான் உணர்ந் துணர்ந்து உரைத்துரைத்து இறைஞ்சணும். உமக்கு அது தேவையே யில்லையே? நீர் ஒரு வார்த்தை சொன்னால் போறாதா? ஓடி வந்துட மாட்டானா?"

"அவ்வளவு சீக்கிரம் வந்துடுவானா என்ன? ஊரெல்லாம் துஞ்சி உலகெல்லாம் நல்லிருளாய் நீரெல்லாம் தேறியோர் நீளிரவாய் நீண்டாலும் பாரெல்லாம் உண்ட நம் பாம்பணையான் வர மாட் டான். எங்களுக்கு அவன் திருவுள்ளம் ஸ்வாமி மூலம்தான் தெரியணும்."

"அவனுக்கு அனேக சாதனங்கள் ஓய்!"

"இருக்கலாம். எங்களை மாதிரி தற்குறிகளுக்குத் தெரிந்த சாதனம் ஸ்வாமிதான்."

"நீரா? தற்குறியா? க்ஷமிக்கணும். உம்முடைய படிப்புக்கு முன் னால் நான் எம்மாத்திரம்? மரியாதை இந்த காவி வஸ்திரத்துக்குத் தான். எனக்கு அது நன்னாவே தெரியும்."

முன்னுரை முடியாது நீண்டுகொண்டே போவதை சோதிடர் உணர்ந்தார்.

'சரி, வந்த காரியத்தைச் சொல்லறேன். மடத்துக்கு ஒரு சோதிடரே இல்லையே? நான் திரும்பி வந்தது பெருமாளே பார்த்து இந்தக் குறைய நிவர்த்தி பண்ணின மாதிரி இருக்கு."

ஜீயருக்கு நண்பருடைய ஆபத்தான சோதிடத் திறமைகளைப் பற்றி சொந்த அனுபவம் உண்டு. ஜீயருடைய கல்யாண ஜாதகம் பார்த்தது நண்பர்தான். பத்மா அழகு. நல்ல திடகாத்திரம். கிராமம் முழுவதுவும் அவர்களைப் பார்த்துப் பொறாமைப்படும் என்று சோதிடர் கணித்தார். பொறாமைதான் பட்டது, பத்மா பேறு காலத்தில் மேலே போய்ச் சேரும்வரை. அவள் மறைந்த பின்னால் அவர் ஊர் ஊராகச் சுற்றினார். கடைசியாக இவருக்கு முந்தைய ஜீயருக்கு சிஷ்யரானார். இவருக்குப் பட்டம் கட்டியது அந்த ஜீயர்தான்.

"உமக்குத் தெரியாதது இல்லை இருந்தாலும் சொல்லறேன். நம்ம மடத்திலெ அந்த வழக்கம் கிடையாதே. எனக்கு பதினெட்டாவது பட்டம். எனக்குப் முன்னாலெ யாரும் மடத்துக்கு ஜோசியர் தேவைன்னு நினைக்கல்லை. அவாளெல்லாம் திரிகால ஞானிகள். அவாளுக்கு ஜோசியம் பாக்கிற தேவையே இருந்திருக்காது. எனக்கு அவா ஞானத்தில கடுகளவுகூட கிடையாதுதான். உம்மோட சகாயம் அடியேனுக்கு அசாதாரணமான தெம்பைக் கொடுக்கும். இருந்தாலும் மடத்து வழக்கத்தை மாத்தறது அவ்வளவு லேசு இல்லையே."

நண்பருடைய முகம் வாடிவிட்டது. "நான் இப்போ ஒரு பரதேசியை விடக் கேவலமானவன். கையில கால் காசு கிடையாது. உலகமெல்லாம் சுத்திட்டு ஸ்வாமியோடெ அடிக்கு வந்திருக்கேன். எது நல்லதோ அதை ஸ்வாமி செய்வார்ன்னு எனக்குத் திடமான நம்பிக்கை."

"பாகவத கைங்கர்யம் பண்ணறத்துக்கே என்னை எம்பெருமான் பூமிக்கு அனுப்பிச்சிருக்கார். நீர் பரம பாகவதர் மட்டும் இல்லை. என்னோட பாலிய சினேகிதர். உமக்கு நிச்சயமாப் பிடிக்கக்கூடிய வேலை ஒண்ணு இருக்கு."

சோதிடரின் நீண்ட வாழ்க்கைப் பயணம் தொடங்கிய மடத்தின் நூல் நிலையம் பழைய ஓலைச் சுவடிகளால் நிரம்பியிருந்தது. சுவடிகளெல்லாம் ஸ்ரீவைஷ்ணவ சம்பிரதாயம் பற்றியவை. மக்கி உதிர்ந்து போகும் நிலைமையில் இருந்தன. சில நல்ல சுவடிகளில் ஸ்ரீவசன பூஷணத்தின் மிகச் சிறந்த வியாக்கியானங்களில் ஒன்றும் இருந்தது. தென்கலை சம்பிரதாயத்தின் அடித்தளத்தை நிறுவியவரான பிள்ளை லோகாச்சாரியாரின் முக்கியமான நூல் ஸ்ரீவசன பூஷணம். சோதிடர் அந்த வியாக்கியானத்தைப் பரிசோதித்து, திருநெல்வேலியில் அச்சு செய்ய வேண்டும் என்று ஜீயர் விரும்பினார்.

மடத்து நூல் நிலையம் விறகு அறைக்கும் மடப்பள்ளிக்கும் நடுவே உள்ள ஒடுங்கலில் இருந்தது. ஓலைகளைவிட ஓலைப்பொடிகள் தான் அதிகம். தமிழ், சமஸ்கிருத, தெலுங்கு ஓலைப் பொடிகள். நல்ல வேளையாக ஸ்ரீவசன பூஷண வியாக்கியானம் ஓலைகளோடு சேர்ந்தி. ராமபாணம் துளைக்காத ஆரோக்கியமான ஓலைகள். மணிப்பிரவாளத்தில் எழுதப்பட்ட அந்த ஓலைகளைப் படிக்கப்படிக்க விலை மதிக்க முடியாத பொக்கிஷம் ஒன்று தன் கையில் இருப்பதை சோதிடர் உணர்ந்தார். வாழ்க்கையில் ஒரு பிடிப்பு கிடைத்துவிட்டது. மிச்ச நாட்களை இந்த அரிய நூலை அச்சில் கொண்டு வருவதில் கழிக்க வேண்டும்.

நாங்குனேரியிலிருந்து ஒரு மாட்டு வண்டியில் திருநெல்வேலிக்குப் புறப்பட்டார் சோதிடர். பாளையங்கோட்டைவரைதான் கருவேலமும் பனையும். கோட்டையைக் கடக்கும்போதே வயற்பச்சை. தாமிரபரணித் தண்ணீரின் மகிமை. புனித நதிகளில் ஒன்றாகத் தென்கோடியில் உள்ளது; இங்கு வடக்காக ஒரு கொக்கி போடுகிறது. சமஸ்கிருத இலக்கியம் இந்த நதியில் நல்முத்து கிடைக்கும் என்று சொல்கிறது. (இப்போது நல்ல கூழாங்கல் கிடைக்குமா என்பதே சந்தேகம்.) சோதிடர் சின்னப்பையனாக இருக்கும்போது ஆற்றைத் தாண்டி அக்கரை சேர்வதற்கு நாள் முழுவதும் காத்துக் கிடக்க வேண்டும். நல்ல வேளையாக சுபேதார் சுலோசன முதலியார் தயவில் பாலத்தைக் கட்டி முடித்தாகிவிட்டது. வெள்ளி ரூபாய் ஐம்பதாயிரம்தான் செலவு. வெள்ளைக்கார இஞ்சினியர் ஹார்ஸ்லிக்கு சம்பளம் துரைத்தனத்தார் கொடுத்தார்களாம். கூலி ஆட்கள் எல்லாம் பாளையங்கோட்டைச் சிறைக் கைதிகள்.

வண்டியைப் பாலத்துக்கு நடுவே நிறுத்தச் சொன்னார் சோதிடர். கீழே இறங்கி தெற்கே பார்த்து நின்றார். தூரத்தில் பொதிகையின் கருநீலம். கிழக்குப்பக்கத்தில் மரங்களுக்கு நடுவே கிருஷ்ணன் கோவில் மறைந்து இருந்தது. கோவிலை நோக்கி நின்று இரு கரங்களையும் கூப்பி வணங்கினார் அவர். கண்களிலிருந்து தாரை தாரையாகக் கண்ணீர்.

"என் அப்பனே, குடக்கூத்தா, நான் என் வாழ்க்கையில் நல்லதே அதிகம் செய்ததில்லை. நான் செய்ததெல்லாம் உனக்குப் பிடிக்காத போதும் என் உதவிக்கு நீ வந்திருக்கிறாய். இப்பொ செய்யப்போறது உனக்கு நிச்சயம் பிடிக்கும்."

இரு புறங்களிலும் நெடிது வளர்ந்திருந்த மருத மரங்களின் ஊடே மெதுவாகச் சென்று வண்டி திருநெல்வேலி நகரத்தை அடைந்தது. நெல்லையப்பர் கோவிலுக்கு வடப்புறம் மடத்துச் சத்திரம். குளித்துவிட்டு ஓலையில் இருப்பதை காகிதத்தில் கட்டைப் பேனாவினால் பதிவு செய்யத் தொடங்கினார் ஜோதிடர்.

"அடியேன் ராமானுஜம் ஸ்வாமி,"

சோதிடரின் உடம்பு ஒரு வினாடி சிலிர்த்தது. இப்படியா காதினுள் கத்துவார்கள்?

"நீ எப்படி இங்கே? ஆத்திலெ எல்லாரும் சௌக்கியமா? இதை உடனே பிரஸ்காரங்கிட்டக் காட்டணும், ராமானுஜம். இவன் சரிப்பட்டு வரலைன்னா மதுரை போகணும். ரொம்ப அற்புதமான க்ரந்தம் இது. நிச்சயமா அச்சாகணும்னு ஜீயர் பிரியப்படறார்."

ராமானுஜம் நகைக்கடை ஒன்றில் குமாஸ்தா. பெரியவர் வந் திருக்கிறார் என்பதைக் கேள்விப்பட்டதும் ஓடி வந்துவிட்டான்.

"உம்ம திருவடி அடியேனோட க்ருஹத்தில படணும் ஸ்வாமி. என் பார்யாளையும் பொண்ணையும் ஆசீர்வாதம் பண்ணணும்."

பெண்ணுக்குக் கல்யாண வயது. கூப்பிடுவது ஜாதகம் பார்க்கத்தான்.

"இந்த பிரஸோட மூணு நாலு நாள் மல்லாட வேண்டியிருக்கும் ராமானுஜம். காரியம் முடிஞ்சவுடனே நிச்சயமா வரேன்."

"ஸ்வாமிக்கு விஷயம் தெரியாதா? பிரஸ் இன்னிக்குத் திறக்கும்னு தோணல்லை. எந்தக் கடையுமே இன்னிக்குத் திறக்காது."

எப்போதும் தூங்கிவழிந்துகொண்டிருக்கும் திருநெல்வேலி ஒரு பள்ளன் தப்பான நேரத்தில் தப்பான இடத்தில் இறந்ததால் உலுப்பி எழுப்பப்பட்டது.

சுற்றிலும் கண்ணுக்கு எட்டும்வரை வயற்காடு. நடுவிலே மேடு. அந்த மேட்டில்தான் நெல்லையப்பர் காந்திமதி கோவில்களும் அவர்களை நெருக்கும் திருநெல்வேலி நகரமும். கடைகளும் வீடுகளும் சாலைகளையும் முடுக்குகளையும் இடைவெளி இல்லாதபடி நிரம்பி யிருந்தன. ஐயங்கார், ஐயர், பிள்ளைமார், முதலியார், செட்டியார், ஆசாரி மற்றும் பல சாதியினரின் வீடுகள். இவர்களின் கடைகள். இவர்கள் வணங்கும் சிறு கோவில்கள். அச்சகங்கள். அரசாங்க அலுவலகங்கள். ஒரு மருத்துவமனை.

பள்ளர்களுக்கு இந்த அடைசலில் இடம் கிடையாது. அவர்களது உலகம் ஊர் விளிம்பில். அல்லது வயல்களின் நடுவில். பிரச்சினை ஆரம்பித்தது ஒரு வயதான பள்ளன் தாலுகா அலுவலகத்திற்கு வீணாக சில நிலப் பத்திரங்களைத் தேடி நடையாக நடந்ததால்தான். முடிவே இல்லாத காத்திருப்பு, அதட்டுவதற்கு மட்டும் வாயைத் திறக்கும் எழுத்தர்கள், உருக்கும் வெய்யில், எங்கும் இருக்கும் காலரா – இவையெல்லாம் சேர்ந்து பள்ளனை மருத்துவமனைக்குள் தள்ளின. அங்கேயிருந்து மரணத்திற்கு வெகு தொலைவில்லை. பாளையங் கோட்டை பக்கம் இருக்கும் அவனுடைய சேரிதான் மிகத் தொலை வாகத் தெரிந்தது. அவனது பிணம்போகும் வழியின் இரு புறங்களும் பெரிய மனிதர்களின் வீடுகள். பிணம் போனால் வருவது துலக்க முடியாத தீட்டு. இரண்டு கால் பள்ளனையாவது சகித்துக்கொள்ள லாம். படுத்துக்கொண்டு பெரிய துரை மாதிரி நான்கு பள்ளர்களால், தாரை தம்பட்டையுடன் தூக்கிச் செல்லப்படும் பள்ளனை எப்படிச் சகித்துக்கொள்ள முடியும்? பிண ஊர்வலத்தை எப்படியாவது தடுக்க வேண்டும் என்று உயர் சாதியினர் முடிவு செய்தனர்.

வருடம் 1858. சிப்பாய்க் கலகம் நடப்பது பல மைல்கள் தொலை வில் என்றாலும், அதனுடைய அதிர்வுகள் திருநெல்வேலியையும் தாக்கலாம் என்று அரசு நினைத்தது. சிப்பாய்களில் பலர் தீண்டத் தகாதவர்கள். கலெக்டர் மெய்ன் கண்டிப்பான ஆசாமி. பிண ஊர்வலத்திற்குப் பாதுகாப்பாகப் பதினைந்து சிப்பாய்களை அனுப்பி வைத்தான்.

“நான் இதைவிடப் பெரிய கலவரங்களைப் பார்த்திருக்கேன், ராமானுஜம். கடையை மூடினா ஒரு நாள் சம்பாத்தியம் போகாதா? கதவை மூடிண்டு காரியத்தை நடத்தற பேர்வழிதான் இந்தப் பிரஸ்காரன். போய்த் தட்டினா திறக்கப் போறான்.”

பாளையங்கோட்டை போகும் வழியில்தான் அச்சகம் இருந்தது. தட்டியதும் கதவும் திறக்கப்பட்டது. சோதிடருக்கு அச்சகத்தில் ஒரு மணிக்கும் குறைவாகவே வேலையிருந்தது. மனநிறைவோடு வெளியே வந்தார் அவர்.

சாலையின் ஒரு பக்கம் மக்களால் நிரம்பியிருந்தது. கோபத்தின் வெப்பம் சோதிடர்வரை வீசியது. கைகளில் கத்தி, கம்பு, வெட்டரி வாள், கோடாலி, வீச்சரிவாள், உலக்கை, சுத்தியல், இன்னும் பெயர் தெரியாத ஆயுதங்கள். முடுக்குகளிலிருந்து பலர் கூட்டத்தோடு சேர்ந்துகொண்டிருந்தார்கள். கோவில் பக்கத்தில் துப்பாக்கி ஏந்திய சிப்பாய்கள் மெதுவாக முன்னேறிக்கொண்டிருந்தார்கள். அவர் இத்தனை ஆயுதங்களை இதுவரை பார்த்ததில்லை. அச்சகத்திற்குள் திரும்பிப் போகலாமா அல்லது முடுக்கு ஒன்றில் ஓடி மறையலாமா என்பதைத் தீர்மானம் செய்வதற்குள் தோட்டா ஒன்று அவரது மண்டையோட்டைத் துளைத்தது.

அவரது உடல் சாக்கடை ஒன்றிலிருந்து எடுக்கப்பட்டது – இறந்த பத்து பேர்களில் அவரும் ஒருவர். கூடக் கிடைத்தது வெள்ளிப்பூண்

போட்ட கருங்காலிக் கைத்தடி – அவரது ஒரே சொத்து. வியாக்கியானம் போர்க்களத்தில் மிதிபட்டு மண்ணோடு கலந்திருக்க வேண்டும்.

ஜீயர் அவரது மகனுக்கு மடத்து நூல்நிலையத்தில்தான் வேலை கொடுக்க விரும்பினார். அவனுக்கு எழுத்துக் கூட்டிப் படிப்பதே கடினம் என்பது தெரிந்ததும் மடப்பள்ளியில் சேர்த்துக்கொண்டார். அவன் இயற்கையாகவே நல்ல சமையல்காரன் என்பது சில நாட்களிலேயே தெரிந்துவிட்டது. ஜீயர் வைத்த பட்டப் பெயர் புளியோதரைப் புலி. அவன் புளியோதரைக்கு ஈடு ஐயங்கார் உலகத்திலேயே இல்லை. அவனது தந்தையுடையதைப் போல் அல்லாமல் அவனது புகழுக்கு அளவுகோல் இருந்தது. ருசி அளவுகோல். வானமாமலைப் பெருமாளையும் ஜீயரையும் சேவிக்க வரும் எல்லா ஐயங்கார்களும் அவனது ஒரு பிடி புளியோதரைக்காகப் பொறுமையோடு காத்திருந்தார்கள். அவர்களுடைய பொறுமை ஒரு நாளும் வீண் போனதில்லை. பெருமாளுக்கே சமர்ப்பிக்கக்கூடிய தகுதியுடையதுதான் அவனது புளியோதரை.

4

அம்மாவின் தொல்லை தாங்க முடியாமல் சமையல்காரன் ஜீயரிடம் மெதுவாகப் பேச்சுக் கொடுத்தான். மழை வராதது அவனுக்கும் கவலைதான். பொன்னா கல்யாணம் ஆகாததுதான் காரணமோ என்று லேசாக அரிப்பு. இந்தத் தடவை ஜீயர் ஊற்று தப்பிவிட்டது. அடுத்த வருஷம் என்ன ஆகுமோ பகவானுக்குத்தான் வெளிச்சம். மழை இல்லையானால் ஊற்றில் வத்தலே போடலாம். கவலைதான் ஜீயரிடம் பேசும் தைரியத்தைக் கொடுத்தது.

"ஒரு சின்னக் கஷ்டம்னாலும் சிஷ்யாள் எல்லாம் ஸ்வாமியண்டதான் வரா. நான் ஸ்வாமி சேவகம் பண்ணறவன். எங்குடும்பத்தை சர்வ நாசம் பண்ணப் போற ஒரு கஷ்டம் எங்கள ஆட்டிப் படைக்கறது."

ஸ்வாமியிடமிருந்து பதிலை எதிர்பார்க்காமல் அவன் தொடர்ந்தான்.

"எம்பொண்ணு பொன்னாக்கு இப்பொ பன்னண்டு ஆறது. இன்னைக்கோ நாளைக்கோ ருதுவாயுடுவள். ஊர் பூராவும் அல்லலோகப் படறது. எங்கையில காசும் இல்லை. சரியா பையனும் அகப்படல்லை."

"கவலையே படாதேடா. எம்பெருமான் இருக்கான். ஏதாவது வழி விடுவன். அடுத்த வாரம் எங்கிட்ட வா."

அன்று இரவே வழி கிடைத்துவிட்டது. அப்போது பங்குனித் திருநாள் நடந்துகொண்டிருந்தது. இராத்திரி பெருமாள் புறப்பாடு. ஜீயர் பெருமாளுக்கு முன்னால் நடந்து வந்துகொண்டிருந்தார். எல்லா வீடுகளிலிருந்தும் பெண்கள் வந்து சேவித்தார்கள். சமையல்

காரன் வீடு இரண்டு பெரிய வீடுகளுக்கு நடுவே குறுகலானது – சின்னப் பெட்டிகளை ஒன்றன் பின் ஒன்றாய் அடுக்கி வைத்ததைப் போல. ஆனால் பொன்னா போட்ட தாமரைப்பூ கோலம் தெருவையே அடைத்துக்கொண்டிருந்தது. பகல் முழுவதும் படாத பாடுபட்டு போட்ட கோலம் அது. பக்கத்தில் இருக்கும் கோலங்கள் இயல்பைவிடச் சுருங்கித் தோன்றின. பொன்னா சேவிக்கும் போது ஸ்வாமி கோலத்தை ரசித்துக்கொண்டிருந்தார். அன்று ஒன்பதாம் திருநாள். வளர்பிறை. பௌர்ணமிக்கு மூன்றே நாட்கள். சந்திரனின் ஒளி கொள்ளை அழகு. அமானுஷ்யம். பொன்னா கருஞ்சிவப்பு பாவாடையும் நீலச் சட்டையும் அணிந்திருந்தாள். எழுந்து நிற்கும் போதுதான் அவள் அசாதாரண உயரம் என்பது தெரிந்தது. ஜீயருக்கு அருகே கோவில் சேவகர்கள் ஏந்திக்கொண்டிருந்த விளக்கெண்ணெய்த் தீப்பந்தங்கள் அந்தச் சிறுமியின் முகத்தைப் பளிச்சிட வைத்தன. கன்னங்களில் பந்தங்களின் வீச்சும் சந்திரனின் கற்றையும் சேர்ந்த மஞ்சள் கலவை. ஜீயருக்கு 'மின் சேவிக்க மின் அரசு என்னும் படி நின்றாள்' என்ற சீதையைக் குறிப்பிடும் கம்பனின் வரிகள் நினைவுக்கு வந்தன.

அன்று இரவு ஸ்வாமி தூங்கவில்லை. அடைத்து வைக்கப்பட்டிருந்த பழைய நினைவுகள் விடுதலை பெற்று மனத்தை நிரப்பின. இந்தக் குழந்தையைப் பல தடவை பார்த்திருக்கிறேன். இன்னும் சின்னவளாக இருந்தபோது. அப்போது யாரோடு நினைவும் வரவில்லையே. இன்று பார்த்தவள் பத்மாவின் அச்சு. பத்மாவா? அவள் ஐம்பது வருஷங்களுக்கு முன் எப்படி இருந்தாள் என்பது இப்போதும் நினைவில் இருக்கிறதா என்ன? அழகு சந்யாசியையும் உடைமை கொண்டாட வைக்கிறதா? தன்னிடம் ஒரு காலத்தில் இருந்ததை எண்ணி ஏங்க வைக்கிறதா? இருக்காது. எவ்வளவோ பெண்களைப் பார்த்திருக்கிறேன். யாரும் பத்மாவை நினைவு படுத்தவில்லையே. இவள் பத்மாவின் மறுபிறவிதான். அபூர்வமானவள். வாடவிடக் கூடாது.

அடுத்த நாளே தன்னுடைய பிரதான சிஷ்யர்களில் ஒருவரைக் வரச் சொல்லிப் பணித்தார். வந்தவுடனேயே விஷயத்துக்குப் பாய்ந்து விட்டார்.

"உம்மோட பையனுக்கு நான் நல்ல ஒரு வரனைப் பார்த்திருக்கேன். திருநெல்வேலிலெ படிக்கிறான்ல்யோ? நீர் சரின்னா சித்திரையிலேயே கல்யாணத்தை வச்சுண்டுரலாம்."

ஜில்லாவின் பெரிய உண்டியல் கடைகளில் ஒன்று கிருஷ்ண ஐயங்காருடையது. நாகர்கோவில் திருநெல்வேலியிலிருந்து எல்லாம் அவரிடம் பணம் கேட்டு வருவார்கள். மனிதர் அவ்வளவு நல்லவர் இல்லை. ஆனாலும் அவருக்கு ஜீயர் வாக்கு வேதவாக்கு.

"பையனுடைய பூர்வ ஜன்ம சுகிருதந்தான் சுவாமியையே அவனுக்கு வரன் பார்க்க வச்சிருக்கு. பொண்ணு யாருன்னு தெரிஞ்சுக்கலாமா?"

"கவலைப்படாதேயும். பெரிய புத்திமானோட பேத்தி. நம்ம ஜோசியர் ஓய். கும்பினிக்காரன் சுட்டதிலெ போய்ச்சேர்ந்தாரே, அவர்தான். விதி. குடும்பத்துக்குச் சொத்து ஒண்ணும் சேர்த்து வைக்கல்லை. கல்யாணச் செலவெல்லாம் என்னோடது. என்னோட குடும்ப நகையெல்லாம் அவளுக்குத்தான் போடறதா இருக்கேன்."

ஐயங்காருக்கு மகிழ்ச்சி. சுவாமியுடைய குடும்ப நகைகள் அவரிடம் தான் இருந்தன. இருநூறு சவரன்களாவது தேறும்.

5

செய்தியைக் கேட்டதும் சமையல்காரன் மனைவிக்கு ஒரே சந்தோஷம். கிழவிதான் முணுமுணுத்தாள்.

"இந்தக் கிழட்டு நரி உனக்கு நல்லது செஞ்சிருக்குன்னு நினைக் காதே. அந்த லேவாதேவிக்காரன் குடும்பமே அல்பாயுசுக் குடும்பம். அதனாலெதான் ஒருத்தரும் அவனோட பையனுக்குப் பொண்ணு கொடுக்கத் தயங்கறா."

"ஒன்னோட ஊத்த வாயை வச்சுண்டு நீ சும்மா இருக்கமாட்டயா? கிருஷ்ண ஐயங்கார் என்னைவிடப் பத்து வயசு பெரியவர். அவர் இன்னும் கிண்டனாட்டந்தான் இருக்கார். அரதக் கந்தலான கதை யெல்லாம் சொல்லி நீ எங்களெ பயமுறுத்தப் பாக்கறே. இன்னமெ ஒரு வார்த்தை இந்தக் கல்யாணத்துக்கு எதிராச் சொல்லு. நான் அம்மான்னுகூட பார்க்க மாட்டேன், ஆமா."

மகன் இவ்வளவு கோபப்பட்டு கிழவி பார்த்ததேயில்லை. அந்த ஆச்சரியமே அவளது வாயை அடைத்துவிட்டது.

பொன்னாவின் சம்மதத்தை யாரும் கேட்கவில்லை. ஆனால் அவளுக்குச் சம்மதந்தான். ஊரிலேயே பெரிய வீட்டுக்கு வாழ்க்கைப்படுவது சாதாரணமா என்ன?

ஊரில் கிழவர்களைவிட கிழவிகள்தான் அதிகம். எல்லாக் கிழவிகளும் கிருஷ்ண ஐயங்கார் குடும்பக் கதையை ஆரம்பிக்கும் போதே 'தென்கலை சம்பிரதாயம் இன்னிக்கு நான்குனேரியில் நிலைச்சிருக்குன்னா அதுக்கு முக்கியமான காரணம் இவா குடும்பம் தான்' என்பார்கள். ஒரு விதத்தில் அவர்கள் சொல்வது சரியே. அந்தக் குடும்பம் மடம் ஆரம்பித்த நாளிலிருந்து தென்கலைக் கொடியை உயர்த்திப் பிடித்துக்கொண்டிருந்தது. வயல்கள் காய்ந்திருக்கும் சமயத்திலோ அல்லது வடகலையாரோடு நீதிமன்றங்களில் சண்டை போடும் சமயத்திலோ மடத்துக்குத் தயங்காமல் நிதியுதவி செய்தது அந்தக் குடும்பம். அதிலும் வடகலையாரோடு போட்ட சண்டை களின் ஒவ்வொரு நுணுக்கங்களையும் ஊர்க்கிழவிகள் வாய் ஓயாமல் சொல்லிக்கொண்டிருப்பார்கள். கூடவே 'அவாளுக்குப் பணம் எப்படி வந்ததுன்னு நினைக்கறெ. எல்லாம் வட்டிக்கு விட்டுத்தான். ஒரு வட்டியா, ரண்டு வட்டியா, ஏ அப்பா. இவ்வளவு பெரிய வீடு வரப்பாட்டு வரும்படியிலிருந்தா கட்ட முடியும்' என்பார்கள்.

கிருஷ்ண ஐயங்காரின் சில சொந்தக்காரர்கள் மட்டும் இவன் குடும்பம் சொத்து சேர்த்ததே மற்றவன் காலை வாரிவிட்டுத்தான் என்றார்கள். 'முன்னாலெ பணம் கொஞ்சம் இருந்தது வாஸ்தவந்தான். ஆனா இவ்வளவு தேய்க்க முடியாதபடி பணம் வந்தது தளவாய்ப் பிள்ளை விவகாரத்தினால்தான். எங்க தாயாதி லட்சணம் எங்களுக்குத் தெரியாதா என்ன.' அப்படிச் சொல்வதற்கு முக்கியக் காரணம் வறுமை ஏற்படுத்தும் வயிற்றெரிச்சல் என்பது ஊர்க்காரர்களுக்குத் தெரிந்தாலும் சொல்வதின் வித்தில் உண்மையின் உயிர் இருக்கிறது என்றே அவர்கள் நம்பினார்கள்.

உண்மையோ பொய்யோ, லேவாதேவிக்காரருக்கும் அவருடைய குடும்பத்திற்கும் அவர்கள் பின்னால் பேசப்படுவது என்ன என்பது தெரிந்து இருந்தது. தலைமுறை தலைமுறையாகப் பேசப்படுவதை மாற்ற முடியாது என்பதும் தெரிந்த காரணமே கிருஷ்ண ஐயங்காரை அமைதியாக இருக்க வைத்தது.

கிருஷ்ண ஐயங்கார் பரம்பரையில் கூர்வாளைப் போன்று புத்தி படைத்தவர் அவரது தாத்தா கேசவன். லேவாதேவிக்காரருக்குத் தேவையான எல்லாக் குணங்களும் அவருக்கு இருந்தன – தந்திரம், எல்லோரையும் வியக்க வைக்கும் பணிவு, பசையேயில்லாத இதயம். இந்தக் குணங்களே அவரை ஒரு பத்தரைமாற்று லேவாதேவிக்காரர் ஆக்கின. திருநெல்வேலிச்சீமையில் நடந்துகொண்டிருந்த இடைவிடாத சண்டைகள் அனேகமாக எல்லோரையும் வறுமையின் விளிம்புக்குள் கொண்டுவந்துவிட்டாலும், லேவாதேவிக்காரர் காட்டில் எப்போதும் மழைதான்.

கேசவனுக்கு முதலில் கும்பினிக்காரன் போகும் பாதையை நன்றாகக் கவனிக்கச் சொன்னது அவருடைய தாத்தா. 'இவா லேசுப்பட்டவா இல்லடா. சரியான தசை வேற. ஊர் பூரா இவா கையிலதான் வரப்போறது. இப்போ ஆற்காட்டு நாவாபுக்கு ஜாலரா போட்டுண்டு இருக்காளேன்னு சாதாரணமா நினைக்காதே. பணத்தை உண்மையா மதிக்கத் தெரிஞ்சவா. நம்ம பாளையக்காரா போல இல்லை. இவா பின்னாலெ போறதுதான் நம்ம தர்மம், ஞாபகம் வைச்சுக்கோ.' இப்படிச் சொன்னது கம்பனியார் ஆற்காட்டு நாவா பின் படையில் ஒரு சிறு பிரிவாக இருந்தபோது. கம்பனிக்காரன் பணம் கேட்டால் மறு பேச்சு பேசாமல் கொடுத்துவிடுவார் அவர். ஆகக் கழிசடையாக இருந்தாலும் பணம் திரும்ப வந்து விடும் என்று அவருக்கு நம்பிக்கை. அவர் காலம்வரை அந்த நம்பிக்கை வீண் போகவில்லை.

கேசவ ஐயங்கார் காலத்தில் அவர் தாத்தா சொன்னது பலித்து விட்டது. இப்போது வரி வசூல் செய்வது அவர்கள். பாளையக் காரர்கள் வாய் பேசாமல் கம்பனியார் கேட்டதைக் கொடுத்துக் கொண்டிருந்தார்கள். கொடுக்க முடியாது போனால் மாட்சிமை தங்கிய கவர்னருக்கு மனு. கல்லையே கரைக்கும் மொழியில்.

வெள்ளைத் தோலுக்கு அவ்வளவு பயம் எல்லாப் பாளையக்காரர் களுக்கும். ஒருவனைத் தவிர.

"இந்த கெட்டிபொம்மு ஒரு வழிக்கும் வர மாட்டான் போலிருக்கே. சண்டை எப்படிப் போயிண்டிருக்கு."

கேசவ ஐயங்காருக்கு கம்பனி வம்புகளைச் சொல்வது பாளையங் கோட்டை ராணுவ ஆபீஸில் கணக்குப்பிள்ளையாக இருக்கும் ஒருவர்.

"சாமி, இப்பொ வருசம் என்ன? தொண்ணித்தி ஒம்பதா? ரண்டு வருசத்துக்கு மிந்திதான் கெட்டிபொம்மு அச்சண்டு கிளார்க் கைக் கொன்னான். சாக்குசனால ஒரு மயிரையும் புடுங்க முடியல்லை. இப்போ எல்லாப் பவரும் இவங்க கையிலதானெ. பாஞ்சாலங்குறிச்சி கோட்ட தரைமட்டமாயிரித்தாம்லெ. பன்னண்டு பவுண்டு குண்டு போட்ட பீரங்கியாம். ஒரு குண்டுலியே சுவரு தவிடு மாதிரில்லா உதுந்து போச்சாம். ஆனா பாளையக்காரன் இந்திரசித்துதான் போங்க. ஆளை எங்க தேடியும் காங்கலையாமெ?'

'கெட்டிபொம்மு திரும்ப வருவான் கணக்குப்பிள்ளை. கோட்டையப் பிடிக்கறது இது முதல் தடவை இல்லையே. பதினாறு வருஷத்துக்கு முன்னாலையா? 1783ல அந்தக் கர்னல் – அவன் பேர் என்ன? – புல்லர்டனா கொல்லர்டனா – அவன் பிடிக்கலையா. பாளையக் காரன் உடனே திரும்பப் பிடிச்சுட்டான்.'

'சாமி புரியாம பேசாதிங்க. ஆற்காட்டு நவாப்போட இப்பொதான கையெளுத்து ஆயிரிக்கு. முன்னால மாதிரி கூலிக்கு மாரடிக்கர விவகாரம் இல்லைல்லா? தோத்துப் போனா லண்டனுக்குல்ல பதில் சொல்லணுமாம்? பீரங்கிக இது மாதிரி வெள்ளைக்காரனே பாத்த தில்லையாம். எங்க போனாலும், பாதாளத்தில பலிச் சக்கரவர்த்தி கிட்ட இருந்தாலும் சிவப்புக் கோட்டுக்காரன் தோண்டிப் பிடிச் சிருவான்."

கணக்குப்பிள்ளைதான் கட்டபொம்மன் பிடிபட்ட சேதியையும் அவன் தூக்கிலிடப்பட்ட சேதியையும் கொண்டுவந்தார்.

'சவத்துப் பயலுக ஏதோ தீவட்டிக் கொள்ளைக்காரனை மாட்டுத மாரில்லா மாட்டிப் போட்டானுக. ஆனா அவன் அபிமன்யு மாதிரி செத்தானாம். சாகுதேன்னு கவலையே படல்லையாம். சுத்தி இந்த எருமைமாட்டுப் பயலுகளும் அவுங்க ஆட்களும் நின்னுட்டிருந் தாங்களாம். அதான் அந்த தடித்த தோலு பயக எட்டயபுரத்தானும் சிவகிரிக்காரனும். இவன் கண்ணாலதான் பார்த்தானாம். அதுவே சவுக்கு எடுத்துக்கிட்டு அடிக்கற மாதிரி இருந்ததாம். மேசரு பானர் மன்னே இதைச் சொன்னான். அவனையே இவன் அசத்திப் போட்டான். கெட்டிபொம்முக்கு ஒரே வருத்தம் பாஞ்சாலக்குறிச்சி கோட்டைய விட்டு ஓடிப்போனதுதானாம். அங்கனயெ நான் செத்திருக்க வேண்டாமான்னானாம். ஊமத்துர இப்ப எங்க கோட் டைலதான் அடபட்டுக் கிடக்கான்.'

ஊமைத்துரை சிறையிலிருந்து தப்பித்த செய்தி ஐயங்காருக்கு உண்மையிலேயே மகிழ்ச்சியை அளித்தது. வெள்ளைக்காரனுடன் சண்டைபோடுவது சுத்த வீரனுக்கு உரிய லட்சணம்தான். ஆனால் சண்டைக்குப் பணம் தேவை. பணத்துக்கு வீரர்கள் லேவாதேவிக் காரர்களிடமே வந்தார்கள். கிருஷ்ண ஐயங்காரும் அவருடைய நண்பர்களும் சேர்ந்து ஒரு பெரிய தொகையை ஊமைத்துரையிட மிருந்து வந்த பிரதிநிதியிடம் கொடுத்தார்கள். வட்டிக்கு. அதுவும் இதுவரை கேட்டிராத வட்டி. பணம் பாஞ்சாலங்குறிச்சிக் கோட் டையை மறுபடியும் கட்ட உதவியாக இருந்தது. கம்பனிக்காரர்கள் திரும்ப வந்தபோது கோட்டை அவர்களுக்கு மலைப்பைத் தந்தது. பெரிய முற்றுகை பீரங்கிகளை வைத்துத்தான் கோட்டையைத் தகர்க்க முடிந்தது. இந்தத் தடவை கோட்டை தரைமட்டமாக்கப் பட்டது மட்டுமல்ல; அந்த பூமியே உழப்பட்டு ஆமணக்கு விதை ஊன்றப்பட்டது. ஊமைத்துரை மருது சகோதரர்களுடன் சேர்ந்து சில மாதங்கள் போரிட்டாலும் கம்பனிக்கு அவர்களைப் பிடிப்பது அவ்வளவு கடினமாக இல்லை. ஒருவர் பின் ஒருவராகத் தூக்கி லிடப்பட்டார்கள். அல்லது நாடு கடத்தப்பட்டார்கள். பினாங்கிற்கு.

சண்டை முடிந்த உடனேயே திருநெல்வேலி கலெக்டர் லுஷிங்டன் ஒரு கூட்டத்திற்கு ஏற்பாடு செய்தான். அழைத்தது எல்லா உண்டியல் கடைக்காரர்களையும். முழு ஆட்சி உரிமையும் இப்போது அவன் கையில். ஆற்காட்டு நவாப் திருநெல்வேலியைக் கம்பனிக்குத் தாரை வார்த்துக் கொடுத்து விட்டார். உண்டியல் கடைக்காரர்கள் செய்த உதவிகளுக்கு நன்றி தெரிவித்துவிட்டு, கம்பனியின் எதிரிகளுக்கு பணம் கொடுப்பது அவ்வளவு லாபகரமாக இருக்க இனிமேல் வாய்ப்பு இல்லை என்றும் சொன்னான்.

தலை பிழைத்தது என்று ஐயங்கார் நினைத்தார்.

நினைத்தது தவறு என்பது சிறிது நாட்களில் தெரிந்துவிட்டது. கட்டபொம்மனின் படைத் தலைவர்களில் ஒருவரான தளவாய்ப் பிள்ளை நாங்குனேரி மறவர்களுடன் சேர்ந்துவிட்டார் என்ற செய்தி வந்ததும் ஐயங்காருக்கு வயிற்றில் புளியைக் கரைக்கத் தொடங்கி விட்டது. ‘மறவர்கள் பிள்ளையுடன் சேர்ந்ததன் காரணம் கோவிலை யும் மடத்தையும் அவற்றின் சொத்துக்களையும் காக்கும் உரிமை கைவிட்டுப் போய்விடுமோ என்ற பயம்தான். பணம் கேட்க என்னிடம் தான் வருவார்கள். எப்படிச் சமாளிப்பது?’ என்று எண்ணினார்.

மறவர்களின் தலைவர் ராமத்தேவர் பயம் என்பதை அறியாதவர். பண விவகாரங்களையும்தான். ஐயங்காரிடம்தான் கொடுக்கல் வாங்கல். வாங்கியதைவிட வட்டியோடு கொடுத்தது மிக அதிகம். இந்தத் தடவையும் ஐயங்கார் மறுக்க மாட்டார் என்ற நம்பிக்கை அவருக்கு இருந்தது. நல்ல காரணத்துக்குத்தானே.

தளவாய்ப் பிள்ளையே நேரில் வருவார் என்று ஐயங்கார் எதிர் பார்க்கவில்லை.

'நீர் ஏன் வந்தீர்? நானே உம்ம இடத்துக்கு வந்திருக்கமாட்டேனா? வெள்ளைக்காரன் ஆட்கள் பார்த்தா சும்மா இருக்கமாட்டாளே?'

தளவாய்ப் பிள்ளை அதிகம் பேசாதவர். ஐயங்கார் கையில் மருது பாண்டியனின் திருச்சிராப்பள்ளி அறிவிப்பைக் கொடுத்தார்.

'இந்தச் சாதி கெட்ட மிலேச்சர்களை எங்கு பார்த்தாலும் கொல்லுங்கள். பூண்டோடு அழியும்வரை கொன்றுகொண்டே இருங்கள். இவர்களுக்குத் தொண்டு செய்பவர்கள் யாரும் மரணத்திற்குப் பிறகு சொர்க்கம் போகமாட்டார்கள். இது எனக்குத் தெரியும். இதை நன்றாக யோசித்துப் பாருங்கள். இதை நம்பாதவன் மீசை என் சாமான் மயிருக்குச் சமானம். அவன் சோறு வாய்க்கு விளங்காமல்தான் போகும். அவன் பெண்டாட்டி மிலேச்சர்களுக்குச் சோரம் போனவள். பிள்ளை குட்டிகளும் அவர்களுக்குப் பிறந்ததுதான்.

எனவே யாருடைய ரத்ததில் இந்தப் பாவிகளின் விஷ ரத்தக் கலப்பு இல்லையோ அவர்கள் எல்லோரும் ஒன்றுசேர வேண்டும். இதைப் படிக்கிறவர்கள் பிரதி எடுத்து சிநேகிதர் களுக்கு அனுப்பவும். அவர்கள் படித்ததும் இதேபோல் தங்கள் தங்கள் சிநேகிதர்களுக்கு அனுப்பவும். கேட்கிறவர்கள் இதனு டைய சாராம்சத்தை எல்லோருக்கும் பரப்பவும்.

இதைச் செய்யாதவன் காராம்பசுவைக் கங்கைக் கரையில் கொன்ற பாவத்துக்கு உள்ளாவான். நரகத்தில் உள்ள எல்லாத் தண்டனைகளும் அவனுக்குக் கிடைக்கும். செய்யாதவன் முகம்மதியனாக இருந்தால் அவன் பன்றி ரத்தத்தைக் குடித்த வனுக்குச் சமானம்.'

கேசவ ஐயங்காருக்கு ரத்தம் சில்லிட்டுப் போனதுபோல் ஒரு உணர்வு ஏற்பட்டது. "நாராயணா, ஒங் குழந்தைகளை ஏந்தான் இப்படிச் சோதிக்கறயோ?" என்று பெருமூச்சு விட்டார்.

தளவாய் பேசவேயில்லை. தேவர்தான் 'சாமி, எங்களுக்குப் பணம் உடனடியா தேவை. உங்களைத் தான் நம்பிருக்கோம். ஆறு மாசத்திலெ திருப்பித் தந்திரலாம். அடகுக்கு எவ்வளவு நகை வேணுமோ அவ்வளவு கொண்டாந்து தாரேன். திருநெல்வேலிலே ஒரு பயலெ நம்ப முடியாது. தெய்வநாயகன் கடாச்சத்திலெ நீங்க இருக்கி யளோ நாங்க புளச்சமோ. இவ்வளவு பெரிய ரொக்கம் வேற யாருகிட்ட இருக்கும்?' என்றார்.

ஐயங்கார் சிறிது நேரம் தன் இடது கை வைர மோதிரத்தை கண்கொட்டாமல் பார்த்துக்கொண்டிருந்தார்.

"தேவரே, நீர் கேக்கற தொகை இப்பொ கைவசம் இல்லை. புரட்றத்துக்குப் பத்து நாளாவது ஆகும். நகையெல்லாம் ஒண்ணும் கொண்டுவர வேண்டாம். பணம் ஏற்பாடு ஆனதும் நானே ஆளனுப் பறேன்."

ஐயங்கார் ஆள் அனுப்பத் தேவையே படவில்லை. இந்தச் சந்திப்பு நடந்த சில நாட்களில் தளவாய்ப் பிள்ளையும் ராமத் தேவரும் பிடிபட்டுவிட்டார்கள். பட்டணத்திலிருந்து பினாங்குக்கு நாடுகடத்தப்போவதாகப் பேச்சு. ஐயங்கார் உதவியால்தான் கம்பனி இந்தக் காரியத்தை எளிதாகச் செய்ய முடிந்தது என்று சிலர் சொன்னார்கள். அவரிடம் நேரில் கேட்பதற்கு யாருக்கும் தைரியம் இல்லை. நாங்குனேரி மறவர்கள் காதுகளில் இந்தப் பேச்சு விழுந் தாலும் ஐயங்காரை எதிர்க்கும் திராணி அவர்களிடம் இல்லை. விதை நெல் வாங்குவதற்கே ஐயங்காரைத்தான் அவர்கள் நம்பியி ருந்தார்கள். இன்னும் சிலர் எல்லாம் நடந்து முடிந்ததும் லூஷிங்டன் துரை இவரைக் கூப்பிட்டு அனுப்பித்து கையில் ஒரு துணிப்பையைக் கொடுத்ததாகவும் சொன்னார்கள்.

“கொடுத்தது முதல் தவணைதானாம். ஐயாயிரம் சவரனை ஒரே ஆளாலெ தூக்கியார முடியாதில்ல. ராசாத்தலை போட்ட சவரன். சொலிப்பு கண்ணைப் பிடுங்கிகிட்டுப் போயிரும்.”

ஐயங்காரின் மனைவிக்கு எந்தச் சந்தேகமும் இருக்கவில்லை. தளவாய்ப் பிள்ளை, ராமத்தேவர் பிடிபட்டதில் தனது கணவனுக்குப் பங்கு இருந்தது என்றே அவள் நம்பினாள். அவளும் உண்மை என்ன என்பதை அவரிடம் கேட்டுத் தெரிந்துகொள்ளவில்லை.

மறவர்கள் பழிவாங்குவார்கள் என்பது அவள் கவலை இல்லை. தனது கணவனின் சாமர்த்தியத்தின் மீது அவளுக்கு அசைக்க முடியாத நம்பிக்கை. கவலையெல்லாம் தெய்வம் நின்று கேட்டு விடுமோ என்பதில்தான். வரமங்கைத் தாயாருக்கு நூறு சவரனில் ஒரு அட்டிகை சாற்றினாள். அந்த வருஷமே திருப்பதிக்குப் போனாள். போய்விட்டு வர இரண்டு மாதங்கள் ஆயின. ஏழுமலையான் சன்னிதியில் குடும்பத்தைப் பேரழிவிலிருந்து காப்பாற்று என்று வேண்டிக்கொண்டாள்.

பேரழிவு நேர்ந்தது பத்து வருடங்களுக்குப் பிறகு. அந்த வருடம் ஆடி ஆவணியிலேயே பேய்மழை. நினைவு தெரிந்த நாளில் இப்படி நடந்ததில்லை என்று ஊர்க்காரர்கள் பேசிக்கொண்டார்கள். திரும்ப மார்கழியில் மழை. குளம் நிரம்பிவிட்டது. தாமிரபரணியில் கரை கொள்ளாமல் வெள்ளம். ஆனால் வானமே கிழிந்து போனதுபோல் மழை பெய்தது தை மாதத்தில். தண்ணீரினால் திரையே போட்டிருந் தது. பகலாகட்டும் இரவாகட்டும், விலக்கமுடியாத திரை. கடலே நெல்லைச் சீமையுள் பாய்ந்துவிட்டதோ என்று எண்ணும்படி பார்க்கும் இடம் எல்லாம் தண்ணீர். மானாவாரிக் குளங்களெல்லாம் உடைப்பு எடுத்துக்கொண்டன. சிறிய ஆறுகள்கூட கரைகளைக் கண்டுகொள்ளவில்லை. நாங்குனேரியைச் சுற்றியுள்ள தேரியை நனைக்கப் பகீரதனால்கூட முடியாது என்பது பழமொழி. இப்போது தேரியைத் தண்ணீருக்குள் தேட வேண்டியிருந்தது.

மழை வெறித்தது சித்திரையில். தண்ணீருக்குப் போக்கிடம் இல்லை. பனைகளே அழுகிப்போக ஆரம்பித்தன. காற்று தொலைந்து

போய்விட்டது. தேங்கிய தண்ணீரிலிருந்து புறப்பட்டது ஒரு மர்மமான சுரம். கடவுள்கள் தாற்காலிகமாக ஒதுங்கிக்கொண்டதால், தன் வழியில் வந்தவர்கள் அனைவரையும் அது அணைத்துக்கொண்டது – சில அதிர்ஷ்டசாலிகளைத் தவிர. கிராமங்கள் முழுவதும் அழுகிப் போயின. பிணங்களைப் புதைக்கவோ எரிக்கவோ ஆட்கள் இல்லை. வரிகட்ட யாரும் இல்லை என்பது கம்பனியின் கவலை.

நாங்குனேரியில் அதிகச் சாவு இல்லை. இறந்தவர்களில் கேசவ ஐயங்காரும், அவருடைய மனைவியும், இரண்டு குழந்தைகளும் அடக்கம். தப்பித்தது மூன்றாவது குழந்தை. கிருஷ்ண ஐயங்காரின் தந்தை.

இரண்டு

1

தனக்குக் கல்யாணம் என்ற செய்தி ராமனுக்கு ஆச்சரியத்தைத் தந்தது. திருநெல்வேலியில் நண்பர்களுடன் பொழுதைப் போக்கிக் கொண்டிருந்த அவனுக்குப் பள்ளிப் படிப்பு கிராமத்திலிருந்து விடு தலை பெற ஒரு சாக்கு. அப்படியே ஒரு நான்கு ஐந்து வருடங்களைக் கழித்துவிடலாம் என்றுதான் எண்ணம். ஆனால் அப்பாவின் ஆணையை மீறுவது முடியாத காரியம். கொஞ்சம் முணு முணுக்கலாம் என்றால் மணக்கப்போகும் பெண் பொன்னா. சரி வேண்டாம் வேறு பெண் பார்த்துக்கொள்ளலாம் என்று அப்பா சொல்லிவிட்டால் வம்பு. அவனது கனவுகளில் அவள் தவறாமல் வந்தாள். எழுந்து பார்த்தால் வேட்டியில் வட்டமாக நனைந்திருக்கும். கிராமத்தில் பல இளைஞர்களின் நிலைமையும் அவனை மாதிரிதான். பொன்னா வின் அழகு அவ்வளவு பிரசித்தம். அவள் குடும்பத்தின் வறுமை அவனுக்குக் கவலை அளிக்கவில்லை. ஒன்றுக்குள்ளே ஒன்று கல்யாணம் செய்துகொள்ளும் குடும்பங்களில் பணம் அவ்வளவு பெரிதல்ல. வரதட்சிணையை ஜீயர் பார்த்துக்கொள்கிறாராம். அவனுக்குக் கல்யாண நாள் நாளைக்கே இருக்காதா என்று இருந்தது.

ஊரே பார்த்திராத அளவில் பொன்னாவின் கல்யாணத்தை நடத்திவைத்தார் ஜீயர்.

வாழும் நாட்கள் அதிகம் இல்லாத காலம் அது. அதிலும் பல நாட்கள் மரணத்தின் நிழலில் கழிந்துவிடும். ஒருவர் மாற்றி ஒருவர் போய்ச் சேர்ந்துகொண்டே இருந்தார்கள். இதனால் மனத்துக்கு மகிழ்ச்சி அளிக்கும் நிகழ்வு ஒன்று நடந்தால் கிராமம் அதன் நினைவு களைப் பொக்கிஷம் மாதிரி பாதுகாத்து வந்தது. பல வருஷங்கள் கழிந்த பின்பும் கிராமத்து மக்கள் பொன்னாவின் கல்யாணத்தை மற்ற கல்யாணங்களை அளக்கும் அளவுகோலாக வைத்திருந்தார்கள். 'இது என்ன கல்யாணம்? நம்ம பதினெட்டாம் ஜீயர் ஜோசியர் பேத்திக்கு நடத்திய கல்யாணத்துக்கு உறை போடக் கூடக் காணாது,' என்ற தீர்ப்பை கிராமத்தில் நடக்கும் ஒவ்வொரு கல்யாணம் முடிந்தபின்பும் அனேகமாகக் கேட்கலாம்.

நான்கு நாள் கல்யாணம் அது. பட்டைச் சரிகை போட்ட பட்டுப் புடவைகளெல்லாம் தொலைவில் இருக்கும் காஞ்சிபுரத்திலிருந்து வந்தன. ராதாவின் பாட்டியிடம் இன்னும் ஒரு சிகப்புப் பட்டுப் புடவை இருந்தது. தொண்ணூறு வருடங்கள் கழிந்த பின்னும் நிறம் மாறவில்லை. புதுப் புடவை மாதிரி ஒரு மொடமொடப்பு. பாய்கள் பத்தமடையிலிருந்து வந்தன. நூற்று இருபது கண் பாய்கள். அவ்வளவு மிருது. அவ்வளவு அழகான நிறங்கள். மேலே உட்காருவதற்கு யாருக்கும் மனம் வரவில்லை. தீவட்டிக் கொள்ளைக்காரர்கள் உண்டியல் கடைக்காரர் வீட்டைக் கொள்ளை அடித்தபோது கொண்டுபோன பொருள்களோடு இந்தப் பாய்களும் போய் விட்டன. பொன்னாவின் நகைகள் ஜீயரின் பரம்பரைச் சொத்து. கனமானவை. கண்ணைப் பறிப்பவை.

பொன்னாவின் நினைவுகள் ஒன்றுக்குள் ஒன்று பின்னிக்கொண்டு இருந்தாலும் கல்யாண நிகழ்ச்சிகளை வரிசையாக மறக்காமல் கூறுவாள். ஒரு நாள் ராதாவைப் பக்கத்தில் உட்கார வைத்துக் கல்யாணக் கதையைச் சொன்னாள்.

“வாழை இலையே ஊர்லெ கிடைக்கலைன்னாப் பாரேன். எல்லா இலையும் கல்யாண ஆத்துக்குத்தான். முதமுதலா ஊர்ல உருளைக் கிழங்கு பரிமாறினது என் கல்யாணத்திலதான். அதே மாதிரி தக்காளிச் சாத்துமது. ஊர்க்காரா யாரும் சாப்டல்லை. குழந்தைகளைக்கூட சாப்டப்டாதுண்டா. சாப்டதெல்லாம் திருநெல்வேலிலேந்து வந்த இவரோட சினேகிதாதான். இந்தப் பவிஷைப் பத்தி எத்தன நாள் பொம்மனாட்டிகளெல்லாம் பேசிண்டுருந்தாங்கற. ப்ராமணாளுக்குத் தக்ஷிணை ஐஞ்சு வெள்ளி ரூபா. ஐஞ்சு ரூபாலெ அப்பல்லாம் குடித்தனம் ரெண்டு மாசத்துக்கு நடத்திடலாம். மறவாளுக்கும் வெள்ளாள ஜனங்களுக்கும் தனித்தனிப் பந்தி. வயல்ல வேலை செய்யறவாளுக்கு சிவங்கோயில் பக்கத்தில இலை போட்டுச் சாப்பாடு. எச்சிலைக்காக ஒரே குறக்கூட்டம். இவ்வளவு நல்ல மிச்சம் மிஞ்சாடி நாங்க சாப்டதேயில்லைன்னு அவா சொன்னாளாம். எல்லாம் ஜீயர் கிருபையாலதான்.”

ராமனுக்கு அவசரம். இருந்தாலும் இரண்டு வருடங்களுக்குப் பொன்னா பக்கத்திலேயே போக முடியவில்லை. கல்யாணம் மாதிரி ருது சாந்தி அவ்வளவு பெரிதாக நடத்தப்படவில்லை.

அவன் சூரியனை அழைத்தான்.

“ஓ பூஷானே! இந்தப் பெண்ணை என்னை விரும்புபவளாக ஆக்கு. தொடைகளை நன்றாக விரித்துக்கொள்ளச் சொல். என்னுடைய லிங்கம் வீரியத்தை உள்ளே செலுத்தட்டும்.”

பொன்னா அப்போது இளமையின் வாசலில் இருந்தாள் – அவன் சொல்வதை எல்லாம் செய்யத் தயாராக. அவளுடைய தோழிகள் சுகத்தைப் பற்றிச் சொல்லியிருந்தார்கள். ஆனால் அது ஆளையே அடித்துவிடும் பலம் படைத்தது என்பது அவளுக்கு உடனே தெரிந்து

விட்டது. அவளுடைய வீடு மாதிரி ராமனின் வீடு குச்சில் இல்லை. மாடியில் விசாலமான அறை. பகலெல்லாம் மாமியாருடன் திருப் பள்ளியில். மாமியார் மிகவும் நல்லவர். அதிராத குரல். ஆனால் இவளுக்குள் நேரம் ஏற ஏற ஆசை அதிர்ந்து தளும்பும். வழியாமல் பார்த்துக்கொள்வது பெரும் பாடு. திருப்பள்ளிக் காரியம், மாமனார் அகத்துக்காரருக்குப் பரிமாறுவது, பத்துப் பாத்திரங்களைத் தேய்ப்பது எல்லாம் சுரவேகம். எப்போதுதான் காரியங்களெல்லாம் முடியுமோ என்று இருக்கும். ஒரு வழியாக முடிந்ததும் மாமியாரைச் சேவித்து விட்டு ஓட்டமும் நடையுமாக மாடிப் படிகளை அடைவாள். படி யேறும்போதே ரவிக்கையின் நாடாக்களை கழட்டி விட்டுக் கொள்வாள். ராமன் முன் திறந்த மார்போடு கரிய விரைத்த காம்புகள் கண்ணில் குத்துவதுபோல் அவள் நிற்கும்போது அறை முழுவதும் இள வியர்வையின் மணம் அறுத்த கதிரை நினைவூட்டும். ராமனுடைய நண்பர்கள் பிராமணப் பெண்கள் ஆசையை வெளிப் படையாகக் காட்டமாட்டார்கள் என்று சொல்லியிருந்தார்கள். 'நீதான் ஆரம்பிக்கணும். முதல்ல பிடிவாதம் பண்ணுவா. விடாதே. நயிச்சியத்தாலேயோ பலத்தாலேயோ நீதான் சம்மதிக்க வைக்கணும்.' பொன்னாவுக்கு இரண்டுமே தேவையில்லை. அவளுக்கு இயற்கையாக இருந்த ஆசையை அடக்க வேண்டும் என்ற எண்ணத்தை அவளது இளமை கொடுக்கவில்லை. முழுவதுமாக அவிழ்க்க அவள் ஒரு நாளும் அனுமதித்ததில்லை. புடவை இடுப்புக்கு மேல் சுருணையாக. அகல் விளக்கின் வெளிச்சம் சேராதபடி இடது முன்கையால் கண்களை மறைத்துக்கொள்வாள். அவன் முகம் அவளது அக்குளில் புதைந்து இருக்கும். ராமன் அவசரப்படவில்லை. அவளும் அவசரத்தை விரும்பவில்லை.

அவள் முதல் பிரசவத்திற்குப் பிறந்த வீடு சென்றிருந்தபோதுதான் தீவட்டிக் கொள்ளைக்காரர்கள் லேவாதேவிக்காரர் வீட்டைக் கொள் ளையிட்டார்கள். நாங்குனேரிக்கு அருகே இருந்த மருகால்குறிச்சியில் ஒரு எண்பது மறவர் குடும்பங்கள் பிழைப்பு நடத்துவது கொள்ளை யால் என்பது ஐயங்கார்களுக்குத் தெரியும். ஆனால் அவர்கள் நாங்குனேரி ஊருக்குள் ஒரு நாளும் கொள்ளை அடிக்க வர மாட்டார்கள். அந்த ஊர்க்காவல் அவர்களிடம் இருந்தது. வந்தவர்கள் வெளி ஜில்லாக்காரர்களாக இருக்க வேண்டும். வந்தது அமாவாசை அன்று. மருகால்குறிச்சி மறவர்கள் அவர்கள் வேலையாகப் போயிருப் பார்கள் என்பதைத் தெரிந்தே வந்திருக்க வேண்டும். மடத்தின் மேல் கை வைக்கவில்லை. தெய்வ குற்றத்துக்குப் பயந்தோ என்னவோ.

வந்தவர்கள் மறைவாக வரவில்லை. தொண்டை கிழியும்படி கூச்சலிட்டுக்கொண்டு வந்தார்கள். வாசலில் படுத்துக்கொண்டிருந்த ஐயங்கார்கள் எல்லோரும் உள்ளே சென்று தாழ்ப்பாளிட்டுக் கொண்டார்கள். அவர்கள் வீடுகளில் கொள்ளை அடிப்பதற்கு ஒன்றும் இல்லை. அவர்களுக்குத் தெரியும், குறி கிருஷ்ண ஐயங்கார் வீடு மேல்தான் என்று.

ஐயங்கார் வீட்டு வாசலில் கொள்ளைக்காரர்கள் ஒரு கை வண்டியைக் கொளுத்தினார்கள். பகல் மாதிரி பிரகாசம். கதவைத் திறக்கச் சொல்லிச்சத்தம் போட்டும் திறக்கிற வழியைக் காணோம். நல்ல தேக்குக் கதவு. மலையாள வேலைப்பாடு. கடப்பாரைகள் தூக்கவே முடியாதபடி பளுவாக இருந்தாலும் கதவை உடைப்பதற்கு வெகு நேரம் பிடித்தது.

இடைகழியில் வேலைக்காரி. அவளைத் தலைமயிரைப் பிடித்து தெருவில் தள்ளினார்கள். பின்கட்டில் கிருஷ்ண ஐயங்காரின் மனைவி. உடம்பு வியர்வையில் தொப்பலாக நனைந்திருந்தது.

"நகையெல்லாம் எங்கம்மா?" கேட்டது தலைவன். குட்டை. அரிவாள் மீசை.

"எனக்குத் தெரியாது."

"இந்த பாரும்மா. பிராமண பொண்டுகளை நாங்க தொடறதே இல்ல. சொல்லு, நகை எங்க?"

"தெரியாதப்பா. அவர் ஊர்ல இல்லை. அவருடைய காரியத்துக்கும் எனக்கும் சம்பந்தம் இல்லை. எங்கிட்ட ஒண்ணும் சொல்லமாட்டார். இந்தா. நான் போட்டுண்டிருக்கற நகையெல்லாம் எடுத்துக்கோ." கைகளில் இருந்த வளையல்களையும் கழுத்தில் இருந்த காசுமாலை யையும் அவள் கழற்றத் தொடங்கினாள்.

தலைவன் சிரித்தான். "இது மூக்கு ஓட்டைக்குக்கூட காணாதம்மா. சாமி சேத்து வச்சது எங்க?"

"தெரியாதப்பா."

ஒரு வினாடியில் அவளுடைய புடவை அவிழ்க்கப்பட்டுவிட்டது. கட்டுக் குலையாத உடம்பு. வந்தது உடம்பைப் பார்ப்பதற்காக இல்லை. அவளது கால்கள் தடித்த கயிறினால் கட்டப்பட்டன. தலைகீழாகத் தொங்க விடப்பட்டாள். கொள்ளைக்காரர்களில் ஒருவன் கைகளை முதுகுப்புறமாகக் கட்டினான். மற்றொருவன் வாயில் அழுக்குத்துணி ஒன்றை அடைத்தான். காதுகளில் இருந்த வைரத் தோடுகளைக் கழற்றித் தலைவனிடம் கொடுத்து விட்டு அவளைக் கெட்டியாகப் பிடித்துக்கொண்டான். மற்றொருவன் ஒரு தடித்த திரியைக் கொளுத்தி அவள் தொடைகளுக்கு இடையே நீட்டினான்.

அவளது அலறல்கள் துணியையும் மீறி வெளியே வந்தன. லேசாக ரோமம் எரியும் வாசம்.

துணி சிறிது நேரத்துக்குப் பிறகு எடுக்கப்பட்டது.

"நகை எங்கம்மா?"

"என்ன நம்புப்பா. எனக்குத் தெரியாது."

மீண்டும் வாய்க்குள் துணி.

அவள் உண்மையைத்தான் சொல்கிறாள் என்பது புரிவதற்கு முப்பது நிமிடங்களுக்கு மேல் எடுத்தது. அவளைக் கீழே இறக்கி

மேலே ஒரு புடவையைப் போட்டார்கள். வீடு பூராவும் தேடியும் நகைகள் கிடைக்கவில்லை. வந்தது நகைகளுக்காக. கிடைத்தவை சில வெள்ளிப் பாத்திரங்களும், பட்டுப் புடவைகளும், பத்தமடைப் பாய்களும். பாடுபட்டதற்குத் தகுந்த வரும்படி இல்லையே என்ற வருத்தத்துடன் அவர்கள் திரும்பச் சென்றனர்.

சூரியன் உதயமானவுடனே தெரு பிராமணர்கள் லேவாதேவிக் காரர் வீட்டுமுன் சேரத் தொடங்கிவிட்டார்கள். தலைகளை அசைத் துக் கொண்டு மறவர்களைச் சபித்தனர். 'இவா தேசக் காவல் செய்யற லட்சணம் நன்னாத்தான் இருக்கு. எப்ப இருக்கணமோ அப்ப இல்லையே. இவாளுக்கு ஊர் ஏன் கூலி கொடுக்கணும்?' தங்களுடைய பயங்கொள்ளித்தனம் அவர்களுக்கு வெட்கத்தை அளிக்கவில்லை. வீரம் பிராமணர்களின் தர்மம் இல்லை.

இறப்பின் வருகை அடிக்கடி இருந்ததால் அதைக் கிராமத்து மக்கள் ஒரு தற்காலிகத் தொந்தரவாகவே கருதினார்கள் – இறப்பு வீட்டுத் தலைவனை எடுத்துப் போகாதவரை. அதிகமாக அழுதால் 'என்னடா உலகத்தில நடக்காததா நடந்துடுத்து இப்ப' என்பார்கள். துக்கம் பத்து வரை. பின்பு மாசியம் போதெல்லாம் இறந்தவரை பற்றிப் பேசுவதைவிட சாப்பாட்டின் தரத்தைப் பற்றித்தான் பேச்சு அதிகம். ஆனால் கிருஷ்ண ஐயங்கார் தான் சாகும் மட்டும் மனைவி யின் பிரிவை மறக்கவில்லை. அவருடைய சாவு மெதுவாகத்தான் வந்தது. மனைவி இறந்த அன்று இரவில் அவர் திருநெல்வேலியில் இளம் தாசி ஒருத்தி வீட்டில் இருந்தார். கணவரின் சபலம் மனை விக்குத் தெரிந்திருந்தாலும் ஒரு நாள்கூட அவரிடம் அவள் அதைப் பற்றிப் பேசியது இல்லை. வெற்றிலைக் காவியேறிய பற்கள் தெரியச் சிரித்த அந்தச் சிறுமியின் துகிலை நான் உரிந்த அதே நேரத்தில்தான் கொள்ளைக்காரர்கள் அவள் புடவையை அவிழ்த்திருக்க வேண்டும். தூக்கம் அவரிடமிருந்து விடைபெற்றுக்கொண்டது. குரலையே உயர்த்தாத மனைவியின் நினைவில் இரவுகளைக் கழித்தார். கண்ணை மூடினால் அவள் அலறும் குரல் கேட்டது. அவள் பிறந்தது அதே ஊரில் அவருடைய வீட்டுக்குச் சில வீடுகள் தள்ளி. நாங்குனேரியை விட்டு வேறெங்கும் அவள் சென்றதில்லை. திருநெல்வேலிக்குக் கூட வரமாட்டாள். 'எனக்கு வரமங்கைத் தாயாரும் ஊர்ப்பெரு மாளுமே போறும்' என்பாள். இன்றைக்குக் காற்றோடு அலைகிறாள். பூர்வ ஜன்மத்தில் என்ன பாவம் செய்தாளோ. அவ்வளவு துக்கத்திலும் ஐயங்காருக்குத் தான் நகைகளை வைத்திருக்கும் இடத்தை மனைவி யிடம் சொல்லியிருந்தால் அவள் இறந்திருக்கமாட்டாள் என்பது தோன்றவில்லை.

பின்னால் குழந்தைகளுக்குத் தேவைப்பட்டபோது அந்த நகை களே பொன்னாவுக்கு உதவிக்கு வந்தன.

பொன்னாவும் மாமியாரை நினைத்து அழுதாள். பெண் குழந்தை பிறந்தால் அவர் பெயரையே வைக்க வேண்டும் என்று தீர்மானம். பிறந்தது ஆண். பெயர் நம்மாழ்வார். ஜீயரின் பூர்வாசிரமப் பெயர்.

ஜீயர் கடைசியாகக் கேட்ட நல்ல செய்தி நம்மாழ்வார் பிறந்தது. பரமபதத்திற்கு மன நிறைவோடு போனார் அவர்.

ஜீயரை ஒரு அலங்கார நாற்காலியில் பத்மாசனத்தில் அமர்த்தி மஞ்சனம் செய்வித்தார்கள். பல சடங்குகளுக்குப் பின் அவர் தந்தப் பல்லாக்கு ஒன்றில் பிராமணத் தெருக்களில் வலம் வந்தார். பின் ஊரிலிருந்து மூன்று மைல் தொலைவில் இருக்கும் திருவரிசையைச் சேர்ந்தார். அவருக்கு முன்னால் உள்ள ஜீயர்கள் அனைவரும் கடைசியாகச் சேர்ந்த இடம் அதுதான். ஏற்கெனவே தோண்டப்பட்டி ருந்த குழி ஒன்றில் அவரை இறக்கினார்கள். பிறகு குழி உப்பினால் நிரப்பப்பட்டது. அவரது தலையில் தேங்காய்கள் உடைக்கப்பட்டன. கபாலம் பிளந்துதான் ஆத்மா எம்பெருமான் திருவடி அடையுமாம். அடுத்த ஜீயர் அதே பல்லாக்கில் அமர்ந்து குளக்கரையை அடைந் தார். குளத்தில் தீர்த்தமாடிவிட்டு மடத்துக்குப் புது எஜமானனாகக் காலடி எடுத்து வைத்தார்.

2

பொன்னாவுக்கும் அவளுடைய அம்மாவைப் போல் அடுத்தடுத்து குழந்தைகள் பிறந்தன. பிறந்தவுடன் குழிக்குச் செல்லாமல் தங்கின. வீட்டின் சாவிகள் இப்போது பொன்னாவின் கையில். கிருஷ்ண ஐயங்கார் மோட்டுவளையைப் பார்த்துக்கொண்டிருந்தபடியால் லேவாதேவி வியாபாரம் குனிந்து தரையைப் பார்க்கத் தொடங்கி விட்டது. இந்த வியாபாரம் செய்தாக வேண்டும் என்ற கட்டாயம் இல்லை. குடும்பத்துக்கு நிலம் நீச்சு எக்கச்சக்கம். ஆனால் ராமனுக்குத் தான் மேற்பார்வை செய்யும் திறமை இல்லை. படிப்பிலும் பெரிதாகச் சாதிக்க முடியவில்லை. நானும் காலேஜுக்குப் போனேன் என்று பேர் எடுத்துவிட்டு ஊருக்கே திரும்பி வந்துவிட்டான். 'குடும்பத்தின் சொத்துக்கும் அட்சய பாத்திரத்துக்கும் அதிக வித்தியாசம் இல்லை. திண்ணையில் உட்கார்ந்திருந்தால் போதும். சொத்து தானாகவே பூத்து, காய்த்து, பழுத்துப் பழங்களை அவன் மடியில் கொட்டும்' என்பது அவனது நினைப்பு. அவனுடைய அதிர்ஷ்டம் கிருஷ்ண ஐயங்காரின் வயல்களில் வேலை பார்ப்பவர்கள் விசுவாசமானவர் கள் – ஐயங்காருக்கும் இரக்கத்துக்கும் சிறிது தூரம் என்றால்கூட. மகனும் தந்தையைப் போல இருப்பான் என்ற எண்ணத்தில் அவர்கள் வேலை செய்தார்கள். சிறிது நாட்களிலேயே சின்ன ஐயங்காரை இருந்த இடத்திலிருந்து நகர்த்துவது கடினம் என்பது தெரிந்துவிட்டது. வயற்காட்டு விவகாரங்களையும் அதன்மூலம் வரும் வரும்படியின் நெளிவுசுளிவுகளையும் கண்டுகொள்ளாத முதல் லேவாதேவிக் குடும்பத்து ஆள் ராமன். இது புரிய விவசாயிகளுக்கு அதிக நாட்கள் தேவைப்படவில்லை.

ஆண்டாள் பிறப்பதற்கு முன் ராமன் செய்த ஒரே உருப்படியான காரியம் தினமும் தவறாமல் பொன்னாவுடன் படுத்துக்கொண்டது. அவன் மேலே படுத்து எழும் அந்தச் சில நிமிடங்கள் அவளுக்குப்

போதுமானதாக இருந்தது. அவனது இயக்கம் ஒரே மாதிரி. சிறிதுகூட வித்தியாசம் இல்லாதது. ஆனால் அது பொன்னாவுக்கு மிகப் பிடித்திருந்தது, தயிர்சாதம்போல. தினமும் சாப்பிட்டாலும், ருசி வித்தியாசம் இல்லாமல் போனாலும் திகட்டாதது. இதற்குக் கைமாறாக அவள் அவனுடைய எல்லாக் குறைகளையும் மன்னிக்கத் தயாராக இருந்தாள். வரப்பாட்டைக் கவனித்துக்கொண்டது அவள். விவசாயி களுக்கும் அவளைப் பிடித்திருந்தது. இரக்கம் அவளிடம் இருந்தது. அதே சமயம் குரலை உயர்த்தாத கண்டிப்பும். நம்பக்கூடிய பொய்களைச் சொல்லி அவளை ஏமாற்ற முடியாது. அவள் பிரசவங்களுக்குச் சென்றிருந்தபோதுதான் அவர்களுக்குக் கொஞ்சம் கஷ்டமாக இருந்தது.

தயிர்சாதம் கிடைக்காமல் போனது ஆண்டாள் பிறந்த பின். ராமன் அவன் அப்பாவைப் போல் திருநெல்வேலி தாசிகளிடம் சுகம் தேடவில்லை. திண்ணையிலிருந்து எழுந்திருப்பதே மஹாயக்ஞம் என்று நினைக்கும் சோம்பேறி அவன். வாழ்க்கையின் சாரமே நல்ல உணவில்தான் இருக்கிறது என்பது இப்போது அவனது வாதம். பட்டணத்திலிருந்து அவனுக்கு அழகான வட்டப்பெட்டிகளில் பிஸ்கட்டுகள் வந்தன. திருநெல்வேலி லக்ஷ்மி விலாஸ் ஒரு நாள் விட்டு மறுநாளில் இரண்டு பவுண்டு அல்வா அனுப்புவித்தது. நாகர் கோவிலிருந்து இங்கிலீஷ் காய்கறி. உருளைக்கிழங்கு, காரட், பீட்ரூட், முட்டைக்கோஸ், பட்டாணி இல்லாமல் ராமன் சாப்பிடுவதே இல்லை. ஐயங்கார் சமையலுக்கும் இந்தக் காய்கறிகளுக்கும் உறவே இல்லை என்றாலும் பொன்னா மறுக்காமல் சமைத்தாள். அவளுக் கும் குழந்தைகளுக்கும் தனிச் சாப்பாடு. ராமனுடைய பார்வை இதுவரை வெங்காயம் பூண்டு பக்கம் போகவில்லை என்பதில் அவளுக்குக் கொஞ்சம் மகிழ்ச்சி.

ஐயங்கார் சாப்பாடு ராமனுக்குப் பிடிக்காமல் போய்விட் டது என்று சொல்லமுடியாது. உலகத்திலேயே சிறந்த சாப்பாடு அதுதான் என்று தான் தனது ஐயர் நண்பர்களுடன் வாதம் செய் வான். மூலஸ்தானத்தில் இருப்பது அது. மற்ற சாப்பாடுகளெல்லாம் பிரகாரத்தில் இருக்கும் குட்டித் தேவதைகள். தனது மாமனாரைவிட அந்தச் சமையலை யாரும் அதிகச் சுவையுடன் சமைக்க முடியாது என்பதும் அவனுக்குத் தெரியும். ஜீயரின் மடப்பள்ளிக்கு வாரத்தில் இரு முறையாவது அவன் போவான்.

மடப்பள்ளி வாசனையான இடம். பெருமாளுக்கும் ஜீயருக்கும் நாக்கு நீளம். மடத்து ஐந்தறைப் பெட்டியில் இருக்கும் பொருட்கள் கலப்படம் இல்லாதவை. சமையற்காரருக்குத் தனது மாப்பிள்ளை அங்கு வருவது அவ்வளவாகப் பிடிக்கவில்லை. இருந்தாலும் பேசும் போது மரியாதை குறையாது.

"வாங்கோ, வாங்கோ. என்ன ஆளையே காணோம்?"

"காணமா? புதங்கிழமைதான இங்க வந்தேன். நீர்கூட அன்னிக்கு சக்கரப் பொங்கல் குடுத்தீரே? அமிர்தமா இருந்தது."

“ஆமாமா. என்ன பண்ணறது? இந்த விறகுப் புகையோட அல்லாட றேனேல்யோ. அது மூளை வரையும் தாக்கறது.”

“இன்னிக்குச் சனிக்கிழமை. புளியோதரை நாள். நல்லண்ணை வாசனை தூக்கறதே.”

ஒரு வாழை இலையில் இரு பெரிய புளியோதரை உருண்டைகளை வைத்து சமையற்காரர் தனது மாப்பிள்ளையிடம் கொடுத்தார். ஒரு சிறு பிடிகூட வீடுபோய்ச் சேராது என்பது அவருக்குத் தெரியும்.

“இன்னிக்கு ஆத்திலெ என்ன தளிகை?”

“பொன்னா தளிகைய கேக்கணுமா? பருப்பு, உப்புச்சார், தக்காளி சாத்தமுது நிறைய கொத்துமல்லி போட்டு, வாழைக்காய் கறியமுது, அவியல், பொரிச்ச அப்பளம்.”

சமையற்காரருக்கும் நல்ல உணவு பிடிக்கும். ஆனால் ராமனுக்கு ஈடாக முடியாது என்பது அவருக்குத் தெரியும். மாப்பிள்ளைக்கு இந்தப் புளியோதரை உருண்டைகள் மத்தியானச் சாப்பாட்டை உள்ளே தள்ள உதவும் நெம்புகோல்கள்.

பொன்னாவைப் பார்த்தே ஆக வேண்டும் என்று சமையற்காரர் தீர்மானித்துவிட்டார்.

ஒரு நாள் ஜீயருக்கு இரவு உணவு பரிமாறிவிட்டு ராமனுடைய வீட்டிற்குச் சென்றார். இடைகழியில் குழந்தைகள் தூங்கிக்கொண்டி ருந்தனர். ராமனைக் காணோம். மாடிக்குப் போயிருக்க வேண்டும். மாப்பிள்ளைக்கு ஒன்பது மணிக்கே கண்ணை அசத்திவிடும் என்பது அவருக்குத் தெரியும். பொன்னா முழித்துக்கொண்டிருந்தாள். கையில் புத்தகம். பிரபந்தமாகத்தான் இருக்க வேண்டும். அப்பாவைப் பார்த்ததும் புத்தகத்தை மூடிவிட்டு எழுந்து நின்றாள்.

“உக்காரு, உக்காரு. ஏன் நிக்கற. கைகாலெல்லாம் ஓஞ்சு போயிருக் கும். எவ்வளவு வேலை ஒனக்கு. தளிகை பண்ணணும். ஆம்படை யானுக்குத்தான் விதவிதமா வேண்டிருக்கே. குழந்தைகள கட்டி மேய்க்கணும். வரப்பாட்ட வேற கவனிக்கணும். ஒரு சின்னப் பொண்ணு இவ்வளவும் பண்ணறதுன்னா லேசான்ன? எல்லாம் நவநீத கிருஷ்ணன் கிருபைதான்.”

நாங்குனேரியில் இருந்தாலும் அவர் கூப்பிடுவது அவரது ஊரான மேலநீலிதநல்லூர் பெருமாளைத்தான். இவ்வளவுக்கும் அந்த ஊர்ப் பக்கம் அவர் சென்றே பல வருடங்கள் ஆகிவிட்டன.

“கவலையே படாதயும். எனக்கு என்ன குறச்சல்? அம்மாவ நினைக்கறப்போ நான் ராணி.”

“மாப்பிள்ளை அடிக்கடி மடப்பள்ளிக்கு வரார்ம்மா. பிரசாதத் துக்கு ஒரு குறையும் இல்லதான். அவருக்கு வேணதக் குடுக்கலாம். ஆனா எனக்கு அவர் அதிகம் சாப்படறாரோன்னு ஒரு சங்கை. நல்ல டாக்குடர் ஒருத்தரைப் பாரேன். நம்ப வைத்தியன் ஒரு பிரயோசனமும் இல்லை. அவன் மருந்து குடுத்தா பசி அதிகம்தான்

எடுக்கும். ஒனக்கு காசுக்கு பஞ்சமான்ன? கிருஷ்ண ஐயங்கார்ட்ட இதப் பத்திப் பேசலாம்னு பாத்தா அவர் வாயே தறக்கமாட்டேங்கறார்."

"அப்பா, உமக்கு என்னோட மாமனார் நிலமை பத்தித் தெரியும். அப்பறம் அவர்ட்ட ஏன் போறீர்? என் ஆத்துக்காரருக்கு ஒண்ணும் இல்லை. சாப்படறது குத்தமான்ன? பட்டினியே கிடந்தவாளுக்கு ஒரு வாய் சாப்பாடே மலப்பா இருக்கும். அவர் ஆயிரம் பேருக்கு அன்னதானம் போடற குடும்பத்தில பொறந்திருக்கார். அவர் சாப்டா என்ன? இது சாஸ்வதமா? ஒருநாள் நாமெல்லாம் சாதத்தை வைச்சுண்டு கெஞ்சுவோம். ஆனா ஒரு வாய் உள்ள போகாது. அந்த நாள் வரத்தான் போறது. அவர்ட்ட சொல்லிடறேன். மடப்ளி பக்கமே தலை வச்சுப் படுக்காதேங்கோன்னு."

மகளின் குத்தல்கள் வலியைத் தந்தன. அவருடைய நோக்கத்தை அவள் புரிந்து கொண்டது மாதிரி தெரியவில்லை.

"நீ தப்பா நினைச்சுண்டுட்டாய், பொன்னா. நடக்கறத உங்கிட்ட சொல்லலாண்டுத்தான் நான் இங்க வந்தேன். எல்லாம் நன்னா இருந்ததுன்னா என்ன விட யாருக்குச் சந்தோஷம், சொல்லு? அவர் மடப்ளிக்கு எத்தனை தரம் வேணா வரட்டும். எம் மாப்பிள்ளைய நானே தடுப்பனா?"

பொன்னாவின் வெப்பம் தணிந்ததுபோல் தோன்றியது.

"நீர்தான் என்ன க்ஷமிக்கணும். உம்மிட்ட இப்படிப் பேசிருக்கக் கூடாது. உடம்பு வலியால மூளயே கோணலாயிடுத்துன்னு நினைக்கறேன். நேரமாயிடுத்து அப்பா. அம்மா தனியாயிருப்பா."

திருப்பள்ளிக்கும் பின்கட்டுக்கும் இடையே ஒரு முற்றம். பொன்னா அங்கு சென்று தன்னுடைய கைகளையும் முகத்தையும் வீசி வீசி அலம்பிக்கொண்டாள். திரும்பி வந்து நிலைக்கண்ணாடி முன் வெகு நேரம் நின்றாள். மூக்கை அக்குளின் அருகே வைத்து முகர்ந்து பார்த்தாள். இந்த மணம் அவரை ஏன் மயக்கவில்லை? பவுடர் ஒத்தியில் யார்ட்லி பவுடரைப் பரப்பி முகத்தில் பரவலாகப் பூசிக்கொண்டாள். கண்ணாடி முகம் பட்டாகிவிட்டது என்பதைக் காட்டியது. கையால் தொட்டுப் பார்த்து உறுதி செய்துகொண்டாள். பவுடர் ஒத்தியை மூக்கில் அழுத்தி அதன் மணத்தை உள்ளே இழுத்தாள். மெதுவாக வாசலுக்கு வந்து கதவை மூடி அடிதாண்டாள் போட்டுச் சாத்தினாள். புடவையின் மடிப்புகளை ஒழுங்கு செய்து கொண்டு மெதுவாக மாடிப்படி ஏறினாள்.

ராமன் தூங்கிக்கொண்டிருந்தான். வாய் பிளந்து கடைவாயில் ஊத்தை கறுப்படித்தது. சாளவாயால் தலையணை ஈரம். வேஷ்டி விலகி மலைப்பாம்புக்கு மயிர் முளைத்த மாதிரி தொடைகள் தெரிந்தன. கல்யாணத்தின்போது ஒடுங்கியிருந்த வயிறு இப்போது வண்ணான் தாழி. பூணூல் கழுத்தைச் சுற்றியிருந்தது. 'என்ன, என்ன' என்று பொன்னா மெல்லிய குரலில் கூப்பிட்டாள். பதில் முனகல்

தான். கண் திறக்கவேயில்லை. பக்கத்தில் படுத்துக்கொண்டு அவனது கால் மேல் கால் போட்டு மார்பு அவன் முதுகை அழுத்த அணைத்தாள். இடது கை அடிவயிற்றின் பகுதியைத் துழாவியது. உயிர்ப்பின் அறிகுறி களை உணரச் சில நிமிடங்கள் ஆயின. அவனும் உணர்ந்திருக்க வேண்டும். அவளது காலை விலக்கி இடது கையை இறுக்கிப் பிடித்துக்கொண்டான். பொன்னா கையை அவனது பிடியில் இருந்து உருவினாள். விலகிப் படுத்துக்கொண்டாள்.

நிமிர்ந்து படுத்து விட்டத்தைப் பார்த்துக்கொண்டிருந்த பொன்னாவுக்குத் தூக்கம் வரவில்லை. கண்கள் ஆரம் போட ஆரம்பித்தன. ஓரத்தில் பெரிய வெண்கல விளக்கு. மாமியார் உயிரோடு இருக்கும்வரை அதைத்தான் ஏற்றுவார். அறையின் மறு ஓரத்தில் இருக்கும் கட்டிலின் கால்கள் ஒன்றைச் சுற்றியிருந்த கயிறு, பட்சி குழந்தையாக இருந்தபோது அவன் தவழ்வதைத் தடுக்க உபயோகப்பட்டது. ஒரு நாள் போகத்தின் உச்சத்தில் அவர்கள் இருந்தபோது மாடிப்படிவரை தவழ்ந்து போய்விட்டான். பொன்னா பார்க்காமல் இருந்தால் படிகளில் உருண்டிருப்பான். அந்த நிகழ்ச் சிக்குப் பிறகுதான் அவன் இடுப்பைச் சுற்றி இந்தக் கயிறு. கண்கள் விட்டத்திற்குத் திரும்பின. உத்தரம் நல்ல தேக்கு. குறுக்கு உத்தரத்தின் மேல் என்ன? உடனே எழுந்திருந்து அந்தப் பொருளை எடுத்தாள். லேபிள் ஒட்டியிருந்த ஒரு கண்ணாடிக் குப்பி அது. உள்ளே கரிய திரவம். ஆங்கிலம் படிக்கத் தெரியாவிட்டாலும் அது என்ன என்பது அவளுக்குத் தெரியும். திறந்து முகர்ந்து பார்த்தாள். இதுவரை அனுபவித்திராத மணம். உச்சிவரை பாய்ந்து மயக்கியது. மூச்சை உள்ளே இழுத்துக்கொண்டே சிறிது நேரம் நின்றாள். குப்பியைச் சரித்து திரவத்தின் சில துளிகளை உள்ளங்கையில் வாங்கினாள். தூங்கும் கணவனைப் பார்த்துக்கொண்டே கையை நக்கினாள். கசப்பு. தொண்டைவரை எரிந்தது. கசப்புக்கு இவ்வளவு வீரியமா? சுவை மீண்டும் குடிப்போமா என்று எண்ண வைத்தது. வேண்டாம். குப்பியின் கார்க்கை உள்ளே அழுத்தி மூடினாள்.

படிகளில் இருட்டு கவிந்திருந்தது. பழக்கமானதால் இடறவில்லை. இடைகழிக்கு வந்து அங்கிருந்த ஒரு அகல் விளக்கை எடுத்துக் கொண்டு கொல்லைப் புறத்துக்கு வந்தாள். கதவில் பெரிய அடிதாண்டாள் குறுக்காகப் போட்டிருந்தது. விளக்கைப் பிறையில் வைத்து விட்டு கதவைத் திறந்து நின்றாள். காற்றின் அசைவே இல்லை. தவளைகளின் இடைவிடாத சப்தம் காதுகளுக்கு இதமாக இருந்தது. மரணத்தின் ஒழுங்கு. ஒன்று அமைதியானால் மற்றொன்று தொடர்ந் தது. சந்திரனுக்குச் சோகை. அதன் இருந்தும் இல்லாத ஒளியில் தோட்டத்தின் மாமரம் தாடகையின் மறுவடிவம். கைகளை இடுப்பில் வைத்துக்கொண்டு அயோத்தி இளவரசர்களை வா வா என்று அழைக்கும் தாடகை.

“ஆஞ்சனேயா, ஆஞ்சனேயா” என்று சொல்லிக்கொண்டே அவள் மரத்தைத் தாண்டி வாய்க்கால் படிகளை அடைந்தாள். வாய்க்காலில்

தண்ணீரையே காணோம் – நடுவில் தெரிந்த ஒரு வெள்ளி நாடாவைத் தவிர. 'இப்ப பளபளன்னு இருக்கு. காலைலெ எத்தன பேரோட அமேத்யத்த கழுவணமோ' என்று பொன்னா நினைத்தாள். 'முதல்ல அவரோடதாத்தான் இருக்கும். எல்லாருக்கும் முன்னாலெ எழுந்திருக் கறது அவர்தானே.' வாய்க்காலின் ஓரத்தில் பாசி படர்ந்த பாறை. குப்பியைக் குறிவைத்து அதன் மேல் எறிந்தாள். குறி தப்பவில்லை. கண்ணாடி உடையும் ஓசையுடன் மதுவின் மணம் விரிந்தது. தவளை களின் சங்கீதம் சிறிது நேரம் நின்றுபோயிற்று. ஓட்டத்தில் மரத்தைத் தாண்டி வீட்டைச் சேர்ந்தாள் பொன்னா. கதவைத் தாளிட்டு இடைகழியை அடைந்து ஆண்டாளைக் கட்டிக்கொண்டு படுத்தாள். உடனே தூக்கம். அகல் விளக்குதான் தூங்கவில்லை. பிறையில் திரி முழுவதும் கரியாகும்வரை எரிந்துகொண்டிருந்தது.

ராமன் காலையில் சரியாக ஆறு மணிக்கு திருப்பள்ளிக்கு வந்தான். பொன்னா வெள்ளித் தம்ளர் ஒன்றில் அவனுக்கு காபி கொடுத்தாள். "நாந்தான் அந்த குப்பிய உடச்சேன்."

"தெரியுமே. இந்த பாரு கண்ணாடித் துண்டு ஒண்ணு காலக் குத்திடுத்து." உள்ளங்காலில் ஒரு சிவப்புக் கீற்று. "திருநெல்வேலி டாக்டர்தான் சாப்டச் சொன்னார். வயத்துக்கு நல்லதாம்."

ஒரு மாசமாச்சு. ஆத்திலேருந்து ஒரு எட்டு எடுத்து வைக்கல. அப்பாவோட மடப்பள்ளிக்குப் போறதத் தவிர. டாக்டரை எங்க பாத்தார் இவர்.

பொன்னா நினைத்தது அவனுக்குக் கேட்டிருக்க வேண்டும். "அப்படிப் பாக்காதே. நேத்திக்குத்தான் முதல் தரம். அதுவே கடைசித் தரம். வாயில வைக்க விளங்கல. இந்த சாரங்கன் எப்படித்தான் முழு பாட்டிலையும் குடிக்கறானோ. நாத்தமான்னா நாறறது."

சாரங்கன் ராமனைச் சார்ந்திருக்கும் ஒட்டுண்ணிகளில் ஒருவன்.

அந்தச் சம்பவத்திற்குப் பிறகு அவள் கடைசிவரை மதுவைப் பார்க்கவே இல்லை. அதனுடைய கிறங்க வைக்கும் மணம் மட்டும் அவளுடைய நினைவின் மடிப்புகள் ஒன்றில் புகுந்துகொண்டது. பல்லிடுக்கில் சிக்கிக்கொண்ட தேங்காய்த்துண்டுபோல நேரம் கெட்ட நேரத்தில் உறுத்தும். அதை வெளியே எடுப்பதற்கு ஏற்ற பல்குத்தி அவளுக்குச் சாகும்வரை கிடைக்கவில்லை.

3

மனசாட்சி குத்தியதோ என்னமோ ராமன் நம்மாழ்வாருக்குப் பிரபந்தம் சொல்லி கொடுக்க ஆரம்பித்தான். நாலாயிரமும் அவனுக்கு சந்தை சொல்லிக்கொடுக்க வேண்டும் என்ற ஆசை. ஆரம்பம் நன்றாக இருந்தது. பெரியாழ்வாரின் பல்லாண்டை சீக்கிரமே மனப்பாடம் செய்துவிட்டான் நம்மாழ்வார். ஆனால் நாள் ஆக ஆக அவன் பிரபந்த சந்தையிலிருந்து தப்பிக்க எத்தனை

வழிகளுண்டோ அத்தனையும் கையாள ஆரம்பித்தான். ராமனோ விடுவதாக இல்லை.

பொன்னா பிரபந்தத்தை எப்போதும் ராகத்தோடுதான் பாடுவாள். அவளது குரலில் அது மிக இனிமையாக இருந்தது. ஆண் பிள்ளை ஐயங்கார்களோ பிரபந்தத்தை வேத முறையைப் பின்பற்றி ஓதினார்கள். மனப்பாடம் செய்ய அதைவிட நல்ல வழி இல்லை. ஆனால் சங்கீதம் தொலைந்துபோனது. தமிழும் தான். பல ஐயங்கார்களுக்கு இந்த இழப்புகளைப்பற்றிக் கவலை இல்லை. பிரபந்தம் சொல்வது வயிற்றுக்காக. மடம் அவர்களுக்கு வேலை கொடுத்தது. ஆனால் அந்த வேலை அவர்களைத் தமிழிலோ சங்கீதத்திலோ ஆர்வம் கொண்டவர்களாக ஆக்கவில்லை. ராமனுக்கு இன்னொரு தடை. அவனது குரல் பிரசவ வேதனையில் கத்தும் கழுதையினுடையது. பிரபந்தம் சொல்லும்போது மற்றவருக்குப் பெருமாளே வந்து கழுத்தை நெரிக்கமாட்டாரா என்று இருக்கும்.

நம்மாழ்வாருக்கு சடகோபர் திருவாய்மொழியின் தமிழையும் தத்துவத்தையும் புரிந்துகொள்ளக்கூடிய வயது இல்லை. இயல்பாகவே முரண்டு பிடிப்பவன் இன்னும் முரண்டு பிடிக்க ஆரம்பித்தான். "அவருடைய பெயரத்தாண்டா உனக்கு இட்டிருக்கு. படிச்சா மோக்ஷம் நிச்சயம்னு ஆழ்வாரே சொல்லறார்" என்று பொன்னா சொல்லிப்பார்த்தாள். குழந்தை மோட்சத்தைப் பற்றிக் கவலைப் படுவதாகத் தெரியவில்லை.

அப்பா விடாக்கண்டன். பிரபந்தம் சொல்லிக்கொடுக்கும் போது குளித்துவிட்டுப் பட்டு உடுத்தி நல்ல திருமண் இட்டுக்கொண்டு மகனைக் கூப்பிடுவான். வேஷ்டி பஞ்சகச்சம்.

"ஆழ்வார், ஆழ்வார். எங்க தொலஞ்சு போயிட்டான் இவன் ஏழு மணிக்குச் சரியா இருக்கணும்னு சொல்லிருந்தேன்ல்யோ. யாரயாவது அனுப்பேன். இங்கதான் தெருக்கோடில்ல விளையாடின்டிருப்பன். மூதேவி. வரட்டும் தோலை உரிக்கறேன்."

"போன ஜன்மத்தில கசாப்புக் கடை வச்சுண்டு இருந்தேளா? குழந்தையை இப்படியா வைவா? இதோ வந்துடுவன். அவனை அடிக்காதேங்கோ"

பொன்னாவின் எல்லாப் பேச்சையும் கேட்பவன் நம்மாழ்வார் விஷயத்தில் மாத்திரம் வேறு மாதிரி இருந்தான். பையன் வந்ததும் காதைத் திருகி கன்னங்களில் அறைவான்.

"வர நேரமாடா இது? போய் கை அலம்பிண்டு வாய் கொப்பளிச்சுட்டு வா. அங்கயே நிக்காதே. அரை மணி நேரமா காத்திண்டுருக்கேன்."

குழந்தை கண்களில் நீர்கொப்பளிக்கத் தந்தை சொல்வதைச் செய்துவிட்டு வருவான். இருவரும் பெருமாள் உள்ளில் அமர்வார்கள்.

"உயர்வற உயர் நலம் உடையவன் எவனவன்."

"உயர்வற உயர் நலம் உடையவன் எவனவன். உயர்வற உயர் நலம் உடையவன் எவனவன்."

அப்பா மார்பில் மேலேயும் கீழேயும் ஆடும் உருண்டைகளைப் பார்த்தான் அவன். தோலுக்குக் கீழ ரண்டு திண்டுகளை வைச்சுண்டு ருப்பாரோ? வயத்திலேயும் யானைத்தண்டி பெருச்சாளிதான். அண்ணாந்து பார்த்தான். மேலே சிலந்தி வலை. நடுவில் கூழாங்கல் பருமனில் ஒரு சிலந்தி. இதைவிடப் பெரிய சிலந்தி வரணும். இந்த வீட்டளவு இருக்கணும். வந்து ஐயங்கார் மேல விழுந்து கடிக்கணும். இவர் செத்துப்போகக் கூடாது. பெருச்சாளி செத்துப்போணும். தூங்கணும் தூங்கணும் கும்பகர்ணன் மாதிரி தூங்கணும். எப்பொ மாப்பு கொடுக்கணும்னு நினைக்கிறேனோ அப்பொ ஒரு பெரிய உலக்கையால அடிச்சு எழுப்புவேன். பெருச்சாளி இல்லாமல் எந்திருப்பர். கைய ஓங்கினேரோ திரும்ப தூங்க வச்சுடுவேன்னு பயமுறுத்தி எழுப்புவேன். என் உதவி இல்லாம திருவாய்மொழி தனியாச் சொல்லட்டும். திண்டுகளை என்ன செய்யறது? பாவம் அவரே வச்சுக்கட்டும்.

அப்பாவிடம் வலது கை ஆட்காட்டி விரலைக் காட்டினான்.

"உடனே வந்துருமே. சீக்கரம் போய்ட்டு வா. நிறையச் சொல்லணும்."

நம்மாழ்வார் தோட்டத்துக்கு ஒரே ஓட்டமாக ஓடினான். மாமரத்தின் கீழே கையைக் கட்டிக்கொண்டு நின்றான். இருட்டைப் பார்த்தோ தாடகையிடமோ அவனுக்குப் பயமில்லை. பயம் அப்பா விடம்தான். ராமனின் குரல் தோட்டத்தில் கேட்கும் அளவுக்கு உயரும்வரை அங்கேயே நின்றான்.

"அல்பசங்கைக்கு இவ்வளவு நேரமா? வாய அலம்பினயா?"

தொலஞ்சேன். "அலம்பினேன்."

"எங்க காட்டு." பையனைப் பக்கத்தில் இழுத்துப் பார்த்தான். வாயோரத்தில் தண்ணீர் பட்ட தடயமே இல்லை. வேஷ்டி ஓரங்கள் ஈரங்கண்டதாகத் தெரியவில்லை. காலில் ஒரு மாம்பூ ஒட்டிக் கொண்டிருந்தது.

"பொய்யா பேசற? பெருமாள் நாமாவைச் சொல்றதே நல்ல புத்திக்காகத்தான். நீ என்னடான்னா உப்பு பெறாத சமாசாரத்துக் கெல்லாம் பொய் பேசற. நீல்லாம் ப்ராமணப் பையன்னு சொல்லிக் கறதே வெட்கக் கேடு. கால் அலம்பாம பிரபந்தம் சொல்லலாமா?"

மறுபடியும் கன்னத்தில் அறைந்தான். "பொன்னா, பொன்னா. இவனுக்கு ராச்சாப்பாடு இன்னைக்குக் கிடையாது. அளவுக்கு அதிகமான போஜனம்தான் இவனச் சோம்பேறியாக்கறது."

இந்த வார்த்தைகளை நீங்க சொல்லக் கூடாது என்று பொன்னா மனதில் நினைத்துக்கொண்டாள். யார் மேல உள்ள கோபத்தை அவனிட்டக் காட்டறேள்?

"இந்தப் பாடா படுத்துவா? பெருமாள் பேரைச் சித்ரவதை செய்தா சொல்ல வைக்கணும். சாப்பாட்ட நிறுத்தினா நறுங்கின்னா போயிடும் குழந்தை. எல்லாம் நாளைக்கு நன்னாச் சொல்லுவன்."

“அந்த ‘நாளை’ அவ்வளவு சீக்கிரம் வரும்னு எனக்குத் தோணல்லை.”

ராமன் சொன்னது சரிதான். ‘நாளை’ வரவேயில்லை. மூன்று நாட்கள் புழக்கடையில் உட்கார வைத்துச் சாப்பாடு போடச் சொன்னான். அரையில் துணியில்லாமல் கௌபீனத்தோடு நிற்கச் சொல்லிப் பார்த்தான். நம்மாழ்வார் பின்னால் பிரபந்தம் படித்தான். ஆனால் தகப்பனார் சொல்லிக்கொடுத்துப் படிக்கவில்லை. ஒரு நாள் அவன் கோபத்தில் நம்மாழ்வார் இடுப்பில் கயிற்றைக் கட்டி கிணற்றில் இறக்கியபோதுதான் பொன்னா ஒரு முடிவுக்கு வந்தாள்.

நம்மாழ்வாரையும் பட்சியையும் திருநெல்வேலிக்கு அழைத்துச் சென்று இந்து கலாசாலைப் பள்ளியில் சேர்த்தாள். வீரராகவபுரம் பெருமாள் மேற்கு ரத வீதியில் ஒரு வீடு பார்த்துத் தனது தாயை அங்கே இருந்து சிறுவர்களுக்குத் தளிகை செய்து போடச் சொன்னாள். ராமன் வாயைத் திறக்கவில்லை. நம்மாழ்வார் திருநெல்வேலி போனதும் பிரபந்த வெறியும் போய்விட்டது. மாலைகளைப் புதிதாகத் திறந்த ராவ் ஹோட்டலில் கழித்தான். அங்கு முறுகல் தோசை அபாரமாயிருக்கும்.

4

ஆண்டாள் அவள் அம்மா அளவு உயரமில்லை. சாயலிலும் அவளைக் கொண்டிருக்கவில்லை. சில சமயங்களில் அவள் முகம் மாமியார் சாயையோ என்று பொன்னாவை நினைக்கத் தூண்டும். பூசின தேகம். தோளெலும்பு தெரியும் பெண்களே கிராமத்தில் அதிகம் என்பதால் ஆண்டாளைப் பார்த்தால் மறுபார்வை பார்க்கத் தோன்றும். ஒன்பது வயதிலேயே ராமன் அவளுக்கு மாப்பிள்ளை பார்க்க ஆரம்பித்துவிட்டான். அதுவே நேரம் கடந்துவிட்டதோ என்று அவனுக்குக் கவலை.

“அவள் ஆபத் காலத்தை நெருங்கிண்டிருக்கா. இப்பொ சரியா மாப்பிள்ளை அமயலைன்னா பின்னால அமையறது கஷ்டம்.” பொன்னாவுக்கும் தன்னுடைய உதாரணம் நினைவுக்கு வந்தது. அவளும் இனி ஆண்டாள் கல்யாணத்தைத் தள்ளிப் போடக் கூடாது என்று நினைத்தாள்.

ஒரு நல்ல நாளில் அவர்கள் குடும்ப ஜோசியரை அழைத்தார்கள். ஆழ்வார்திருநகரியைச் சேர்ந்தவர் அவர். பன்னிரண்டு திருமண்கள் இட்டுக்கொண்டு மதுரகவி ஆழ்வாரே நேரில் வந்தாற்போல் இருந்தார். ஆண்டாள் ஜாதகத்தை வெகு நேரம் பார்த்தார். அவளைக் கூப்பிட்டு அவளது இடது கையைத் தனது வலது கையால் பிடித்துக் கொண்டு குனிந்து கூர்ந்து பார்த்தார். சோதனை முடிந்ததும் ‘ஓடு, சிநேகிதிகள் காத்திண்டிருக்கா பாரு” என்றார்.

தம்பதிகள் இருவருக்கும் ஜோசியர் என்ன சொல்வாரோ என்ற பதட்டம். “கவலைப் படாதேங்கோ. ஒரு மஹா பரிசுத்தமான

கன்யாஸ்த்ரிக்கு என்ன லக்ஷணங்களுண்டோ அது அத்தனையும் இவள்ட்ட இருக்கு. கையில அபூர்மான பத்ம ரேகை. சீதை கையில இருந்த ரேகைன்னா பாத்துக்கோங்கோ. கல்யாணத்துக்கு இப்ப விட்டா நல்ல நேரம் கிடைக்காது."

தம்பதிகள் அவருக்கு இருபது வெள்ளி ரூபாய்கள் கொடுத்தார்கள். எல்லா தேவதைகளையும் உண்டியல் கடைக் குடும்பத்துக்கு நல்ல ஆயுளும் நிறைந்த சம்பத்தையும் கொடுக்கவும் என்று வேண்டிக் கொண்டு ஜோசியர் ஊர் போய்ச் சேர்ந்தார்.

ராமன் பெண்ணுக்குப் பையன் தேடுகிறார்கள் என்ற செய்தி தென்கலை ஐயங்கார் உலகத்தில் பரவ நாட்கள் அதிகம் தேவைப் படவில்லை. சில மாதங்களிலேயே பக்கத்துத் திருக்குறுங்குடியில் ஒரு நல்ல வரன் தகைந்துவிட்டது. பையனுக்குப் பன்னிரண்டு வயது. பழமையான தென்கலைக் குடும்பம். பையன் உயரம். கருகருவென்று பிருஷ்டத்துக்குக் கீழ் வரை பாயும் அடர்த்தியான தலைமுடி. பரத்தி அவனே மேலே உட்கார்ந்துவிடலாம். ஐந்தாம் வகுப்பில் படித்துக்கொண்டிருந்தான். நம்மாழ்வாரைப் போல இல்லாமல் திருவாய்மொழி மாப்பிள்ளைக்கு அத்துப்படி என்பதில் ராமனுக்கு மகிழ்ச்சி.

மறுபடியும் ஊரில் நான்கு நாள் கல்யாணம். இரண்டு குடும் பங்களுக்கும் பணத்திற்குப் பஞ்சமில்லை. எங்கே பார்த்தாலும் பட்டும் தங்கமும் வைரமும்தான்.

சதிர் பார்ட்டி தஞ்சாவூரிலிருந்து. தாசிகளின் இரவுகள் பல வாரங்களுக்கு உறுதி செய்யப்பட்டுவிட்டன. பக்கத்து ஊர்களின் நிலச்சுவான்தார்கள் மத்தியில் யார் தஞ்சாவூர் அழகிகளுடன் முதலில் படுத்துக்கொள்வது என்பதில் போட்டி. "என்ன மார், என்ன மார்! வட்டக் கருப்பட்டி மாதிர்ல்ல இருக்கு. இடியாப்பத் தையே விரைக்க வச்சுருவாளுக போலிருக்கே" என்றார்கள் அவர்கள்.

குழந்தைகளுக்குப் போக நுணுக்கங்களைப் பற்றிக் கவலையில்லை.

பையன் மரப்பலகை ஒன்றில் அமர்ந்தான். சுற்றிலும் வேத மந்திரங்களை மாற்றி மாற்றிச் சொல்லும் பிராமணர்கள். ஒருவரை ஒருவர் பார்த்துச் சிரித்துக்கொண்டும் மூச்சை இழுத்துக்கொண்டும் பந்தலே அதிரும்படி அவர்கள் ஓதினார்கள். ராமன் தன் மகளை அவனுக்கு தாரை வார்த்து அளிக்கிறேன் என்று உறுதி அளித்ததும் பையன் உள்ளே சென்றான். ஒரு வெள்ளி ரூபாய் பெற்றுக்கொண்டு நாவிதன் அவனுக்கு முன்சவரம் செய்தான். குளித்தபின் அவனு டைய மாமா அவனுக்குப் பட்டு உடுத்தினார். திரும்பி வந்து பலகை யில் உட்கார்ந்ததும் அவன் சடங்குகளால் மூழ்கடிக்கப்பட்டான்.

பல நாட்கள் வரை ஆண்டாளுக்குத் தோள் தூக்கு ஞாபகம் இருந்தது. அதைப் பற்றிச் சொல்லிச் சொல்லிச் சிரிப்பாள் அவள். மாமா தோளில் அவன். சாரங்கன் தோளில் இவள். அன்று மட் டும் குடிக்கு அவனிடமிருந்து விடுதலை. ஆடினார்கள் ஆடினார்கள்

அப்படி ஆடினார்கள். சாரங்கன் கரகாட்டக்காரன் மாதிரி குனிந்தும் நிமிர்ந்தும் ஆடினான். தோள்மேல் ஆண்டாள் இருப்பதே ஞாபகம் இல்லை. மாமாவும் சளைத்தவர் இல்லை. வட்டங்கள் போட்டும் தாவல்கள் செய்தும் சாரங்கனுக்கு ஈடு கொடுத்தார் அவர். ஆண்டாளுக்குச் சிரித்துச் சிரித்து கண்களில் தண்ணீர் வந்துவிட்டது. சாரங்கன் நெற்றியை இறுக்கப் பிடித்துக்கொண்டு அமர்ந்திருந்தாள் அவள். பையனுக்குத் தலை சுற்றிப்போனது. 'இறக்கு, இறக்கு' என்று அலறிய பிறகு இறக்கினார்கள். பந்தல் காலைப் பிடித்துக்கொண்டு சிறிது நேரம் நின்ற பிறகுதான் அவனுக்கு நேராகப் பார்க்க முடிந்தது. பெரியவர்கள் சொன்னார்கள் 'அம்மாவை மாதிரி ஆத்து அதிகாரம் ஆண்டாள் கையிலதான்' என்று.

நாலாவது நாளன்று மஞ்சள் சுண்ணாம்பு நெய் கலந்த, சிவந்த கலவையைத் தோள்களில் இட்டுக்கொண்டு இருவரும் எதிரும் புதிருமாக அமர்ந்தனர். மாப்பிள்ளை கையில் ஒரு தேங்காய். அவன் அதை இவள் பக்கமாக உருட்டிவிட அவள் திரும்ப உருட்ட நலுங்கு தொடங்கியது. சுற்றியிருந்த பெண்கள் மெல்லிய குரலில் பாடினார்கள்.

நாச்சியார் திருமொழி. இறைவனையே வரித்தவளின் பாடல்கள்.

> வாரணம் ஆயிரம் சூழ வலம் செய்து
> நாரணன் நம்பி நடக்கிறான் என்று எதிர்
> பூரண பொற்குடம் வைத்துப் புரமெங்கும்
> தோரணம் நாட்டக் கனாக் கண்டேன் தோழி நான்.

கண்களை மூடிக்கொண்டு பாடினார்கள். குரல்களில் அதிர்வு. ஆண்டாளையும் பையனையும் மறந்துவிட்டார்கள். தங்கள் கணவர்களையும் அவர்கள் பகலில் இட்ட சண்டைகளையும் இரவில் கெஞ்சலோடு செய்த சமரசங்களையும் மறந்து விட்டார்கள். நாச்சியாரின் கனவுப் பாட்டுக்கள் அவர்களைச் சொந்தக் கனவுகளுக்கு அழைத்துச் சென்றன. அவைகளை நனவுகளாகவே தோன்றச் செய்தன.

நாங்குனேரிக் குளம் அந்த ஆண்டு நிரம்பி இருந்தது. அலைகள் சுற்றுச் சுவரைத் தாண்டித் தெருவையும் கோவில் மதிலையும் நனைத்தன. குளிப்பவர்கள் கவனமாக இருந்தார்கள். நீச்சல் என்ற பேச்சே இல்லை. இரண்டாம் படியில் அமர்ந்து – அதுவே முட்டளவு தண்ணீரில் மூழ்கியிருந்தது – பித்தளைச் செம்பினால் தண்ணீரை முகர்ந்து தலையில் ஊற்றிக்கொண்டார்கள். சிலர் பக்கத்தில் இருப்பவர் கையை இறுகப் பிடித்துக்கொண்டு தண்ணீரில் மூழ்கி எழுந்தார்கள். துணியெல்லாம் காவி ஏறிக்கொண்டது. வீரம் காட்ட விரும்பிய சிறுவர்களை விரட்டி அடித்தார்கள். மொத்தத்தில் படித்துறையின் மீது கழுகுப் பார்வை வைத்திருந்தார்கள்.

ஆனால் கழுகுகளும் சில சமயம் தூங்கச் சென்றுவிடும்.

பையன் குளித்துவிட்டுத் திரும்ப வரவில்லை என்பது பற்றி அவனது பெற்றோர்கள் அதிகம் கவலைப்படவில்லை. மாப்பிள்ளை வீட்டார் தங்கியிருந்தது ராமனது வீட்டிலிருந்து சில வீடுகள் தாண்டி.

பையன் தண்ணீர்ப் பிசாசு என்பது அவர்களுக்குத் தெரியும். சில நாட்கள் மூன்று நான்கு மணி நேரம் தண்ணீரில் ஊறி இருந்து விட்டு கண் சிவந்து ஈரத்தலையோடு திரும்பி வந்திருக்கிறான். அவனது அம்மா ஒரு பெரிய துண்டை எடுத்துப் பொய்யாய்க் கோபித்துக்கொண்டே அவனுக்குத் தலை துவட்டுவாள், நிதானமாக. மற்ற வேலைகள் அனைத்தையும் மறந்து. பையன் தலைமயிரைச் சீராட்ட அவ்வளவு ஆசை.

பகல் உச்சத்திற்கு வந்தும் பையன் திரும்பவில்லை. ராமன் வீட்டிற்கு ஆளனுப்பி அங்கு வந்தானா என்று கேட்டார்கள். படித்துறைக்கு எல்லோரும் ஓடினார்கள். யாரும் மாப்பிள்ளையைப் பார்த்ததாகச் சொல்லவில்லை. பையனுக்கு நாங்குனேரியில் நண்பர் கள் கிடையாது. அவனைப் போல ஒருவனை அதிகாலையில் படித்துறையில் பார்த்ததாகச் சில சிறுவர்கள் சொன்னார்கள். ராமன் செய்தியைக் கேட்டதும் ஓடி வந்தான். பையன் வந்து சேர்ந்ததும் குடும்பத்தோடு திருவரங்கத்து அம்மானைச் சேவிப்பதாக வேண்டிக் கொண்டார்கள். திருக்குறுங்குடிக்கும் திருநெல்வேலிக்கும் ஆட்களை அனுப்பினார்கள். அவனது அத்தை வீட்டிற்குத்தான் போயிருப்பான் என்று அவன் அப்பா நினைத்தார். இந்த மாதிரிதான் ஏதாவது ஏடாகூடமாக அவன் செய்துகொண்டே இருப்பான். வரட்டும், உயிரே போற மாதிரி அடிக்கறேன் என்று அவர் கருவிக்கொண்டார். பையன் வரவில்லை.

சில நாட்களில் தண்ணீர் இறங்கிவிட்டது. இப்போது எல்லாப் படிகளும் தெரிந்தன. பதினோராவது படிக்கும் பன்னிரண்டாவது படிக்கும் இடையே உள்ள இடுக்கில் ஊதிப்போய் அடையாளமே கண்டு கொள்ளமுடியாத ஒரு பையனுடைய பிணம் செருகிக் கிடந்தது.

நாங்குனேரிச் சிறுவர்கள் குளம் நிரம்பியிருக்கும்போது ஒரு விளையாட்டு விளையாடுவார்கள். குளத்தில் அலையாடாதபோது. குளம் கோபமாக இல்லாதபோது. ஒருவன் மூச்சை அடக்கிக்கொண்டு மூழ்கி இருக்கும் படிகளை ஒவ்வொன்றாகத் தொட்டுக்கொண்டு கீழே செல்வான். மற்றொருவன் மேல்படியில் அமர்ந்துகொண்டு 'ஒன்று, இரண்டு' என்று மூழ்கியவன் மேலே வரும்வரை எண்ணு வான். எவன் அதிக நேரம் தண்ணீருள் இருந்தானோ அவன்தான் வெற்றி பெற்றவன். திருக்குறுங்குடிப் பையன் அந்த விளையாட்டை விளையாடியதாக யாருக்கும் நினைவு இல்லை. உள்ளூர்ச் சிறுவர்கள் யாரும் அந்த விளையாட்டை விளையாடியே நாட்கள் பல ஆகிவிட் டன. தண்ணீர் செங்கலைக் கரைத்த மாதிரி சிகப்பாகவும் அடர்த்தி யாகவும் இருக்கும்போது அது முடியாத காரியம். அந்த நாட்களில் அலைகளின் வேகம் வேறு அசுரத்தனமாக இருந்தது. இரண்டாவது படியிலேயே காலை ஊன்றி நிற்க முடியாது.

அந்த உடல் தங்கள் மகனுடையது இல்லை என்று பையனு டைய பெற்றோர்கள் சொன்னார்கள், அவனுடையதுதான் என்று தெரிந்திருந்தாலும்.

இந்தத் துக்கத்தின் கங்குகள் ராமன் மனதில் வெகு நாட்கள் கனன்றுகொண்டிருந்தன. வயிற்றுக்குப் போடுவதை அவனால் குறைக்க முடியவில்லை. ஆனால் சாப்பிடும்போது பேசுவதை அவன் விட்டுவிட்டான். பொன்னாவுடன் பேசுவதையும் வெகுவாகக் குறைத்துக்கொண்டான்.

பொன்னா மற்ற பிராமணப் பெண்கள்போலச் சத்தம் போட்டு அழவில்லை. துக்கம் கேட்க வந்தவர் சிலரிடம் "பெருமாளுக்கு சீக்கிரம் கூப்புட்டுக்கணும்னு சித்தம் போலிருக்கு. கூப்புண்டுட்டார். செங்கண்மால்தானே கொண்டுபோனார். போகட்டும்." என்றாள். மற்ற சிலரிடம் "எல்லாம் நாரணன் விளையாட்டு" என்றாள். எப்போதும் கலகலப்பாக இருக்கும் குண்டு ஆண்டாளுடன் எதற்காக விளையாட வேண்டும் என்பதுதான் புரியவில்லை. பையனின் பெற்றோர்களிடம் ஆண்டாள் தன்னுடனேயே இருக்கட்டும் என்று கேட்டு அவர்கள் சம்மதம் வாங்கிக்கொண்டாள்.

பையனின் மரணம் ஆண்டாளைப் பாதிக்கவில்லை. நான்கு நாள் பழக்கம்தானே. அப்பாவைப் போல ராவ் ஹோட்டல் தோசை என்றால் அவளுக்கும் பிரியம். வாழை இலை பொட்டலத்துக் காக இரவு எவ்வளவு நேரம் ஆனாலும் காத்திருப்பாள். கூட விளையாடுபவர்கள் அவளை விலக்கிக்கொள்ளவில்லை. ஆனால் அவர்கள் பாவப்படுவதுதான் அவளுக்கு எரிச்சலாக இருந்தது. அவளுடைய உலகம் அவளுக்குத் தெரியாமலே நிதானமாக அவ ளைச் சுற்றிலும் நொறுங்கி விழுந்தது. தெரியாதது நல்லதுதான். அவளால் அதைத் தடுக்க எதுவும் செய்திருக்க முடியாது.

காரியங்கள் முடிந்ததும் நம்மாழ்வார் ராமனிடம் வந்தான். திருநெல்வேலியில் படிக்க தொடங்கிய உடனேயே அவன் தந்தையி டம் தைரியமாகப் பேச ஆரம்பித்துவிட்டான். அடி விழும் என்ற பயம் இப்போது இல்லை. தலைக்கு மேல் வளர்ந்துவிட்டான். வயது பதினான்கு. மேலே படிக்கத் தடையாக இருக்கும் என்பதால் பொன்னா அவன் கல்யாணம் இப்போது வேண்டாம் என்று இருந்தாள்.

"அப்பா, சுதேசமித்திரன் படிக்கிரீர்ல்யோ."

"ஆமாம். அதனால உனக்கென்ன இப்போ?"

"அதோட ஆசிரியர் சுப்பிரமணிய ஐயர் பொண்ணுக்கும் நம்ம ஆண்டாள மாதிரி ஆச்சு."

அவன் என்ன சொல்ல வருகிறான் என்பது ராமனுக்குத் தெரிந்து விட்டது.

"புத்தி இல்லாமப் பேசாதே. அவர் பெரிய மனுஷர். அவருக்கே சுத்து மனுஷா தொல்லை தாங்க முடியல்லை. பட்ணத்திலிருந்து ஓடி பம்பாய்ல்லன்னா கல்யாணத்தை நடத்தினார் அவர். என்னால இந்த ஊரவிட்டு ஓட முடியுமா? இந்த ஐயங்கார் கூட்டத்த விட்டா நமக்கு என்ன கதி?"

"நீர் ஏன் ஜீயர்கிட்டப் பேசப்படாது? ஆண்டா குழந்தைதானே. பையனைச் சரியாக்கூடப் பாத்திருக்கமாட்டா."

"பெரியவா விஷயங்கள்ள தலையிடறத நீ விட்டுடணும். ஆண்டா என் பொண்ணு இல்லையா? எனக்கு அவளைப் பத்திக் கவலை யில்லையா?"

அடுத்த நாளே ராமன் பையனின் தந்தையைச் சந்திக்கத் திருக் குறுங்குடி சென்றான்.

"க்ஷமிக்கணும். நம்பி எம்பிரானோட ஆக்ஞை போலிருக்கு. உம்மிட்ட நான் இதைப் பிரார்த்திச்சுக்கணும்னு."

"என்ன சொல்றீர், புரியல்லயே!"

"ஆண்டாள் குழந்தை. வரக் கூடாத துக்கம் வந்துடுத்து. இப்படியே விட்டுட முடியுமா? மறுபடியும் மாப்பிள்ளை பாத்தா என்னன்னு யோசிக்கறேன். பொண்ணு என்ன இருந்தாலும் ஒங்காத்தவள். உம்ம சம்மதம் இல்லாம ஒரு எட்டுக்கூட என்னால வைக்க முடியாது."

"என்ன அப்படிச் சொல்றீர்? நல்ல பையன் அமஞ்சா பேஷா நடத்தும் கல்யாணத்தை. நாங்க ஜோடியா வந்து ஆசீர்வாதம் பண்றோம். அவ நம்ம சொத்து. அவ சந்தோஷம்தான் நமக்கு முக்யம்."

ராமன் அவர் காலில் நெடுஞ்சாண்கிடையாக விழுந்தான்.

"ஸ்வாமி, நீர் கோடில ஒருத்தர். உம்மாத்து மாட்டுப்பொண்ணா குடித்தனம் நடத்தி உம்மிட்ட தினமும் ஆசீர்வாதம் வாங்க இந்தப் பொண்ணுக்குக் கொடுத்து வைக்கல்லயே."

ஊர் திரும்பியதும் ஜீயரைப் பார்க்க வேண்டும் என்று சமையற் காரரிடம் சொல்லி அனுப்பினான்.

ராமனுக்கு எதிர்நேராக இந்த ஜீயர் எலும்பும்தோலுமாக இருந்தார். வாழ்க்கையின் விளிம்பில் இருக்கிற மாதிரி ஒரு தோற்றம். பேசுவது தணிந்த, கரகரத்த குரலில். சதி செய்பவர்கள் மாதிரி.

"ஸ்வாமி, நீர்தான் எனக்குத் தயை செய்யணும். வேற வழியே தெரியாமத்தான் உம்மோட அடிக்கு வந்திருக்கேன்."

"உண்டியல் கடைக் குடும்பத்தாருக்கு வழி தெரியல்லைன்னா ஊருக்கே வழி தெரியாது ஓய். வந்த விஷயத்தைச் சொல்லும்."

"எம் பொண்ணோட சமாசாரந்தான். பால்யம். அவனை நேரிட்டுக்கூட பாக்கல்லை."

"அதுக்காக?"

"திரும்ப மாப்பிள்ளை பார்க்கலாம்னு இருக்கேன்."

"என்ன சொல்றீர்? சுவாதீனத்தோடதான் பேசறேரா?"

"ஸ்வாமி கடாக்ஷம் இல்லைன்னா ஒண்ணும் நடக்காது. எப்படி அவளைக் கட்டிக் காக்கப் போறேன்னே தெரியல்லை."

“இந்த பாரும் ஓய். இந்த ஊரில பால்யத்தில அறுத்த முதல் பொண்ணு இவள் இல்லை. கடைசியாகவும் இருக்கப் போறதில்லை. இப்படி உம்ம மாதிரி எல்லாரும் புறப்பட்டுட்டா குல சம்ரக்ஷணை பண்ணப் போறது யாரு? மடமெதுக்கு? மடத்தில நான் சன்யாசியா இருக்கறத்து எதுக்கு?”

“காலத்தோட மாத்திக்கறதுதானே நியதி. நான் அதிகம் பேச றேன்னு நினைச்சுக்கப் படாது.”

“நான் இருக்கறவரை ஸாஸ்திரத்துக்கு எதிரா நடக்க விட மாட்டேன். ஸாண்டில்யர் என்ன சொல்றார் தெரியுமா? விதவை யானவா க்ஷவரம் பண்ணறதையும் தித்திப்பு சாப்படறதையும் வெத்தலை போடறதையும் புருஷ சேர்க்கையையும் புருஷாளோட பேசறதையும் நகைகளையும் அறவே தவிர்க்கணும்னு சொல்றார். இதைப் பண்ணற விதவைகள்ளாம் ரௌரவம் எங்கிற நரகத்துக்குப் போவாளாம். மகா கொடூரமான நரகங்கள்ள ஒண்ணு ரௌரவம். உம்ம பொண் அங்க போக உமக்கு இஷ்டமா?”

இந்த நிலைமையில் பூமியில் இருப்பது ரௌரவத்தைவிடக் கொடுமை என்று ராமன் சொல்ல நினைத்தான். சொல்லவில்லை.

“இந்த பாரும் ராம ஐயங்கார். ஏற்கெனவே வடகலையாரெல்லாம் நம்ம விதவைகள் முண்டனம் செய்யல்லைன்னு தூஷிக்கறா. இப்ப மறுவிவாகம் வேற பண்ண ஆரம்பிச்சோமோ நாமெல்லாம் பிராம ணாளே இல்லைன்னு சொல்லிடுவா. துக்கம் தாற்காலிகம்தான். சீக்கிரம் மீண்டு வந்திடுவீர். துக்கம் துக்கம்னு வாழ்நாள் பூரா புலம்பிண்டு அலைய நாமெல்லாம் பௌத்தாளா? உம்ம குடும்பம் எப்பேர்ப்பட்ட குடும்பம். அதுக்கும் தென்கலையாருக்கும் கெட்ட பேர் வரும்படியா ஏதாவது செய்துடாதயும்.”

ராமன் உடைந்த மனிதனாகத் திரும்பினான்.

மூன்று

1

பஸ் நிலையத்திற்கு வெளியே குப்பைத் தொட்டி நிரம்பி அதைச் சுற்றிலும் எச்சில் இலைகள். இரண்டு பிச்சைக்காரர்கள் இலைகளை வழித்து, கிடைப்பதை அலுமினியப் பாத்திரம் ஒன்றில் நிரப்பிக் கொண்டிருந்தார்கள். நசுங்கி உள்ளே கறுத்த பாத்திரம் அது. அதில் மிலிடரி ஓட்டல், சைவ ஓட்டல், லாலாக்கடை சரக்குகளெல்லாம் கலந்த கலவை. குடலைப் புரட்டும் நாற்றம். பக்கத்தில் பூ வியாபாரம் செய்துகொண்டிருந்தவளுக்கோ பாண்டி விளையாடிக்கொண்டிருக்கும் அவளது மகளுக்கோ நாற்றம் பற்றிய கவலை இருப்பதாகத் தெரியவில்லை. மாறாக இலைமீது தனது வெறும் கால் பட்டு நச்சென்று சத்தம் கேட்கும்போது சிறுமிக்கு முகம் மலர்ந்து பூரிப்பு. ரோஜாவையும் மல்லிகையையும் முகர்ந்து பார்த்து வாங்குகிறவர்களின் மூக்குகள் நாற்றத்தை அங்கீகாரம் செய்ய மறுத்துவிட்டன.

உள்ளே புறப்படத் துடிக்கும் பஸ் எஞ்சின்களின் உறுமல். உறுமல் தான் பெரிது. பல பஸ்கள் ஓய்வை நெருங்கிக்கொண்டிருப்பவை. ஓட்டுனர்கள் ஹார்ன்களை அழுத்திப் புறப்பட்டுவிடுவோம் என்று பயணிகளைப் பயமுறுத்திக்கொண்டிருந்தார்கள். பயந்து ஓடி வந்தவர்களில் கண்ணனும் ஒருவன்.

நாங்குனேரி பஸ்ஸில் கூட்டமே இல்லை. ஜன்னல் ஓரமாக கண்ணனுக்கு இடம் கிடைத்துவிட்டது. சித்திரை வெயில் நேராக முகத்தில் அடித்தது. வெயிலிலேயே வளர்ந்தவன் அவன். கையில் Wodehouse. *The Luck of the Bodkins.* படித்த புத்தகம். ஆனாலும் படித்த பெண்கள் என்ன புத்தகம் படிக்கிறான் என்று பார்ப்பார்களே என்ற நப்பாசை. பஸ்ஸில் ஓரிரு பெண்கள். அவர்களும் பள்ளிக்கூடம் போயிருப்பார்களா என்பது சந்தேகமே.

உமா இதைப் போல குட்டித் துரோகங்கள் செய்வாளா? அவளுடைய இருத்தலின் மையப்புள்ளியே நான் என்று ஒரு தரம் எழுதியிருந்தாள். ஆனால் ஓரங்கள் எப்படி என்று தெரியவில்லை. என்னுடையவைபோல் அவளுடையவையும் கறுவப்படுகின்றனவா.

பக்கத்தில் ஒரு கிழவன். புகையிலைச் சாறால் கன்னங்கள் உப்பியிருந்தன. சாறு கொப்பளித்து வாயோரங்களில் மெல்லிய

நாடாக்களாக இறங்கிக்கொண்டிருந்தது. கண்ணன் ஜன்னலைத் திறந்து முகத்தை வெளியே நீட்டிக்கொண்டான். புரட்சி வெடித்தால் முதலில் புகையிலையைத் தடை செய்ய வேண்டும். பூர்ஷ்வாக்களிட மிருந்து உழைக்கும் வர்க்கம் கற்றுக்கொண்ட பல கெட்ட பழக்கங் களில் இதுவும் ஒன்று. நம்பியிடம் கேட்டால் இதுதான் மார்க்சீ யத்தைப் பிராமணப்படுத்துவதின் முதல் அடையாளம் என்பான். புகையிலை அவனுக்கு ஒத்துப்போகும்.

பஸ் சுலோசன முதலியார் பாலத்தைத் தாண்டிக்கொண்டிருந்தது. நடுவே சன்னமாகத் தண்ணீர். அழகு ஒடுங்கிய தாமிரபரணி இது. வேனற்கட்டிகள்போல் படுகையில் பாறைகள். ஊர்ச் சாக்கடைக் கெல்லாம் போக்கிடம் இங்கு. நச்சின் கருமையை உயிர்ப்புக்காகப் போராடும் நீரின் மத்தியில் காண முடிந்தது. இந்தத் தண்ணீரிலும் சில பெண்கள் குளித்து கொண்டிருந்தார்கள். தலைகள் நதியின் போக்கோடு இசைந்து அசைய. சேலைகள் உப்பிப் பின்னால் பல வண்ணங்களில் மிதக்க.

புகையிலையின் நாற்றம் பழகிவிட்டது. உடம்பை வளைத்துக் கொண்டு பஸ் முழுவதும் நோட்டம் விட்டான். மூன்று வரிசை களுக்கு முன்னால் ஓர் இளம் தம்பதி. மல்லிகைச் சரம் அவளது பின்னலோடு சேர்ந்து குதித்தது. அவனுக்குச் சுருள் சுருளாகக் காலரை அழுத்தும் பிடரி. எண்ணெய் இறங்குவது இங்கிருந்தே தெரிந்தது. அவன் அவளிடம் ஏதோ சொல்லிக்கொண்டிருந்தான். காது வளையங்கள் ஊசலாடி ஆமோதித்தன. முகங்களைச் சரியாகப் பார்க்க முடியவில்லை. ஆனால் அசைவுகள் அவர்களது மகிழ்ச்சியை அறிவித்தன.

பஸ் ஊசி கோபுரத்தைத் தாண்டி பாளையங்கோட்டையை நெருங்கிக்கொண்டிருந்தது. வலது பக்கத்தில் வரிசையாக வீடுகள். அவற்றில் ஒன்று சந்திரனுடையது. சந்திரன் கண்ணன் வேலை பார்க்கும் கல்லூரியின் முதல்வர்.

2

இயற்பியலில் முதுகலை முடிவுகள் வருவதற்கு முன்பே கண்ணனுக்கு வேலை கிடைத்துவிட்டது. த.தி.தா. கல்லூரி. தனபாக்கியம் அம்மாள் திரௌபதி அம்மாள் தாயம்மாள் கல்லூரி. ஆங்கிலத்தில் D.D.T College. ஆங்கிலச் சுருக்கம் DDT சந்தைக்கு வரும் முன்னால் வந்திருக்க வேண்டும். கல்லூரிக்கு நன்கொடை அளித்தவரின் மனைவி, மாமி யார், மாமியாரின் தாய் பெயர்களைச் சூடிய கல்லூரி. அவனுக்கு இயற்பியலில் அடிப்படையிலேயே தடுமாற்றம். ஆனால் நேர்காண லில் நன்றாகச் செய்தவன் அவன்தான் என்று நேர்காணல் குழுவி லிருந்த ஒருவர் சொன்னார். அது உண்மையாக இருக்க வாய்ப்பு இருந்தது. குழுவில் இயற்பியல் படித்தவர் யாரும் இல்லை.

முன்னால் நெல்லை சந்திப்பில் இருந்த கல்லூரி இப்போது பேட்டையையும் தாண்டி தண்ணீர் இல்லாத மேடு ஒன்றிற்கு மாறிவிட்டது. நூறு ஆண்டுகளுக்கு மேல் வரலாறு கொண்ட கல்வி நிறுவனம் அது. பல நல்ல நாட்களைக் கண்டது. ஆனால் கண்ணன் வேலைக்குச் சேரும்போது பாளையங்கோட்டை கல்லூரிகளால் மறுக்கப்பட்ட மாணவர்களே ததிதாவில் சேர்ந்தார்கள். பக்கத்து கிராமங்களிலிருந்து சில நல்ல மாணவர்கள் பாளையங்கோட்டை வரை பயணம் செய்வது கடினம் என்பதால் இக்கல்லூரிக்கு வந்தார்கள்.

கண்ணனுக்குத் தன்னுடைய குறைகளைப் பற்றி நன்றாகவே தெரியும். இயற்பியல் தெரியாமலே இயற்பியலில் விரிவுரை செய்ய லாம் என்றும் தெரியும். முன்னுதாரணம் அவனுடைய ஆசிரியர்கள். 'இயற்பியல் என்பது வாய்ப்பாடுகள் குறியீடுகள் வரையறைகள் கொண்ட ஒரு பூதாகரமான கலவை. தெரிந்ததை மனப்பாடம் செய்து சிறிது மூளை கோணலான தேர்வாளர்களின் கேள்விகளுக்குப் பதில் அளிக்க வேண்டும்' என்பதே அவர்கள் சொல்லாமல் சொல்லிக் கொடுத்த பாடம். இந்தப் பாடத்தை அவன் நன்கு கற்றுக் கொண்டதால் அவனிடம் முதல் வகுப்புக்களுக்குப் பஞ்சம் இல்லை. தன்னுடைய மாணவர்கள் இந்த வியூகத்திலிருந்து தப்ப வேண்டும் என்று அவன் உண்மையாக நினைத்தான்.

நல்ல வேளையாக அவனுக்கு முத்து கிடைத்தான். இயற்பியலின் உண்மையான அற்புதங்களை அவனுக்குக் காட்டியவன் முத்துதான். இரண்டே ஆண்டுகளில் அவன் மாணவர்கள் மத்தியில் மதிப்பைப் பெற்றுவிட்டான். அவனது வகுப்புகளுக்கு வராமல் மட்டம் போடும் மாணவர்களின் எண்ணிக்கை வெகுவாகக் குறைந்துவிட்டது.

இந்தியா விடுதலை பெற்று இருபது ஆண்டுகள் ஆகியும் ததிதா கல்லூரி ஒரு உடை ஒழுங்கைக் கைவிடாமல் வைத்திருந்தது. கல்லூரி விரிவுரையாளர்கள் பஞ்சகச்சம், கோட்டு, தலைப்பாகை அணிந்து வரலாம். அல்லது பேண்ட், சட்டை, டை, கோட்டு அணிந்து வரலாம். பஞ்சகச்சம் வகையறாக்கள் விடுதலைக்கு முன் பணியாற்றிய பிராமண ஆசிரியர்களின் தேர்வாக இருந்தன. அவை 1948லியே விடைபெற்றுக்கொண்டிருக்க வேண்டும். ஆனால் டையும் கோட்டும் விடாப்பிடியாகத் தொடர்ந்தன. ஆங்கிலேயர்கூட இவ்வளவு பிடிவாதமாக இருந்ததாகத் தெரியவில்லை.

வகுப்புகளில் மின்விசிறிகள் இல்லை. வெப்பம் கடவுளைப் போல் அங்கிங்கெனாதபடி எங்கும் ஆட்சி செய்துகொண்டிருந்தது. சட்டையோடு விரிவுரை செய்வதே கடினம். மாணவர்களில் பலர் பனியனில்தான் பாடங்கேட்டனர். கோட்டு அணிந்து ஒரு மணி நேரம் நிற்பது என்பது ஒரு சகிக்க முடியாத தண்டனையாக ஆசிரியர்களுக்குப் பட்டது. ஐந்தாறு ஆசிரியர்கள் ஒரு கோட்டை பகிர்ந்துகொண்டனர். அந்தக் கோட்டு சலவை காண்பது மாணவர் கள் ஆசிரியர் வருகையின்போது மூக்கைப் பொத்திக்கொள்ளத்

தொடங்கிய பின்தான். ஆசிரியர்களும் கோட்டு டை அணிவது வகுப்புக்குள் வரும் சமயம் மாத்திரமே. வந்த உடனேயே கழற்றி நாற்காலி ஒன்றின் மேல் தொங்கப் போட்டுவிடுவார்கள்.

டேவிட் சந்திரன் நெல்லையிலேயே மிக அருமையாக உடை அணிபவர் என்ற பெயர் பெற்றவர். அவரது உடை அணியும் பாணியையே மற்றவர்கள் நகல் செய்தனர். அறிவு ததும்புவது போல் தோற்றம் அளிக்கும் முகம். அதை வலியுறுத்துவது போல மெலிதான கண்ணாடி. அவர் பேசும்போது கேட்பவர்கள் ஒன்று ரசித்து மெய் மறந்துவிடுவார்கள் அல்லது எரிச்சலில் பல்லைக் கடிப்பார்கள். சந்திரனுக்குத் தேவையான அமைதி என்னவோ எப்போதும் அச் சமயங்களில் இருக்கும். ராஜாஜியின் மூர்க்கமான பக்தர்களில் அவர் மிகப் பிரபலமானவர். கல்லூரியில் கம்யூனிஸ்டுகளும் சோஷ லிஸ்டுகளும் பெருகிவிட்டது அவருக்குப் பிடிக்கவில்லை. உடை ஒழுங்கைக் கைவிட அவர் தயாராகயில்லை.

கல்லூரியில் ஓர் இரண்டும் கெட்டான் ஆசிரியர் சங்கம் இருந்தது. அது கூடுவது ஆசிரியர்கள் மணம் செய்துகொண்டால் வாழ்த்துவதற் காக; அல்லது ஓய்வுபெற்றுச் செல்லும் முன் பிரிவுரைக்காக; அல்லது உலகை விட்டுச் சென்ற பின் இரங்கலுரைக்காக. இந்தத் தடவை அது அமிலமும் தீயும் உமிழ்ந்தது. ஒருவர் அன்னைத் தமிழுக்கு முன் ஆங்கிலம் வாலாட்டினால் வாலில் வேலோச்சப்படும் என்றார். மற்றொருவர் தமிழ்ப் பால் குடித்த எந்தத் தலைமகனும் அடிமைத் தளையின் அழியாத அங்கமான உடை ஒழுங்கை ஒழிப்பதையே தன் கடமையாகக் கொள்வான் என்றார். இரண்டாவது மகன் ஆசிரியா ராக இருந்தால் என்ன செய்வான் என்று முத்து மெதுவாகக் கேட்டான். பதில் வரவில்லை.

உடை ஒழுங்கை எடுக்கக் கோரிய தீர்மானத்தை முதல் மொழிந்த வர் கணித விரிவுரையாளர். பருமனான கண்ணாடி அணிந்தவர். அவரது முதுகெல்லாம் அரிக்கும் சிவப்பான வெடிப்புகள். சொரிந் தால் ரத்தம் வந்தது. கோட்டுதான் காரணம் என்பது அவரது கோபத்துக்குக் காரணம். வழிமொழிந்தவர் பொருளியல் ஆசிரியர். ஆஸ்த்மாக்காரர். கோட்டு போட்டவர் பக்கத்தில் வந்தால் அவருக்கு மூச்சிரைத்தது. சந்திரனிடம் இந்தத் தீர்மானம் சேர்ந்ததும் அவர் உடை ஒழுங்கை மீறுபவர்கள் தாற்காலிக வேலை நீக்கம் செய்யப் படுவார்கள் என்று அறிவித்தார்.

இந்த ஆணையைப் பரிசீலிக்க மீண்டும் ஆசிரியர் சங்கம் கூடிய போது நெருப்பு உமிழ்ந்தவர்களைக் காணோம். முத்துவும் கண்ணனும் முதல்வரிடம் சென்று ஆசிரியர் தரப்பை விளக்குவார்கள் என்று தீர்மானம் செய்தது சங்கம்.

கண்ணன் முதல்வர் அறையில் நுழைவது இதுதான் முதல் தடவை. சந்திரன் அனுபவம் இல்லாத ஆசிரியர்களைச் சந்திப்பதே இல்லை. காற்றோட்டமான பெரிய அறை அது. சூட்டு அவருக்கு ஏன் பிடித்திருக்கிறது என்பது அவனுக்கு இப்போது தெரிந்தது. முதல்வர்

கள் வகுப்புகளுக்குச் செல்ல வேண்டிய அவசியம் இல்லை. தூய்மை யாக யூ – டி – கோலோன் மணத்துடன் இருந்தார் அவர். பார்வை தான் கனல் வீசியது. அவர்களை அமரச் சொல்லவில்லை. முத்து அவர் முன்னால் உள்ள நாற்காலிகள் ஒன்றில் அமர்ந்தான். கண் ணனை இன்னொன்றில் அமரச் சொன்னான்.

“சார், நாங்க உங்களைப் பார்க்க வந்தது . . .”

“எதுக்குன்னு தெரியும். என் பதில்: நிச்சயமாக முடியாது. என் நேரத்த வீணாக்காதேங்க.”

“அவ்வளவு சீக்கிரமா எங்கள குப்பை மாதிரி பெருக்கித் தள்ள முடியாது சார். நாங்க சொல்றத கேட்டுத்தான் ஆகணும். இந்த உடை ஒழுங்கு ஏகாதிபத்தியத்தினுடைய எச்சங்களில் ஒன்று. இதை . . .”

“இது என்ன கம்யூனிஸ்ட் மேடையா சொற்பொளிவு செய்யுதுக்கு? ஒளுங்குன்னா ஒளுங்குதான். அவ்வளவுதான் என்னால சொல்ல முடியும்.”

“மன்னிக்கணும் சார். நாங்க ஒழுங்குக்கு எதிரியில்லை. உடை ஒழுங்குக்கும் இல்லை. இந்த உடை ஒழுங்குக்குத்தான். பேண்ட் சட்டையை நாங்க வேண்டாம்னு சொல்லல்லையே. கோட்டும் டையும்தான் வேண்டாங்கோம். நீங்களே ஒரு யூனிபார்மை பரிவு செய்யலாம்.”

“ஏன் எல்லா வாத்தியானும் பெட்ரோல் பங்கில நிப்பானே அவங்கணக்கா நிக்கிதுக்கா. இந்த பாருப்பா. கோட்டும் டையும் உங்களுக்கு ஒரு மதிப்பைக் கொடுக்குது. தடிமாடு கணக்கா மூணாவது வருஷத்தில படிக்காம்லா சில பொறுக்கிப் பயலுக. அவனுக கிட்டருந்து உங்கள பிரிச்சுக் காட்டுது. அதிசயமான பொறவிகப்பா நீங்க. ஒண்ணு கசங்கின வேட்டி சட்டை கட்டுவீங்க. இல்லைன்னா தொடைக்கிடுக்கால பொட்லம் தெரியறமாதிரி இறுக்கமா பேண்ட் போடுவீங்க.”

“சார், நாங்க வேட்டி கட்டிட்டு வாரோம்னும் சொல்லல்ல, இறுக்கமா பேண்ட் மாட்டிக்கிட்டு வாரோம்னும் சொல்லல்ல. என்ன சொல்றோம்னா . . .”

“ஒண்ணுமே போடாம வாறோம்னு சொல்லுதியளோ.”

“மிஸ்டர் சந்திரன். இப்படிப் பேசுதுக்கு உங்களுக்கு எந்த உரிமையும் கிடையாது. நாங்க எத போடணும்னு நினைக்கமோ அதைத்தான் போடுவோம். தடுக்க முடிஞ்சா தடுத்துக்கலாம்.”

“கெட் அவுட்! உன்னை டிஸ்மிஸ் செய்யப் போறேன்.”

“கண்ணனைப் பார்த்து, நீ திருமலை மகந் தானே? இந்த கம்யூனிஸ்டு சேக்காளியாடா நீ? உன் அப்பாட்ட பேசிக்கறேன்.”

பேச்சுவார்த்தை தோல்வி அடைந்தது சந்திரனுக்கு வெற்றியாகவே முடிந்திருக்கும். பல ஆசிரியர்கள் கோட்டு டை அணிவதின் நன்மைகளைப் பற்றிப் பேச ஆரம்பித்துவிட்டார்கள். ஆனால் சந்திரனுக்குக் கோபம். முத்து அவரை பெயர் சொல்லி அழைத்தது குறித்து. சந்திப்பு நடந்த சில மணிகளுக்குள்ளாகவே முத்துவின் வேலை நீக்க உத்தரவு வந்துவிட்டது. இது சந்திரன் செய்த பெரிய தவறு. பல நாட்கள் கல்லூரியை மூடவைக்க வழி தேடிக்கொண்டிருந்த மாணவர்களுக்கு இப்போது நல்ல சந்தர்ப்பம். கல்லூரியை மூட வைத்ததும் அல்லாமல் நெல்லையே இதுவரை பார்த்திராத சுவரொட்டிப் போராட்டம் நடத்தினார்கள் அவர்கள். ஒரு சுவரொட்டி அவரை "ஜின்னா மைனர்" என்றது. ஜின்னா நல்ல உடை அணிவதில் பிரியம் உள்ளவர் என்பது நெல்லையில் பலருக்குத் தெரியாது. "காந்தி பிறந்த மண்ணில் கால் சாராய் அணியச் சொல்லிக் கட்டாயப்படுத்தும் ஜின்னா மைனரே! டை கட்டச் சொல்வது எதற்காக? உம் பின்னால் கை கட்டிச் செல்வதற்கா? கோட்டுப் போடச் சொல்வது எதற்காக? உமக்குப் பின் பாட்டுப் பாடுவதற்கா?" மற்றொரு சுவரொட்டி அவரை இட்லரின் மறுபிறப்பு என்றது. "இட்லரின் மறுபிறப்பே! ஆசிரியரை மூச்சடைக்க வைக்காதே! அன்று ஆஸ்விட்ஸ்! இன்று இறுக்கமான வகுப்பறைகள்!"

சுவரொட்டி வாசகங்கள் சந்திரனுக்குச் சந்தேகத்தைத் தந்தன. "இது எல்லாம் முத்தோ மாணிக்கமோ அந்தப் பய வேலயாத்தான் இருக்கும். காலேஜுப் பசங்க ஜின்னாவைக் கண்டானா ஹிட்லரைக் கண்டானா? ஆஸ்விட்ஸாம்ல ஆஸ்விட்ஸு. நாளைக்கு முப்பது தோசை திங்கிறவங்க ஒரு நாளு உள்ளாலுமே அங்க போனாத் தெரியும்."

சந்திரன் தினமொட்டு பத்திரிகையில் சில அறிவிப்புகளை விட்டுப் பார்த்தார். மாணவர்கள் மசியவில்லை. ஒரு மாதம் காத்திருந்த பின் கல்லூரி நிர்வாகம் தலையிட்டு முத்துவின் வேலைநீக்க உத்தரவை ரத்து செய்தது. போராட்டத்தில் வெற்றி ஆசிரியர்களுக்கே. உடை ஒழுங்கு உத்தரவு முறைப்படியாக திரும்பப்பெறப்படவில்லை. தானாக மறைந்துபோனது. ஆசிரியர்கள் தோன்றியபடி உடை அணிந்து வந்தார்கள். மாவட்ட கிளப்பில் பில்லியர்ட்ஸ் ஆடும்போது ஆசிரியர்களிடம் ஒழுங்கு குறைந்து விட்டது பற்றி முணுமுணுப்பதோடு சரி; சந்திரன் தன்னுடைய தோல்வியை பரந்த உள்ளத்தோடு ஏற்றுக்கொண்டார். ஆனால் அவர் எப்போதும்போல சூட்டில்தான் கல்லூரிக்கு வந்தார்.

3

இரண்டு ஆண்டுகளில் எவ்வளவு மாற்றம்! அப்போது உமாவை எனக்குத் தெரியாது. பளுவில்லாத வாழ்க்கைப் பயணம். உணர்ச்சிகளின் சுமை எதுவும் கிடையாது.

பஸ் நாங்குனேரியை நெருங்கும்போது சூரியன் சாய்ந்துவிட்டான். அந்தப் பெண் பையன் தோளில் தலை சாய்த்து உறங்கிக்கொண்டிருந்தாள். அவனே கிறக்கத்தில் இருந்தான். வெப்பம் மல்லிகையைக் கொன்றுவிட்டது. எஞ்சியிருப்பது பழுப்பு நார்களும் ஒட்டிக்கொண்டிருக்கும் உயிரில்லாத உதிரிப்பூக்களும். இறப்பு பூக்களையே விகாரமாக ஆக்குகிறது. அவர்கள் நாகர்கோவிலுக்குப் போய்க்கொண்டிருக்க வேண்டும். அவள் முகத்தை அவனால் ஒரு கணம் பார்க்க முடிந்தது. ஒளியில்லாத, ஏமாற்றம் அளிக்கும் முகம் அது.

கண்ணன் திண்ணையில் சாய்வு நாற்காலியில் அமர்ந்துகொண்டிருந்த அவனது தாத்தாவிடம் பேசவில்லை. அவருடைய கட்சிக்காரனைக் காணோம். கையில் கம்பனின் சுந்தர காண்டம். மர்ரே பதிப்பு. கண்ணனிடம் பேச அவரும் விரும்பியதாகத் தெரியவில்லை. அவனைப் பார்த்ததும் ஒரு செருமல் செருமிவிட்டு புத்தகத்தில் முகத்தைப் பதித்துக்கொண்டார். கண்ணன் நேராகத்திருப்பள்ளிக்குப் பாட்டியைப் பார்க்கச் சென்றான்.

கண்ணனின் பாட்டி பழுத்த பழம். தோற்றத்தின் கூர்மை அடங்கி அழகின் வயதை அமைதியாக உள்வாங்கிய முகம். வசதி படைத்த ஐயங்கார் பெண்களுக்கே உரித்தான களை. நடக்கும்போது காது முனைகள் அதிர, ஜாதி வைரங்கள் வண்ணங்களைச் சிதறின.

"கண்ணா, பாட்டிய மறந்துட்டயா? அப்பறம் சண்டை போடறேன். பசிக்கறதோல்யோ? நல்ல பூவா இட்லி இருக்கு."

"இட்லிய அப்பறம் பாத்துக்கலாம், பாட்டி. நம்பி எங்க?"

பாட்டியின் கண்கள் திரையிட்டன. நம்பி அவளுடைய சொந்தப் பேரன் இல்லையென்றாலும் – அவன் பட்சியின் அண்ணா நம்மாழ்வாரின் பேரன் – அவனை வளர்த்தது அவள். இப்போது இழந்துவிடுவோமோ என்ற கவலை.

"என்னை ஏன் கேட்கற? நான் சொல்றத அவன் கேக்கறானா? பெரிய டாக்டர். ஆத்தை விட்டுப் போறத்துக்கு எம் பெர்மிஷன் வேணுமான்ன?"

நம்பி பாட்டியிடம் சொல்லாமல் எங்கேயும் போகமாட்டான் என்று கண்ணனுக்குத் தெரியும். அவள் பேச்சு உள்ளங்களின் உரசல்களிலிருந்து எழுந்த கமறல். மேலே கேள்விகள் கேட்டுப் பாட்டியை நோகச் செய்ய அவன் விரும்பவில்லை.

"அவனைப் பத்தி அப்பறம் பேசிக்கலாம். ராதா எங்கே சொல்லு. திருநெல்வேலிக்கு வரப்போறாளா அல்லது இங்கயெ டேராவா"

"அவ இங்க இருந்தா உனக்கென்ன? எனக்கு நல்ல உதவியாயிருக்கு. பெரிய பாட்டிக்கு அவளில்லாம ஒண்ணும் ஆகாது. அவ இருந்தா நாங்கூட வேண்டாம் அவருக்கு."

"ஐய்யய்யோ, பெரிய பாட்டிய மறந்துட்டேனே." கண்ணன் திருப்பள்ளியை விட்டு விரைந்து பெரிய பாட்டியின் அறையை அடைந்தான்.

"பெரிய பாட்டி, பெரிய பாட்டி. கண்ணத் தற. நான் கண்ணன் வந்திருக்கேன்."

பெரிய பாட்டியிடம் ஒரு சலனமும் காணவில்லை. கண்ணன் அவளது இடது கரத்தை எடுத்து தன் இரு கைகளிலும் வைத்துக் கொண்டான். மெல்லிய துடிப்பு.

'அவரையே கொண்டிருக்கான் இவன்.' கண்ணை மூடிக்கொண்டி ருந்தாலும் பொன்னாவுக்குக் கண்ணனின் பதட்டம் புரிந்தது. 'அவரும் இப்படித்தான். எனக்கு ஒரு ஜுரம்ன்னா போறும். ஊரக் கூட்டுவர். அப்பனே, அவருக்குக் குடுக்காதத இவனுக்குக் குடு. நீண்ட ஆயுசக்குடு.'

ராதா சத்தம் செய்யாமல் அறைக்குள் நுழைந்தாள். பெரிய பாட்டிக்குச் சாப்பாடு ஊட்டும் நேரம். ராதாவுக்குப் பிடித்த பணி அது.

"என்ன வழி தப்பிடுத்தா? யாரைப் பாக்கறேன்? இங்க தெரிஞ்சு போச்சு. தாத்தாவோட சமாதானம் ஆயுடுத்து."

"அதெல்லாம் ஒண்ணும் இல்லை. இன்னும் என்ன முறச்சுத்தான் பாக்கறார். Still considers me unspeakable. ஆஸ்கார் வைல்ட் என்ன சொல்றான் தெரியுமா? வெள்ளக்காரனோட நரி வேட்டையப் பத்தி. The famous English fox-hunt பத்தி The unspeakable chasing the uneatable."

ராதாவுக்கு அடக்க முடியாமல் சிரிப்பு வந்துவிட்டது. பளிச்சிடும் பற்கள். சிவந்த ஆரோக்கியமான ஈறுகள்.

"எனக்கு ஆஸ்கார் வைல்ட் புஸ்தகம் ஒண்ணு கொடுத்திருக்கலா மில்லயா? ஏன் இந்த அழுது வடியற புஸ்தகத்தக் கொடுத்த?"

"தாஸ்தாவிஸ்கிய பிடிக்கல்லயா உனக்கு?"

"நிச்சயமா சொல்ல முடியல்லை. நான் இப்ப சந்தோஷமா இருக்கேன். எத்தனை நாள் சந்தோஷமா இருக்க முடியுமோ அத்தன நாள் சந்தோஷமா இருக்கப் பாக்கறேன். உன்ன மாதிரி சோகத்த, அதுவும் செயற்கையான சோகத்த, விலைக்கு வாங்கத் தயாரா இல்லை. நீ ஏன் இப்படி இருக்கேன்னு எனக்குத் தெரியல்லை. அதுவும் அவ்வளவு அருமையான பொண்ணு உன்னையே சுத்தி வரப்போ. உமாட்ட இந்தப் புஸ்தகத்த படிக்கக் குடுத்தயோ?"

"அவ கால்கள் நன்னா தரையில பாவியிருக்கு. வாழ்க்கைய வாழத்தான் விருப்பம், படிக்க விருப்பம் இல்லைங்கறா அவ."

"எனக்கும் அப்படியே காத்தில மிதக்கறதுக்கு இஷ்டமில்லை. அதான் மிதக்கிறவா ரெண்டு பேர் இருக்கேளே, நீயும் நம்பியும். ஒரு குடும்பத்துக்கு ரெண்டு பேர் போறாதா? ஆமா, உமா எங்கிட்ட திரும்பத் திரும்பச் சொல்றா. நீ ஐஏஎஸ் பரிட்சை எழுதணும்னு. உங்கிட்ட அதைப் பத்தி பேசினாளா?"

"கொஞ்சா நாளா இதத் தவிர வேற எதப் பத்தியும் அவ பேசறதில்லை."

“ஒன்ன மாதிரிக் கனவு கண்டுண்டு கால் பாவாம இருக்கறவன் கூட குப்பை கொட்டணும்னா அவதான உனக்கும் சேத்து யோசிச் சாகணும்.”

கண்ணனுக்குக் கோபம் குமிழ்த்துக்கொண்டு வந்தது. அடக்கிக் கொள்வது கடினமாக இருந்தது. தங்கையென்றால் உயிர் அவனுக்கு. ஆனால் அவள் பேச்சின் ஒதுக்க முடியாத நியாயம் அவனுக்கு எரிச்சலை அளித்தது.

“நான் உங்கிட்ட என்னோட லவ் லைஃப் பத்திப் பேசத் தயாரா இல்லை. நம்பி எங்க?”

“உனக்குத் தெரியாதா? அவன் ஆத்த விட்டுப் போய்ட்டானாம். தாத்தாவோட சண்டை போட்டுண்டு.”

“என்ன? தாத்தா முன்னால ஒரு வார்த்தை பேசாதவன் அவரோட சண்டை போட்டானா? பாட்டிய விட்டு அவனால எப்படி இருக்க முடியும்?”

“தெரியல்லை. பாட்டி ஒரு வார்த்தை வாயத் திறக்கமாட்டேங் கறா. தாத்தாட்டக் கேட்டா ஏதோ இவன் இலவசமா எல்லாருக்கும் மருந்து கொடுக்கறதெல்லாம் அவருக்குப் பிடிக்கல்லைன்னு சொல்றார். அதத்தான் அவன் இத்தனை வருஷமா செஞ்சுண்டுருக்கானே. புதுசா என்ன அது? நிச்சயமா காரணம் இல்லை. ஏதோ இதில இருக்கு.”

“என்னன்னு நான் கண்டுபிடிக்கறேன்.”

“ஆமா இவர் இன்ஸ்பெக்டர் க்லூஸோ. தமிழ் பீட்டர் ஸெல்லர்ஸ். தள்ளு. பெரிய பாட்டிக்குக் கஞ்சி ஊட்டணும். அம்மா கேட்டா சொல்லு நான் இங்க இன்னும் கொஞ்ச நாள் இருப்பேன்னு.”

அறையை விட்டு வெளியே வரும்போது வெளிச்சம் குறைந் திருந்தது. பின்னால் தோட்டத்தில் பாட்டி பூப்பறித்துக்கொண்டிருந் தாள், தனக்குள்ளேயே ஏதோ முணுமுணுத்துக்கொண்டு. கண்ணன் சப்தமில்லாமல் அவள் பின்னால் சென்று அவள் முதுகைத் தொட்டான்.

“நீ மாறவே இல்லடா. நீ குழந்தயா இருக்கச்ச பயப்படற மாதிரி நடிப்பேன். குதியான குதி குதிப்பாய். இப்ப பெரிய விளயாட்டெல் லாம் விளயாடறாய். இந்த விளயாட்டு எதுக்கு? உங்கிட்ட பேசவே ப்டாதுன்னு நினைச்சுண்டிருந்தேன். ஆறு மாசத்துக்கு மேல ஆச்சு தெரியுமா நீ இங்க வந்து.”

“இல்ல பாட்டி. வேணூண்டு வராம இருப்பேனா? காலேஜில ஒரே வேலை. பசிக்கறது பாட்டி. இட்லி இருக்குல்யோ?”

“இட்லி இங்க செடியிலயா தொங்கும். திருப்ளிக்குப் போலாம் வா.”

பாட்டிக்குப் பேரன் தன் வீட்டில் சாப்பிடச் சம்மதித்துவிட்டான் என்பதில் மகிழ்ச்சி. அவன் தாத்தாவும் கோவிலுக்குப் போவதற்கு முன்னால் அவளிடம் கண்ணனைச் சாப்பிடாமல் போகவிடாதே என்று உத்தரவிட்டுச் சென்றிருந்தார். ‘எனக்கு அவனோடதான் சண்டை. அவன் வயத்தோட இல்லை.’

இட்லிகள் வாயில் கரைந்தன.

"இப்ப சொல்லு பாட்டி. நம்பிக்கு என்ன ஆச்சு?"

"நீ உன் தங்கைக்குத் துப்பறியற வேலை பாக்கறயா? அவளால என் வாயத் துருவி எடுக்க முடியாததுனால ஒன்னை அனுப்பிச் சிருக்காளா?"

"எங்க போயிருக்கான்னு சொன்னா என்ன உனக்கு?"

"நீ முதல்ல ஏன் இப்படி முரட்டுப் பிடிவாதத்தில தாத்தாவோடு பேசமாட்டேங்கற சொல்லு. இந்தப் பிடிவாதம் ஆகவே ஆகாது. அவரும் நீயும் ஒண்ணா? அவருக்குத்தான் வயசாச்சு. அதுக்கேத்த வக்கிரமும் வைராக்கியமும் இருக்கும். நீ சின்னப் பையந்தானே."

பாட்டி சொல்வது சரி. ஏன் அவருடைய சுய கௌரவத்தை வேண்டும் என்றே சீண்டினேன்? நம்பி ஒரு நாளும் அப்படி நடந்துகொண்டிருக்கமாட்டான். அவனுடைய சண்டைக்குப் பெரிய காரணம் ஏதாவது இருக்க வேண்டும்.

4

பட்சியின் சீனியர் சங்கர ஐயர் அடிக்கடிச் சொல்லுவார். "நம்ம பக்ஷியைப் போல நல்ல மனுஷனப் பாக்கவே முடியாது ஆனா இந்த ஐயங்கார் கூட்டமே ஒரு தினுசுதான். எப்படியாப்பட்ட ஐயங்காரா வேணா இருக்கட்டுமே. ஜட்ஜா இருக்கலாம். வக்கீலா, சப்ளையரா, க்ளார்க்கா, சன்யாசியா, தூர்த்தனா, ஏன் குஷ்ட ரோகியாக்கூட இருக்கலாம். இவாளுக்கெல்லாம் எல்லாருக்கும் மேல உச்சாணிக் கொப்புல தாங்கதான் உக்காந்திருக்கோம்னு நினப்பு. மத்த எல்லாப் பிராமணாளும் மாத்து குறைவுதான், சூத் ராளவிட கொஞ்சம் மேல அவ்வளவுதான்னு சொல்லுவா." சங்கர ஐயர் சுமார்த்த பிராமணர்.

ஐயர்கள் மத்தியில் அவர்களுக்கு நிறைய நண்பர்கள் இருந்தாலும் ஐயங்கார்களுக்கு ஐயர்கள்மீது காட்டிக்கொள்ள முடியாத ஒரு வெறுப்பு இருந்தது. ஐயங்கார்கள் பெருமைகளைப் பரவ விடாமல் செய்பவர்களே ஐயர்கள்தான் என்ற எண்ணம் இந்த வெறுப்புக்கு ஒரு காரணம்.

சங்கரருடைய அத்வைதம்தான் இந்திய வேதாந்தத் தத்துவத்தின் மூல ஊற்று என்ற பொய்யை உலகம் பூராவும் பரப்பியது ஐயர்களின் திட்டமிட்ட சதி என்று பட்சி தன்னுடைய சீனியரிடமே சொல்வார்.

"இதெல்லாம் அந்த ஆந்திரா ஸ்மார்த்தன் ராதாகிருஷ்ணன் செய்த வேலை. அவந்தான் இங்லீஷ்ல கன்னாப்பின்னான்னு எழுதி சங்கரரை அனாவசியமா தூக்கிவிட்டு நம்ம ராமானுஜரோட பெருமையெல்லாம் மறைச்சுட்டான். உண்மையான வேதாந்தம் ராமானுஜரோடதுதான்." இது பட்சி தலைகளை ஆட்டும் தனது நாங்குனேரி ஐயங்கார் ரசிகர்களிடம் சொல்வது.

கண்ணனுக்கு முதலில் ஒரே குழப்பமாக இருந்தது. தெளிவுபடுத்தியவன் நம்பி.

"சங்கரர் இந்தப் பிரபஞ்சமே பொய்ன்னு சொல்றார். ஒரே உண்மை பிரம்மம். அது நமக்கு மாயை கண்ணை மறைக்கறதினால தெரியறதில்லை. ராமானுஜர் உயிரில்லாதவை, உயிருள்ளவை, ஈச்வரன் இவை மூன்றும் வெவ்வேறானவை. ஆனால் முழுவதும் உண்மையானவைன்னு சொல்றார். இதில பரமாத்மாவான, ஈச்வரனான நாராயணன் எல்லா இடத்திலும் வியாபித்திருக்கான். நம்மாழ்வார் சொல்றார் 'உடல்மிசை உயிரென கரந்தெங்கும் பரந்துளன்.' அவன் முதல் தனி வித்து. அவன் இருத்தல் அவனுக்காகவே. மற்றவை இருப்பது அவனுடைய க்ருபைக்காக. அவனுடைய திருவடிகளை அடையறத்துக்காக."

"இது எனக்குப் புரியறது. ஆனா இந்த வடகலை தென்கலை விவகாரந்தான் தலையைச் சுத்தறது. நமக்குள்ள என்ன சண்டை?"

"சம்பிரதாயம் தெரிஞ்சவா அஷ்டதச பேதம் எங்கறா. அதாவது பதினெட்டு வித்தியாசங்கள். ஆனால் முக்கியமான வித்தியாசம் அவனுடைய அருளை அடைவது பத்தித்தான். வடகலையார் அவனுடைய அருளை அடையறத்துக்குக் கொஞ்சம் முயற்சி எடுக்கணும் எங்கறா. அதாவது குரங்குக்குட்டி தாயை அணைத்துக் கொள்கிற மாதிரி அவனை அணைத்துக்கொள்ள வேண்டும். தென்கலையார் எந்த முயற்சியும் வேண்டாம், வைகுந்தம் புகுவது மண்ணவர் விதியே எங்கறா. அதாவது எப்படிப் பூனை தன் குட்டியைக் கவ்விக்கொண்டு போகிற இடத்துக்குப் போறதோ அதே மாதிரி அவனும் உன்னோட முயற்சி இல்லாமலே உன்னைக் கவ்விக் கொள்வான். சமயத்தில பூனைக்குட்டி மாதிரி ஒரு முனகலே போதும். 'திருமாலிருஞ்சோலை மலை என்றேன்; என்னத் திருமால் வந்து என் நெஞ்சு நிறையப் புகுந்தான்' என்பது நம்மாழ்வார் வாக்கு. அதுவும்கூட இல்லாமல் அருள் கிடைக்கலாம். 'புல் பா முதலா புல் எறும்பு ஆதி ஒன்று இன்றியே நல்பால் அயோத்தியில் வாழும் சராசரம் முற்றவும் நல்பாலுக்கு உய்த்தனன் நான்முகனார் பெற்ற நாட்டுள்ளே.' இதுவும் நம்மாழ்வார் சொன்னதுதான். அயோத்தியின் புல் எறும்பு போன்றவைகளுக்குக்கூட வைகுந்தத்தில் இடம் கொடுத்து விட்டானாம்."

நம்பி தொடர்ந்தான்.

"இன்னொரு முக்கியமான வித்தியாசம் வடகலையாருக்கு வேதங்கள் பிரபந்தம் இரண்டுமே உயர்ந்தவை. தென்கலையாருக்கு வேதங்களைவிடப் பிரபந்தமே உயர்ந்தது. அவனே உகந்து பாடச் செய்தது. 'என்னைத் தன்னாக்கி என்னால் தன்னை இன் தமிழ் பாடிய ஈசன்' என்கிறார் ஆழ்வார். ஆனால் இந்தச் சண்டை தத்துவச் சண்டை மட்டும் இல்லை. உண்மையச் சொல்லப் போனா சித்தாந்தம் தெரிந்தவாளுக்குத்தான் இதெல்லாம் பத்தித் தெரியும். ஆனா ஐயங்கார்ல சித்தாந்தம் தெரிந்த ஆளைப் பார்க்கறது நம்ம

கோயில் புளியோதரைல முந்திரிப் பருப்பைப் பாக்கறது மாதிரி உண்மைச் சண்டையெல்லாம் கோயில் நிர்வாகத்தை யார் செய்வது எங்கிறதிலதான். பல கோவில்களுக்கு ஏகப்பட்ட பணம் நிலம் எல்லாம் இருக்கே. தென்கலையார் சடங்குகள் ஒரு மாதிரி. வடகலை யாரோடது வேற மாதிரி. திருவாய் மொழிக்கும் பெரிய திருமொழிக்கும் வித்யாசம் தெரியாத ஐயங்கார்கூட இந்த ritual விஷயத்தில அவனை விட்டா கிடையாதுன்னு நினைக்கறான். அதுக்காகக் கடைசிவரை சண்டை போட தயாரா இருக்கான். நம்ம தாத்தா வடகலையாரில பல பேர் முதுகுல குத்தறவங்க பணத்தாசை பிடிச்சவங்க சமஸ்கிருதத் தையும் பிரமாணத்துவத்தையும் தூக்கிப் பிடிக்கறவங்கன்னு சொல்றார். வடகலையாரைக் கேட்டா தென்கலையாரெல்லாம் பிராமணன்லேயே சேத்தியில்லை. சமையல்காரரா இருக்கத்தான் லாயக்கு. இந்தத் தமிழைத் தூக்கிப் பிடிக்கறதெல்லாம் சமஸ்கிருதம் படிக்க வராததை மறைக்கத்தான்னு சொல்லுவா. இப்படிப் படிச்சவங்களே, காந்தியை உண்மையா நம்பறோம்ன்னு சொல்றவங்களே இப்படிப் பேசினா, ஒத்தனோட குணத்தையோ புத்தியையோ அவனோட கலையை வச்சுக் கண்டுபிடிக்கலாம்ன்னு நினைச்சா நாம எப்போ உருப்படறது சொல்லு?”

“நம்ம தாத்தா தனிப்பிறவி. அவர் நம்ம மடத்தோடயே சண்டை போடறாரே?”

நம்பி சிரித்தான். “அவரை மாத்தவே முடியாது, கண்ணா. இந்தச் சோத்துருண்டைச் சண்டைய அவர் முப்பது வருஷமா பிடிக்கறார். இன்னும் முப்பது வருஷமானாலும் விடமாட்டார்.”

நம்பி இதைச் சொல்லிக் கொஞ்ச நாளிலேயே சோற்றுருண்டைச் சண்டையில் உச்ச நீதிமன்றத்தின் தீர்ப்பு வந்துவிட்டது. வெற்றி பட்சிக்கு.

நாங்குனேரி ஐயங்கார்கள் வானமாமலைப் பெருமாள் சன்னிதி யில் தினமும் சேவாலம் சேவித்தார்கள். இதற்காக அவர்களுக்குப் படி கிடைத்தது. பெயர் அத்யாபகப் படி. அது அனேகமாக ஒரு பெரிய புளியோதரை உருண்டையாகவோ அல்லது ததியோதன உருண்டையாகவோ இருக்கும். ஒரு சிறிய குடும்பத்தின் இரவு உணவை அந்த உருண்டையை வைத்துக் கழித்துவிடலாம். ஜீயர் இதற்காக ஒரு மேற்பார்வையாளரை அமர்த்தியிருந்தார். அவர் யார் சேவாலம் ஒழுங்காக, தூங்கி வழியாமல் சொல்கிறார்களோ அவர்களுக்குப் படி தருவார். இந்த ஏற்பாடு நன்றாகவே நடந்து கொண்டிருந்தது. ஒரு சிறிய சண்டை வரும்வரை.

மேற்பார்வையாளருக்கு விரை வீக்கம். சேவாலக்காரர் ஒருவ ருடைய பையன் அவரிடம் “இவ்வளவு பெரிய கிண்டாமணியை அடிவயித்தில கட்டித் தூக்கிண்டு போறீர், அது அடிச்சா சத்தம் எவ்வளவு தூரம் கேட்கும்?” என்று கேட்டான். மேற்பார்வையாளர் சேவாலக்காரரிடம் புகார் செய்ய அவர் தனது பையன் முதுகில்

இரண்டு சாத்துக்கள் சாத்தினார். ஆனால் அப்புறம் பையனைத் தட்டிக் கொடுத்து "இவ்வளவு அறிவா உனக்கு? எங்கடா இப்படி யெல்லாம் பேசக் கத்துண்டாய்?" என்று மகிழ்ந்ததாக மேற்பார்வை யாளரிடம் அவரது நலம் விரும்பி ஒருவர் சொன்னார். அன்று இரவு சேவாலக்காரருக்கு உருண்டை கிடைக்கவில்லை.

"நான் நன்னாத்தானே சேவிச்சேன். இடையில தூங்கினேனா? அல்லது என் குரல் அடங்கியிருந்ததா? ஏன் இந்த அக்ரமம் பண்ணறீர்?"

"நான் சொன்னா சொன்னதுதான். உமக்கு அத்யாபகப் படி கிடையாது."

"எனக்குக் குடுக்கல்லைன்னா பாத்திரத்துக்குள்ள காறித்துப்பி ஒருத்தருக்குமே கிடைக்காமப் பண்ணிடுவேன்."

இந்தப் பயமுறுத்தலுக்காக அவர் கோவிலை விட்டே வெளி யேற்றப்பட்டார். அவர் பட்சியின் ரசிகர்களில் ஒருவர். பட்சி உடனே ஜீயரிடம் சென்றார்.

"வாரும் பக்ஷிராஜ ஐயங்கார். என்ன விசேஷம்? இன்னிக்கு கோர்ட் லீவா?"

"ஸ்வாமி திருநாசிக்குக் கீழயே பெரிய அநியாயம் நடக்கறது. அதைச் சொல்லத்தான் நான் திருநெல்வேலியிருந்து வேலையெல்லாம் விட்டுட்டு வந்திருக்கேன்."

மேற்பார்வையாளர் நடந்ததைப் பற்றி ஏற்கனவே ஜீயரிடம் சொல்லியிருந்தார்.

"எதைப் பத்தி பேசரீர் நீர்?"

"சேவாலக்காரர் ஒருத்தருக்கு அத்யாகப்படி கொடுக்காததும் இல்லாம கோவில்லேருந்து வெளில தள்ளிட்டாளாம். இது எந்த தர்மத்தில சேத்தி?"

"பக்ஷி, அவன் பாத்திரத்தில காறி துப்புவேன்னு சொன்னானாமே? கோவில் பாத்திரத்தில எச்சில் படலாமோ?"

"அவன் அத்யாப்படி கிடைக்கல்லை எங்கிற கோபத்தில சொல்லி ருக்கான். நான் அவனை மன்னிப்புக் கேட்கச் சொல்றேன். இதுக்காக அவனைச் சேவாலம் சேவிக்க வேண்டாம்ன்னு சொல்லக் கூடாது."

"என்னோட காரியஸ்தர் எடுத்த முடிவை நான் மாத்த தயாரா இல்லை."

"இதுதான் முடிவுன்னா நான் கோர்ட்டுக்கு போகவேண்டி வரும்."

"பக்ஷி, நீர் திருநெல்வேலியிலேயே பெரிய வக்கீல். உம்மை என்னால தடுக்க முடியுமோ?"

மடத்தை விட்டுக் கோபத்தில் சென்ற பட்சி அந்த ஜீயர் உயிரோடு இருக்கும்வரை மடத்துக்குள் வரவேயில்லை. முதலில் மடத்து வாச லில் உண்ணாவிரதம் இருந்தார். ஜீயர் மசியாததால் கோர்ட்டுக்குப்

போக வேண்டியதாகிவிட்டது. கீழ் கோர்ட்டில் பட்சிக்கு வெற்றி. உயர் நீதிமன்றத்தில் மடத்துக்கு. 1940ல் தொடங்கிய வழக்கு 70ல் பட்சிக்குச் உச்சநீதிமன்றத்தில் சாதகமாக முடிந்தது. பட்சிக்கு ஏக மகிழ்ச்சி. குடும்பத்தாருக்கு ஒரு பெரிய விருந்து வைத்தார்.

கண்ணனுக்குத் தாத்தாவைச் சீண்டிப் பார்ப்பதில் ஆசை.

"என்ன தாத்தா. இந்த உப்பு பெறாத சமாச்சாரத்துக்கு ரொம்ப செலவழிச்சுட்டீர் போலிருக்கு."

"முட்டாத்தனமா பேசாதே. பணம் என்னோடது. அத நான் எப்படி வேணா செலவழிப்பேன்."

"காந்தியைப் பின்பத்தறேன்னு சொல்றவர் பேசற பேச்சா இது?"

பட்சியின் கோபம் பேரன் அவரை மடக்கிவிட்டானே என்பதில் தான்.

"நான் காந்தியைப் பின்பத்தல்லேங்கறயா?"

"ஆமாம். நீர் உண்மையான காந்தியவாதியா இருந்தா இந்த ஒரு சின்ன செக்டேரியன் சண்டையை சுப்ரீம் கோர்ட்டுவரையும் கொண்டு போயிருக்கமாட்டீர். இதனால யாருக்கு லாபம்? உங்க வக்கீல்கள் கூட்டத்துக்குத்தானே?"

அவன் சொல்வதில் உண்மை இருந்தது. மேற்பார்வையாளர், சேவாலக்காரர், ஜீயர் இவர்களில் யாரும் தீர்ப்புக்காகக் காத்திருக்க வில்லை. பரமன் அடி சேர்ந்து பல ஆண்டுகள் ஆகிவிட்டன. நாங்குனேரிப் பிராமணர்களில் பலர் நகரங்களில் குடியேறிவிட்ட தால் சேவாலத்திற்கு ஆள் கிடைப்பதே அரிதாக இருந்தது. சோற் றுருண்டைக்குப் பதிலாக இப்போது இருபது ரூபாய்.

கண்ணன் அதோடு விட்டிருக்கலாம்.

"நீர் சண்டை போட்டது கொள்கைக்காகவா? உம்மோட தென் கலை கர்வம்தான், இல்லை, உம்ம சொந்த கர்வம்தான் காந்தியவிட உமக்கு பெரிசு. இதனாலதான் காந்தின்னாலே என்னோடு ஒத்தவா சண்டைக்கு வரா."

பட்சிக்குக் கோபத்தில் மூக்கு சிவந்து விட்டது. "பெரியவாகிட்ட பேசற பேச்சா இது? நீ எங்கிட்ட மன்னிப்பு கேக்கறவரைக்கும் நான் உன்கிட்ட ஒரு வார்த்தை பேசமாட்டேன்."

"நான் தப்பா ஏதாவது சொல்லியிருந்தேன்னா மன்னிப்புக் கேக்கணும்."

பட்சி இந்த நிகழ்ச்சிக்கு அப்புறம் பேரனிடம் பேசுவதையே நிறுத்தி விட்டார்.

5

கண்ணனும் பாட்டியும் பேசிக்கொண்டிருந்ததில் கூடத்தில் ஆளரவம் கேட்டதைக் கவனிக்க மறந்துவிட்டார்கள். "பாட்டி யாரு வந்திருக்

கான்னு பாரு" என்று ராதா போட்ட சத்தம்தான் பாட்டியைக் கூடத்துக்கு ஓட வைத்தது. கண்ணன் கையில் தட்டைத் தூக்கிக் கொண்டு அவள் பின்னால் போனான்.

பொன்னா அடிக்கடிச் சொல்லுவாள், 'நம்ம குடும்பத்தில் நல்ல லக்ஷணம் நம்மாழ்வார். அவன் பின்னால நம்பி' என்று. நம்பி பொன்னா சாயல். மூன்று தலைமுறை இடைவெளி, நம்பியின் உயரம், அவனது ஆண்மையின் கரடுமுரடுகள், இவை அனைத்தும் சேர்ந்தும் கூட அதிகம் மாற்ற முடியாத சாயல்.

அவன் கூடத்து வாசற்படியில் நின்றுகொண்டிருந்தான். அவன் எப்போதும் நிற்கும் இடம் அதுதான். ஒரு கை கதவில் பதித்திருந்த பளபளக்கும் வெண்கலக் குமிழிகளைத் திருகிக்கொண்டிருந்தது. பாட்டியைப் பார்த்ததும் அவளருகே விரைந்தான்.

"பாத்துடா, வேஷ்டி தடுக்கப் போறது."

"சேவிக்கறேன், பாட்டி."

தன்னுடைய நீண்ட கரங்கள் பதினெட்டு முழப் புடவையின் விளிம்புகள் உரசும் அவள் கால்களைத் தொட, உடல் முழுவதும் தரையில் பதிய, அவன் அவளைச் சேவித்தான்.

"நூறு வயசு இருப்பாய். இப்பதான் கண்ணன்ட உன்னைப் பத்திப் பேசிண்டிருந்தேன்."

"உன்னைப் பாக்கத்தான் வந்தேன், பாட்டி. தாத்தா கோவிலுக்குப் போயிருப்பாருன்னு தெரியும்."

"ஏன், அவரைப் பார்த்தா உன் கண் கூசுமா? இப்படி ரெண்டு பேரங்களும் அவரோட முறைச்சுக்கலாமா? அதுவும் நீ அவர் கூடவே இருக்கறவன். சரி, சாப்டயா? இருக்கற இட்லியெல்லாம் இவன் முழுங்கிட்டான். ஒரு பத்து நிமிஷம் இரு. ரெண்டு ஈடு வச்சுடறேன். அதுக்குள்ள கை கால் அலம்பிண்டு வாயேன். இல்லைன்னா மாடில உன் ரூமுக்கு இவனையும் இழுத்துண்டு போ."

நம்பி சுவரோடு ஒட்டிக்கொண்டு சிறிது நேரம் பேசாமல் நின்றான். அவன் தலை கொள்ளுத்தாத்தா ராமன் படத்தின் விளிம்பை இடித்தது.

"அவ தனியா இருப்பா பாட்டி. ராத்திரி திரும்பப் போகணும்."

"அவளா? யாரு அவள்?" கண்ணன் பரபரப்பில் கைத்தட்டைக் கீழே போட்டுவிடுவான் போலிருந்தது.

"நீ கொஞ்சம் சும்மா இருக்கயா? முதல்ல தட்டை முத்தத்தில போட்டுட்டு வா. எச்சிக் கையை காய விடாதே. அவ கூடயே இருக்கயா இப்போ?"

"கல்யாணம் ஆயிடுத்து, பாட்டி."

பாட்டி நம்பியையே உற்றுப்பார்த்தாள்.

"நிஜமாத்தான் சொல்றயா?"

நம்பி குனிந்துகொண்டே தலையை ஆட்டினான். கண்ணனும் ராதாவும் ஒருவரை ஒருவர் பார்த்துக்கொண்டனர்.

"சரி, நான் கையலம்பிட்டு வரேன்."

கண்ணன் திரும்ப கூடத்துக்கு வந்தபோது பாட்டியைக் காணோம்.

"எங்க பாட்டியை? தாத்தாவைக் கூப்பிடப் போயிருக்காளா?"

"இல்லடா. இந்த அரங்குக்குள்ள போயிருக்கா. நம்பிக்கு ஏதோ குடுக்கணுமாம்."

ராதா சொல்லிக்கொண்டு இருக்கும்போதே பாட்டி வந்து விட்டாள். கையில் சுருக்குப் போட்ட மான்தோல் பை.

"இந்த இதில உங்க அம்மா நகையெல்லாம் இருக்கு. நானும் தாத்தாவும் உங்க ஆத்துக்கு அவர் கோவம் தணிஞ்சதும் வரோம்."

"இரு, இரு. இது என்ன தமிழ் சினிமாவா? பாட்டி, இப்படி வாராவாரம் டூரிங் கொட்டகைல குப்பை படங்களை பாக்கற தினாலதான் இத மாதிரில்லாம் செய்யற. நீ எங்க போயிடப் போற. நம்பி எங்க போயிடப் போறான். அவன் பொண்டாட்டிக்கும் இந்த நகையெல்லாம் உடனே போட்டு அழகு பாக்கணும்னு ஆசை இருக்காது. இப்பொ சொல்லு. என்ன நடந்தது? நம்பி கல்யாணம் பண்ணிண்ட பொண்ணைத் தாத்தாவுக்கு பிடிக்கல்லை. சரிதானே?"

"அன்னிக்கு அவர் கத்தோ கத்துன்னு கத்தித் தீத்துட்டார். இவன் கல்லுளிமங்கன். பதில் பேசுவானா? மாடிக்குப் போனான். அப்பறம் ஒரு தோள் பையத் தூக்கிண்டு வெளில போயிட்டான். ஆனாலும் எங்கிட்டச் சொல்லிக்காம கல்யாணம் பண்ணிப்பன்னு நான் நினைக்கல்லை. நீ சொல்றது சரிதான். நகையெல்லாம் நானே வந்து தரேன்."

பேசிக்கொண்டே பாட்டி விரலில் இருந்த மோதிரம் ஒன்றைக் கழற்றினாள்.

"இந்தா இதையாவது அவ விரல்ல போடு. இது ஒம் பாட்டி யோடதுடா. அவ இருக்கற வரைக்கும் இந்த மோதிரத்தக் கழட்டவே மாட்டா. உங்க தாத்தா, இவர் அண்ணா அதிசயமா வாங்கிப் போட்டார். இது ஒண்ணுதான் அவர் நகைன்னு வாங்கினது."

"நீ இன்னிக்குக் கொடுக்கற மூடுல இருக்க போலிருக்கு. எத்தனை நகை? எத்தனை தாத்தா பாட்டி கொள்ளுத்தாத்தா? இத எப்படி ஞாபகம் வைச்சுண்டிருக்க?"

"சீ, கண்ணு போடாதே."

"எனக்கும் கொடுக்கறதுக்கு ஏதாவது வச்சுருக்கயா அல்லது எல்லாம் இவனுக்குத்தானா?"

கண்ணன் விளையாட்டாகப் பேசினாலும் மனதில் வருத்தம். என்னுடைய சிறு சிறு பிரச்சினைக்கெல்லாம் இவனிடம் ஓடுகிறேன். இவன் என்னிடம் சொல்லாமலே இவ்வளவு பெரிய காரியம் செய்திருக்கிறான்.

"சரி பாட்டி. நான் ஊருக்குக் கிளம்பறேன். நம்பி, எப்ப தோணறதோ அப்ப அவளை எனக்குக் காட்டு."

"எங்க போற? இன்னிக்கு ராத்திரி இங்கயே இரு."

"அவன் என்னோட வரான் பாட்டி." நம்பி தீர்மானமாகச் சொன்னான். "போறதுக்கு முன்னால பெரிய பாட்டியப் பாக்கணும். எப்படி இருக்கா? மருந்தெல்லாம் இருக்கோ இல்லையோ?"

"மருந்தெல்லாம் இன்னும் பத்து நாளைக்கு இருக்கும்" என்றாள் ராதா. "ஆனா என்ன கேக்கறான்னு தெரியல்லை. இப்பல்லாம் கல்லோ, கள்ளோ கேக்கறா."

"தாத்தாட்ட கேளேன். அவர்தானே பெரிய பாட்டிக்கு வியாக்கியான கர்த்தா."

"அவருக்கே தலைய சுத்தறது."

நான்கு

1

*ராம*ன் ஜீயருடன் பேசிவிட்டுத் திரும்பி வரும்வரை வாசலிலேயே காத்திருந்தாள் பொன்னா.

"என்ன சொல்றார்?"

"என்ன சொல்லுவர்?"

பொன்னாவுக்குப் புரிந்துவிட்டது. உள்ளே செல்லும்போதே கண்களில் கண்ணீர். ராமன் அவளை அணைத்துக்கொண்டான். அவளுடைய அழகு அவன் மனதில் எந்த சலனத்தையும் ஏற்படுத்த வில்லை. ஆனாலும் அவனுக்கு அவளுடைய அருகாமை அந்தச் சமயத்தில் தேவையாக இருந்தது. அவள் அழுவது அவன் மனத்திற்கு இதமாக இருந்தது. பொன்னா கண்ணீருக்கிடையே நினைத்தாள்: பத்து வருஷங்கள் இருக்கும் இவர் இப்படி என்னை அணைத்துக்கொண்டு. இவ்வளவு நாட்கள் ஆன பின்னும் இவர் மேல் உள்ள ஆசையின் வேகம் தணியவில்லை. மனம் ஒரு கரணம் அடித்தது. ஆசை இவர் மீதுதானா அல்லது . . .

ராமன் இன்னும் இறுக்கினான்.

"பொன்னா, நீ மனசைத் தளர விட்டுட்டேன்னா நம்ம குடும்பமே பாழாப் போயிடும். அந்த ஈர்க்குச்சி ஜீயர் என்ன பண்ணினாலும் பரவாயில்லை. நான் ஆண்டாளுக்குப் பையன் தேடத்தான் போறேன்."

"அது அவ்வளவு சுலபமில்லை. நாம ஏன் இந்த ஊரை விட்டு வேற எங்கயாவது போகக் கூடாது? மதுரைக்கோ இல்லைன்னா பட்டணத்துக்கோ?"

ராமனுக்கு இது பொன்னா கனவு காணும் நேரம் என்று தெரிந்து விட்டது. அவளது கனவை அவன் சிதைக்க விரும்பவில்லை.

"ஆமா ஆமா. இதைப் பத்தி தீவிரமா யோசிக்க வேண்டியதுதான். உங்க தாத்தாகூட அந்தக் காலத்திலேயே வடக்கே எங்கயோ இருந்தாராமே?"

"நல்ல உதாரணம் பார்த்தேள். அவர் நாடோடின்னா. அவர் ஊர் சுத்தறத விட்டப்போ உயிர் அவரை விட்டுடுத்து. அவரா உதாரணம்?"

ராமன் தீவிரமாக மாப்பிள்ளை பார்த்தான். ஆழ்வார்திருநகரி, மன்னார்குடி, சேரன்குளம், சீர்காழி, திருவரங்கம் என்று ஊர் ஊராகச் சளைக்காமல் சென்றான். வடக்கே காஞ்சிபுரம், திருவல்லிக் கேணி, திருப்பதி வரை சென்றான். வடகலை மாப்பிள்ளைகூட அவ னுக்குச் சம்மதம். ஒன்றிரண்டு வரன் கூடி வருகிறமாதிரி இருந்தது.

ஒரு நாள் அவன் திருக்கோஷ்டியூரிலிருந்து கடுமையான வெயிலில் இளைக்க இளைக்க வந்தபோது பொன்னா சொன்னாள்.

“ஆண்டாள் நேத்திக்குத் திரண்டுட்டா.”

தனது தேடல் முடிந்துவிட்டது என்பது அவனுக்குத் தெரிந்து விட்டது. நாங்குனேரியில் பெண் பெரியவளாகிவிட்டாள் என்பதை மறைத்து கல்யாணம் செய்த குடும்பங்கள் சில உண்டு. அவை ஏழைக் குடும்பங்கள். ஊட்டமில்லாத பெண்களின் இளமையை எளிதாக மறைக்க முடிந்திருக்கலாம். ஆனால் ஆண்டாள் பெரியவளாவதுக்கு முன்னாலேயே மாரை மறைக்க தாவணி போடத் துவங்கிவிட்டாள்.

ராமனுடைய முடிவு ஒரு கோடையில் முன்னறிவிப்பு இல்லாமல் வந்தது. பொன்னா அப்போது நன்றாகத் தூங்கிக்கொண்டிருந்தாள். அவன் வாய் எப்போதும் போலத் திறந்திருந்தது. தலையணையைத் தான் எச்சிலோடு ரத்தமும் நனைத்திருந்தது.

2

ராமன் போனபின் பொன்னா நாளின் பெரும்பகுதியைப் பெருமாள் உள்ளிலேயே கழித்தாள். ஆனாலும் தன்னுடைய பொறுப்புகளை மறந்துவிடவில்லை. நிலத்தில் ஒரு பகுதியை விற்றுப் பெரிய வெள் ளைக்கார வங்கி ஒன்றில் போட்டாள். அப்பாவை ஈர்க்குச்சி ஜீயரிடமிருந்து தன் வீட்டிற்கே அழைத்துக்கொண்டாள். தன்னுடைய கணவனின் கிரியைகளை அவன் ஆத்மாவுக்கு எப்படிச் செய்தால் பிடிக்குமோ அப்படிச் செய்தாள். லட்டுக்கள் பீரங்கிக் குண்டு பருமன். வடைகள் வண்டிச் சக்கரம். பிராமணார்த்தம் சாப்பிட்ட ஐயங்கார்களெல்லாம் சாப்பிட்டுவிட்டு சமஸ்கிருதத்தில் “நிரம்ப திருப்தி” என்றார்கள். உளமறிய அவ்வாறு சொன்னார்கள்.

பொன்னாவின் சேவிப்பு காலையிலேயே ஆரம்பித்துவிடும். ‘நாராயணா, நாராயணா’ என்று சொல்லிக்கொண்டே குளித்து விட்டு மடிப்புடவை ஒன்றை அணிந்துகொள்வாள். தானே துவைத்து விட்டத்திலிருந்து கட்டப்பட்ட இரு கயிறுகளின் மத்தியில் தொங்கும் கழியில் உலர்த்திய புடவை அது. அந்தப் புடவையை வேறு யாரும் தொடமாட்டார்கள். பெருமாள் விளக்கை ஏற்றி சன்னிதியில் அமர்ந்து நூறு திருவாய்மொழி பாசுரங்கள் சொல்லுவாள். சேவாலம் சொல்லுகிறவர்கள் மாதிரி வேகமாக இயந்திரம் போலச் சொல்ல மாட்டாள். மெதுவாக ஒவ்வொரு வார்த்தையையும் தெளிவாகச் சொல்லுவாள். நம்மாழ்வாரின் தமிழ் கடினமானது. ஆனால் அவளுக்குப் பாசுரங்களின் அர்த்தம் தெரியும். ஆழ்வாரின் ஏக்கம்

புரியும். இறைவன் நிச்சயித்தால் அவன் காரணமின்றியே அருளுவான் என்பது அவரது திடமான நம்பிக்கை என்பதும் தெரியும்.

ஆனால் அவள் தினமும் வேண்டுவது: "பெருமாளே, நீ காரண மின்றி அருள வேண்டாம். என் மனதை மட்டும் அலைய விடாதே. உன் அருளுக்கு நான் பாத்திரம் இல்லை. மனதை அலைய விடாதே."

ஆண்டாள் அவள் பக்கத்தில் உட்கார்ந்துகொள்வாள், அவளைத் தொடாமல். அவள் ஒரு நாளும் திருவாய்மொழி சொன்னதில்லை. அம்மாவையே பார்த்துக்கொண்டிருப்பாள். ராமன் துக்கத்துக்கு வந்த அவளது மாமனாரும் மாமியாரும் அவளைத் திருக்குறுங்குடிக்கு அழைத்துச் செல்கிறோம் என்றார்கள். பொன்னாதான் தன்னுட னேயே இருக்கட்டும் என்று அவர்களைக் கேட்டுக்கொண்டாள்.

ஆண்டாளின் விதவை வாழ்க்கை அவ்வளவு மோசமாக ஆரம்பிக்கவில்லை. லேவாதேவிக்காரரின் பக்கத்து வீடும் அவருக்குச் சொந்தமானது. விருந்தாளிகள் தங்குவதற்காகக் கட்டப்பட்ட வீடு அது. இரண்டு வீட்டுக்கும் பொதுவாக ஒரு தோட்டம். அது வெகு நாட்களாகக் கவனிக்கப்படாமல் இருந்தது. மாமரத்தைத் தவிர வேறு மரம் கிடையாது. வெயிலையும் வறட்சியையும் மதிக்காத சில போக்கிரிச் செடிகள் தாறுமாறாக அங்கு வளர்ந்திருந்தன. ஆண்டாள் பாடுபட்டு அந்த இடத்தை நந்தவனமாக ஆக்கினாள். இரண்டு தோட்டக்காரர்களை அமர்த்தி நிலத்தைச் சீர் செய்தாள். பாளையக் கோட்டை நர்சரியிலிருந்து பூச்செடிகளை வரவழைத்தாள். ஒரு வருஷத்திலேயே மல்லிகை, ரோஜா, மருக்கொழுந்து, கனகாம்பரம் என்று ஒரே பூ மயம். ஒரு செண்பக மரம் வளர்ந்துகொண்டிருந்தது. இரவில் இருவாட்சி பூக்கும். பூத்துத் தோட்டத்தைத் தன்னுடைய வேசியர் சுகந்தத்தால் நிரப்பும். பூக்களை ஆண்டாள் பறிக்க விடுவது இல்லை. வரும் குழந்தைகளை விரட்டுவதற்கென்று அவள் ஒரு ஆளை அமர்த்தியிருந்தாள். நந்தவனத் தரை எப்போதும் பூக்களால் கம்பள மிடப்பட்டு இருக்கும். அலர்ந்து உதிர்ந்து உலர்ந்த பூக்கள். காலையில் ஆறு மணிக்கு முன் ஆண்டாள் தோட்டத்துக்கு வருவாள். ஒவ்வொரு செடியிடமும் மெதுவாகப் பேசுவாள். தண்ணீர் விட்டுக் களை யெடுத்துக் காலையைக் கழிப்பாள்.

பொன்னா ஒரு பண்டிதரை அமர்த்தி அவளுக்கு சமஸ்கிருதம் கற்றுக்கொடுத்தாள். பகல் வரையில் அவர் இருப்பார். முமுக்ஷுப்படி, கத்யத்ரயம், ஸ்ரீவசன பூஷணம் இதெல்லாம் அவளுக்குப் பாடம். பிரபந்தத்தை அவளாகவே படித்துக்கொண்டாள். நம்மாழ்வார் சனி ஞாயிறு ஊருக்கு வந்து ஆங்கிலமும் கணக்கும் கற்பித்தான். ஆண்டாளின் தோழிகள் பிற்பகலில் வீட்டுவேலைகளெல்லாம் முடிந்த பின்னால் வருவார்கள். பல்லாங்குழி ஆட்டம். சண்டை, ஏமாற்று. வெற்றியின் களிப்பு, தோல்வியின் துயரம். விதவை வாழ்க்கை அவ்வளவு சிக்கலானது அல்ல. தோழிகள் அவர்களது கணவர்களைப் பற்றிப் பேசும்வரை. அவர்கள் என்ன செய்தார்கள் என்பதைக் கூச்சமின்றிச் சொல்லும்வரை.

அம்மாவும் பெண்ணும் சில சமயம் கோவிலுக்குச் செல்வார்கள். மாலைகளில். கூட்டம் குறைந்திருக்கும் வேளைகளில். அவர்கள் வெள்ளை உடுத்தவில்லை. பட்டும் உடுத்துவதில்லை. எளிமை அவர்களுக்கு அசாதாரணமான பொலிவைத் தந்தது. பொலிவு பார்க்கும் பல ஆண் உள்ளங்களைப் படபடக்க வைத்தது.

கோபுர வாயிலைத் தாண்டி அவர்கள் ஜவந்தி மண்டபத்தை அடைந்தார்கள். மண்டபப் படிகளின் இரு ஓரங்களிலும் கல் யாளிகள். யாளிகளின் வாய்களில் எடுக்க முடியாத கல் உருண்டைகள். ஆண்டாள் குழந்தையாக இருக்கும்போது யாளியின் வாயில் கையை விட்டுக் கல்லுருண்டையை உருட்டுவாள். 'துப்பு, துப்பு' என்பாள். துப்ப முடியாத கல் யாளி கண்ணை உருட்டி விழிக்கும்.

கல்லுருண்டைகள் வழவழப்பு. உருட்டுவது ஒரு சுகம். என்னுடைய நினைவில் உருளும் முள்ளுருண்டைகள் குத்தி ரத்தம் வரவழைப்பவை. இவள் இன்னும் முற்றாதவள். இவள் தலைக்குள்ளே முள்ளுண்டையை உருள விடாதே என் தெய்வநாயகா.

கர்ப்பக்கிருகத்தின் முன்னால் கூட்டமில்லை. மூலவர் வீற்றிருந்த திருக்கோலம். தினமும் ஆறு கோட்டை நல்லெண்ணெயால் – சந்தன எண்ணெயும் கலந்தது – அவருக்குத் தைலக் காப்பு. எண்ணெய்க் காப்புத் தினத்தன்று நூற்றுப் பன்னிரண்டு கோட்டை. எண்ணையெல்லாம் கோவில் பிரகாரத்தில் இருக்கும் கிணற்றில் சேரும். எண்ணெய் நம்பிக்கை கொண்ட தோல் வியாதிக்காரர்களுக்கு அருமருந்து.

மனத்துக்கு மருந்து தெய்வநாயகன் என்று பொன்னா நிச்சயமாக நம்பினாள்.

நம்மாழ்வார் வானமாமலைப் பெருமாள் மீது பாடிய பாசுரங்களைப் பொன்னா மெல்லிய குரலில் பாடினாள்.

நோற்ற நோன்பு இலேன் நுண்ணறிவு இலேன்;
ஆகிலும் இனி உன்னை விட்டு ஒன்றும்
ஆற்ற கிற்கின்றிலேன்; அரவின் அணை அம்மானே!
சேற்றுத் தாமரை செந்நெல் ஊடு மலர் சிரீவரமங்கலநகர்
வீற்றிருந்த எந்தாய்! உனக்கு மிகை அல்லேன் அங்கே.

தன் மகளைப் பார்த்துக்கொண்டே பாடினாள். ஆச்சரியமாக ஆண்டாளின் கண்கள் இரண்டும் மூடியிருந்தன. கைகள் கூப்பியிருந்தன. புருவங்கள் இரண்டும் ஒழுங்கான வளைவுகள். ஒரு ரோமம் கூட விலகாதவை. உதடுகள் சிவப்புக் கீறல்கள். மூடியிருந்ததால் வரிசையான அரிசிப் பற்கள் தெரியவில்லை. கன்னங்களில் குழந்தைக் கதுப்புகள் அப்படியே இருந்தன. அப்பா வாங்கி வந்த தோசைத் துண்டை வாயில் அடக்கி மெதுவாக மெல்லும் அந்த ஆண்டாளுக்கும் இவளுக்கும் வித்தியாசம் அதிகம் இல்லை. எடை குறைந்திருக்கிறது. தோட்ட வேலையால் இருக்கும். அல்லது ஒழுங்காகச் சாப்பிடுகிறதில்லையா? என் அப்பனே, இவள் உனக்கு மிகையா? ஏன் எங்கிட்ட அனுப்பிச்சாய்?

அர்ச்சகர் மௌனமாகத் தீர்த்தமும் துளசியும் கொடுத்தார். அதிகம் பேசாத அம்மாவும் பெண்ணும் என்று அவருக்குத் தெரியும்.

வீட்டுக்கு வந்து பெருமாள் உள்ளில் ஒரு சின்ன சேவிப்பு.

"அவன் நினைப்பு உனக்கு வரதா?"

"இல்லம்மா. அப்பாதான் அடிக்கடி வரார். இந்த இடம் எனக்குப் பிடிக்கலைம்மா. நம்மாழ்வாரோட திருனவேலி போயிடலாம். தோட்டத்த விட்டுட்டு போணும். ஆனா இந்தச் சித்திரைத் திரு நாளைத் தாக்குப்பிடிப்பேன்னு தோணலை."

இரவு வெகு நேரம்வரையில் தாயும் மகளும் தூங்கவில்லை. சமையற்காரரின் வரட்டு இருமலையும் கிருஷ்ண ஐயங்காரின் சாய்வு நாற்காலி ஆடும் ஓசையையும் கேட்டுக் கொண்டிருந்தனர்.

சித்திரைத் திருநாளுக்குக் கூட்டம் கூட்டமாக பக்தர்கள் வந்தார் கள். முதல் ஒன்பது நாட்களில் பெருமாள் வெவ்வேறு வாகனங்களில் வந்தார். பத்தாவது நாள் மரத்தேர். அழகாக அலங்கரிக்கப்பட்ட தேர். வெய்யில் சுளீர் என்று அடித்தாலும் வேர்வை ஆறாக ஓடினாலும் பக்தர்கள் தேரை அயராமல் இழுத்தார்கள். தொண்டையெல்லாம் வறள எங்களைக் கைவிட்டு விட்டாயே என்று முறையிட்டார்கள். தங்கள் குறைகளைச் சொல்லிவிட்டோம் என்ற மனநிறைவோடு வீடு திரும்பினார்கள்.

பொன்னாவின் வீட்டுக்கதவு சாத்தியே இருந்தது. பெருமாள் எழுந்தருளும்போது அவருக்குத் தேங்காய் வெற்றிலை பாக்கு பழம் அமுது செய்யப் பண்ணக் கூட வெளியில் யாரும் வரவில்லை. சமை யற்காரர் தன் சிறிய வீட்டின் முன் நின்றே பெருமாளைச் சேவித்தார்.

3

மழையின் கண்ணாமூச்சி விளையாட்டுகளைப் பற்றி நாங்குனேரிக்கு நன்றாகவே தெரியும். ஓராண்டு ஒளிந்தால் அடுத்த ஆண்டு ஓடி வந்துவிடும். அந்த ஆண்டு வேறு மாதிரி இருந்தது. போன ஆண்டு ஒளிந்த மழை வழிதப்பி விட்ட மாதிரி இருந்தது. வறண்டு, குளத்தின் தரை முழுவதும் காக்கைக் கால்கள். ஜீயர் ஊற்றில் கணுக்கால் அளவே தண்ணீர். பொன்னா வீட்டுக் கிணறு நல்ல நாட்களில் அமுத சுரபி. இப்போது அதன் தண்ணீர் தோசை மா அடர்த்தி. அவ்வளவும் சேறு. தோட்டம் ஆண்டாள் பார்க்கப் பார்க்க இறந்தது.

பொன்னா நம்மாழ்வாரை வரவழைத்து குடும்பம் திருநெல் வேலிக்கு மாறப் போகிறது என்பதைச் சொன்னாள். சமையற்காரர் வீட்டையும் கிருஷ்ண ஐயங்காரையும் பார்த்துக்கொள்வதற்காக நாங்குனேரியிலேயே இருந்தார். ஆண்டாளுக்குச் சந்தோஷம். தண்ணீர் பற்றிய முடிவில்லாத சர்ச்சைகள் அவளுக்கு அயர்ச்சியைத் தந்தன.

சுலோசன முதலியார் பாலத்தைத் தாண்டி பாளையங்கோட்டை செல்லும் சாலையின் இடப்புறத்தில் மரங்களடர்ந்த வண்ணார்

பேட்டை இருந்தது. சாலை அருகே வெள்ளைக்காரர் பங்களாக்கள். உள்ளே வசதிபடைத்தவர்களின் வீடுகள். நம்மாழ்வார் இந்த வீடுகளில் ஒன்றை வாடகைக்கு எடுத்தான்.

எல்லோருக்கும் வீடு பிடித்திருந்தது. வாசலில் கொய்யா மரம். பழங்கள் வெளியே பார்க்க அழகாக இருந்தாலும் உள்ளே அடிக்க வரும் சிவப்பு. ஒரே விதைகள். கொழகொழவென்று தித்திப்பே இல்லாத உட்பாகம். பின்னால் ஒரு வாதா மரம். வாதாம் பழத்துக்கு வாயை அறுக்கும் தித்திப்பு இல்லை. கொட்டையை உடைத்தால் உள்ளே வெள்ளையான, அமுக்கினால் அமுங்கும் பருப்பு. அசாத்திய ருசி. கடிப்பதற்குச் சுகமான, பற்களுக்கு அதிக வேலை வைக்காத பருப்பு அது. வீட்டு மாடி முகப்பில் வரிசையாகக் காரை ஜாடிகள். வெள்ளைக்காரன் வீடு மாதிரி. கூடம் நாங்குனேரி வீட்டுக் கூடத்தை விடப் பெரியது. விட்டத்தை அண்ணாந்துதான் பார்க்க வேண்டும். மேலேயிருந்து பல வண்ணங்களில் தொங்கும் கண்ணாடி டோம்கள். கிணறு கொள்ளாமல் தண்ணீர்.

நம்மாழ்வாருக்கும் பட்சிக்கும் சமைத்துப் போடுவது பற்றி பொன்னாவுக்கு ஒரே மகிழ்ச்சி. பொன்னாவின் அம்மாவின் சமையலை மோசம் என்று சொல்ல முடியாது. ஆனால் அதிக வித்தியாசம் இல்லாது மூன்று நான்கு ஐயங்கார் வகைகளுக்குள் சுற்றிச் சுற்றி வரும். பொன்னா விதவிதமாகச் சமைப்பாள். ராமனுக்குச் சமைத்த அனுபவம் அவளுக்கு.

பொன்னாவின் பக்கத்து வீட்டுக்காரி உடனே வந்துவிட்டாள்.

"நீங்க ஐயங்கார்னு உங்க பையன் சொன்னான். ரொம்ப சந்தோஷம். என் ஆத்துக்காரருக்கு அக்காரவடிசில்ன்னா உயிர்."

சிரித்த, நிறைவினால் அழகு பெற்ற முகம் அவளுடையது. ரேகைகள் விழாத வழுவழுப்பு. நெற்றி நிறையக் குங்குமம்.

"இந்த ஆத்தில முன்னால இருந்தவாளும் ரொம்ப நல்லவா. எங்கள மாதிரி ஸ்மார்த்தா. மதுரைக்குப் போயிட்டா."

"எந்த ஊர் உங்களுக்கு?"

"கடயம். எங்க ஆத்துக்காரர் வக்கீல். ஆனா கோர்ட்டுக்குத்தான் போகமாட்டார். திண்ணைல உக்காண்டு பேப்பர் படிச்சுண்டே இருப்பர். உங்களுக்கு எந்த உதவியானாலும் கூச்சப்படாமல் கேளுங்கோ."

பொன்னா கூச்சப்பட்டாலும் ஐயர் மாமி விழுந்து விழுந்து உதவி செய்தாள். நல்ல மளிகைச் சாமான்களை வரவழைத்தாள். உலர்ந்த விறகுகளை அவளே விறகுக்கடைக்குச் சென்று தேர்ந்தெடுத்தாள். ராமசாமி கோவில், கோபாலசாமி கோவில், வரதராஜப் பெருமாள் கோவில், கரியமாணிக்கப்பெருமாள் கோவில் என்று சுற்றியிருக்கும் எல்லாப் பெருமாள் கோவில்களுக்கும் பொன்னாவைத் தன்னுடைய கூரிய கொம்புகள் கொண்ட இரண்டு மாடுகள் இழுக்கும், திரை போட்ட வண்டியில் அழைத்துச் சென்றாள். அவள்

தொட்டு பொன்னா சாப்பிடுவதில்லை என்பதையோ, சிவன் கோவில்களுக்கு வருவதில்லை என்பதையோ ஐயர் மாமி பொருட்படுத்தவில்லை.

வக்கீல் ஐயருக்கு வஸ்தாது உடம்பு. கையில் சுதேசமித்திரன் அல்லது ஹிந்து. ஆனால் ராஜ விச்வாசம் மாறாதவர். விக்டோரியா மஹாராணியின் பரம பக்தர். அவள் இறந்தபோது அவளுக்காகக் குளித்த பிராமணர்கள் சிலரில் இவரும் ஒருவர். "கலியைத் தடுத்துண்டிருந்தவ குயின் ஒருத்திதான். இப்போ அது முத்தி மேல பாயப் போறது" என்று தெருவில் போகிறவர் எல்லோரிடமும் சொல்லிக்கொண்டிருந்தார்.

பொன்னாவுக்கு அவரைப் பிடிக்கவில்லை. அவர் பார்வையே சரியில்லை. ஆண்டாளையும் கவனமாக இருக்கச் சொன்னாள். "அவர் வந்தா வெளிலே தலைகாட்டாதே. திருப்ளிலேயே இரு." வெற்றிலைக் காவியேறிய பல்லைக் காட்டி இளிக்கும் அவரையும் தன்னுடைய குடும்பத்துடன் நெருக்கமாக இருக்க அவர் செய்த முயற்சிகளையும் பொன்னா சகித்துக்கொண்டது அவருடைய மனைவிக்காகத்தான்.

ஆனால் ஐயர் அட்டையாக ஒட்டிக் கொண்டார். நம்மாழ்வாரும் பட்சியும் கிளம்பிப்போனதும் இவர் வீட்டுக் கூடத்துக்கு வந்து சம்மணம் போட்டு உட்காருவார்.

"என்ன சமையல் இன்னிக்கு?"

நான் என்ன சாப்பாட்டுக் கடையா நடத்தறேன் என்று பொன்னா நினைத்துக்கொள்வாள்.

"உங்காத்து மாமி கைமணம் ஊர் பிரசித்தம் ஆச்சே. என்னை ஏன் சங்கோஜப்படுத்தறேள். என்னால மாமி மாதிரி தளிகை பண்ண முடியுமா?"

"ஐயங்கார் சமையலுக்கு ஈடு ஏது மாமி? உங்களுக்கு சொல்ல இஷ்டம் இல்லைன்னு நினைக்கிறேன்."

பொன்னா பதில் சொல்லமாட்டாள். அவளைப் பேச இழுக்கும் முயற்சியில் கேட்கப்படும் எல்லாக் கேள்விகளுக்கும் அவர் பதிலை எதிர்பார்ப்பது இல்லை. அசராத பேர்வழி. மத்தியான சாப்பாடு நேரம் வரையிலும் அங்கும் இங்கும் பார்த்துக்கொண்டு உட்காந்திருப்பார். வீட்டுக்குத் திரும்புமுன் மறக்காமல் சொல்வது: "போயிட்டு வரேன். ஏதாவது வேணும்னா எங்கிட்டயே நேராக் கேளுங்கோ. அந்த அசடு என் பாரியாள்ட சொன்னேள்னா ஒண்ணு கிடக்க ஒண்ணு சொல்லிக் குட்டையக் குழப்பும்."

பொன்னா நம்மாழ்வாரிடம் சொல்லலாமா என்று யோசித்தாள். அவன் கோபக்காரன். ஐயரை அடிக்கப் போய்விட்டால் வம்பு. ஐயரும் பேசுவதைத் தவிர வேறு அசட்டுத்தனங்கள் எதுவும் செய்யவில்லை.

4

தனித்தனியான, ஒட்டிக்கொள்ளும் அரிசிக் கூழ் வட்டங்கள் – உப்பாலும் மற்ற சமாச்சாரங்களாலும் சுவையூட்டப்பட்டவை – வெய்யிலில் ஒரு வெள்ளைத் துணிமீது காய்ந்துகொண்டிருந்தன. வட்டங்களுக்குக் காவலாக துணிமீது ஒரு மெல்லிய வலை. உலர்ந்ததும் தேங்காய் எண்ணெயில் பொரிக்கலாம். நம்மாழ்வாருக்குப் பிடிக்கும். காக்கைகளுக்கு உலராத கூழே பிடிக்கும். அருகில் கூடி நின்று கரைந்தன. ஆள் காவல் ஆண்டாள். கைகளை அசைத்து 'சூ சூ' என்று விரட்டிக்கொண்டிருந்தாள். காக்கைகள் ஓடுவதாகத் தெரியவில்லை. அவளது மனம்தான் இடம் இடமாகத் தாவிக் கொண்டிருந்தது. அவள் மொட்டை மாடியில் ஒரு கைப்பிடிச் சுவரின் நிழலில் அமர்ந்திருந்தாள். இது அவளுக்குப் புதிய அனுபவம். நாங்குனேரி வீட்டு மொட்டை மாடிக்கு அவள் போனதே இல்லை. போகப் படிகள் கிடையாது. ஆட்டமாய் ஆடும் ஏணியின் மீது ஏற பயம். இந்த வீட்டில் மொட்டை மாடி செல்லப் படிகள் இருந்தன. குறுகலாகவும், கொஞ்சம் செங்குத்தாகவாகவும் இருந்தாலும், அவளைத் தள்ளிவிடுவேன் என்று பயமுறுத்தாதவை.

வீட்டின் பின்கட்டை ஒட்டி ஒரு மண்பாதை. அதற்கு அப்பால் கண்ணெட்டும்வரை வயல்கள். விவசாயிகள் வயல்களைக் காருக்காகத் தயார் செய்துகொண்டிருந்தார்கள். உழுது, விதை விதைத்து, மேலே பணிவான பழுப்பு மாடுகளால் இன்னொரு ஓட்டம் விட்டு நிலத்தைச் சமன் செய்தாகி விட்டது. மழைதான் வரவேண்டும். இங்கு இல்லை. பொதிகை மலை மேல் வரவேண்டும். தாமிரபரணி பெருகித் தண்ணீர் வயல்களில் பாயும்.

ஆண்டாள் வயல்களையே பார்த்துக்கொண்டிருந்தாள். இப்போது உயிரை உள்ளே அடக்கியிருக்கும் சதுரங்கள் அவைகள். வரப்புகளில்கூட பச்சையைக் காணோம். தண்ணீர் இறங்கியதும் பயிர் உயிர்த்து மேலே வரும். சில மாதங்களில் நெற்கதிர்கள் அடைத்துக் கொண்டு நிற்கும். அடிவரை அறுத்துக் கட்டுக் கட்டாக்கி விவசாயிகள் எடுத்துச் செல்வார்கள் கதிரடிக்க. களத்து மேட்டில் இப்போது ஆட்களே இல்லை. சில மாதங்களில் நிரம்பி வழியும். பெரிய குழந்தைகள் சிறிய பளுக்களைத் தூக்கிச் செல்வார்கள். உழவு மாடுகளைக் கவனித்துக்கொள்வார்கள். கூச்சல் மிகுந்த, உடனே கலைந்துவிடும் சண்டையில் இறங்குவார்கள். சிறிய குழந்தைகள் சுற்றிச் சுற்றி வருவார்கள். கண்ட இடத்தில் ஒன்றுக்கு இருப்பார்கள். களைப்பானதும் மரங்களில் அம்மாக்கள் கட்டிய தூளிகளில் தூங்குவார்கள்.

ஆண்டாளுக்குத் துணி உலர்த்த வேண்டும் என்ற நினைவு வந்தது. வேகமாக இறங்கிக் குளியலறையிலிருந்த வாளியை எடுத்துக்கொண்டு வீட்டின் பக்கம் இருக்கும் காலிமனைக்கு வந்தாள். மரங்களே இல்லாத அந்த மனை செவ்வகமானது. அவர்கள் வீட்டுக்கும்

வஸ்தாது வக்கீல் வீட்டிற்கும் பொதுவானது. நாலாப்புறமும் சுவர்களால் மறைக்கப்பட்டிருந்தது. இரண்டு பக்கங்களிலும் வீடுகளின் சுவர்கள். வாசல், கொல்லைப்புறங்களில் தடுப்புச் சுவர்கள். பொன்னாவின் வீட்டிலிருந்து மனைக்கு வர ஒரு சிறிய கதவு. ஆண்டாள் வெளியே வந்து ஒவ்வொரு துணியாக வாளியிலிருந்து எடுத்து உதறிக்கொடியில் உலர்த்தினாள். பக்கத்து வீட்டு சுப்பு அவளையே பார்த்துக்கொண்டிருக்கிறான் என்பது அவளுக்குத் தெரியும்.

மனைக்கு மறுபக்கத்தில் ஒரு பெரிய அறை. அதன் மனைப் பக்கத்து ஜன்னல் எப்போதும் திறந்தே இருக்கும். சுப்புவை எப்போதும் ஜன்னலருகே பார்க்கலாம். வஸ்தாது வக்கீலின் மகன் அவன். பி. ஏ. நதியைத் தாண்ட முயன்றுகொண்டிருப்பவன். இரண்டு முறை தடுமாறியவன். முயற்சி செய்துகொண்டிருப்பது மூன்றாவது முறை. எதிரி ஷேக்ஸ்பியர். சரியாகச் சொல்ல வேண்டுமானால் எதிரிகள் அவரது நாடகங்களான தி டெம்பெஸ்ட், ஒத்தல்லோ இரண்டும் எப்போதும் பேசிக்கொண்டே இருக்கும் ப்ராஸ்பரோவையும் மடத்தனமாகச் சந்தேகிக்கும் ஒத்தல்லோவையும் அவன் அடியோடு வெறுத்தான். காலிபனையும் ஐயாகோவையும் அவனால் புரிந்துகொள்ள முடிந்தது. ஆனால் வார்த்தைகளால் விவரிக்க முடியவில்லை. ஆங்கில வார்த்தைகளால். ஆங்கில ஆசிரியர் விங்க்லரின் விரிவுரைகள் காசுக்குப் பிரயோசனம் இல்லை. அவன் தலைக்கு மேல் செல்பவை அவை. மனப்பாடம் செய்யும் திறமையும் அவனுக்கு இல்லை.

ஷேக்ஸ்பியர் போதாதென்று அவனுடைய பதினாறு வயது அத்தை பெண் வேறு கண்ணை மூடினால் எதிரே வந்துகொண்டிருந்தாள். மனைவி வற்புறுத்தியும் ஐயர் பையனுக்கு பி. ஏ. தாண்டும் வரை கல்யாணம் கிடையாது என்று சொல்லிவிட்டார். இப்போது இந்த ஐயங்கார்ப் பெண்.

அவன் உட்கார்ந்திருந்த இடத்திலிருந்து அவளை நன்றாகப் பார்க்க முடிந்தது. அத்தை பெண் வத்ஸலாவுக்கு ஒட்டிய கன்னங்கள். இவளுக்கு உருண்டை. பழைய நிலப் படங்களில் சமுத்திரங்களின் முனைகளில் நின்று கொண்டு காற்றை ஊதுமே குழந்தைத் தேவதைகள், அவற்றினுடைய கன்னங்கள் இவளுக்கு. இப்போது நினைப்பதை ஆங்கிலத்தில் எழுத முடியுமா? என் பிரச்சினையே இதுதான்.

அவனால் அவளுடைய ரவிக்கையின் முடிச்சுகளை விலகிய புடவையின் நிழலில் பார்க்க முடிந்தது. எம்பி நின்று அவள் துணியை கொடியில் பரப்பும்போது திமிரும் அவளது மார்பகங்களின் வடிவமைப்பைப் பார்க்க முடிந்தது. வேஷ்டியின் மடிப்புகளில் கையை விட்டுக்கொண்டான்.

ஆண்கள் வைத்த கண் மாறாமல் பார்ப்பது அவளுக்குப் புதிதல்ல. அவசரப்படாமல் அவளை நிறை போடும் அந்தப் பார்வைகள் செத்த எலி மேலே விழுந்தது போல ஒரு அருவருப்பைத் தரும்.

ஒவ்வொரு முறையும் மனதால் அழுக்குத் தீர குளிப்பாள் அவள். ஆனால் அவை நடப்பவை தெருக்களில். அல்லது கோவில்களில் – தோன்றாத் துணைவன் சன்னிதிகளில். வீட்டில் அது நடந்ததே இல்லை. இந்த முறை சுப்புவின் பார்வை அவளுடனே இருந்தது. அவள் கூடவே வந்தது. அவள் கூடத்திற்கு, திருப்பள்ளிக்குச் சென்ற போது. படியேறி கூழ் வத்தல் துணியை எடுத்து வரச் சென்றபோது.

அரிசி வட்டங்கள் இன்னும் துணியில் ஒட்டிக்கொண்டிருந்தன. வெய்யில் உறைக்கவில்லை. நாளை வெய்யிலின் வேகத்தில் உதிர்ந்து விடும். இந்தத் தடியனின் பார்வை உதிராது போலிருக்கிறது. அவ்வளவு ஈரப்பதம் அதுக்கு. அவளுக்கு அன்று குளிக்கப் பிடிக்க வில்லை.

அவள் தினமும் துணி உலர்த்த வந்தாள். அவனும் விடாமல் பார்த்தான். ஒரு வாரம் கழித்து அவன் அருகில் வந்து அவள் தோளைத் தொட்டான். கையைத் தட்டிவிட்டு வாளியைக் கூட எடுக்காமல் அவள் உள்ளே ஓடினாள். மறுநாள் கையைத் தோளில் வைக்கும்போது தடுக்கவில்லை. அவன் மிக அருகே வந்ததால் அக்குள் வாடை கொசுக்கள் போல அவளைச் சுற்றி சிறிது நேரம் வட்டமிட்டது.

அடுத்த நாள் பின்னால் வந்து அணைத்துக்கொண்டான். கைகள் முன்னே துழாவின. முதுகின் கீழே புரியாத உறுத்தல். அவள் திரும்பி அவன் கன்னத்தில் அறைந்தாள். கண்ணீர் புடவையை நனைக்க, மார் குலுங்க வீட்டிற்குள் ஓடினாள்.

அரிசி மணிகள் சுருள்களில் மேலே சென்று சுளகின் ஓரங்களிலும் தரையிலும் மாறாத தாளத்தோடு இறங்கின. பொன்னாவின் கைகளில் வளையல்கள் இல்லை. கூடத்தில் கேட்கும் ஒரே ஓசை அரிசி விழும் ஓசைதான். கற்கள் எழ மறுத்து சுளகிலேயே தங்கின. சிறிது நேரம் கழித்துப் புடைப்பதை நிறுத்திவிட்டு பொன்னா கற்களை எடுத்து ஒரு பித்தளைப் பாத்திரத்தில் போட்டாள். தனக்குள்ளேயே பேசிக்கொண்டாள்: "எவ்வளவு கல்? அரிசியைவிட அதிகம் இருக்கும் போலிருக்கே? கொண்டு போய் அந்த நாசமாப் போற கடைக்காரங் கிட்ட காட்டணும். பட்சிக்கும் நம்மாழ்வாருக்கும் ஊர் அரிசி பிடிக்க மாட்டேங்கறதே. வெள்ளையான்னா சாதம் வேணுங்கறா."

ஆண்டாள் ஓடிவந்து அம்மா மடியில் தலையைப் புதைத்துக் கொண்டாள். ஆறாத அழுகை.

பொன்னா பெண்ணின் தலையை நீவிக் கொடுத்தாள். "என்ன ஆச்சும்மா? ஏன் அழறே?" பெண்ணின் அழுகை அவளுக்குக் கவலை அளிக்கவில்லை. அழுகையும் மாதவிலக்கைப் போல ஒரு நாள் நின்றுதான் தீரும். ஆனால் அந்த நாள் வெகு தொலைவில் இருக்கிறது.

"ஏன் அழறே? என்ன பிரயோசனம்? அழறது அவனுக்கு, அந்த பகவானுக்குக் கேக்குமா?"

"அம்மா, ஊருக்கு போலாம். எனக்கு இந்த இடம் பிடிக்கல்லை."

"என்னடி சொல்லறாய்? வந்து ஒரு மாசந்தான் ஆச்சு. அதுக் குள்ளயா? நான் செலவாறதப் பத்திக் கவலைப்படல்லை. இந்த பாத்திரம் பண்டம் மாத்தறதுன்னா என் பிராணன் போறதுடி. இப்பதான் இவா ரெண்டு பேரும் நன்னா சாப்பட ஆரம்பிச்சிருக்கா. என்னோட அப்பா, உன் தாத்தாவுக்கு வேற தள்ளல்லை. அம்மா அவரோடயே இருக்கணும். இங்க இவா ரெண்டு பேருக்கும் யாரு சமச்சுப் போடுவா?"

"நீ ஊருக்கு வர வேண்டாம் அம்மா. நா பாட்டியோட இருந்துக் கறேன்."

நீ தொட்டால் நொறுங்குகின்ற நிலையில் இருக்கிறாய். உன்னை அந்தக் கிழவியோட தனியா விட முடியுமா? பொன்னா நினைத்ததை மகளிடம் சொல்லவில்லை. "சரி இன்னிக்கு ராத்திரி நம்மாழ்வார்ட்ட ஒரு வார்த்தை கேட்கலாம்" என்றாள்.

அவள் நம்மாழ்வாரிடம் எதுவும் கேட்கவில்லை.

மறுநாள் மணி பத்து ஆகியும் ஆண்டாள் துணி உலர்த்தப் போகவில்லை. பொன்னா கேட்டதற்கு "எல்லா வேலையும் என் தலையிலதானா?" என்று சத்தம் போட்டாள். பொன்னா துணி வாளியோடு வெளியே வரும்போதே சுப்பு மனையின் மறுபுறம் ஒரு முக்காலியின் மீது உட்கார்ந்திருப்பதைப் பார்த்துவிட்டாள். மெதுவாக சீட்டி அடித்துக்கொண்டிருந்த அவன் அவளை உடனே கவனிக்க வில்லை. பொன்னா வாளியை கீழே வைக்கும் போதுதான் பார்த் தான். பார்த்ததும் வாரிச் சுருட்டிக்கொண்டு உள்ளே ஓடி விட்டான். பொன்னா நிதானமாகத் துணிகளை உலர்த்தினாள்.

அன்று வஸ்தாது ஐயரிடம் அவளே பேச்சுக் கொடுத்தாள்.

"நான் உங்ககிட்ட ஒண்ணு கேட்கணும்."

"பேஷா கேளுங்கோ."

"உங்க பையனுக்குச் சீக்கிரம் கல்யாணம் பண்ணி வைங்கோ. தாமதப்படுத்தாதேங்கோ."

"ஏன் அந்த சோம்பேறி உங்ககிட்ட அசட்டுப் பிசட்டுன்னு ஏதாவது பேசினானா?" கோபத்தில் நாசித் துவாரங்கள் விரிய முஷ்டியால் காற்றைக் குத்திக்கொண்டே அவர் கத்தினார். "கழு தையை சவுக்கால விளாசிடறேன், விளாசி."

"அப்படியெல்லாம் ஏதாவது செய்துடாதேங்கோ. அவன் என் பக்கத்திலேயே வல்லை. வந்தான்னா பேசறதுக்கு. எனக்கும் அக்கம் பக்கத்து மனுஷா விஷயங்களைச் சொல்லுவா."

மறுநாள் துணி உலர்த்த ஆண்டாள் மறுபடியும் சென்றாள். தொட்டால் அழுதுகொண்டு ஓடக் கூடாது என்று மனதில் வைராக்கியம். சுப்புவின் சுவடேயே காணோம். துணிகளைத் தொடா மல் சுவரைப் பிடித்துக்கொண்டு சிறிது நேரம் நின்றாள். அடி

வயிற்றிலிருந்து குமட்டிக்கொண்டு வந்தது. ஒரு மூலையில் போய் வாந்தியெடுத்தாள்.

வஸ்தாது வக்கீலுக்கு தன் மகன் என்ன செய்தான் என்பது தெரியவில்லை. முதல் வேலையாக அவன் அறையை மாற்றினார். "படிக்கற வழியக் காணோம். பிள்ளை பொறக்கறது எப்படின்னு ஆராய்ச்சி பண்ணிண்டு இருக்கயோ? உரிச்சு உப்பைத் தடவினா சரியாப் போயிடும்." சுப்பு மௌனமாக இருந்தான். அவமானத்தில் தான் சுருங்கிப் போய்விட்டதாக உணர்வு. தண்டவாளத்தில் தலையைக் கொடுத்துவிடலாமா என்றுகூட ஒரு எண்ணம். தன்னுடைய அத்தை பெண்ணுக்காகவே அந்த எண்ணத்தை மாற்றிக் கொண்டான். அடுத்த மாதத்திலேயே அவர்களுக்குக் கல்யாணம் நடந்துவிட்டது. பி.ஏ. கடைசிவரை கனவாகவே இருந்தது. காலப் போக்கில் அப்பாவின் திண்ணையை அவன் பிடித்துக்கொண்டான். அவனும் அப்பாவைப் போல் God save the King ரகம்தான்.

5

வஸ்தாது வக்கீல் மகனையும் மருமகளையும் பொன்னாவிடம் ஆசிர்வாதம் வாங்குவதற்காகக் கூட்டிக்கொண்டு வந்தார். சுப்புக்கு இருப்புக் கொள்ளவில்லை. புதுப்பெண் வாய் ஓயாமல் பேசினாள். ஆண்டாளின் கையைப் பிடித்துக்கொண்டு "எங்க ஆத்துக்கு கட்டாயம் வரணும். நாம நல்ல சிநேகிதிகளா இருக்கலாம்" என்றாள். ஆண்டாளும் "நிச்சயமா. ஒங்கள மாதிரி சிநேகிதியைத்தான் நான் தேடிண்டு இருந்தேன்" என்றாள்.

அந்த ஆண்டு ஆடிக் காற்று சற்று பலம். எல்லார் வாயிலும் மண். இருந்தாலும் பதினெட்டாம் பெருக்குக்குப் பிராமணக் குடும்பங்கள் தாமிரபரணி கரைக்குச் சாப்பாடுக் கூடைகளைத் தூக்கிக் கொண்டு சென்றன. ஆற்றில் தண்ணீர் கரை மீறாமல் ஓடியது. வேடிக்கை பார்க்கும் குளுவக் குழந்தைகளைத் துரத்திக்கொண்டே பெண்கள் இலைகளைப் பரத்தினார்கள். அரிசிச்சோறு பல வண்ணங் களில் பல சுவைகளை ஈர்த்துக்கொண்டு இலைகளில் விழுந்தது. புளியோதரை, எலுமிச்சை சாதம், தேங்காய் சாதம், சக்கரைப் பொங்கல், கத்திரிக்காய் சாதம், எள்ளோதரை, தயிர் சாதம். தொட்டுக் கொள்ள உளுந்து அப்பளம், அரிசி அப்பளம், மாவடாம், கூழ் வத்தல், கொத்தவரைக்காய் வத்தல், பூசணிக்காய் வத்தல், பாகற்காய் வத்தல், மோர் மிளகாய், மாவடு, தொக்கு, எலுமிச்சங்காய் ஊறுகாய், நாரத்தங்காய் ஊறுகாய். தேவாமிர்தம். மணல் துகள்கள் விரவிய தேவாமிர்தம்.

பொன்னாவுக்குப் பழைய ஆடிப்பெருக்கு ஒன்று நினைவிற்கு வந்தது. இரட்டை மாட்டு வண்டியில் அவர்கள் அதிகாலையிலேயே நாங்குனேரியிலிருந்து புறப்பட்டுவிட்டார்கள். பாளையங்கோட்டை தாண்டி ஆற்றோரம் இடதுபுறமாக இறங்கும் சாலையில் சிறிய,

அழகிய கிருஷ்ணன் கோவில். கோவிலைப் பார்த்துக்கொள்ளும் ஐயங்கார் அவளுக்குத் தூரத்து உறவு. கோவிலோரமாக இருக்கும் படிகளில் இறங்கி இரு குடும்பங்களும் ஆற்றங்கரைக்கு வந்தன. பொன்னா சுத்தமான இடம் ஒன்றைத் தேர்ந்தெடுத்து ஒரு துணி விரிப்பைப் பரப்பினாள். மடப்பள்ளி மணமேறிய சித்திரான்னங்கள். நம்மாழ்வாரும் கோவில் ஐயங்கார் குழந்தைகளும் பச்சைக் குதிரை, கீச்சுக்கீச்சுத் தாம்பாளம் விளையாடினார்கள். சிறிது நேரத்தில் தலை முழுவதும் பேனாய் அரிக்கும் மணல். இருட்டில் நதி மறையும் வரை கரையிலேயே பெரியவர்கள் உட்கார்ந்திருந்தார்கள். அதிகம் பேசாமல் ஒருவரை ஒருவர் பார்த்துச் சிரித்துக்கொண்டு.

பிறகு வர மறுக்கும் குழந்தைகளை இழுத்துக்கொண்டு தடுமாறிக் கொண்டே படியேறினார்கள். பொங்கி வழியும் சந்தோஷம்.

நம்மாழ்வாரும் பட்சியும் பெரிய கூடை ஒன்றில் வேண்டியதை எடுத்துக்கொண்டு ஆற்றங்கரைக்குச் சென்றுவிட்டார்கள். பொன்னாவின் ஆடிப்பெருக்கு மொட்டை மாடியில். அழகிய, சிறிய பனை ஓலைத் தொன்னைகளில் சித்திரான்னங்களை நிரப்பினாள். காக்கை களைக் காணோம். பல இடங்களில் அவற்றிற்கு விருந்து. ஆண்டாளை யும் காணோம். பெண்ணுக்காகப் பொன்னா வெகு நேரம் காத்துக் கொண்டிருந்தாள். சூரியன் மறையும்வரை பச்சை ததும்பி வழியும் வயல்களையே பார்த்துக்கொண்டிருந்தாள். பின் மெதுவாகப் பெரு மாளைச் சேவிக்க கீழே இறங்கினாள். தொன்னை உணவுகள் இரவு முழுவதும் கெடாமல் இருந்தன. சூரியன் வந்த பிறகு காய ஆரம்பித் தன. காக்கைகள் தொன்னைகள் பக்கம் வரவில்லை. மொட்டை மாடிக்குத் திரும்ப யாரும் வரவில்லை.

பொன்னா ஆண்டாளின் முடிவை மாற்ற என்னவெல்லாமோ செய்து பார்த்தாள். காலிமனையைத் தோட்டமாக மாற்ற இரண்டு ஆட்களை அமர்த்தி தன் பெண்ணை மேற்பார்வையிடச் சொன் னாள். திருநெல்வேலியைச் சுற்றியிருந்த நவதிருப்பதிகளுக்கும் அவளை அழைத்துச் சென்றாள். நம்மாழ்வாரை அவளிடம் பேசச் சொன்னாள். ஐயர் மாமியிடம் முறுகலாக எண்ணெய் மின்னும் மெல்லிய அடை செய்யக் கற்றுக் கொண்டாள். ஐயங்கார் அடை பருமனாக இருக்கும். ஆண்டாளுக்கு அவ்வளவாகப் பிடிக்காது. நம்மாழ்வாரை அவளுக்கு புத்தி சொல்லச் சொன்னாள்.

ஆண்டாள் ஒரு நாள் சாப்பிடுவதை நிறுத்திவிட்டாள். பட்சி நாங்குனேரியில் அவளைக் கொண்டு விட்ட பிறகு பாட்டியைச் சமைக்கச் சொல்லிச் சாப்பிட்டாள். பசியை அடக்குவது அவளுக்குக் கடினம்.

அந்த ஆண்டு பருவமழை நாங்குனேரியையும் தொட்டது. குளம் நிரம்பியிருந்தது. வீட்டுக் கிணற்றில் குனிந்தே தண்ணீர் எடுக்கலாம். அவ்வளவு கிட்டத்தில் தண்ணீர். தோட்டத்தைச் சீராக்க வேண்டும். அதற்கு முன்னால் வீட்டை ஒழுங்கு செய்ய வேண்டும். பொன்னா இல்லாததால் வீடு முழுவதும் குப்பை. கிழவர்கள் வாழும் வீடுதானே.

வீட்டை ஒழுங்காக்குவதற்கு ஆண்டாளுக்கு ஒரு வாரம் எடுத்தது. பின்னால் உள்ள ஒரு தட்டுமுட்டுச் சாமான்கள் போடும் அறை ஒன்று பாக்கி. உள்ளேயே நுழைய முடியாத அளவுக்கு, உடைந்த நாற்காலிகளாலும், கிழிந்த நார்க்கட்டில்களாலும், முக்காலிகளாலும், மரத் துண்டுகளாலும் அது நிரப்பப்பட்டிருந்தது. ஆண்டாள் அதிக சிரமப் பட்டது அந்த அறையைச் சுத்தம் செய்வதற்குத்தான். மூன்றாவது நாள் வேலை எல்லாம் முடிவடையும் நேரத்தில் ஆண்டாளின் காலில் ஏதோ கடித்தது. கடித்தது பாம்பு என்று ஆண்டாள் திடமாக நம்பினாள். ஒரு கணம்தான் பார்த்திருப்பாள். அதற்குள் அவளைக் கடித்தது வேகமாக ஓடி பூமியின் வயிற்றுக்குள் புகுந்துகொண்டது. பாம்பாட்டி எவ்வளவு முயன்றும் அதை வெளியில் கொண்டு வர முடியவில்லை.

காலில் பல் பதிந்த தடம் சரியாகத் தெரியவில்லை. ஆனால் அவளுக்கு வயிற்றைப் புரட்டிக் கொண்டு வந்தது. சுரம் வேறு அடித்தது. சமையற்காரரைக் கூப்பிட்டு விஷம் இறக்குபவரை வரச் சொன்னாள். காலில் ஒரு துணியை இறுக்கக் கட்டிக் கொண்டு காத்திருந்தாள்.

விஷக்கடி வைத்தியன் விரிந்த தோள்களுடைய ஓர் ஐயர் பையன். பதினெட்டு வயது இருக்கும். கிணற்றுக்கு நேராகப் போய்க் குளித்து விட்டு ஈரத்துணியுடன் ஆண்டாளிடம் வந்தான். துணியைப் பிரித்து கடிபட்ட இடத்தைப் பார்த்தான். கத்தியால் கீறி ரத்தத்தை வழிய விட்டான். அந்த இடத்தில் வாயை வைத்து ரத்தத்தை உறிஞ்சினான். மூன்று நான்கு தடவை அவ்வாறு செய்தபின் உறிஞ்சிய ரத்தத்தை முற்றத்து ஓடையில் துப்பினான். வாயைக் கொப்பளித்துவிட்டு மறுபடியும் ஆண்டாளிடம் வந்தான். அவள் காலை நன்றாக அலம்பி கடிவாயின் மேல் விபூதியைத் தடவினான். அவளுக்கு வெகு அருகே உட்கார்ந்து சில மந்திரங்களைத் தெளிவாக உரத்த குரலில் ஜபித்தான்.

"பயப்படறத்துக்கு ஒண்ணும் இல்லை. விஷம் இறங்கிடுத்து. ஒரு வாரம் அசையப்டாது. நானும் தினமும் வந்து பாத்துக்கறேன். ஆத்துக்கு போய் இப்பொ ஹலாஹலத்தை சாப்டவருக்கு, அந்த நீலகண்டருக்கு ஒரு பூஜை செய்யணும்."

ஆண்டாளுக்குச் சுரம் இறங்க ஒரு வாரம் எடுத்தது. காலின் வீக்கம் வற்றுவதற்கு ஒரு மாதம். கடைசியில் அவள் குணமானது அவளது ஆரோக்கியத்தால். அல்லது கடி ஆழமாக இல்லாததால். அல்லது கடித்தது விஷப்பாம்பாக இல்லாததால். அல்லது விரிந்த தோள்களை உடைய விஷக்கடி வைத்தியனின் மந்திரங்கள் அந்த விஷாபஹர ணனின் காதில் விழுந்ததால்.

பெண்ணுக்குப் பணிவிடை செய்ய வந்த பொன்னாவிடம் ஆண் டாள் சிடுசிடுவென்று விழுந்தாள். கேட்ட கேள்விகளுக்குப் பதில் கிடையாது. அல்லது ஏன் கேட்டோம் என்று நினைக்கத் தோன்றும் பதில். இந்த மாற்றத்துக்குக் காரணம் ஏன் என்று பொன்னாவுக்குப்

புரியவில்லை. அவள் மௌனமாக இருக்கக் கற்றுக்கொண்டாள். மௌனம் ஆண்டாளின் சீற்றத்தைக் குறைத்தது. மாற்றவில்லை.

6

பொன்னாவுக்குப் பேச ஆள் கிடைத்தாயிற்று. கிருஷ்ண ஐயங்காரை மேலேயிருந்து அவர் மனைவி சீக்கிரம் வரச் சொல்லிப் பணித்திருக்க வேண்டும். அவர் பழைய மாதிரி பேச ஆரம்பித்து விட்டார். திடீரென்று பொன்னாவைப் பெயர் சொல்லிக் கூப்பிட்டார். "உனக்கு ஒரு விஷயம் தெரியுமோ பொன்னா. என் குடும்பத்து ஆம்பிள்ளைகள் எல்லாம் ஆசுரப் பிரக்ருதிகள். பொண்டாட்டிய பாடா பாடுபடுத்தறதில பேர் போனவா."

மாமனார் இவ்வளவு வார்த்தைகள் பேசிப் பல நாட்கள் ஆகிவிட்டன. துக்கம்கூட அவரது வாயைத் திறக்கவைக்க முடியவில்லை. ஆண்டாள் விதவையானபோது மாடிக்குச் சென்றவர் காரியமெல்லாம் முடிந்த பிறகு கீழே இறங்கினார். ராமன் போனபோது தொண்டையிலிருந்து ஒரு கேவல். அவ்வளவுதான்.

"ஏன் அப்படிச் சொல்றேள் அப்பா? என்னோட ஆத்துக்காரர் என்னை நன்னாத்தான் வச்சுண்டிருந்தார்."

"அதனாலதான் பெருமாள் அவனைச் சீக்கிரம் கூப்டுண்டுட்டார் போலிருக்கு. எங்க அப்பா என்னோட அம்மாவைக் கட்டையாலயே அடிப்பர். எத்தனை நாள் அவ அடிச்ச இடத்தில தைலத்த தடவிக் கறதப் பாத்திருக்கேன். எங்க தாத்தா பாட்டி தலையை சுவரிலயே மோதுவர். அதனால அவளுக்கு ஒண்ட்ரைக் கண் ஆயிடுத்து. என்னைப் பத்தித்தான் உனக்குத் தெரியுமே."

"நீங்க அம்மாவைக் கண்ணுக்குள்ள வைச்சு இமையால மூடினேள்னு எல்லாருக்கும் தெரியும். எங்க ஆத்துக்காரர்..." பொன்னாவால் கண்ணீரைக் கட்டுப்படுத்த முடியவில்லை. "எங்க ஆத்துக்காரர் ஒரு சுடுசொல் சொன்னது கிடையாது, அடிக்கிறதாவது."

"நீ சொல்றது சரியாகவே இருக்கட்டும். ராமன் குழந்தைகள் என்னைக் கொள்ளலாம். ப்ராரப்த கருமம்னா என் அப்பாவையோ தாத்தாவையோ கொள்ளலாம். நான் உங்கிட்ட ஒரு சத்தியம் வாங்கிக்கணும்."

"சொல்லுங்கோ."

"நான் நகையெல்லாம் எங்க வச்சுருக்கேன்னு சொல்றேன். நீ அதை வித்துக்கணும்னா வித்துக்கோ. வச்சுக்கணும்னா வச்சுக்கோ. ஆனா உனக்கு பிற்காலம் மிச்சம் இருக்கற நகையெல்லாம் உன் மாட்டுப் பொண்களுக்குத்தான் போகணும். அவா கையில கொஞ்சம் பசை இருந்தாத்தான் புருஷன்காரன் மதிப்பன்."

மடியிலிருந்த பழைய சாவிக்கொத்திலிருந்து ஒரு பெரிய சாவியை பொன்னாவைக் கழற்றச் சொன்னார். பொன்னா நினைத்த மாதிரியே நகைகள் பக்கத்து வீட்டு அறை ஒன்றில் தரையில் ஒரு எஃகுப்

பெட்டியில் இருந்தன. அபூர்வமான நகைகள். கிருஷ்ண ஐயங்காரும் அவரது முன்னோர்களும் போக வெறிபிடித்த ஜமீந்தார்களிடமிருந்தும் கோர்ட்டு வாசல்களிலேயே தவம் கிடக்கும் நில உடைமையாளர்களிடமிருந்தும் சேர்த்தவை. பொன்னா நகைகளைப் பற்றியோ மாமனாருக்குக் கொடுத்த வாக்கைப் பற்றியோ யாரிடமும் சொல்லவில்லை. ஆனால் கொடுத்த வாக்கை அவள் கடைசிவரை மீறவில்லை.

கிருஷ்ண ஐயங்காரின் மரணம் எதிர்பார்த்ததுதான். இறப்புச் சடங்குகளின் இன்னொரு சுற்று. அந்தச் சுற்றிலிருந்து பொன்னா வெளியே வந்தபோது ஆண்டாள் அவளிடமிருந்து வெகுதூரம் சென்றிருந்தாள். அவளை ஓடிப் பிடிப்பதற்கு பொன்னாவிடம் வலு இல்லை.

அவளுக்கு அடைக்கலம் தந்தது திருவாய்மொழி. பிரிவையும் ஜீவாத்மாவின் ஏக்கத்தையும் பேசும் அந்தப் பாசுரங்களை அவள் தினமும் சொல்லுவாள். இப்போது எல்லாப் பத்துக்களும் அவளுக்கு மனப்பாடம். குளிக்கும்போதும், தளிகை செய்யும்போதும், சேவிக்கும் போதும், நினைக்கக் கூடாது என்று எண்ணும் எண்ணங்களை நினைக்கும்போதும் அவள் முணுமுணுப்பது திருவாய்மொழி.

அவளுக்குப் பிடித்த பாசுரம் 'மாலையும் வந்தது மாயோன் வாரான்.' ஒன்பதாம் பத்து. ஒன்பதாம் திருவாய்மொழி.

மாலையும் வந்தது மாயன் வாரான்;
மாமணி புலம்ப வல் ஏறு அணைந்த
கோல நல் நாகுகள் உகளும், ஆலோ!
கொடியன குழல்களும் குழறும், ஆலோ!
வால் ஒளி வளர் முல்லை, கருமுகைகள்,
மல்லிகை அலம்பி, வண்டு ஆலும், ஆலோ!
வேலையும் விசும்பில் விண்டு அலறும், ஆலோ!
என் சொல்லி உய்வன் இங்கு – அவனை விட்டே?

உய்வது காணாத தொலைவில். பாசுரங்கள் உசுப்பிவிட்டவை அவள் உள்ளே வெகு நாட்களாகத் தூங்கிக்கொண்டிருந்தவைகளை. ஆண்களை அவள் இப்போது மதிப்பிடத் தொடங்கினாள். அவர்கள் தேகத்தின் கந்தத்திலிருந்தே அவளுக்கு யார் என்று சொல்ல முடிந்தது – கற்பூர வாசம் வீசும் அர்ச்சகர், கற்றாழை வாசம் வீசும் பாட்டக்காரர், கள் வாசம் வீசும் பனையேறி நாடார். ஆண்டாளின் விஷத்தை இறக்கிக்கொண்டிருக்கும் இளைஞனின் வாசம் என்ன என்று மதிப்பிட அவள் அருகில் அவன் வரவில்லை. பேரிளமை. அதன் மயக்கத்தில் தாய் இரங்குவதாகக் கூறும் நம்மாழ்வாரின் பாசுரங்கள்கூட அவளைத் தன் மகளின் நிலைமையை நினைக்கத் தூண்டவில்லை.

7

அவள் பெயர் இசக்கி. பாம்படம் அணிந்திருந்த காதுகள் இப்போது நடக்கும் போது தோள் தொட்டு ஆடிக்கொண்டிருந்தன. பல

ஆண்டுகளாக உண்டியல் கடைக்காரர் வீட்டில் உழைப்பு. ஆண்டாளும் பொன்னாவும் ஒதுங்கும்போது அவள்தான் துணைக்காகப் பின்கட்டில் படுத்துக்கொள்வாள். தூங்கினால் குறுக்கில் குத்தித் தான் எழுப்ப முடியும். சன்னமான சப்தங்களை அவள் பொருட் படுத்துவது இல்லை.

அவள் சன்னமான சப்தங்களுக்காகக் காத்துக்கொண்டிருந்தாள். கதவோரங்களின் சப்தம். காலடிகளின் சப்தம். வேகமாகத் துடிக்கும் அவள் நெஞ்சின் சப்தம். புணரத் தவிக்கும் அவன் சுவாசத்தின் சப்தம்.

அவன் சொன்னவாறு வந்துவிட்டான்.

மூச்சு கன்னத்தைச் சுட அவனது உதடுகள் அவள் காதோரம் இறங்கின. மென்மையான தோலில் தைக்கும் மூன்று நாள் தாடி முட்கள். ஒரு கை ரவிக்கையின் முடிச்சுகளைத் அவிழ்த்தது. மற்றது கீழே தேடியது. அவளறியாமல் அவள் எழுப்பிய குரல் அவளே இதுவரை கேட்டிராதது. அவனை காலோடு கால் சேர்த்து அணைத்துக்கொண்டாள். அவன் கை அவளுடைய கைக்கு வழிகாட்டியது.

அவள் அவனிடமிருந்து விலகி எழுந்து உட்கார்ந்தாள்.

"போ, இது எனக்கு வேண்டாம்."

அவனுக்குக் குழப்பம். மேலும் அவனை உக்கிரப்படுத்த அவள் ஆடும் நாடகம் என்று நினைத்தான். இருட்டில் அவளைப் பற்றினான். அவள் அவன் நெஞ்சில் கையை வைத்துத் தள்ளினாள். அவளுடைய உதைகள் வலுவானவை. போராட்டத்தின் மையத்தில் இருந்த அவர்கள் இருளை மங்கலான வெளிச்சம் துளைப்பதை முதலில் கவனிக்கவில்லை.

பொன்னாவின் தூக்கம் எப்போதும் கலைவதற்குக் காரணங் களைத் தேடிக்கொண்டிருக்கும். அவள் பின்கட்டில் கேட்கும் சப்தம் திருடர்கள் செய்வதாக இருக்க வேண்டும் என்று பிரார்த் தித்துக் கொண்டே எழுந்தாள். ஆனால் திருட்டின் சப்த அலகுகளே வேறு என்பது அவளுக்குத் தெரியும். பல ஆண்டுகள் ஆனாலும் திருடப்பட்ட ஒரு வீட்டில் மறுபடியும் திருடர்கள் வரும் சாத்தியக் கூறுகளும் குறைவு. ஒரு கையில் உருட்டுக் கம்பையும் மற்றொன்றில் அகல் விளக்கையும் எடுத்துக்கொண்டு அவள் பின்கட்டிற்குச் சென்றாள்.

அவன்தான் அவளை முதலில் பார்த்தான். பாய்ந்து கீழே கிடந்த வேஷ்டியைச் சுற்றிக்கொண்டு எழுந்து நின்றான். அவள் தரையிலேயே கிடந்தாள். தலைமயிர் முகத்தை மறைத்திருந்தது. அவனது பயம் அற்புதமாக இருந்தது. உதடுகள் துடிக்க, பரந்த மார்பில் அலைந்துகொண்டிருக்கும் குடுமியை எடுத்துக் கட்ட அவன் முயற்சி செய்துகொண்டிருந்தான். ஒடுங்கிய இடுப்பு இன்னும் ஒடுங்கலாகத் தெரிந்தது. உட்குவிந்த வயிறு. தொய்யத்தொடங்கும் நார்க்கட்டில்.

சுருள் சுருளான, கரிய மயிர் அடர்ந்த மார்பில் இரண்டு பேருக்குத் தாராளமாக இடம் இருக்கும். காம்புகள் காரமேறிய மிளகுகள். ராமனுக்குக் கூடிட்ட மார்பு. இருபுறமும் தொங்கியவை. கசப்பான பாகற்காய்கள்.

அவனது குரல் நடுங்கியது.

"என்ன நம்புங்கோ. இவதான் என்னக் கூப்டா."

பொன்னா ஆண்டாளைப் பார்த்தாள். அவள் தலையை நிதானமாகக் கட்டிக்கொண்டிருந்தாள்.

"ஆமாம். நானேதான் கூப்டேன். அப்படிப் பாக்காதே. ஒண்ணும் நடக்கல்லை. நீதான் நுழைஞ்சுட்டயே."

"நம்புங்கோ. இவதான் வரச்சொன்னா."

பொன்னாவின் பதிலுக்காக அவன் காத்திருந்தான். அவள் அவனைப் பார்த்துக்கொண்டிருந்தாள். திடீரென்று அவளைத் தள்ளிவிட்டு அவன் இருட்டில் ஓடி மறைந்தான்.

பொன்னா தன் மகள் எழுந்து ஓர் ஓரத்தில் சுடும் நெஞ்சோடு பயந்து நிற்க வேண்டும் என்று நினைத்தாள். அவள் கன்னத்தில் நான் அறைய வேண்டும். அவள் தலையை சுவரோடு மோத வேண்டும். மற்ற அம்மாக்களைப் போலக் கத்த வேண்டும். "நீ ஒரு அவிசாரி. ஏன் உயிரோடு இருக்கே?"

ஆனால் ஆண்டாள் நான் அந்த வார்த்தைகளை அவள் மீது துப்ப வேண்டும் என்று எதிர்பார்க்கிறாள். வார்த்தைகள் விழுந்தால் அவள் உயிரோடு இருக்கமாட்டாள். நானும் அவளைப் போலத்தான் என்ற அவளுடைய எண்ணமும் உயிரோடு இருக்காது. ஆண்டாளின் பார்வை அவளைத் தீய்த்தது. பொன்னா தலையைத் தாழ்த்திக் கொண்டாள்.

"நீ நிஜமாவே தூரமா? பொய்தானே?"

"நான்தான் அவனக் கூப்டேன்."

"உள்ள வா. உன்னைத் தொடலாம்."

"என் பக்கத்தில வராதே போ."

"மூளை குழம்பிப் போச்சா உனக்கு? என்ன காரியம் செய்திருக் காய்ன்னு தெரியுமில்லயோ"

"தெரியும். அதான் ஒண்ணும் நடக்கல்லையே. நீதான் மோப்பம் பிடிச்சுண்டு வந்துட்டயே."

"ஆண்டா ஏன் இப்படிப் பேசறே? உள்ள வா. வந்து இசக்கி பக்கத்திலயாவது படுத்துக்கோ."

"உங்கூடப் பேச நான் தயாரா இல்லை. பக்கத்தில வந்தயோ கிணத்தில குதிச்சுடுவேன்."

பொன்னா அகல் விளக்கை அறையின் ஓர் ஓரத்தில் வைத்தாள். அறையை வெளிப்புறமாகத் தாளிட்டுப் பின்கட்டுக்கு வந்தாள். இசக்கி அயர்ந்து தூங்கிக்கொண்டிருந்தாள்.

கூடத்தைக் கடந்து வந்து முன்னறையில் தூங்கிக்கொண்டிருக்கும் சமையற்காரரை எழுப்பலாம் என்று நினைத்தாள். ஆனால் வாசற் கதவைத் திறந்துகொண்டு வெளியில் வந்தாள். நல்ல காற்று. தெருவின் இரு பக்கங்களிலும் கட்டில்களில் போர்த்திக்கொண்டு தூங்கும் உருவங்கள். சில வீடுகளே தள்ளி ஆரம்பிக்கும் கோவிலின் வளாகம். கோபுரம் பின்னால் மின்னும் நட்சத்திரங்கள். கையைக் கூப்பிக்கொண்டு ஏனமாய் நிலம் கீண்ட அவளுடைய அப்பனை வணங்கினாள். "மனதைத் தோண்டுவதை நிறுத்து என் அப்பா."

அவள் தன்னுடைய மகளைப் பற்றி நினைக்க விரும்பினாள். இறந்த கணவனையும் திருநெல்வேலியிலிருக்கும் பிள்ளைகளையும் பற்றி நினைக்க விரும்பினாள். உதடுகள் துடிக்க நின்றுகொண்டிருந்த அவனைக் குடுமியைப் பற்றி மனத்திலிருந்து வெளியே தள்ள விரும்பினாள். ஆனால் அந்த முடியாத இரவில் அவனுடைய அணைப்பின் கதகதப்பு விலக்க முடியாததாக இருந்தது. வாசல் பெருக்கும் சத்தம் வரும்வரை அவள் விழித்திருந்தாள். இசக்கியாகத்தான் இருக்கவேண்டும். என்னைத் தாண்டிப் போனதைப் பாக்கல்லையே. கண் அசந்திருக்கணும். தலையைக் கட்டிக்கொண்டு இன்னுமொரு நாளைத் தொடங்க அவள் பின்கட்டிற்குச் சென்றாள்.

ஓசையிடாமல் தாழ்ப்பாளை நீக்கி உள்ளே பார்த்தாள். ஓரமாக ஆண்டாள் படுத்திருந்தாள். சிறிது நேரம் நின்று பெண்ணுடைய மூச்சின் சீரான ஓசையைக் கேட்டாள்.

ஆண்டாள் எந்தக் கிணற்றில் விழுவதாகப் பயமுறுத்தினாளோ அந்தக் கிணற்றுத் தண்ணீரிலேயே குளித்துவிட்டு வீட்டுக்குள் வந்தாள். இசக்கியை சாம்பிராணிப் புகை போடச் சொன்னாள். புகையில் தலையை நிதானமாக ஆற்றினாள்.

பொன்னா அன்று மாலையே ஆவுடையை வரச் சொன்னாள். தன்னுடைய தேகத்தைப் பற்றிய பிரச்சினைகளை அவள் யாரிடமும் இதுவரை பேசியது இல்லை. ஆனால் அன்று அவளுக்கு வேறு வழி தெரியவில்லை. ஆவுடை ஒரு மருத்துவச்சி.

"கொஞ்ச நாளா நான் நானாகவே இல்லை ஆவுடை. தூங்கும் போது கண்டகண்டதெல்லாம் காணறேன். ஏன் முழிச்சுண்டு இருக்கும்போதே நிலை தடுமாறறது. நீதான் இதுக்கு ஒரு வழி சொல்லணும்."

"அம்மா, உங்கிட்ட இருக்குது புருசன் போனதோடு போகாது. ஆம்பிள்ளைங்களுக்கு வளி இருக்கு. ஊர் மேயலாம். திரும்பக் கட்டிக்கலாம். நாம வேற. பண்ணின பாவத்தினாலதான் பொண்ணா பொறந்திருக்கோம். இருந்தாலும் மருந்து ஒண்ணு சொல்லுதேன். கொத்தமல்லி விதை இருக்குல்லா. கூட ஒரு மருந்து நான் தாரேன். சேத்து ஒண்ணு ரெண்டா அரைச்சுக்கோ. அரைச்சத நெய்யில வறுத்து நெய்யத் தொட்டே நெல்லிக்காய் கணக்கில உருட்டி ஒரு டப்பால போட்டு வச்சுகிட்டு நாளைக்கு விடியாலம் ஒரு உருண்டை சாப்பிடு."

ஆவுடை சொன்னதைப் பொன்னா செய்தாள். ஆண்டாளுக்கும் அந்த மருந்தை ஆவுடையை விட்டுக் கொடுக்கச் சொன்னாள். அதனால் பலன் கிட்டியதா என்று அவளால் சொல்ல முடியவில்லை. ஆண்டாளிடம் கேட்கத் தைரியம் இல்லை. ஒரு நாள் இல்லை என்றால் மறுநாள் என்று வெகுகாலம் அவள் மருந்தைத் தொடர்ந்தாள்.

ஆண்டாளுக்குப் பொன்னாவிடம் பேசாமல் இருக்கமுடியவில்லை. தினத் தேவைகளுக்கு அம்மாவிடம்தான் போக வேண்டும். இரண்டு பேரும் அந்த இரவில் நடந்தது பற்றி மௌனத்தோடு தனித்தனியாக ஒப்பந்தம் செய்துகொண்டார்கள். ஆண்டாள் அழுவது படிப்படியாகக் குறைந்து கடைசியில் நின்றுபோனது. மாதவிலக்கு நிற்பதற்குப் பல வருஷங்கள் முன்னால். பொன்னாவைத் தன் தலையைக் கோதிக் கொடுக்க அவள் அனுமதிப்பதில்லை. தேவைப்பட்டால் இசக்கியின் மடியில் தலையைப் புதைத்துக் கொள்வாள். அம்மா இல்லாதபோது.

ஐந்து

1

கண்ணனுக்கு முகத்தைச் சிறிது நேரம்கூட இறுக்கமாக வைத்துக் கொள்ள முடியவில்லை. பஸ் நிலையத்துக்குப் போகும் வழியில் வாலை வீசியபடியே மாடு ஒன்று சாணி போட்டுக்கொண்டிருந்தது. சாணித் திவலைகளுக்குப் பயந்து கண்ணன் விலகி நம்பிமீது முட்டிக் கொண்டான். இருவருக்கும் சிரிப்பு.

"நான் ஒனக்கு நெருக்கம்னு நீ நினைக்கல்லை."

"உளறாதே. என்னோட தம்பி நீ ஒத்தன்தானே. தலைல களிமண் கூட இல்லாத தம்பி. தங்கை இருக்கா. ராதா. ஆனா அவ குழந்தை. நல்ல மூளை வேற."

"கல்யாணம் பண்ணிக்கப் போறத்தக்கூட என்கிட்ட சொல்ல லாம்னு உனக்குத் தோணல்லை."

"நான் யாரிட்டையும் சொல்லல்லை கண்ணா. அதை ஒரு பெரிய விஷயமாகவே எடுத்துக்கல்லை. தாத்தாட்டக்கூட ஒரு கோடுதான் காட்டினேன். அவர் பிடிச்சுண்டார். இப்பவும் இது கல்யாணமா அவ தாலி கட்டிண்டாளா பதிவு செய்துண்டோமா ஒண்ணும் இல்லை. இது நம்ம குடும்பத்தைப் பொறுத்தவரை என்னோட சொந்த முடிவாத்தான் இருக்கணும்னு நினைச்சேன். கண்ணா இது காதல் இல்லை. எனக்கு அந்த வார்த்தையச் சொல்றத்துக்கே ஏதோ மாதிரி இருக்கு. நீ என்னை உன்னோட praeceptor amoris* மாதிரி நினைக்கற. எங்களுக்கு உனக்கும் உமாவுக்கும் நடந்திண்டுருக்கே அத மாதிரிக் காதல் கத்திச் சண்டை எதுவும் நடக்கல்லை. கல் யாணம் பண்ணிக்கறது இரண்டு பேருக்கும் சௌகரியம்னு பட்டது அதனாலதான் அது நடந்தது. இப்பவும் தாத்தா அன்னிக்கு அவ்வ ளவு சத்தம் போடல்லைன்னா பாட்டி மனத்த கஷ்டப்படுத்தல் லைன்னா இதை இன்னும் கொஞ்சம் தள்ளிப்போட்டிருப்பேன். பாட்டிக்கு உள்ளூர சந்தோஷம். எனக்கு நன்னாத் தெரியும். இன்னும் தள்ளிப் போட்டிருந்தேன்னா தாத்தாவுக்காக நாங்க இந்த முடிவையே மாத்திண்டிருக்கலாம். ஆனா அது அவளையும் என்னையும் பிரிச்சி

* காதல் குரு

ருக்கும். இப்ப பாரு, இரண்டு பேருக்கும் சௌகரியம். ஒண்ணாப் போலாம். ஊர் நாக்கு சலம்பாது."

"ரோஸா. ரோஸாதானே?"

"அவதான். அவ பொண்டாட்டிகளைக் கவனிச்சுக்கறா. நான் புருஷங்களப் பாத்துக்கறேன். தாத்தாவோட கோபம் அவர் சொல்லல்லைன்னாலும் நான் ப்ராமணப் பொண் ஒருத்தியக் கல்யாணம் பண்ணிக்கல்லை எங்கிறதுதான். பாட்டி இந்த விஷயத்தில தேவலை. எவ்வளவு கஷ்டப்பட்டும் அந்த காந்தீயவாதிகிட்ட நான் நல்ல ப்ராமணனா இருக்க விரும்பல்லைன்னு புரிய வைக்க முடியல்லை. உன்னை மாதிரிப் பெயரளவில உப்புக்குச் சப்பாணிப் ப்ராமணனாக் கூட இருக்க எனக்கு முடியல்லை."

"நீ சொல்றது சரியில்லை நம்பி. தாத்தா வேண்டாங்கறத்துக்கு அந்தக் காரணம் இருக்க முடியாது. இவ்வளவு நாள் அவர் கூட இருக்கே. உனக்கு இது புரியல்லையே."

"நீ சொல்றது சரியாவே இருக்கலாம். ஆனா என்னோட காரணம் இதுதான். நானும் ரோஸாவும் இப்ப புருஷன் பொண்டாட்டிங்கறதால எங்களப் பாக்க வரவா இப்போ வேண்டாத கேள்வியெல்லாம் கேட்கமாட்டேங்கறா. கிராமம் கிராமமா நாங்க சேந்து போலாம்."

"என்னதான் சொல்லு. இப்படி மூடி மறைச்சு ஏன் கல்யாணம் பண்ணிண்டிருக்கணும்னு புரியலை. ரோஸா புத்திசாலியாச்சே. அவ எப்படி சம்மதிச்சா?"

"அவ முடிவை எங்கிட்ட விட்டுட்டா. அவளுக்கும் யாரிருக்கா? அவ அப்பா மூணு மாசம் முன்னாலதான் தவறிப் போனார்."

ரோஸா நம்பி தோளுக்குக்கூட வரமாட்டாள். அவளிடம் பெரிய குடும்பத்துப் பிராமணப் பெண்களின் பாங்கு – மிதமான வீட்டு வேலைகளும் பரம்பரையின் நுட்பங்களும் தருவது – இல்லை. ஆனால் விபத்துக்கு முன்னால் உள்ள அதே சுறுசுறுப்பு. ஊன்றுகோல்கள் அவளை அதிகம் தடை செய்வதாகத் தெரியவில்லை. சுருள் சுருளான முடி வளையங்கள் நெற்றி ஓரங்களிலிருந்து கண்களின் விளிம்புகள் வரை வந்து காதுகளின் பின் ஏறி இறங்கின. பெரிய கண்கள். அவற்றை இன்னும் பெரிதாகக் காட்டும் மெல்லிய மைக்கோடுகள். காதில் வளையங்கள். அவள் தன்னை அழகுபடுத்திக்கொள்ளச் செய்த முயற்சிகள் இவை இரண்டும் மட்டும்தான். கருநீலப் புடவை அவளை இன்னும் கறுப்பாகக் காட்டியது. ரவிக்கை தொள தொளப்பால் கைகளில் சுருக்குப் பைகள் செய்தது. கண்ணனைப் பார்த்ததில் அவளுக்கு உண்மையாகவே மகிழ்ச்சி.

"கண்ணன்! ஆச்சரியமா இருக்கே."

"இதைவிட ஆச்சரியம் உங்க காரியம்தான். என்னை மறந்து போய்ட்டீங்க."

“நம்பியைத்தான் உதைக்கணும், கண்ணா. அவன்தான் அவசரப் படுத்தினான். சரி, குடும்ப விவகாரங்கள வாசப்படியில பேசணுமா? உள்ள வா.”

சிறிய ஓட்டு வீடு. மூன்று அறைகள், சமையல்கட்டு, குளியலறை. முன்னறை நோயாளர்களைப் பார்ப்பதற்கு. ஒரு கிராமத்து டாக்டரின் அறை அது. சுவரில் உடலின் பாகங்களைப் பற்றி ஒரு விளக்கப் படம். அறை நடுவில் ஒரு மேஜை, ஒரு நாற்காலி, இரண்டு முக் காலிகள். மருந்துகள் நிரம்பிய அலமாரி ஒரு பக்கச் சுவரை அடைத்தது. மற்றொரு சுவரை ஒட்டி குறுகலான ஒரு பெஞ்சு. சுவரில் சட்டம் போட்ட லெனின் படம். செயின்ட் பீட்டர்ஸ்பர்க் தொழிலாளர்கள் மத்தியில். ஒரு மூலையில் கைகழுவும் பேசின். பக்கத்தில் மூடியுள்ள பிளாஸ்டிக் வாளியில் தண்ணீர். மேஜையின் மீது காந்தியின் மார்பளவு சிலை. பருமனான இரு மருத்துவப் புத்தகங்கள். ஸ்டெதஸ் கோப், ரத்த அழுத்தத்தை அளவிடும் கருவி. இருவரும் மாற்றி மாற்றி நோயாளர்களைப் பார்க்கிறார்கள் போலும். டாக்டரின் நாற்காலி என்று சொல்லக்கூடியது ஒன்றுதான் அறையில் இருந்தது. மற்ற அறைகளில் சுவரும் தரையும் சில பெட்டிகளும் துணிகளைப் போடும் கொடிகளும் மட்டுமே இருந்தன. கூட ரோஸா உட்காருவ தற்குத் தோதாக சில முக்காலிகள். இருவரும் தரையில்தான் தூங்கு கிறார்கள் போலிருக்கிறது. ஓரத்தில் சாத்தப்பட்டிருக்கும் மடக்குக் கட்டில் விருந்தாளிகளுக்காக. குளியலறை பளிச்சென்று இருந்தது. உட்காருவதற்குக் கழிகலன். அருகே சுவரில் ஒரு அழகிய கைப்பிடி பதித்திருந்தது.

ரோஸா கரடுமுரடான பாதைகளைக் கடந்து வந்திருக்கிறாள். நம் கதாநாயகன் அந்தப் பாதைகளைத் தேர்ந்தெடுத்திருக்கிறான். தாத்தா எப்படி நினைத்தாலும் ஜோடிப்பொருத்தம் இதைவிடச் சரியாக அமைந்திருக்க முடியாது. ஆனாலும் கண்ணனால் நம்பி தானே விரும்பி கல்யாணம் செய்துகொண்டான் என்பதை நம்ப முடியவில்லை. வாழ்க்கைச் சக்கரத்திலிருந்து சில அடிகள் தள்ளியே நின்று கொண்டு என்னைப் போல சுழன்றுகொண்டிருக்கும் சாதாரண மனிதர்களுக்கு அறிவுரை சொல்வதற்காகவே அவன் இருக்கிறான் என்று நான் இன்றுவரை நினைத்துக் கொண்டிருந்தேன்.

“சாப்பிட்டுப் போகலாம், கண்ணா.”

“இரு, நம்பி” என்றாள் ரோஸா. “அவன் மட்டன் சாப்பிடுவானா?”

“மறந்தே போச்சே. இன்னும் சைவ சுத்த போஜனம்தான். இல்ல கண்ணா?”

“கவலைப்படாதே. பாட்டி போட்ட இட்லி இன்னும் வயத்துக் குள்ள இருக்கு. ரோஸா, உண்மையைச் சொல்லு. உள்ள வருத்தமா இருக்கு இல்லையா?”

“என்ன சொல்ற கண்ணா?”

“இவனைக் கல்யாணம் செய்துண்டதைப் பத்தி. எனக்குத் தெரிஞ்சு பாட்டியைத் தவிர யாரும் இவன்கிட்ட மூணு நிமிஷம் பேசினாப் போதும். தலையப் பிச்சிப்பாங்க. நீ எப்படி இவனோட இருக்கப் போறயோ.”

“ஓ, அவ்ன் ஒரு ஒரிஜினல் காமிக் ஜீனியஸ்! வா, ஐயர் கடைக்குப் போகலாம். தவலை வடை கிடைக்கும்.”

நம்பியுடன் நான் வந்த காரியத்தைப் பற்றிப் பேச முடியாது. ரோஸா அவன் வாழ்க்கையில் வந்தபின் முடியவே முடியாது. உமா ஐயராக இருக்கலாம். இருந்தாலும் பிராமணப் பெண். நம்பியிடம் எங்கள் ஐயர் – ஐயங்கார் ஜோடி தெருவை அலற வைக்கும் என்று சொன்னால் சிரிப்பான். உமாவைப் பற்றிய முடிவை நானே எடுத்துக் கொள்ள வேண்டும்.

2

பெரிய பாட்டியின் கையைப் பிடித்துக்கொண்டு நம்பி பள்ளிக்கூடம் போகும்போதெல்லாம் அவள் சொல்லுவாள்: “நம்பி, நீ நல்லாப் படிச்சு டாக்டர் ஆகணும். பெரிய பாட்டிக்கு நீதான் வைத்தியம் பாக்கணும். நீ படிச்சு வர வரை நான் உயிரோட இருந்தா.” நம்பி பெரிய பாட்டி சொல்வதை ஒரு பொருட்டாகவே எடுத்துக்கொள்ள வில்லை. ஆனால் அவனுடைய ஆசிரியரும் அதையே சொன்னார். வேறு விதமாகச் சொன்னார்.

ஐசக் தேவயிரக்கம் ஒரு அருமையான ஆசிரியர். ஆண்களை விரும்பும் ஆசிரியர். அவர் கிருஷ்ண ஐயர் பள்ளியில் எப்படிச் சேர்ந்தார் என்பது புரியாத புதிர். ஆனால் நம்பி அந்தப் பள்ளியை விட்டுப் போகும்வரை அங்குதான் இருந்தார். அவர் தற்கொலை செய்துகொண்டது நம்பி மருத்துவக் கல்லூரியில் படித்துக் கொண் டிருந்தபோது.

கிருஷ்ண ஐயர் ஹிந்து எலிமெண்டரி ஸ்கூல் திருநெல்வேலி யிலேயே மோசமான பள்ளி. சுவர்கள் வெள்ளை காணாத, தூறல் வந்தால் விடுமுறை அளிக்கும் பள்ளி அது. கிருஷ்ண ஐயர் இந்தப் பள்ளியை நிறுவியதற்கு இரண்டு காரணங்கள் உண்டு என்று பட்சி சொல்வார். ஒன்று சிறுவர்களின் அறியாமையை நீக்குவதற்காக. இது ஊருக்குச் சொன்ன காரணம். இரண்டு – இது உண்மையான காரணம் – எந்த வேலைக்கும் தகுதி இல்லாத தனது மைத்துனர்க ளுக்கு வேலை கொடுப்பதற்காக. நம்பி அந்தப் பள்ளிக்குச் சென்ற காரணம் அது பட்சியின் வீட்டிற்கு சில வீடுகள் தள்ளியிருந்தது. மணியடித்தவுடன் வீட்டிலிருந்து புறப்படலாம். தண்ணீர் குடிக்க வீட்டுக்கு வரலாம். பொன்னா தினமும் பல தடவைகள் பள்ளிக்குச் செல்வாள். கொள்ளுப்பேரன் ஞாபகம் வந்தால் போதும்.

கிருஷ்ண ஐயரின் சொந்தக்காரர்கள் ஓய்வில் செல்வதாகவே தெரியவில்லை. வகுப்புகள் நடக்கும் சமயத்தில் சிறு தூக்கங்கள்.

மதிய உணவு சமயங்களில் மகிழ்வுடன் விழித்துக்கொள்ளுதல். குழந்தைகள் நினைத்ததைச் செய்தார்கள். ஐசக் வேறு மாதிரி. கூச்ச சுபாவம். பையன் தேறக்கூடியவன் என்று நினைத்தால் அருகில் அமர்த்திக்கொண்டு அவன் தொடைகளைத் தடவி விட்டுக் கொண்டே அவனுக்குப் புரியும் வகையில் தமிழையும் ஆங்கிலத்தை யும் விஞ்ஞானத்தையும் சொல்லிக்கொடுப்பார். ஆழமான படிப்பு அவருடையது. அதை மாணவர்களுடன் பகிர்ந்துகொள்ளும் ஆர்வ மும் திறமையும் அவரிடம் இருந்தது. தொடைகளில் அவர் கைகளின் பிரயாணம் அதிக தூரம் போகாது. பையன் சிணுங்கினால் போதும், கைகளை எடுத்துவிடுவார். வன்முறைக்கும் அவருக்கும் வெகு தூரம். மாணவர்களும் பெற்றோர்களிடம் அவரைப் பற்றிக் குறை கூறுவது இல்லை.

நம்பி அவரிடமிருந்து தள்ளியே அமர்ந்திருப்பான். ஆனால் கேள்விமேல் கேள்வி கேட்பான். உடலின் பாகங்களைப் பற்றி விரிவாக அறிய அவனுக்கு ஆசை. "எனக்குத் தெரிஞ்சது இவ்வளவு தாம்பா. மேல தெரியணும்னா அனாடமிஸ்டா ஆகு" என்றார் ஐசக்.

"அனாடமிஸ்டுன்னா யாரு?"

"ஒரு நாள் காட்டறேன் வா."

அவருக்குத் தெரிந்த டாக்டர் நண்பர் ஒருவரின் அறைக்கு நம்பியை அழைத்துச் சென்றார். அவரது வரவேற்பு அறையில் ஓர் ஓவியத்தின் பதிவு மாட்டப்பட்டிருந்தது.

"The Anatomy Lesson of Dr Tulp. இதுதான் இந்தப் பெயிண்டிங் கோட பெயர். வரைஞ்சவர் ரெம்ப்ராண்ட். ரொம்பப் பெரிய பெயிண்டரப்பா. டச்சுக்காரரு. இது ஹேகில மாரிட்ஸ் ஹௌஸில இருக்குன்னு நினைக்கறேன். சரியா தெரியல்ல. பெரியவனானா அங்கல்லாம் போக வேண்டாமா."

அந்த ஓவியம் ஒரு மருத்துவரின் வரவேற்பு அறையில் இருக்கத் தகுதியில்லாதது. நோயாளிகளை அது பயமுறுத்தியது. அவர்கள் அந்த ஓவியத்தை நிமிர்ந்துகூடப் பார்க்க மாட்டார்கள். மருத்துவரது நண்பர்கள் பல முறை சொல்லியும் அவர் அதைக் கழற்றவில்லை. அது ஒரு அதிர்ஷ்டத் தாயத்து என்று அவர் நம்பினார்.

ஓவியத்தில் தல்ப் ஒரு மனிதனின் கையை அறுத்து அதனுடைய பாகங்களை தனது மாணவர்களிடம் விளக்கிக்கொண்டிருந்தார். சுற்றி மாணவர்கள். நம்பியைக் கவர்ந்தவன் இறந்த மனிதன். உடற்கூறியல் ஆசிரியரைக் காட்டிலும், ஆழ்ந்து கவனிக்கும் மாணவர் களைக் காட்டிலும் உயிர்ப்பு அந்த மனிதனிடம்தான் அதிகம் இருப்பதாக அவனுக்குப்பட்டது. இது உண்மையாகவே பிணமா?

"நானும் பெரியவனானா இப்படி அறுக்கலாமா?"

"நிச்சயமா. ஆனா செத்தவங்களத்தான்."

சிறிய வயதில் செய்த முடிவு. பள்ளி இறுதிக்குப் பின்னும் அவன் மறக்கவில்லை. தாத்தா வக்கீலுக்குப் படி என்று சொல்லிப் பார்த்துத் தோல்வியடைந்தார். அவன் மருத்துவம் படிக்க வேண்டும் என்று நிச்சயம் செய்த பின் மருத்துவக் கல்லூரியில் சேர்வது கடினமாக இல்லை. அவனது மதிப்பெண்கள் அவ்வாறாக இருந்தன.

ரோஸாவின் தந்தை வயலில் கூலி வேலை செய்துகொண்டிருந் தார். குத்தகைக்காரர்கூட அவரிடம் அடா புடா என்று பேச மாட்டார். அசாத்தியமான தன்னம்பிக்கை. தன்னுடைய மகளின் புத்திக்கூர்மையை மதித்து அவளை நன்றாகப் படிக்க வைக்க வேண்டும் என்ற ஒரே எண்ணத்தில் மனைவி இறந்த பின் மறுமணம் செய்துகொள்ள மறுத்துவிட்டார்.

அவர் கம்யூனிஸ்ட் கட்சியின் பழைய உறுப்பினர் என்றாலும் ரோஸாவுக்கு தனது தந்தையைப் பாடகனாகத்தான் பார்க்க முடிந்தது. திருக்குறுங்குடி நம்பி கோவிலில் கார்த்திகைத் திருநாள் தோறும் தன்னுடைய மூதாதைகளில் ஒருவரான நம்பாடுவான் கதையைப் பாடுவார் அவர்.

நம்பாடுவான் ஒரு பாணர். நம்பி பக்தர். ஒரு நாள் கோவிலுக்கு வரும்போது பிரம்ம ராக்ஷசன் பிடித்துக்கொண்டான். பாணர் திரும்பி வந்து உணவாகிறேன் என்று சொன்னதும் அவருடைய சொல்லை மதித்துவிட்டான். கோவிலுக்கு உள்ளே நம்பாடுவானால் போக முடியவில்லை என்றாலும் கடவுள் தன் கொடிமரத்தை ஒரு பக்கமாக விலக்கி அவர் தரிசிக்க வழி செய்தார். நம்பாடுவான் திரும்பப் பிரம்ம ராக்ஷசனிடம் வந்தார். ஆனால் அவனுக்குப் பசி சுத்தமாக அடங்கிவிட்டது. நம்பாடுவானை அவன் போ போ என்று சொல்லியும் அவர் போக மறுத்தார். கடைசியாக நம்பி எம்பிரானே நேரில் வந்து சமரசம் செய்ய வேண்டியது ஆயிற்று. பிரம்ம ராக்ஷசனுக்கு சாபம் நீங்கி மனித உருவம். பிராமண மனித உருவம்.

ரோஸாவுக்கு இந்தக் கதை பிடிக்கவில்லை. அவள் தந்தையிடம் கேட்டாள்: "நம்பிக்கு நம்பாடுவான் மேல அவ்வளவு பிரியம்னா அவரை உள்ள ஏன் கூப்படல்லை? பிராமணங்கிட்ட கடவுளுக்கு பயம் அதிகம் போல தெரியுது. இந்தக் கதை என்ன சொல்லுதுன்னா பிராமணன் உன்னை எப்படியும் முழுங்கிடுவான். மனுச வடிவிலயோ அல்லது பிரம ராட்க்ஷசனாவோ. கடவுள் எப்பதாவது குறுக்க வந்தாத்தான் நாம தப்ப முடியும்."

அவளுக்குச் சுருங்கிய கண்களுடன் அவள் வீட்டுச் சுவரிலிருந்து சிரிக்கும் ஸ்டாலினைப் பிடிக்கும். கம்யூனிஸ்ட் கட்சிக் கூட்டங்களுக் கெல்லாம் தவறாமல் தந்தையுடன் போவாள். ஆனால் கட்சியில் சேரவில்லை.

அவள் பள்ளி இறுதி முடித்ததும் உள்ளூர் கம்யூனிஸ்டுகள் அவள் மருத்துவம் படிக்க வேண்டும் என்று தீர்மானித்தார்கள். ஓர் ஆண்டு இடைவெளி இருந்தும் – அவள் புகுமுக வகுப்பில் ஓர் ஆண்டு

படித்தாள் – அவர்களால் அவள் படிப்புக்குப் பண வசதி செய்து கொடுக்க முடியவில்லை. கடைசியில் ஒரு கத்தோலிக்க பாதிரியார் தான் பல இடங்களுக்கு அலைந்து அவளுக்கு உதவித்தொகைக்கு வழி செய்தார். படித்து முடிந்ததும் நகரங்களைத் தேடி ஓடமாட்டேன் என்று அவளிடமிருந்து ஓர் உறுதிமொழி வாங்கிக்கொண்டார்.

ரோஸா சேர்ந்தபோது நம்பி மருத்துவக் கல்லூரியில் கடைசி ஆண்டு படித்துக்கொண்டிருந்தான். கல்லூரியில் எல்லோருக்கும் அவனைத் தெரிந்திருந்தது. காற்றே இல்லாத, சூரியனின் வெப்பம் ஆளையே உருக்கும் ஒரு நாளில் ரோஸா தொண்டை வறண்டு தொப்பலாக வியர்வையில் நனைந்துகொண்டு நம்பியைச் சந்திக்கச் சென்றாள். தோழர்கள் அவனைப் பற்றிச் சொல்லியிருந்தார்கள் ஒரு வித்தியாசமான பார்ப்பான் என்று.

"உள்ள வரலாமா, சார்?"

"வாங்க, வாங்க. அதென்ன 'சார்'? என்னை நம்பின்னே கூப்பிடுங்க. இப்படி வேர்வைல குளிச்சிருக்கேங்களே. ஒரு துண்டு கொண்டு வரேன்."

மின் விசிறியின் கீழ் ஒரு நாற்காலியைப் போட்டு அவளை உட்காரச் சொன்னான். திரும்பி வரும்போது ஒரு கையில் துண்டும் மறு கையில் ஒரு தம்ளரும் இருந்தன.

"குடிங்க. சர்பத்து."

ரோஸா முதல் முறையாகத் தோரணை இல்லாத சீனியரை, அதுவும் படிப்பில் புலி என்று பெயர் பெற்ற சீனியரைப் பார்க்கிறாள்.

"சாரி, ஐஸ் இல்லை. சர்பத்து சூடாத்தான் இருக்கும். உங்க பேரையே கேட்க மறந்திட்டேனே."

"ரோஸா. எனக்குத் திருக்குறுங்குடி பக்கம். நீங்க நாங்குனேரின்னு சொன்னாங்க."

"ரோஸா. வித்தியாசமான பேரா இருக்கே. ரோஜா ரோசாவா மாறி மறுபடியும் ரோஸாவா ஆயிருக்கு. சரிதானே?"

"இல்லை." ரோஸா சிரித்தாள். அவள் உதடுகள் கரிந்து வெடித் திருந்தன. ஆனால் அவள் பற்கள் வெண்மையோடு வரிசை. ஈறுகள் ஆரோக்கியமான இளஞ்சிவப்பு.

"நான் பொறந்த கொஞ்ச நாளில என் அப்பா ஒரு கம்யூனிஸ்ட் தலைவர்கிட்ட என்னைத் தூக்கிட்டுப் போனாரு. அவரு கொடுத்த பேரு இது. ரோஸா லக்ஸம்பர்க் ஞாபகார்த்தமா."

"தம்பி இருக்கானா? பேர் கார்ல் லைப்னெக்ட் இல்லையே?"

ரோஸா மறுபடியும் சிரித்தாள். "நான் ஒரே பிள்ளைங்க."

"நானும்தான். எனக்குச் சம்பிரதாயமா உங்க ஊரு பெருமாள் பெயர். எல்லாக் கோயிலுக்கும் போயிட்டு கடைசில பக்கத்திலிருக்கற உங்க ஊரு மலை நம்பி கோவிலுக்குப் போனப்புறம் நான் பிறந்தேனாம்."

ரோஸாவுக்கு நம்பியிடம் ஈர்ப்பு இருந்தது. நம்பியும் நகரங்களுக்குப் போக விரும்பவில்லை என்பதை அவள் தெரிந்துகொண்டாள்.

அவள் படித்து முடிக்கும்வரை அவன் காத்திருந்தான். இருவரும் சேர்ந்து திருக்குறுங்குடி அருகில் ஒரு சிறிய மருத்துவமனை அமைத் தனர். பொன்னா நம்பியின் பெயரில் ஐம்பதாயிரம் ரூபாய் வைப்புத் தொகை போட்டிருந்தாள். அதற்கு மாதம் வட்டி ஐநூறு ரூபாய். நம்பி ரோஸாவுக்கு இருநூறு ரூபாய் சம்பளம் கொடுத்தான். நோயாளிகளி டம் அவர்கள் எதுவும் வாங்குவதில்லை. கேட்காமல் கொடுப்பதெல் லாம் மருந்து வாங்குவதற்கு உதவின. நாங்குனேரியிலிருந்து மோட் டார் சைக்கிளில் அவன் தினமும் வருவான்.

தமிழ்நாட்டிலேயே கொலைகள் அதிகம் விழும் பிரதேசம் அது. சண்டையென்றால் முந்திக்கொண்டு போகும் ஆண்களும் பெண் களும். ஆனால் வியாதிகளோடு சண்டை போட முடியவில்லை. தானே மருந்து சாப்பிட்டு, பாட்டிகளிடம் ஆலோசனை கேட்டு, மருந்துக் கடைக்காரன் சொல்லும் மருந்தை ஒரு கை பார்த்து, நாட்டு வைத்தியன் பின்னால் சென்று வியாதிகளைக் குணப்படுத்த முயல்வார்கள். கடைசியில் முற்றியபின் வருவது நம்பி – ரோஸாவிடம். முதலில் இவர்களை நம்பவில்லை. தொண்டு செய்வதை – மதத்தின் போர்வையில் செய்தால் ஒழிய –அவர்கள் சந்தேகத்தோடு பார்த்தார் கள். பணம் வாங்காமல் செய்யும் வைத்தியம் பலனை அளிக்காது என்ற திடமான நம்பிக்கை வேறு. நம்பியும் ரோஸாவும் நான்கு ஆண்டுகள் கடுமையாக உழைத்தனர்.

ரோஸாவின் விபத்து ஒரு மழை பெய்துகொண்டிருக்கும் மாலையில் நிகழ்ந்தது. பாளையங்கோட்டை மருத்துவமனையிலிருந்து இருவரும் வந்துகொண்டிருக்கும்போது ஆடு ஒன்று மோட்டார் சைக்கிளின் குறுக்கே பாய்ந்தது. நம்பி பிரேக்கை அழுத்தினான். பின்னால் உட்கார்ந்திருந்த ரோஸா தூக்கி எறியப்பட்டு சாலையின் நடுவில் விழுந்தாள். நம்பி பார்க்கப் பார்க்க எதிரில் வந்த பஸ் அவளது இடது காலில் ஏறி இறங்கியது. முட்டுக்குக் கீழ் கால் கூழாகி விட்டது.

அவள் ஆறு மாதங்கள் படுக்கையில் இருந்தாள்.

திரும்பி வந்ததும் ஆறு மாதங்கள் கழித்து ஒரு நாள் நோயாளிகள் இல்லாதபோது நம்பி அவளிடம் கேட்டான்.

“ரோஸா, நாம ஏன் கல்யாணம் செஞ்சுக்கக் கூடாது?”

“நல்ல யோசனைதான்.”

3

“நம்பி இப்பதான் வந்துட்டுப் போறான்” பாட்டி கோவிலில் இருந்து திரும்பிய பட்சியிடம் சொன்னாள்.

“எங்க போயிருக்கான்? எனக்குக் கொஞ்சம் உடம்பு சரியில்லை, வேதா. அவனுக்குத்தான் என் உடம்பைப் பத்தி என்னை விடத் தெரியும்.”

“திருக்குறுங்குடிக்குப் போய்ட்டான். அந்தப் பொண்ணைக் கல்யாணம் பண்ணிண்டானாம்.”

“ஆச்சரியப்படறத்துக்கு ஒண்ணுமே இல்லை. என் அண்ணா பிள்ளை ஒரு கோவேறு கழுதையன்னா பெத்து விட்டுட்டுப் போயிருக்கான்.”

“நீங்க மட்டும் என்ன குறைச்சல்? ஏன் அவனோட சண்டை போடணும்? கண்ணனோடதான் ஏன் சண்டை போடணும்? உங்க உச்சாணிக் கொப்பிலிருந்து நீங்க இறங்கமாட்டேள். மத்தவா தான் மேல ஏறணும்.”

“முட்டாத்தனமா பேசாதே. நம்பி நன்னா இருக்கணும்னு நான் நினைக்கமாட்டேனா? அவன் அப்பனை மாதிரியும் என் அண்ணா மாதிரியும் இருக்காம மத்தவா போல அவன் இருக்கணும்னு நினைக்கறதில என்ன தப்பு? ஆத்துக்கு ரெண்டு கலகக்காரா போறாதா? பழச மறந்துட்டையா? எவ்வளவு நாள் மது வரப் போறான், வரப்போறான்னு காத்திண்டு இருந்திருக்கோம். அண்ணாக் காக அம்மா இன்னிக்கு வரை காத்திண்டிருக்கா. நல்ல ஒரு ஐயங்கார் பொண்ணு வானத்தில பறக்கற இந்தப் பயலைத் தரைக்குக்கொண்டு வந்திருப்பா. இவன் கம்யூனிஸ்டுன்னா! அந்தப் பொண்ணு இவனை விடத் தீவிரமாமே?”

“அனாவசியமா அவளைப் பத்தி பேசாதேங்கோ. நான் அவளைப் பாத்திருக்கேன். ஆக்ஸிடண்டு ஆனப்போ. நல்ல பொண்ணு. சந்தோஷமாத்தான் இருப்பா. நாளைக்கே பாக்கப் போலாம்.”

“அவன் வந்து அழச்சாத்தான் நான் போவேன்.”

“எப்படியும் போங்கோ. நான் நாளைக்குப் போகத்தான் போறேன்.”

“நல்ல பேரங்கள்டி உனக்கு. பெரிய ஹீரோக்களாகணும்னு நினைப்பு. இந்தக் கழுதை ஒரு ஐயர் குட்டி பின்னால சுத்தறதாமே?”

“கண்ணன் மாதிரியே வேற. திடமான மனசு கிடையாது. கடைசில ஐயங்கார் பொண்ணுதான் அவனுக்கு அமையப் போறது. நீங்க பாத்துண்டே இருங்கோ.”

திடீரென்று அவள் கண்ணில் நீர் நிறைந்தது. “நம்பிய நழுவ விட்டுடாதேங்கோ. எனக்குப் பயமா இருக்கு. நம்மோட சேத்துத்தான் வச்சுக்கணும். எந்தப் பொண்ணா இருந்தா என்ன, அவன் ஆயுசோட நன்னா இருக்கணும்.”

“உளறாதே, வேதா. இப்போ யாரு அவனை விடப் போறா? மத்ததுக்காக இல்லைன்னாலும் மருந்துக்கு அவன்கிட்டத்தான போகணும். அவனைவிட நல்ல டாக்டரை நான் பாத்ததே இல்லை.”

ஆறு

1

கிளிகளே வராத மாமரம் இருப்பது ஆச்சரியம்தான். ஆனால் இந்துக் கல்லூரி விளையாட்டு மைதானத்தின் ஓரத்தில் இருக்கும் அந்த மரத்தில் கிளிகளையே நம்மாழ்வார் பார்த்ததில்லை. அதன் பழங்கள் பருமனானவை. தித்தித்துக் கொட்டுபவை. இந்துக் கல்லூரி மாணவர்களில் பலர் தொண்டை கட்டினாலும் ஜுரம் வந்தாலும் மாம்பழம் சாப்பிடுவதை விடுவதில்லை. நம்மாழ்வாருக்கு அந்த மரத்தின் பழங்கள் பிடிக்காது. தனித்துவம் இல்லாத பழங்கள் அவை.

அவனுக்கு அவன் வீட்டு மரத்தின் காய்கள் பிடிக்கும். சிறிய, மாவடிவே இல்லாத, நாக்கின் கீழ் ஒரு குறுந்தீயையே பற்ற வைக்கும், பற்களைக் கூச வைக்கும் காய்கள் அவை. அந்த மரம் பொன்னா வளர்த்த மரம். வளர்ந்து பின்னால் அவளையே பயமுறுத்திய மரம். இரண்டு ஆண்டுகளுக்கு ஒரு முறைதான் அது பூக்கும். நம்மாழ்வார் அதன் கீழ் உட்கார்ந்திருக்கும்போது யாரும் அவனைத் தொந்தரவு செய்ய மாட்டார்கள். பொன்னாவுக்கும் பட்சிக்கும் ஆண்டாளுக்கும் அவனாக எழுந்து வருவான் என்று தெரியும். மரத்தில் இருக்கும் கிளிகளுக்கும் இது அவனுடைய மரம் என்று தெரியும். அவன் உட்கார்ந்திருக்கும்போது கூச்சல் அதிகம் இருக்காது. அவனுக் காகவே காய்க்கும் மரம் அது. அதன் காய்களை வேறு மனிதர்கள் யாரும் தொடுவதில்லை.

இந்துக் கல்லூரி மரம் பெரிய மரம். பொது மரம். மாடத்தெரு வேசியரைப் போல வந்தவர்களையெல்லாம் சந்தோஷப்படுத்த முயன்றது. அதன் நிழலின் பரப்பு அதிகம். நம்மாழ்வாருக்கு அதன் நிழல் பிடிக்கும். யூக்ளிட் சீதாராமையரிடம் இருந்து தப்ப அவன் நிழலடிக்கு அடிக்கடி வருவான். *Guy Mannering, The Talisman* இரு நாவல்களையும் அதன் கீழ்தான் படித்து முடித்தான்.

அவனுக்கு உடலியங்கியல் வகுப்புக்கள் பிடிக்கும். ஒவ்வொரு பிரதமை அன்றும் அவனது உடலியங்கியல் ஆசிரியர் சுந்தர சாஸ் திரிகள், தாமிரபரணியில் அதிகாலையில் குளித்துவிட்டு சன்னிதித் தெரு வரதராஜப் பெருமாள் கோவிலில் ஒரு மணி நேரம் பிரார்த் தனை செய்வார். வெங்காயம்கூட உணவில் சேர்க்காத பிராமணன்

அவர். ஆடு அறுக்கிற தினத்தன்று, அவருடைய உதவியாளர் ஆட்டுக்கு க்ளோரஃபாம் கொடுத்து, கொன்று, தோலை உரித்து உடலை மேஜையில் பரத்துவான். கண்களில் நீர் வழிய சுந்தர சாஸ்திரிகள் கையில் கற்பூரப்புல் எண்ணெயைத் தடவிக்கொண்டு ஆட்டின் உடலை அழகாக வகிர்ந்து ஒவ்வொரு பாகங்களையும் தெளிவாக விளக்குவார். பல மாணவர்கள் மூர்ச்சை போட்டு விழுந்துவிடுவார்கள். சிலர் வெளியே ஓடுவார்கள் – வாந்தியெடுக்க. நம்மாழ்வார் வைத்த கண் மாறாமல் பார்த்துக்கொண்டிருப்பான். அவன் பி.ஏ. சென்ற பிறகுகூட ஆடறுக்கும் தினத்தில் சுந்தர சாஸ்திரிகளின் வகுப்புக்குத் தவறாமல் வருவான். நுட்பம் நிறைந்த, ஒரு மறுகூட இல்லாத திறமை அவருடையது. நமது குறைபாடே இந்தத் தன்மை எல்லாத் துறைகளிலும் இல்லாததுதான் என்று நினைப்பான். சுந்தர சாஸ்திரிகளுக்குக்கூட அவருடைய அரிய திறமையின் மீது பெருமை இல்லை. மிகத் துல்லியமான மூளை உள்ள இந்தியன் திலகர் ஒருவர்தான்; அவர் ஒருவர்தான் வெள்ளைக் காரர்களின் உண்மை மதிப்பு என்ன என்பதை ஒருபோதும் சொல்லத் தயங்குவதில்லை.

ஆனால் அவரைப் பற்றிக் கிடைக்கும் செய்திகள் எல்லாம் சக்கரைப் பாகில் தோய்த்தவை. தமிழ்ச் சக்கரைப் பாகு. பார்த்தாலே திகட்டுவது. உண்மைச் சுவை என்ன என்பது தெரிய வாய்ப்பு இல்லை. தமிழில் திலகரைப் பற்றிப் படிக்கும்போதல்லாம் தமிழ் எழுதுபவர்கள்மீது நம்மாழ்வாருக்குக் கோபம் வரும். அன்று கூட அவன் தடை செய்யப்பட்ட புத்தகம் ஒன்றைப் படித்துக்கொண்டி ருந்தான். அது இரண்டு புகழ் பெற்ற வழக்குகளைப் பற்றிப் பேசுவது. முதல் வழக்கு நடந்தது 1898ல். இவ்வழக்கில் திலகர் ராஜ துரோகக் குற்றம் சாட்டப்பட்டு பதினெட்டு மாதங்கள் கடுங்காவல் தண்டனை விதிக்கப்பட்டார். இரண்டாவது சாப்பேகர் சகோதரர்கள் வழக்கு. இருவருக்கும் தூக்குத்தண்டனை. ராண்ட் என்ற வெள்ளை அதி காரியைக் கொன்றதற்காக. பூனா நகரில் பிளேக் கட்டுப்படுத்தும் முயற்சியில் இந்துக்களின் உணர்ச்சிகளை அவர் அவமதித்தார் என்ற காரணத்திற்காக அவர் கொலை செய்யப்பட்டார். திலகர் சாப்பேகர் சகோதரர்கள் செய்தது சரியே என்று எழுதினார். பிரிட்டிஷ் அரசாங்கத்தின் அராஜகத்துக்கு இதைவிடச் சிறந்த உதாரணங்கள் கிடைத்திருக்க முடியாது என்பது நம்மாழ்வாரின் முடிவு. ஆனால் இந்த நிகழ்ச்சிகளைத் தமிழில் எழுதியவர் நடை வேதாளம் விக்கிர மாதித்த மகாராஜாவிடம் சொன்ன மாயாஜாலக் கதைகளின் நடை. உண்மைகளை செப்பிடு வித்தைகளாக மாற்றும் நடை. இதைப் படித்து முட்டாள்கள் புல்லரித்துப்போவார்கள். மூளையுள்ளவர்கள் உண்மைகளைச் சந்தேகிப்பார்கள். திலகரை மாதிரி நான்கு ஐந்து தலைவர்கள்தான் தேவை. மூட்டை முடிச்சுகளோடு வெள்ளைக் காரன் கப்பல் ஏறிவிடுவான். தமிழ்நாட்டில் அப்படிப்பட்ட தலைவன் நிச்சயமாக இந்த மாதிரிப் புத்தகங்களைப் படித்து உருவாக மாட்டான்.

இன்னமும் ஊக்கம் பெற வெள்ளைக்காரன் புத்தகங்களைத்தான் படிக்க வேண்டியதாக இருக்கிறது. சுப்ரமணிய பாரதி ஒருத்தர்தான் படிக்கிற மாதிரி எழுதுகிறார். அவரை மாதிரி சிலர் தலையெடுக்கும் வரை ஆங்கிலப் புத்தகங்கள்தான் கதி. இந்தப் பயல்களை விரட்டி அடித்தாலும் புத்தகங்களை இங்கேயே போட்டுவிட்டு ஓடு என்று தான் சொல்ல வேண்டும்.

இந்துக் கல்லூரியின் நூலகத்திற்கு இங்கிலாந்திலிருந்து மாதந் தோறும் புத்தகங்கள் வந்துகொண்டிருந்தன. நம்மாழ்வாரிடம் நூலகர் அரவிந்த லோசனம் பிள்ளைக்கு நல்ல மதிப்பு. அவர் பேரைக் கேட்ட உடனே 'உண்ணும் சோறும் பருகும் நீரும் தின்னும் வெற்றிலை யெல்லாம் கண்ணன் எம்பெருமான்' என்று நம்மாழ்வார் சொன்ன தும் அவர் உச்சி குளிர்ந்துவிட்டது. 'அனைத்து உலகமும் உடைய அரவிந்த லோசனனைத் தினைத்தனையும் விடாள்' என்ற பாசுரத்து அடிகள் அவன் வாயிலிருந்து வந்ததும் அவனுக்கு அடிமையே ஆகிவிட்டார்.

புதுப் புத்தகங்களெல்லாம் அதனுடைய உறைகளில் இருக்கும் போதே நம்மாழ்வாருக்குப் படிக்கக் கிடைத்தன. முதல்வர் எட்வர்ட் வின்க்லருக்கு – ஷேக்ஸ்பியரால் சுப்பு மூளையைக் குழப்பியவர் – புத்தகங்கள் புத்தம்புதிதாக இருக்க வேண்டும். அதனுடைய உறைகளி லேயே இருக்க வேண்டும். மாணவர்களுக்கு புதுப்புத்தகங்களைக் கொடுக்கக் கூடாது என்று ஆணையே பிறப்பித்திருந்தார். கொடுத்தால் ஓரங்கள் மடிந்து கறுத்துவிடும், படங்கள் காணாமல் போய்விடும், பக்கங்களில் சொதிக் குழம்பின் சிதறல்கள் ஒட்டிக் கொண்டிருக்கும் என்ற பயம் அவருக்கு.

பிள்ளைக்கு நம்மாழ்வாருக்கு புத்தகம் கொடுத்தால் அது முதல் வரின் ஆணையை மீறியது ஆகாது என்று நினைப்பு. நம்மாழ்வார் என்றும் கைகளைச் சுத்தமாகவே வைத்துக் கொண்டிருப்பான். குழம்பு சாதம் சாப்பிட்டதும் நன்றாகக் கையைக் கழுவித் துடைத்துக் கொண்ட பிறகே புத்தகத்தைத் தொடுவான். படங்களைக் கிழிக்க மாட்டான்.

ஜி.கே. செஸ்டர்டன் எழுதிய *The Napoleon of Notting Hill* வந்ததும் அது முதலில் கிடைத்தது நம்மாழ்வாருக்கு. இரண்டு நாட்களில் திருப்பிக் கொடுப்பதாக ஒப்பந்தம். அரவிந்த லோசனம் பிள்ளை மறுநாள் வீட்டை விட்டுப் புறப்படும்போது அவர் சித்தப்பா ஒற்றைத் தும்மல் தும்மினார். 'கிளவன் தும்மல் கிலேசத்துக்குத் தூரம்' என்ற நினைப்பில் உட்காராமலே வந்துவிட்டார் பிள்ளை.

வின்க்லர் நூலகத்தில் நுழைந்ததும் முதலில் கேட்டது புதிதாக வந்த புத்தகங்களின் பட்டியல்.

"ஆ, புது செஸ்டர்டன் வந்திருக்கு போலிருக்கே. மிஸ்டர் பிள்ளை, நான் படிக்க எடுத்திட்டு போகலாமா? என் மனைவியின் அப்பா அம்மா நாட்டிங்க் ஹில் காரங்கதான். அவ இந்தப் புத்தகம் வெளியானது தெரிஞ்சதுமே அதைப் படிக்கணும்னு துடிக்கறா."[1]

பிள்ளைக்கு ஒன்றுக்கு முடுக்கிக்கொண்டு வந்ததில் வேட்டி நனைந்துவிடும் போல இருந்தது.

"மன்னிக்கணும் துரை. புஸ்தகம் இப்போ இல்லை."

முதல்வர் விரிவுரையாளர்களில் ஒருவர் படிக்க எடுத்துக்கொண்டு போயிருக்க வேண்டும் என்று நினைத்தார்.

"அதனாலென்ன மிஸ்டர் பிள்ளை. யாரிட்ட இருக்குன்னு சொல்லுங்க. அவரிட்டருந்து வாங்கிக்கறேன். என் மனைவி... அவ ரொம்ப சந்தோஷப்படுவா."[2]

"புஸ்தகம் துரை... ஒரு பையன்கிட்டப் போயிருக்கு."

"மிஸ்டர் அரவிந்த லோசனன் பிள்ளை, கொஞ்சம் பக்கத்தில வரேங்களா? உங்ககிட்ட தனியா பேசணும்."[3]

பிள்ளைக்கு பதற்றத்தில் உடலெங்கும் வியர்வை. முன் துருத்தி இருந்த பற்களை ஒரு கையால் பொத்திக்கொண்டு மறு கையை தொந்தியின் குறுக்கே வைத்துக்கொண்டு பணிவோடு குனிந்தார்.

வின்க்லருக்கு முதலில் தெரிந்தது பிள்ளையுடைய சிவப்புக் கடுக்கன் மினுக்கும் வலது காது. காதைத் தலையிலிருந்து பிரித்துவிட வேண்டும் என்ற வேகத்தில் தனது பற்களை அதைச் சுற்றிப் பதித்தார் முதல்வர். பிள்ளையின் அலறல் கல்லூரி முழுவதும் கேட்டது.

காதைக் கடித்த பின்னும் அவரது கோபம் தணியவில்லை. தனது அறைக்குச் சென்று கைகளைப் பின்னால் கட்டிக் கொண்டு அங்கும் இங்கும் நடந்துகொண்டிருந்தார்.

நம்மாழ்வாரிடம் அரவிந்த லோசனம் பிள்ளை காதறு புராணம் சொல்லப்பட்டுக் கொண்டிருக்கும்போதே இன்னொரு மாணவன் ஓடி வந்தான்.

"விஷயம் தெரியுமா? பிரின்ஸிபாலு வாயில தண்ணிய விட்டுக் கிட்டு ஒரு பையன் மூஞ்சில துப்பிட்டாராமே."

"அவன் என்ன செய்தான்?"

"அவரு ரூமு ஜன்னல் வழியா எட்டிப் பாத்தானாம்."

நம்மாழ்வார் ஒரு வாளியில் தண்ணீரை நிரப்பிக்கொண்டு சில மாணவர்களுடன் முதல்வர் அறைக்கு வந்தான். முதல்வர் அப்போது கோபம் தணிந்து தனது இருக்கையில் அமர்ந்திருந்தார். நம்மாழ்வார் ஒரு வாளித் தண்ணீரையும் அவரது தலையில் காலி செய்தான். முதல்வர் பேசவேயில்லை. தனது துணையாளரை அறைக் கதவைப் பூட்டப் பணித்துவிட்டு சைக்கிளில் பாளையங்கோட்டையில் இருக்கும் தனது வீட்டிற்கு உடை மாற்றச் சென்றார்.

பிள்ளை ஆஸ்பத்திரியில் ஒரு வாரம் இருந்தார். "வெள்ளைக் காரனுக்கு உடம்பு பூரா விஷமாச்சே. நாய்க்கடியைவிட இந்தக் கடிக்கு வீரியம் கூடல்ல. கடிபட்டவன் இங்கிலீசில புலப்பமா

புலம்பிகிட்டேல்ல செத்துப் போவானாம்," என்று ஒரு நாட்டு வைத்தியன் பயமுறுத்தியதால் வீட்டில் இரண்டு மாதங்கள் இருந்தார். தூக்கத்தில்கூட அவர் வாயில் ஆங்கிலம் வருவதில்லை என்று அவரது மனைவி உறுதியாகச் சொன்ன பிறகுதான், காதுகளை மறைத்து ஒரு தலைப்பாகையை அணிந்துக்கொண்டு திரும்ப கல்லூரிக்கு வந்தார்.

வின்க்லருக்கு முதல் வகுப்பு குற்றவியல் நீதிபதி பதினைந்து ரூபாய் அபராதம் விதித்துத் தீர்ப்பு அளித்தார். மறுநாளே கல்லூரிக்கு வந்து பாடம் எடுக்க ஆரம்பித்துவிட்டார். மாணவர்களால் அவரை விட முடியவில்லை. அவர் ஒரு அருமையான ஆங்கில ஆசிரியர்.

நம்மாழ்வாரைத் தனது வீட்டிற்கு அழைத்துத் தடித்த தாள்களைக் கொண்ட ஒரு குறிப்பேடையும் அழகாக பைண்டு செய்யப்பட்ட *The Mayor of Casterbridge* புத்தகத்தையும் அவனுக்குப் பரிசாக அளித்தார். பிள்ளையிடம் அவர் கடைசிவரை மன்னிப்புக் கேட்கவில்லை.

2

அர்பத்னாட் கம்பனி தமிழ்நாட்டிலேயே அதிகப் புகழ் பெற்ற நிறுவனம். இங்கிலாந்து வங்கியில் பணம் போடுவது எவ்வளவு பாதுகாப்போ அவ்வளவு பாதுகாப்பு அர்பத்னாட் கம்பனியில் பணம் போடுவது என்பதில் தமிழர்கள் உறுதியாக இருந்தனர். நூறு ஆண்டுகளுக்கு மேல் இயங்கிக்கொண்டிருக்கும் நிறுவனம் அது. நாட்டுக் கோட்டைச் செட்டியார்கள் பல லட்சங்களை அர்பத்னாட் கம்பனியில் போட்டிருந்தார்கள் என்றால் விதவைகள் பலர் சில நூறுகளை அதனிடம் விட்டிருந்தார்கள். வெள்ளைக்காரன் சொன்ன பேச்சு மாறமாட்டான். வெள்ளைக்காரன் கம்பனி போட்ட பணத்தை வட்டியுடன் திருப்பிக் கொடுக்கும் என்பது மக்களின் நம்பிக்கை. சர் ஜார்ஜ் அர்பத்னாட் தனது கம்பீரமான அரபிக் குதிரைகள் பூட்டப்பட்ட பீட்டன் வண்டியில் மதராஸ் சாலைகளில் செல்லும்போது இரு மருங்கிலும் மக்கள் நின்று பார்ப்பார்கள். கம்பனியில் 1200 ஆட்கள் வேலை பார்த்தார்கள். ஆண்டுக்குச் சம்பளச் செலவு பத்து லட்சம்.

22 அக்டோபர் 1906 அன்று அர்பத்னாட் கம்பனி முழுகியது. ஜார்ஜ் அர்பத்னாட்டின் கூட்டாளி மெக்பெய்டன் தற்கொலை செய்துகொண்டார். அர்பத்னாட் அசராத பேர்வழி. தவறு லண்டன் தலைமை நிறுவனத்தின் மீதுதான் என்று சாதித்தார். வழக்கை விசாரித்த தலைமை நீதிபதி சர் ஆர்தர் ஒயிட் அர்பத்னாட்டிற்குப் பதினெட்டு மாதங்கள் கடுங்காவல் தண்டனை விதித்துத் தீர்ப்பளித்தார். ஹிந்து பத்திரிகை தண்டனையை வரவேற்று தலையங்கம் எழுதியது. கம்பனியின் சொத்துக்களின் மதிப்பு 70 லட்ச ரூபாய். கடன் இரண்டு கோடி எண்பது லட்ச ரூபாய்.

பொன்னா அர்பத்னாட் கம்பனியில் 50,000 ரூபாய் போட்டிருந்தாள்.

3

நம்மாழ்வாருக்கு என்றுமே பண விஷயங்களில் அக்கறை கிடையாது. பட்சிதான் அம்மாவுக்கு வீட்டுக் கணக்கு வழக்குகளைப் பார்த்துக் கொள்ள உதவியாக இருப்பான். அர்பத்னாட் கம்பனியில் குடும்பப் பணம் முழுகியது பற்றி அவனுக்குக் கவலை இல்லை. வெள்ளைக் காரனைத் தூக்கி வைத்துக் கொண்டாடியவர்கள் இப்போது திண்டாடுகிறார்கள் என்பதில் மகிழ்ச்சி. தூத்துக்குடி சிதம்பரம் பிள்ளை புதிதாக ஒரு கப்பல் கம்பனி ஆரம்பிக்கப் போகிறார், அதில் முதலீடு செய்ய விரும்புபவர்களைத் தேடிக்கொண்டிருக்கிறார் என்று கேள்விப்பட்டதும் தூத்துக்குடி புறப்பட்டான்.

அந்த ஆண்டு வடகிழக்கு பருவ மழை தீவிரம். நம்மாழ்வார் சிதம்பரம் பிள்ளை வீட்டை அடையும் முன் நன்றாக நனைந்து விட்டான்.

கறுப்பு. குள்ளம். துளைக்கும் கண்கள். பிள்ளைக்கு இந்தக் கொட்டும் மழையில் ஒரு பிராமண இளைஞன் தனது வீட்டுக் கதவைத் தட்டுவது ஆச்சரியமாக இருந்தது. உள்ளே சென்று ஒரு துவர்த்து எடுத்துக்கொண்டு வந்தார்.

“இந்தாரும். இந்த மழையில வாரத்துக்கு என்ன அவசரம்? எங்க வீட்டில காபி குடிப்பீரா?”

நம்மாழ்வாருக்குச் சிதம்பரம் பிள்ளையை நேரில் பார்த்ததில் பேச்சு வரவில்லை. தலையை ஆட்டினான்.

“பேரு என்ன?.. நம்மாழ்வாரா?.. ஐயங்கார்ல இந்தப் பேரு பாக்குது சிரமமாச்சே? வடகலையா? தென்கலையா? தென்கலை தானே? அதான பாத்தேன். வடகலையார் தமிழ்ப் பேரு வைக்கற தாவது. எந்த ஊரு? ஆழ்வார் பொறந்த ஊரா? நாங்குனேரியா? ‘நோற்ற நோன்பிலேன் நுண்ணறிவிலேன்’. இதுதானே உம்ம ஊரு பாட்டு? உமக்கு இரண்டும் இருக்கும் போல இருக்கே? நாலாயிரமும் தெரியுமா?” பிள்ளை சிரித்தார்.

“அனேகமாத் தெரியும்.”

பிள்ளைக்கு அவன் பிரபந்தத்தைப் பற்றிப் பேச வரவில்லை என்பது தெரியும்.

“வந்த காரியம் என்னான்னு தெரிஞ்சிக்கலாமா?”

“சார், உங்க கப்பல் கம்பனியப் பத்திக் கேள்விப்பட்டேன். என் குடும்பத்தா அதில பணம் போடலாம்னு நினைக்கிறா.”

“ரொம்ப சந்தோஷம். உம்ம மாதிரி வாலிபப் பிள்ளைகெள்ளாம் சுதேசி பக்கம் கூட்டம் கூட்டமா வந்தா இந்த வெத்துப் பயலுக

நாளைக்கே கப்பலேறிருவாங்க. இடமில்லைனா நம்ம கப்பல்லயே அனுப்பிச்சு வைச்சிருவோம். ஆனா ஐயங்கார், பணம் போடுதுக்கு முன்னால தெரிஞ்சவங்கள, பெரியவங்களக் கேட்டு முடிவு செய்யறது தான் நல்லது. உமக்குச் சிறு பிராயம். அப்பாவைக் கேக்க வேண்டாமா?"

"அப்பா இல்லை. அம்மாட்ட நான் சம்மதம் வாங்கிடுவேன்."

"என்ன படிக்கீரு?"

"சீனியர் எஃ.ஏ."

பிள்ளை உள்ளே சென்று சில காகிதங்களைக் கொண்டுவந்தார்.

"இந்தாரும். படியும். அவசரப்பட்டு முடிவெடுக்கிற காரியமில்லை இது."

நம்மாழ்வார் பிள்ளையிடம் தனக்குப் பண விவகாரம் என்றாலே தலையைச் சுற்றும் என்று சொல்ல விரும்பவில்லை. சில வரிகள் புரிந்தன.

"நமது குறிக்கோள்: தூத்துக்குடிக்கும் கொழும்புக்கும் இடையேயும் மற்ற துறைமுகங்களிலிருந்தும் மலிவான, நம்பகமான கப்பல் போக்கு வரத்தை ஏற்படுத்துவது; கப்பலோட்டும் கலையை இந்தியர்கள், இலங்கை வாழ்மக்கள், மற்றைய ஆசியர்கள் மத்தியில் பிரபலப் படுத்தி அதனால் அவர்களை லாபமடையச் செய்வது."[4]

கம்பனி 40,000 பங்குகளை அறிவித்திருந்தது. ஒரு பங்கின் விலை இருபத்து ஐந்து ரூபாய். எதிர்பார்க்கும் ஆதாயம் நூறு சதவீதம்.

"நிறையப் பேரு பணம் போடறோம்ணு சொல்லியிருக்காங்க. அர்பத்னாட் திவாலா ஆன பிறகு வெள்ளக்காரன நம்ப யாரும் தயாரா இல்ல. அந்த ஜார்ஜ் பயல தூக்கிலல்ல போடணும். இவனுக அஞ்சாறு மாசம் ஜெயில்ல வச்சிட்டு சத்தம் காட்டாம விட்டிரு வானுக."

பிள்ளை தொடர்ந்தார்.

"என் சுகிர்தம் தேச பக்தர்கள் எல்லாரும் இந்த கம்பனி பின்னால நிக்கிறாங்க. எல்லாத்தையும் விட அந்தப் பால்வண்ணன் அருளால திலகர் துணையா இருக்காரு. எப்பேர்ப்பட்ட துணை அது." பிள்ளை மேற்குப் பக்கமாக கைகூப்பி சிறிது நேரம் நின்றார். பின் நம்மாழ்வார் அருகில் வந்து அவன் தோளைத் தொட்டார்.

"நீர் தங்கமான பையனா இருக்கிறீர். உம்மகிட்ட கம்பனியைப் பத்திச் சொல்லணும். தூத்துக்குடிலிருந்து கொளும்புக்குப் பருத்தியும் வெத்திலையுமா நிதமும் போயிட்டிருக்கு. அதனால நம்ப கம்பனிக்கு எதிர்காலம் பிரகாசந்தான். ஆனா போட்டியாள்களும் நிறையப் பேரு இருக்காங்க. முக்கியமா பிரிட்டிஷ் இண்டியன் நாவிகேஷன் கம்பனி."

"அவன் இருக்கிற இடம் தெரியாமப் போயிடுவான்."

"அது அவ்வளவு சுளு இல்லை. நான் சொல்லறதக் கேளும். திருநெல்வேலில நம்ம சங்கரய்யர் இருக்காருல்ல. அவருட்ட கலந்து

கிட்டு ஒரு முடிவுக்கு வாரும். உம்ம மாதிரி வாலிபர்கள் புறப்பட்டுட்டாங்கன்னா சுய ராஜ்ஜியம் நம்ம கண்ணு முன்னாலயே வந்திரும். ஒண்ணு என்ன தொண்ணூறு சுதேசிக் கம்பனிக நடத்தலாம். அடுத்த தடவை பாக்கும்போது நம்மாழ்வார் பாசுரங்களைப் பத்தி நிறையப் பேசணும். நம்ம எட்டையபுரம் சுப்பையாகூட நம்மாழ்வார் பேரைச் சொன்னாலே கண்ணை மேல சொருகிகிட்டு நேரா வைகுந்தமே போற மாதிரி ஆயிருவாரு."

4

பொன்னாவுக்குக் கப்பல் கம்பனியில் பணம் போடுவதற்குத் தயக்கமாக இருந்தது. அர்பத்னாட் இழப்பு அவளுடைய மாத வருவாயில் கணிசமான தொகையைக் குறைத்துவிட்டது. ஆனால் சங்கர ஐயர் பார்க்க நல்லவராக இருந்தார். ராமனுக்குப் பள்ளித் தோழர் வேறு.

"நான் உங்க கல்யாணத்துக்கு வந்தது. அதுக்கப்பறம் வானமாமலைப் பெருமாள் என்னைக் கூட்டுக்கல்லை. ராமன் அடிக்கடி ஐயர் கூட்டத்துக்குப் பண்ணின உருளக்கிழங்கையும் தக்காளி ரசத்தையும் பத்தி சொல்லிண்டே இருப்பன். வருஷங்கள் ரக்கை வச்சுண்டுன்னா பறக்கறது."

அவர் ஒரு உயரமான தேக்கு நாற்காலியில் அமர்ந்திருந்தார். பின்சுவரில் பெரிதாக்கப்பட்டு, சட்டமிடப்பட்ட ஒரு புகைப்படம். அவரது நண்பன் ராமன் அதிலிருந்து ஐயர் முன்னால் வைக்கப்பட்டிருந்த பழத்தட்டை வைத்த கண் எடுக்காமல் பார்த்துக்கொண்டிருந்தான். ஐயருக்கும் பொன்னாவை வைத்த கண் எடுக்காமல் பார்க்க வேண்டும் போல் இருந்தது. திருப்பள்ளிக் கதவு பாதி மறைக்க அவள் நின்றுகொண்டிருந்தாள். நீளமான சிவந்த விரல்களும் ஸ்ரீசூர்ணம் இடப்பட்ட அவளது அழகிய நெற்றியும், கண்களும் அவருக்குத் தெரிந்தன. அந்தக் கம்ப ராமாயண வாத்தியார் என்ன சொன்னார்? 'கொல்லும் வேலும் கூற்றமும் என்னும் இவை எல்லாம் வெல்லும் வெல்லும் என மதர்க்கும் விழி கொண்டாள்.' சீதையின் கண்களை ஒரு அறுத்தவளின் கண்களோடு சேர்த்துப் பேசுவது அபசாரம் என்று அவருக்குப் பட்டது. பொன்னா பார்க்காத சமயத்தில் கன்னத்தில் போட்டுக்கொண்டார்.

"நீங்க கொடுத்து வச்சவர். எனக்கு வருஷங்கள் கல்லுக் குண்டாட்டம் உக்காந்துண்டிருக்கிற மாதிரி படறது. எதுக்கு இருக்கணும்னு தோணறது."

"நீங்க சொல்றது சரியில்லை. குழந்தைகள் இல்லையா? அவா முன்னுக்கு வர வேண்டாமா?"

அவா குழந்தைகள். அவா குழந்தைகளோட குழந்தைகள். குழந்தைகளோட குழந்தைகளோட ... முடிவில்லாம போயிண்டே இருக்கணும். நான் சொன்னது பொய். எப்போ நான் சாகணம்னு நினைச்சேன்?

"நீங்கதான் சரி. நம்மாழ்வாருக்குப் பொண்ணு பாத்துண்டுதான் இருக்கேன். அமையமாட்டேங்கறது. அவனுக்கும் ஒரு பிடிப்பு வேணும்லியா? நீங்க திருநெல்வேலில பெரிய வக்கீல். உங்களுக்கு நிறையப் பேரைத் தெரியும். நல்ல பொண்ணு ஒண்ணை அவனுக்கு பாக்கப் படாதா? உங்காத்து மாமிட்டயும் சொல்லி வைங்கோ."

சங்கர ஐயர் இந்தப் பெண் பார்க்கும் வலையில் விழ விரும்ப வில்லை.

"ஆமாமா. ஊர் போனவுடனே முதல் காரியம் இதுதான்."

வந்த காரியத்தை மறந்துவிடக் கூடாது.

"நம்மாழ்வார் சொல்லியிருப்பான்னு நினைக்கறேன். நல்ல கம்பனி. நிறைய லாபம் வரும். சுதேசி கம்பனி. நீங்கதான் முடிவு செய்யணும்."

"எனக்கு என்ன தெரியும்? நான் ஊரைக் கண்டேனா, உலகத்தைப் பார்த்தேனா? ஆத்துக்குள்ள உக்காண்டிருக்கேன். எங்க எதைப் போட்டா நல்லதுங்கறதை உங்களை மாதிரி பெரியவாள்னா முடிவு செய்யணும். இன்னும் அந்த வெண்குஷ்டம் பிடிச்ச பாவி பண்ணி னதே சுழல்ல ஆழ்ந்த மாதிரி இருக்கு. படக்கன விழுவான், எத்தன வாயில மண்ணைப் போட்டுட்டான்."

"நாங்க அவனை மாதிரி இல்லை. நாங்க பண்ணறது நல்ல காரியம். தேசத்துக்குத் தேவையான காரியம்."

"புரியறது. ஆனா ஏதாவது நடந்துதுன்னா என்னால தாங்க முடியாது. இப்பவே தொடைச்சுத்தான் வைச்சிருக்கு."

"உங்கள நான் கிட்டில பிடிச்சுக் கேக்கறேன்னு நினைச்சுக்கா தேங்கோ. முடியலைன்னா வேண்டாம்."

"ஆத்து வரையும் வந்திருக்கேள். வெறும் கையோட அனுப்பு வேனா? ஐயாயிர ரூபாய்தான் கைவசம் இருக்கு." நம்மாழ்வாரின் மகிழ்ச்சி ஐயாயிர ரூபாயைவிட அதிக மதிப்பு இருக்கும்.

"ரொம்ப சந்தோஷம். நான் வரட்டுமா?"

பொன்னா தயங்கினாள். "உங்ககிட்ட ஒண்ணு கேக்கணும். அவரோட சினேகிதா நீங்க. வரமங்கைத் தாயார்தான் உங்கள அனுப்பிச்சிருக்கா."

"கேளுங்கோ."

பொன்னா கதவின் பின்னாலிருந்து வந்து ஒரு அச்சடித்த காகிதத்தை நீட்டினாள்.

"நம்மாழ்வாரைப் பத்தித்தான். புத்திக்குக் குறைச்சல் இல்லை. ஆனா படிக்கறதாகவே தெரியல்லை. சவகாசமும் சரியில்லைன்னு நினைக்கறேன். இதோ பாருங்கோ."

சங்கர ஐயருக்கு அவள் சொல்வதைச் சரியாகக் கவனிக்க முடிய வில்லை. ஒரு நகை கிடையாது. பழைய பதினெட்டு முழப் புடவை.

ஒடுங்கிய இடுப்பு. சிறிதே சரிந்த, இளம் பெண்ணின் மார்பகங்கள். வெடவெடக்க வைக்கும் அழகு. ராமன் முட்டாள். இந்தப் பொக்கிஷத்தை விட்டு எப்படி மேலே போக அவனுக்கு மனம் வந்தது?

"கவலையே படாதீங்கோ. நம்மாழ்வாரை நேர் வழிக்குக் கொண்டு வரது என் பொறுப்பு. அப்படி தப்பாப் போற பையன் இல்லை அவன்."

திருநெல்வேலிக்குத் திரும்பியதும் சங்கர ஐயர் நேராகக் கிணற்றடிக்குச் சென்று உடுத்திய துணியோடு குளித்தார். ஈர உடையுடன் பூஜை அறைக்கு வந்து அந்த மஹா தபஸ்வி கைலாயபதி முன்னால் வெகு நேரம் நின்று வணங்கினார்.

முதலில் சதருத்ரியா. யஜுர் வேதப்பாடல்:

உன்னை வணங்குகிறேன். உன் கோபத்தை வணங்குகிறேன். தீமையை அழிக்கும் உன் அம்பை வணங்குகிறேன். உன் வில்லை வணங்குகிறேன். உன் பெருந்தோள்களை வணங்குகிறேன்.

பின்பு திருவாசகம். திருச்சதகம்.

சிந்தை செய்கை கேள்வி வாக்கு சீரிலைம்புலன்களான்
முந்தையான கால நின்னை எய்திடாத மூர்க்கனேன்.
வெந்தையாவி முந்திலேன் என்உள்ளம்வெள்கி விண்டிலேன்
எந்தையாய நின்னை இன்னம் எய்தலுற்றிருப்பனே.

பொன்னாவை மனத்திலிருந்து அழித்துவிட்டுத்தான் அவர் வெளியே வந்தார்.

பொன்னா அவரிடம் கொடுத்தது திலகர் எழுதிய கட்டுரை ஒன்றின் மறுபதிப்பு.

அப்சல்கானைக் கொன்றது பற்றி ஆராய்ச்சிகள் செய்வது அவசியமற்றது. சிவாஜி நன்றாகத் திட்டமிட்டு அக்கொலையை நிறைவேற்றினார் என்றே வைத்துக்கொள்வோம். அச்செயல் நல்லதா அல்லது கொடியதா? இந்தக் கேள்விக்கு குற்றத்தண்டனை விதித் தொகுப்பிலிருந்தோ மனு நீதியிலிருந்தோ அல்லது மேற்கிலும் கிழக்கிலும் வகுத்தமைக்கப்பட்டுள்ள ஒழுக்கக் கோட்பாடு முறைகளாலோ பதில் அளிக்க முடியாது. இந்தச் சட்டங்கள் உங்களுக்கும் எனக்கும். நம்மைப் போன்ற சாதாரண மனிதர்களுக்கு. சிறந்த மனிதர்கள் ஒழுக்க வரையறைகளுக்கு அப்பாற்பட்டவர்கள்.

சிவாஜி குற்றவாளியா? பதில் கீதையில் இருக்கிறது.

கிருஷ்ணன் ஒருவன் தன் குருவைக்கூடக் கொல்லலாம் என்கிறான்-அந்தக் கொலை சொந்த ஆதாயத்துக்காகச் செய்யப்படாமல் இருந்தால். கடவுள் மிலேச்சர்களுக்கு ஹிந்துஸ்தானத்தை அழியாத பட்டயத்தில் எழுதிக் கொடுக்கவில்லை. சிவாஜி அவர்களைத் தன் நாட்டிலிருந்து துரத்தப் பாடுபட்டார் என்பது உண்மை. ஆனால் அது சொந்த ஆதாயத்துக்காக அல்ல. கிணற்றுத் தவளையின் உலக நோக்கு உங்களுக்கு வேண்டாம்.

குற்றத்தண்டனை விதித் தொகுப்பு உங்களைக் கட்டிப் போட வேண்டாம்.

புனித கீதையின் அரியதோர் உலகுக்கு வாருங்கள். சிறந்த மனிதர்களின் செயல்களைப் பற்றிச் சிந்தனை செய்யுங்கள்.

சங்கர ஐயரின் வீடு சன்னிதித் தெருவில் வடக்கு வரிசையில் முதலாவது. நம்மாழ்வாரும் பட்சியும் இருக்கும் இடம் அவர் வீட்டிலிருந்து சில அடிகள் தள்ளி. தன்னுடைய குமாஸ்தாவை அனுப்பித்து நம்மாழ்வாரை வரச்சொன்னார்.

"அரசியல்னா உனக்கு வெல்லம் சாப்டற மாதிரியாமே? மித வாதியா தீவிரவாதியா?"

சங்கர ஐயர் மற்ற பிராமணர்களைப் போல இரண்டு கட்சியிலும் சேராத 'பொறுத்திருந்து பார்ப்போம்' குழுவைச் சேர்ந்தவர் என்பது அவனுக்குத் தெரியும். அவரிடம் தனது நிலை என்ன என்பதைச் சொல்வதில் அவன் தயங்கவில்லை.

"மிதவாதிகள் வெள்ளைக்காரன் சாப்பிட்ட தட்டிலேருந்து மிஞ்சிய மீதியச் சாப்பிட தயாரா இருக்கா. லோக்கல் செல்ப் கவர்ன்மென்ட் அவாளுக்குப் போறும்."

"உனக்கு?"

"நான் திலகரையும் சிதம்பரம் பிள்ளையையும் நம்பறவன். எனக்கு இந்த விஷப்பூச்சிகளை ஒழிச்சாத்தான் நிம்மதி."

"நான் உன்னை நாகரீகமானவன்னு நினைச்சேன். அது என்ன விஷப்பூச்சி? வெறி பிடிச்சவன் மாதிரி பேசினா வெள்ளைக்காரன் பயந்துடுவானா? வெள்ளைக்காரனப் பத்தி ஒண்ணு தெரிஞ்சுக்கோ. நினைச்சான்னா உன்னை நிர்மூலமாக்கற சக்தி அவன்கிட்ட இருக்கு. அவங்கிட்டேருந்து கொஞ்சம் கொஞ்சமா விலகறதுதான் சாத்தியம். இது என்னோட சினேகிதர் சிதம்பரம் பிள்ளைக்குத் தெரியல்லை. ஆமா, நீ ஒரு துண்டு நோட்டிஸ் வினியோகம் செய்யறையே, அதைப் பார்த்தேன். என்ன அர்த்தம் அதுக்கு?"

"திலகர் சொன்னதைத் தாறுமாறா எழுதி வினியோகம் பண் ணிண்டு இருந்தா. அவர் உண்மைல என்ன சொன்னார் எங்கிறத இங்கிலிஷ்ல படிச்சாத்தான் சரியாத் தெரியும். அதனால"

"இப்படிச் செய்யறது ஜனசேவகம்னு நினைப்பா?"

"நான் மட்டும் இல்லை சார். சீனியர் எஃப். ஏ. எல்லோரும் சேந்து பண்ணினோம்."

"அப்போ எல்லோரும் சேந்து ஜெயிலுக்குப் போங்கோ. திலகர் என்ன வேணா பேசலாம் அல்லது எழுதலாம். அவர் பெரிய லீடர். நீ யாரு? இப்பதான் முதல் படியே எடுத்து வைச்சிருக்கே. அம்மாவை நினைச்சுப் பாத்தயா?"

"ரொம்ப தாங்க்ஸ் சார். நாங்க ஒண்ணும் பெரிய குத்தம் செஞ்சுட்டதா நான் நினைக்கல்லை."

“இந்த நோட்டீஸப் படிச்சா போலிஸ் அப்படி நினைக்காது. அசராம கொலை பண்ணு. கீதைல கிருஷ்ணன் அப்படித்தான் சொல்லிருக்கான் – இப்படியெல்லாம் எழுதினா போலிஸ் விரலைச் சப்பிண்டுருப்பனா? பீனல் கோடு ஏன் வேண்டாம்? நீ என்ன அனார்க்கிஸ்டா?”

நம்மாழ்வார் தரையைப் பார்த்துக்கொண்டு நின்றான்.

“தப்பா நினைச்சுக்காதே. உன்னோட எதிர்காலம் எங்களுக்கு முக்கியம். சுதேசில்லாம் பெரியவா பாத்துப்பா. ஆத்துக்கு சாப்பட வா இன்னிக்கு ராத்திரி.”

“என் தம்பியும் இருக்கான் சார்.”

“தெரியுமே. கருடனோட பேர்தான்டா அவனுக்கு? பக்ஷிராஜன். அவனையும் கூட்டிண்டு வா.”

சங்கர ஐயர் மாமி அருமையாகச் சமைத்திருந்தாள். எண்ணெய்க் கத்திரிக்காய் சொர்க்கத்தில் பரிமாறத்தக்கது.

சகோதரர்கள் போனதும் மாமி சொன்னாள். “ஐயங்காராப் போய்ட்டானே. இல்லைன்னா நம்ம சாரதாக்குப் பாத்திருக்கலாம். என்ன தேஜஸ், என்ன தேஜஸ்! ஸ்கந்தன் மாதிரின்னா ஜொலிக்கறான்.”

நீ அவனுடைய அம்மாவைப் பார்த்ததில்லை. “என்ன ஜொலிப்போ. சுதேசி கூட்டத்தோடன்னா சுத்தறான்.”

“எப்படியும் மீட்டுண்டு வந்துடுங்கோ.” சிறிது நேரம் கழித்து மாமி சொன்னாள். “நல்ல வேளையா ஐயங்காராப் போய்ட்டான். இவ்வளவு தேஜஸ் ரொம்ப நாள் பூமில தங்காது.”

“அசட்டுத்தனமா பேசாதே. அவனுக்கு நூறு வயசு.”

ஐயர் சொன்னதுதான் சரி.

5

சுதேசிக் கூட்டம் திருநெல்வேலியில் பெருகிக்கொண்டே போயிற்று. வெள்ளைக்காரனைப் பார்த்தால் காறித் துப்பவில்லை அவ்வளவு தான். மற்றபடி எங்கு பார்த்தாலும் தீவிரவாதிகள். வெளிநாட்டுத் துணிக்குக் கிராக்கி இல்லை. வாங்குகிறவர்கள் எல்லாரும் சுதேசித் துணிதான் கேட்டார்கள். கடைக்காரர்களுக்குத் தெரியும் நிலைமை இப்படியே நீடிக்காது என்று. அதனால் லங்காஷைர் துணியின் மீது ‘பம்பாயில் செய்தது’ என்ற முத்திரை குத்தி வியாபாரம் செய்தார்கள்.

நம்மாழ்வாருக்குக் கிருத யுகம் ஊருக்கு வெளியே காத்திருக்கிறது என்று நினைப்பு. மாணவர்களை ஒன்று கூட்ட வேண்டும்.

கூட்டம் மாமரத்தடியில்.

“இந்த வெள்ளைத்தோலுக்குப் பயந்த காலம் மலையேறிவிட்டது. ஜப்பான்காரன் நிரூபித்துவிட்டான் ஐரோப்பியரை ஜெயிக்க முடியும் என்று. போர்ட் ஆர்தரில் இருந்து அவன் ரஷ்யாக்காரனை விரட்டி

அடித்துவிட்டான். ஆசியாதான் உலகத்தை ஆளப்போகிறது. நாம் நமது தேசத்தை ஆளப்போகிறோம், இந்தப் பசு மாமிசம் சாப்பிடும் மிலேச்சர்களைத் துரத்திவிட்டு.

நாம் உடுப்பது நமது சகோதரர்கள் நெய்ததாக இருக்க வேண்டும். லங்காஷைரிலிருந்து இறக்குமதி செய்தது அல்ல.

"திலகர் வாழ்க. சிதம்பரம் பிள்ளை வாழ்க. வந்தே மாதரம்."

சிறிது நேரத்திலேயே வின்க்லரிடமிருந்து அழைப்பு வந்துவிட்டது.

"வாழ்த்துக்கள். நமக்கு ஒரு நல்ல பேச்சாளர், பேச்சினாலேயே காலேஜை பத்தி எரியச் செய்யக்கூடிய பேச்சாளர் கிடைச்சாச்சு. நான் உன்னோட ஒரு ரகசியத்தை பகிர்ந்துக்கணும். நான் சந்தேகமில்லாம ஒரு மிலேச்சன்தான். ஆனால் எனக்கும் என் மனைவிக்கும் இந்த ஊர் மாட்டு மாமிசத்தை பாத்தாலே வெறுப்பு. ஒரே நாரா இருக்கு. அதனால உங்க பசுக்கள் எங்ககிட்ட பயப்பட தேவையேயில்லை."[5]

நம்மாழ்வார் நெளிந்தான். "நான் தனிப்பட்ட முறையில எதுவும் பேசல்லை, சார். நான் உங்களை ரொம்ப மதிக்கறேன்."[6]

"என்னை முடிக்க விடு. நீ பேசினது. ராஜத் துரோக சமாச்சாரம். நான் போலீசிட்ட சொல்லியிருக்கலாம்."[7]

"அது உங்க இஷ்டம், சார்."[8]

"முட்டாள் மாதிரி பேசாதே. இப்பதான் எனக்குக் கோபம் வரது. சுதேசி உன்னோட சொந்த விவகாரம். நல்ல அதிர்ஷ்டம் உனக்கு இருக்கணும்னு நானும் விரும்பறேன். நான் உங்கிட்ட கேக்கறதெல்லாம் நீ திலகரையோ பிள்ளையையோ புகழறதையெல்லாம் காலேஜ் கட்டிடத்துக்கு வெளில வச்சுக்கோ. காலேஜுக்குள்ள போலீஸ் அடி எடுத்து வைக்க நான் விரும்பல்லை."[9]

"ரொம்ப நன்றி சார். சுதேசி பத்தி ஒரு வார்த்தை இனிமே காலேஜுக்குள்ள பேசமாட்டேன்."[10]

6

அவன் இப்போது ஒரு துறவி. கிழத்துறவி. அவன் வாழ்வில் நடந்த பல நிகழ்வுகள் காலத்தின் காற்றில் பஞ்சாய் பறந்து போய்விட்டன. ஆனால் அவனது மனதின் ஒரு மூலையில் காற்றால் அசைக்க முடியாத ஒரு பானை. உள்ளே இறுக்கமாக அடைக்கப்பட்டிருந்தவை ஐந்து ஆண்டு நிகழ்வுகள். 1906க்கும் 1911க்கும் மத்தியில் நடந்தவை. அறுபது ஆண்டுகளுக்குப் பின்னர், ஒரு நாள் ஜோஷி மடத்தில் தனது குடிலில் அவன் விறகுகளை எரித்துக் குளிர் காய்ந்துகொண்டிருந்த போது பானை உடைந்தது. அடைபட்டிருந்தவை சிதறின. காய்ந்த சிதறல்கள் நினைவால் எரியூட்டப்பட்டன. ஊர் திரும்ப

வேண்டும் என்ற ஆசை அவனை எரிக்கத் தொடங்கியது. அறுபது ஆண்டுகள் திரும்பிப்பார்க்காத ஊர். துறவின் வலிமையால் அந்தத் தீயை அணைக்க முடியவில்லை.

7

பிபின் சந்திர பால் பட்டணத்துக்கு வருகிறார் என்ற செய்தி இந்துக் கல்லூரி மாணவர்களுக்கு உற்சாகத்தை அளித்தது.

"காங்கிரஸ் உடைவது நிச்சயம். பிபின் சந்திர பாலரை நம்ம ஊரில் பேச வைத்தால் போதும். மிதவாதிகள் தலையைக் காட்ட முடியாமல் நாம் செய்துவிடலாம். நம்மாழ்வார், நீ தான் பட்டணம் போய் அவரை அழைக்கணும்," என்று ஒரு மாணவன் சொன்னான். மற்றவர் ஆமோதித்தனர்.

பிபின் சந்திர பால் மரீனா கடற்கரையில் ஏழு நாட்கள் பேசினார். கட்டுக்கடங்காத கூட்டம்.

> "வெள்ளை அரசைப் புறக்கணியுங்கள். புறக்கணிப்பு அரசின் அஸ்திவாரத்தையே ஆட்டம் காண வைத்துவிடும். அரசின் சர்வாதிகாரத்தை எதிர்ப்பதில் மக்கள் உறுதியாக இருக்கிறார் கள், அந்த எதிர்ப்பைச் சட்ட விதிமுறைகளை மீறாமலே அவர்கள் செய்வார்கள் என்ற உண்மை அரசின் கௌரவத்தை வெகுவாகக் குறைத்துவிடும். கௌரவம் அளவிட முடியாதது. ஆனால் அரசின் அதிகாரத்தைவிட சக்தி மிக்கது . . ."

கூட்டம் கலைந்து செல்ல வெகு நேரம் ஆனது. நம்மாழ்வாருக்குக் கடலை விட்டுப் பிரிய மனம் இல்லை.

கடலின் ஓசைக்கும் அதன் காற்றுக்கும் அவன் புதியவன். கன்யாகுமரி நாங்குனேரியிலிருந்து நாற்பது மைல்கள்தான். ஆனால் அவன் கன்யாகுமரிக்கே போனதில்லை.

தன்னிடமே அவனுக்குக் கோபம். கடல் தன் கோபத்தைத் தணிக்கும் என்று நினைத்தான்.

ஏன் கல்யாணம் செய்துகொள்ளச் சம்மதித்தேன்?

பொன்னா ஒரு நாள் அவனிடம் பேசினாள். "உன்னோட தங்கையோட பேசறதே கஷ்டமா இருக்குடா. நீதான் உதவி செய்யணும்."

"நான் அவகிட்ட பேசட்டுமா?"

"வேண்டாம். நான்தான் பேசச் சொன்னேன்னு எம்மேல விழுந்து பிடுங்கிடுவள். எம்முகத்தைப் பாக்கறத்துக்கே அவளுக்குப் பிடிக் கல்லை. இன்னொத்தி ஆத்தில இருந்தா என்னைப் பிடிக்கலைன்னா அவளையாவது பாத்துக்கலாம். ஆண்டாளோட ஆவேசம் நிச்சயமா தணியும்."

"நான் என்ன செய்யணும்கிற?"

"கல்யாணம் பண்ணிக்கோடா. நான் ஒங்கிட்ட இதுவரை எதுவும் கேட்டதில்லை."

அவள் சொல்வது உண்மைதான்.

எல்லோரையும் மாதிரி கல்யாணம் செய்துகொண்டு அவளோடு தூங்கி எழுந்து குழந்தைகளைப் பெற்றுக்கொண்டு சந்தோஷமாக வாழ என்னால் முடியுமா? சுயராஜ்ஜியம் என்னுடைய உதவி இல்லாமலே வர நிறைய வாய்ப்பு இருக்கிறது. பெண் சுகம் என்பதைத் தெரிந்துகொள்ள வேண்டாமா?

"உனக்கு என்ன தோணறதோ அதைச் செய் அம்மா."

கடலைப் பார்த்துக்கொண்டே உட்கார்ந்திருந்ததில் காலம் ஓடியது தெரியவில்லை. இரவு அடங்கி வெகு நேரம் சென்ற பின் மெதுவாகத் தான் இருக்குமிடத்திற்கு நடந்தான். நாய்கள் குரைத்தன. பின்னால் ஓடி வந்தன. அவன் கண்டுகொள்ளவில்லை என்று தெரிந்ததும் மௌனமாயின. அவன் தங்கியிருந்தது மடத்துச் சத்திரம். பார்த்த சாரதி பெருமாள் கோவில் அருகே இருந்தது. வயதான ஐயங்கார் ஒருவர் மேற்பார்வை. சத்திரத்தை அடையும்போதுதான் பசி உறைக்க ஆரம்பித்தது. ஆனால் ஐயங்கார் இரவு மூன்று மணிக்கு அவனுக்குச் சாப்பாடு போடுவார் என்று எதிர்பார்ப்பது முட்டாள்தனம். கதவை மெதுவாகத் தட்டினான். பதிலைக் காணோம். சிறிது நேரம் யோசித்துக் கொண்டே நின்றான். பின் துண்டால் திண்ணையின் தூசுகளை ஒதுக்கினான். அதே துண்டை விரித்து இடது கையைத் தலையணை யாக வைத்துக்கொண்டு கண்ணை மூடினான்.

மறுநாள் ஒரே உடம்பு வலி. ஆனாலும் சிதம்பரம் பிள்ளை இருக்குமிடம் தேடிச் சென்றான்.

"வாரும் ஐயங்கார். பேரு ம்ம்ம் . . . நம்மாழ்வார். நாங்குனேரிதானே?"

"என் பேரைக்கூட ஞாபகம் வைச்சுண்டிருக்கேளே. பால் மீட்டிங்குக்கு வந்தேன். திருநெல்வேலிக்குக் கூப்பிடலாம்னு நினைச் சேன். ஆனா அவருக்கு நேரமே இல்லை."

"பேச்சு எப்படி இருந்தது?"

"பேச்சுக்கென்ன பேசினாப்போல நடக்கறதுதான் கஷ்டம்."

"நீர் செயல்ல இறங்கணும்னு சொல்லுதீரு. அப்படித்தானே?"

"ஆமாம்."

"அப்பொ நாளைக்கு வாரும். நம்ம சுப்பையா இருப்பாரு."

சுப்பையா மறுநாள் இருந்தார். எரியும் நிலக்கரிபோல் கண்கள். கறுத்த மீசை. நம்மாழ்வாரைக் கட்டிக்கொண்டார்.

"உன்னை எனக்குப் பிடிச்சிருக்கு பையா. என்ன பேரடா. . . நம்மாழ்வார். இந்தப் பேரை வச்சுண்டு சிறியன சிந்திக்க முடியுமா? நினைப்பதெல்லாம் பெரிசா இருக்கணும். தினப்படித் தேவைகளை

நினைக்காதே. உப்பு புளி அரிசி மிளகாய் வத்தலைப் பத்திச் சிந்திக்கக் கோடானுகோடிப் பேர் இருக்கா. இந்தோ இவர்ட்ட கேளு. அரிசி விலை என்ன ஓய்?"

ஒரு ஓரத்தில் உட்கார்ந்திருந்த பிராமணனிடம் சுப்பையா அந்தக் கேள்வியைக் கேட்டார்.

"அத ஏன் கேக்கறேள். ஆனை விலைன்னா விக்கறது."

அவர் சொன்ன விலையைக்கூட சுப்பையா கேட்கத் தயாராக இல்லை.

"பாத்தையா. தினமும் ஒரே பாடந்தான். ஒரு பைசா குறைவா எங்கயாவது அரிசி கிடைச்சா அங்க ஈக்கள் போல மொய்க்க வேண்டியது. நம்மாழ்வார் ஈயைப் போல வாழ்க்கை நடத்தணுமா? பெரிதாகவே நினை."

"நான் 'இந்தியா' தவறாமப் படிக்கறேன்."

"படிக்கற கொஞ்சப் பேரில நீயும் ஒத்தனா இருக்கணும். பிள்ளை சொல்றார் நீ செயல்ல இறங்க நினைக்கறேன்னு. நான் பேசறவாளத் தான் நிறைய பாத்திருக்கேன். மாஜினிங்கற பேரக் கேள்விப் பட்டிருக்கயா?"

"இத்தாலிய தேசபக்தர்தானே?"

"பலே, நீ புத்திசாலி. அவர் புஸ்தகங்களைப் படிச்சிருக்கயா? இளைய இத்தாலி பத்திக் கேள்விப்பட்டிருக்கயா?"

"கேள்விப்பட்டிருக்கேன். மாஜினியோட ரகசிய சங்கம்தானே?"

"அதோட சபதம் ரொம்பப் பேர்போனது. சேரரவா எல்லாரும் இந்த சபதத்தை எடுக்கணும். இந்தா அதோட தர்ஜுமா."

"ஆத்துக்குப் போய்ப் படிக்கலாமா?"

"இது உனக்குத்தான். உன்னைப் போல வாலிபர்கள் வந்தா நாமும் ஒரு சங்கம் ஆரம்பிக்கலாம்."

அவன் முதுகில் தட்டிக்கொடுத்து அவர் தொடர்ந்தார்.

"நீ திரும்பி இங்கே வர அவசியம் இல்லை. நானே உங்கிட்ட வருவேன். எங்க இருக்க? வானமாமலை மடத்திலயா? சரி நானே வரேன்."

மாஜினியின் சபதம் நம்மாழ்வாரை உலுக்கிவிட்டது. இந்த சபதத்தை உரக்கப் படிக்கவே மாஜினியின் சங்கத்தில் சேரலாம் போல் இருந்தது. நமது சங்கம் எப்படியிருக்குமோ? என்ன பெயர்? யாரெல்லாம் அங்கத்தினர்கள்? ஆயுதம் எப்படிக் கிடைக்கும்? வெள்ளைக்காரனுடன் எப்படிச் சண்டை போடுவது? பல கேள்விகள் அவனது மனதில் எழுந்தன. சுப்பையா வருவார் என்று காத்திருந் தான். அவன் ஊர் திரும்பும்வரை அவர் வரவில்லை.

8

நம்மாழ்வார் மறுபடியும் சிதம்பரம் பிள்ளையைப் பார்த்தது சங்கர ஐயர் வீட்டில்.

“ரொம்பக் களைப்பா இருக்கும். ஸூரத் கிட்டத்திலயா இருக்கு?”

காங்கிரஸ் சூரத்தில் இரண்டாகப் பிளந்தது. வார்த்தைகளும் செருப்புகளும் தாராளமாக வீசப்பட்டன. திலகரைப் பேசவிட வில்லை. மேடையிலிருந்து பலவந்தமாக இறக்கப்பட்டார்.

“இல்லை ஐயங்கார். கொஞ்சம் கூட களைப்பு இல்லை. புதுக்காத்து இப்பத்தான் வீசத் தொடங்கியிருக்கு. கால்ல கட்டியிருந்த மித வாதங்கற இரும்புக் குண்டைக் கழட்டித் தூக்கி எறிஞ்சாச்சு. நேரா ஒளிக்காம ஜனங்ககிட்ட பேசலாம். ராஜதானி பூராவும் கூட்டம் ஏற்பாடு செய்திருக்கு. சிவாவும் என்னோட சேந்துக்குவாரு.”

சங்கர ஐயர் முகத்தைச் சுளித்தார்.

“சிதம்பரம், உன்னோட ஸ்டீம் நாவிகேஷன் கம்பனியோட ஸ்டீம் குறைஞ்சுண்டே வரது. நீ என்னன்னா வெள்ளைக்காரனை விரட்டணும்னு பேசிண்டுருக்காய். இந்த வாயால நெருப்பூதறது இரண்டு குதிரை மேல ஒரே ஆள் சவாரி செய்யறதெல்லாம் ஊர்ல டேரா போட்டுருக்கானே ஏபெல் சர்க்கஸ் அவன்கிட்ட விட்டுடு. நீ போய் கம்பனி வேலையைப் பாரு.”

சுதேசி கப்பல் கம்பனியின் எதிரிகளிடம் பணம் இருந்தது. அவர்கள் காத்திருக்கத் தயாராக இருந்தார்கள். பயணக் கட்டணத்தைக் குறைத்தார்கள். பின்னால் இலவசமாகவே பயணம் செய்ய அனுமதித் தார்கள். அவர்களுக்கு ஈடு கொடுக்க சுதேசிக் கம்பனியிடம் முதல் இல்லை.

“சங்கரா, கப்பல் நல்லாத்தான் ஓடிகிட்டு இருக்கு. இடம் இல்லாம ஆட்களைத் திருப்பி அனுப்பிச்சுக்கிட்டு இருக்கோம். நீ என்ன ஏறுக்கு மாறா சொல்லுதே?”

“இப்போ ஜனங்களுக்குத் சுதேசி ஜூரம் பிடிச்சிருக்கு. ஜூரம் இறங்கட்டும். வெத்துக் கப்பல்தான் உன்னோட ஊருக்கும் கொழும் புக்கும் இடைல ஓடும்.”

சிதம்பரம் பிள்ளை சிறிது நேரம் மௌனமாக இருந்தார்.

“சங்கரா, ஒண்ணு ஞாபகம் வைச்சுக்க. சுதேசியா கப்பலா இரண்டில ஒண்ணுன்னா எனக்கு என்னிக்கும் சுதேசிதான்.”

“ப்ரேவ் வேர்ட்ஸ். உன் கம்பனிலே பங்கு போட்டிருக்கறவா உன்னை மாதிரியா நினைப்பா?”

ஐயர் குறிப்பிட்ட ஏபெல் சர்க்கஸ் வண்ணார்பேட்டை ஆற்றங் கரை மணலில் கூடாரம் போட்டிருந்தது. கூட்டத்திற்குப் பஞ்சம் இருக்காது என்ற நம்பிக்கை. கூண்டுகளில் குட்டி ஒட்டகச் சிவிங்கி,

நீர்யானை, மனிதக் குரங்கு, புலி, சிங்கம். வெளியில் கோமாளிகள், ட்ரபீஸ் கலைஞர், மாஜிக் செய்பவர், நெருப்பில் நடப்பவர், கத்தி வீசுபவர் – இன்னும் பலர். கிழக்கு ஐரோப்பாவிலிருந்து பிழைக்க வந்தவர்கள். சுதேசி என்றால் என்ன என்பதை அறியாதவர்கள். ஆங்கிலேயர்கள் அவர்களுக்கும் எதிரி. சர்க்கஸ்மீது வரி போட்டு அவர்கள் வருமானத்தில் கை வைக்கிறார்கள் என்ற கோபம். இந்துக் கல்லூரி மாணவர்களுக்கு அவர்கள் தோல் வெள்ளை என்பது போதுமானதாக இருந்தது. பிபின் சந்திர பாலர் கூறியது நினைவில் பசுமையாக இருந்தது. வீடு வீடாகச் சென்று சர்க்கஸைப் புறக்கணிக்க வேண்டும் என்று கேட்டுக்கொண்டார்கள்.

நம்மாழ்வார் காவல் நிலையத்துக்குள் நுழைவது இதுதான் முதல் தடவை. சப் இன்ஸ்பெக்டர் நாயுடுவும் தென்கலைத் திருமண் தான் இட்டுக்கொண்டிருந்தார்.

"அவங்கதான் ஆத்து மணல்ல சர்க்கஸ் நடத்துதாங்கல்ல. நீரும் உம்ம கூட்டாளிங்களும் ஊருக்குள்ள வீடு வீடா ஏறி சர்க்கஸ் நடத்தணுமா? பொளைக்க வந்தவங்க வேய். இவங்க வேற மாதிரி வெள்ளைக்காரனுவ. பஞ்சத்தில அடிபட்டவனுவ. அவங்க வாயில ஏன் மண்ணை வாறிப் போடுதீரு?"

"நாங்க யாரையும் சர்க்கஸ் பாக்க போகாதேங்கோன்னு தடுக்கல்லையே. பணிவாத்தான் சொன்னோம் .."

"என்ன சொன்னீங்க? போனா சாணி அடிப்பிங்கன்னா? ஐயங் கார், நானும் காது குத்தி இத்தான் தண்டி கடுக்கன் போட்டிருக்கேன். உமக்கு எதுக்கு வேய் இந்த வம்பு? உம்ம பிரின்சிபாலு சொல்லுதாரு நீரு நல்ல படிப்பீருன்னு. எங்க ரிகாடுல உம்ம பேரு ஒரு தடவை வந்தாப் போதும் சர்க்காரு உத்தியோகம் கஜ கர்ணம் போட்டாலும் கிடைக்காது."

"நாயுடு சார், நாங்க சட்ட விரோதமா ஏதும் செய்யல்லையே. நாங்க பெரிய கூட்டமாக் கூட போகல்லை ..."

"மேல பேச வேண்டாம். ஏதாவது ஏடாகூடமா நடந்தது முதல்ல உம்ம கையிலதான் விலங்கு ஏறும். வைஷ்ணவருதான். பெரிய தென்கலை நாமம் வேற போட்டிருக்கீரு. ஆனா நான் உடுப்புக்கு ஞாயமா இருக்கணும் பாரும்."

"நான் போலாமா?"

"என்னவேய் அவசரம். நீரு வார வரத்தில ஸ்டேசன்லதான் நேரத்தில பாதி செலவளிக்க வேண்டியிருக்கும்." நாயுடு நம்மாழ்வார் தோள்களை அழுத்தி நாற்காலியில் உட்கார வைத்தார். "கோவமா? எனக்கு உம்ம உதவி தேவை."

நாயுடு தனது சட்டைப் பையிலிருந்து இரண்டு தங்க நாணயங் களை எடுத்து நம்மாழ்வாரிடம் காண்பித்தார். அவனுக்கு உடனேயே அவைகள் சுதேசி நாணயங்கள் என்று தெரிந்துவிட்டது.

புலிநகக் கொன்றை ◆ 127

முதல் நாணயத்தின் ஒரு புறம் சுதேசி என்று ஆங்கிலத்தில் எழுதப் பட்டு இருந்தது. அதைச் சுற்றி இலை வளையம். வளையத்தைச் சுற்றி 'Chastity, our household divinity' என்ற சொற்கள். மறுபுறம் 'Faith, Hope and Success' என்ற சொற்கள். இரண்டாவது நாணயத்தின் ஒரு புறத்தில் "God Bless, Fine Indian Neck Jewel 1907" என்று எழுதப் பட்டிருந்தது. மறுபுறம் இலக்குமியின் திரு உருவம். உருவத்தின் கீழே 'Lakshmi on Lotus' என்று எழுதப்பட்டிருந்தது. இந்த முட்டாள் தனமான வேலை தங்கம் அதிகம் வைத்திருப்பவர்கள் சிலரைத் தவிர யாருக்கும் பலன் அளிக்கப் போவதில்லை என்று அவனுக்குத் தெரியும். யார் செய்தார்கள் என்பதும் அவனுக்குத் தெரியும்.

"நாயுடு சார். தங்கக் காசை நான் என்னிக்குப் பாத்திருக்கேன். எங்கிட்ட கேக்கறேங்களே?"

"சுதேசி வட்டாரத்தில இதைப் பத்தி பேச்சு வரல்லை?"

"என் முன்னால வரல்லை. நான் ஸ்டுடண்ட் இல்லையா? அதனால இந்த மாதிரி பெரிய விஷயமெல்லாம் என்னோட பேச மாட்டா."

"நீர் போகலாம், ஐயங்கார்."

"வேற ஏதோ சொல்ல வந்த மாதிரி இருந்ததே?"

"நல்ல வேளை. வேலைச் சுமை மூளையல்ல தாக்குது. எனக்கு ஒரு பையன் இருக்கான். அஞ்சாம் பாரம் படிக்கான். ஏபிஸிடி கூட எளுத வரமாட்டேங்கு. உம்மகிட்ட அனுப்பலாமா?"

"பேஷா அனுப்புங்கோ. முடிஞ்சதைச் சொல்லித் தரேன்."

"கூடவே பிரபந்தமும்."

"செஞ்சுட்டாப் போச்சு."

குட்டி ஒட்டகச் சிவிங்கி சரியாக உணவின்றி இறந்துபோனது. மனிதக் குரங்கும் நீர்யானையும் மெலிந்து கொண்டே வந்ததனால் ஏபெல் சர்க்கஸுக்கு அவசரம் அவசரமாகக் கூடாரத்தைத் தூக்க வேண்டி வந்தது. சரியான நஷ்டம். புறக்கணிப்பு வெற்றி.

வின்க்லர் அந்த ஆண்டு சென்னைக்கு மாற்றல் ஆனார். புறப்படும் முன் நம்மாழ்வாரிடம் பி.ஏ. படிப்பில் கவனம் செலுத்துமாறு கூறினார்.

"சுதேசி கசத்துக்குள்ள குதிக்கறதுக்கு முன்னால அதையாவது செய். நீ நீஞ்சி முடிஞ்சு வெளில வரும்போது உன்னை வரவேற்க யாரும் இருக்கமாட்டாங்க. நீதான் தண்ணி ஓரத்தில நடுங்கிட்டு நிப்பே. சுயராஜியம் வரவும் செய்யலாம். ஆனா அதை நான் பாக்க மாட்டேன். நீயும் பாக்கமாட்டே. உன்னோட குழந்தைகள்கூட அதை வரவேற்க வாய்ப்பு இல்லை. அது இன்னும் எதிர்காலத்தின் துளைக்க முடியாத பனி மூட்டத்தின் உள்ள இருக்கு."[11]

"இருக்கலாம், சார். நாங்களும் அந்த மூட்டத்தைத் துளைச்சு. சுயராஜியம் எவ்வளவு தொலைவுல இருக்குங்கறதை பாக்கத்தான் முயற்சி செய்திண்டிருக்கோம்."[12]

“ஓ, உன்னைத் திருத்த முடியாது. இந்தப் புஸ்தகம் உனக்குத்தான். இது உன்னைச் சுதேசிக் குறும்பிலிருந்து சில மணி நேரங்களாவது தள்ளி வைக்கும்னு நினைக்கிறேன்.”[13]

வால்டர் ஸ்காட் எழுதிய Ivanhoe. அவன் ஏற்கெனவே படித்தது.

புது முதல்வர் ஹெர்பர்ட் சாம்பியன். அழகியவர், அழகான குரல் படைத்தவர். மேற்கத்திய இசைமீது தணியாத மோகம் கொண்டவர்.

சிதம்பரம் பிள்ளையின் புகழ் அப்போது உச்சியில் இருந்தது. அவரும் சிவாவும் தூத்துக்குடி கடற்கரையில் நடத்திய கூட்டங் களுக்குத் திரள் திரளாக மக்கள் வந்தார்கள். ராஜதுரோகம் என்று சொல்லக்கூடிய ஒரு வார்த்தையாவது வராதா என்று போலிஸ் ஒற்றர்கள் காத்திருந்தார்கள். வீணாக.

எல்லோரும் எதிர்பார்த்த மோதல் வந்தேவிட்டது.

பிபின் சந்திர பால் ராஜத்துரோகக் குற்றம் சாட்டப்பட்டு கைது செய்யப்பட்டிருந்தார். அவர் விடுதலையானதும் சிதம்பரம் பிள்ளையும் சிவாவும் அந்த நிகழ்ச்சியைச் சிறப்பாகக் கொண்டாடப் போவதாக அறிவித்தனர். மார்ச் 9ம் தேதி பெரிய ஊர்வலம்; முடிவில் சுயராஜியக் கொடி ஏற்றுதல் – அறிவிக்கப்பட்டவை இவை தான்.

திருநெல்வேலி கலெக்டர் வின்ச் நிலைமை வேகமாக மோசமாகிக் கொண்டிருப்பதை அறிந்தான். தன்னுடைய அரசாங்கத்துக்கு இவ்வாறு எழுதினான்:

“ஐரோப்பியர்களுக்கும் அரசு ஆதரவாளர்களுக்கும் எதிராக பெரிய எதிர்ப்புணர்வு நிலவுகிறது. ஐரோப்பியர்களை ஆதரிப்பவர்கள் வெகுவாகப் பயந்து போயிருக்கிறார்கள்.”[14]

தூத்துக்குடிக்கு அவன் மார்ச் 8ம் தேதி வந்தான். சிதம்பரம் பிள்ளையையும் சிவாவையும் திருநெல்வேலிக்கு 9ம் தேதி வரச் சொல்லி உத்தரவு செய்தான்.

9

குறுக்குத்துறை முருகன் கோவிலுக்குப் போகும் வழியில் மின்மினிப் பூச்சிகள் அதிகம். நம்மாழ்வாருக்குக் கையில் ஒன்றைப் பிடிக்க வேண்டும் என்று ஆசை. பிடித்தால் மரணம் அதன் மெல்லிய ஒளியை அணைத்துவிடுமோ என்ற பயம். அவை ஒளிர்ந்து மாமரங்களின் பின்னால் மறைவதைப் பார்த்துக்கொண்டே ஆசிரியர் பின்னால் நடந்தான். வானத்தில் கையில் எட்டாத, மரணமில்லாத மின்மினிப் பூச்சிகள். கடவுள் கையில்தான் எட்டும். அழியும் வேளை யில் இவையும் மறைந்து போகும். நினைக்க முடியாத தொலைவில் அந்த வேளை இருக்கிறது. வெள்ளைக்காரன் அழிவு? நாளை அழிவின் ஆரம்பமா?

சுந்தர சாஸ்திரிக்கும் சுதேசிக்கும் தொடர்பு இருப்பது அவனுக்கு அன்றுவரை தெரியாது. அவன் மாலை வீடு திரும்பியபோது அவனுக் காகக் காத்திருந்தார்.

"நம்மாழ்வார். இப்படிக் காலாற குறுக்குத்துறை வரையும் போகலாம் வா."

ஆற்றில் தண்ணீர் அதிகம் இல்லை. கோவில் வாசலில் இரண்டு தீப்பந்தங்கள் எரிந்துகொண்டிருந்தன. சுந்தர சாஸ்திரி முருகன் திசை நோக்கிக் கரங்களைக் கூப்பினார். நம்மாழ்வாரை உட்காரச் சொல்லித் தானும் மணலில் உட்கார்ந்தார். மணல் சுட்டது. கண்கள் பொங்குவதை அவனால் உணர முடிந்தது. மழை வருமா? மாசியில் ஏது மழை?

"இன்னிக்கு கோர்ட்டில என்ன நடந்ததுன்னு தெரியுமா?"

"தெரியாது, சார்."

"வின்ச் பிள்ளையையும் சிவாவையும் 12ம் தேதி திரும்ப வரச் சொல்லி இருக்கான். அன்னிக்கு அவாளைக் கைது பண்ணறது நிச்சயம். நாம பாத்துண்டு சும்மா இருக்கலாமா?"

இவர் எப்போ சுதேசி ஆனார்?

"என்ன செய்யலாம். பிரித்தானியா அலைகளை மட்டும் இல்லை, கோர்ட்டு, சட்டம், நீதி, வக்கீல்கள் எல்லாத்தையும்னா ஆளறது."

"நாம பெரிய ஊர்வலம் ஒண்ணு நடத்தணும். பையங்களெல் லாம் ஒண்ணு சேக்கணும். நம்ம காலேஜில நீதான் இதைச் செய்யணும்."

"அது கஷ்டம் சார். ஜலதோஷம் வந்தாலே அம்மாட்ட ஓடறவா ஊர்வலத்தில வருவாளா? சில பேர் காலைல எந்திருந்த உடனே ராஜஸ்துதி செஞ்சுட்டுத்தான் நாளத் தொடங்கறா. முடிஞ்சதச் செய்யறேன். வேற யாராவது இதில கலந்துண்டு இருக்காளா?"

"இருக்கா. ஆனா அவா பேரு உனக்கு இப்போ வேண்டாம்."

வின்சுக்கு ஊர் வெடிக்கும் என்று தெரியும். ஆனால் அது இவ்வளவு பயங்கரமாக இருக்கும் என்று எதிர்பார்க்கவில்லை. பிள்ளையும் சிவாவும் கைது செய்யப்பட்ட அந்த வெள்ளி அன்று நெல்லை நகரம் எரிந்தது. அரசாங்கக் கட்டிடங்கள் எரியூட்டப் பட்டன. தெருவெல்லாம் கற்களும் ஓட்டுத் துண்டுகளும் சிதறிக் கிடந்தன. வின்ச் ஆணையால் நடந்த துப்பாக்கிச் சூட்டில் இறந்தவர் நான்கு, காயமடைந்தவர் ஐம்பத்து நான்கு.

அன்று இந்துக் கல்லூரி முதல்வருக்குக் கல்லூரி செல்லவே விருப்பம் இல்லை. முந்தைய நாள்தான் இங்கிலாந்திலிருந்து கடிதங் கள் வந்திருந்தன. சாய்வு நாற்காலியில் சாய்ந்துகொண்டு அந்தக் கடிதங்களை அசைபோட வேண்டும் என்று அவருக்கு ஆசை. ஆனால் வின்ச் அவரை அன்று கல்லூரிக்குத் தவறாமல் செல்லுமாறு கேட்டுக் கொண்டிருந்தான். கடிதங்களை நாளை படித்துக்கொள்ளலாம்.

சாம்பியன் விவால்டியின் ஒரு துணுக்கை சீட்டியடித்துக் கொண்டே கல்லூரியை நோக்கி சைக்கிளில் சென்றார்.

கூட்டம் அவர் வருவதைத் தொலைவிலிருந்தே பார்த்துவிட்டது. அவரும் கூட்டத்தைப் பார்த்தார். இந்தியாவில் கூட்டம் கூடுவதற்குக் காரணம் தேவையில்லை. நான் கையைத் தட்டினால் போதும். அது காணாமல் போய்விடும்.

இந்தக் கூட்டம் வேறு மாதிரி.

சைக்கிளைக் கூட்டத்திற்கு இடையே நுழைத்து வெளியேற அவர் முயற்சி செய்தார். முடியவில்லை. ஊடுருவ முடியாதபடி மக்கள் வழியை அடைத்துக்கொண்டிருந்தார்கள்.

"காலேஜ் பிரின்ஸிபாலு. வந்தே மாதரம் சொல்லச் சொல்லு. போயி பிள்ளைங்களுக்கும் சொல்லிக்கொடுப்பாரு."

"வந்தே மாதரம்! சொல்லு" கூட்டம் ஆரவாரித்தது.

"ரப்பிஷ். நான் ஏன் சொல்லணும்?"

"என்ன சொல்லுதான்"

"திமிர் பிடிச்ச பயப்பா. குப்பைன்னிட்டுல்ல சொல்லுதான்."

"அடிறா அவனை."

"செங்குரங்கு மூஞ்சில கரியைப் பூசு."

"தூக்கி ஆத்தில கடாசிறலாம்."

கூட்டம் அவரைச் சூழும்போது நம்மாழ்வார் மாணவர் சிலருடன் வந்தான்.

"என்ன நடக்கறது இங்கே? இவர் எங்க பிரின்ஸிபல். அவரை ஏன் தொந்தரவு செய்யிரேங்க"

"வந்தே மாதரம் சொல்லமாட்டேங்கான்."

"விடுங்கப்பா. அவர் சொல்லி என்ன ஆகப் போறது? சர்க்காருக்கும் இவருக்கும் குளிமுறைகூடக் கிடையாது."

அவரைச் சுற்றி மாணவர்கள் வளையமாக நின்றுகொண்டனர். கூட்டம் கலைந்த பின் அருகிலிருந்த கட்டிடம் ஒன்றுக்கு அவரை அழைத்துச் சென்றனர்.

"இங்கே நீங்கள் பாதுகாப்பாக இருக்கலாம் சார். நடந்ததுக்கெல்லாம் நாங்கள் வருந்துகிறோம்."

முதல்வர் தனக்குள்ளே சிரித்துக்கொண்டார்.

"Thank you very much Nammalwar. This morning, I had no will to wander forth of my doors, yet something led me forth."

நம்மாழ்வாருக்கு ஷேக்ஸ்பியரும் தெரியும், ஜூலியஸ் சீசரும் தெரியும்.

"Then you must thank your stars that they did not tear you for your bad music. They have no ear for your kind of music."

மாணவர்கள் தீ வைக்கவில்லை. கடைகளை மூட வைக்க இரண்டு மூன்று கற்களை எறிந்திருக்கலாம். அவர்களுக்கும் நகரத்தின் வெறியாட்டம் அதிர்ச்சியைத் தந்தது. வின்ச் அவ்வாறு நினைக்கவில்லை. ஒரு பிராமண ஆசிரியர்தான் மாணவர்களைத் தூண்டி விட்டு இந்தச் செயல்களைச் செய்யச் சொன்னார் என்று அவனது உளவாளிகள் கூறினார்கள். தனது போலிஸ் அதிகாரியிடம் அவன் சொன்னான். "அவர் ஆடறுப்பதில் நிபுணராம். நாம் விஷயத்தைக் கறப்பதற்கு எப்படி அறுப்போம் என்பதை அவருக்குக் காட்ட வேண்டும்."

கலவரத்தைப் பற்றிய செய்தி பொன்னாவை எட்டியது. இன்னொரு மரணமா? அவளுக்குத் தன்னுடைய தாத்தாவின் மரணம் நினைவுக்கு வந்தது. அரசாங்கத்தின் தோட்டாக்கள் ஒரே குடும்பத்தை இரண்டு முறை துளைக்காது.

நம்மாழ்வார் மயிரிழையில் தப்பினான். நாயுடு அவனுடைய நன்னடத்தைக்குச் சான்று கொடுத்தார். ஆனால் சிஐடி அறிக்கை வேறு மாதிரி இருந்ததால் வின்ச் முதல்வரிடம் கேட்டான். சாம்பியன் தான் பிழைத்தது அவனால் என்றார். போலிஸ் அவனைத் தொல்லை செய்தால் கவர்னருக்கு எழுதப் போவதாகவும் சொன்னார்.

சுந்தர சாஸ்திரிக்குப் பரிந்துரை செய்ய யாருமில்லை. அடித்த அடியில் உதடு கிழிந்து கால் எலும்புகள் நொறுங்கிப் போயின. ஆனாலும் சாஸ்திரி வாயைத் திறக்கவில்லை.

வெறியாட்டம் நின்றுபோனது. நகரத்தின் ஆத்மாவைத் துப்பாக்கிச் சூடு குளிரச் செய்துவிட்டது. சிவாவுக்குப் பத்து ஆண்டுகள். பிள்ளைக்கு நாற்பது ஆண்டுகள். சாஸ்திரிக்கு ஏழு ஆண்டுகள். ஊரில் ஒரு நாய்கூட குரைக்கவில்லை.

வின்ச் ஒரு கடிதத்தில் எழுதினான்:

"மக்கள் இந்தக் கடுமையான தண்டனைகளால் அதிர்ச்சி அடைந்திருக்கிறார்கள் என்று எண்ணுகிறேன் . . . இனிமேல் பிரிட்டிஷ் அரசுக்கு எதிராக எவரும் பேசத் துணிவார்கள் என்று எனக்குத் தோன்ற வில்லை."[15]

யாரும் பேசத் துணியவில்லை. சுதேசியும் சுயராஜியமும் நெல்லையில் இறந்துபோயின. அப்போது தூங்க ஆரம்பித்த நெல்லை மக்கள் சுதந்திரம் வரும்வரை சரியாக விழித்துக்கொள்ளவில்லை.

நம்மாழ்வார் தூங்கவில்லை. பட்டணத்திலிருந்து அழைப்பு வரும் என்று எதிர்பார்த்திருந்தான்.

10

சேரங்குளம் பெண்கள் சதைப் பிடிப்போடு இருப்பார்கள். ஆனால் லட்சுமி வளைவுகளே இல்லாத குச்சி. தொட்டாலே அழும் குச்சி. நாங்குனேரி அவளைப் பயமுறுத்தியது. நம்மாழ்வார் மேலும்

பயமுறுத்தினான். வற்புறுத்தலால் செய்து கொண்ட கல்யாணம் என்று அவனுக்கு நினைப்பு. அவளிடம் பரிவாகத்தான் இருந்தான். வெளிப்படையான பரிவு. பரிவு அவளுக்குப் புரியவில்லை. அவனுக்கும் தனக்கும் இடையே இருந்த இடைவெளி புரிந்தது. அவர்கள் மூன்று ஆண்டு மண வாழ்க்கையில் மகிழ்ச்சியான நாட்கள் குறைவு. ஆனால் அவை விலை மதிக்க முடியாத நாட்கள்.

பொன்னாவும் ஆண்டாளும் மகிழ்ச்சியின் உச்சத்தில் இருந்தார் கள். லட்சுமிக்கும் நாள் ஆக ஆக அவர்கள் தன்னுடைய நெருக்கத்துக் காக ஏங்குகிறார்கள் என்று தெரிந்தது. அவளும் நெருங்கி வந்தாள். பொன்னா நம்மாழ்வாரைத் திருநெல்வேலியில் வீடு பார்க்கச் சொன் னாள். அவன் மறுத்துவிட்டான். சுதேசி வேலையை இந்த அழுகை எந்திரம் பார்க்க விடாது. வாரக் கடைசியில் அவன் நாங்குனேரிக்கு வருவான். பொன்னா அவர்களைச் சீக்கிரமாக மாடிக்குப் போகச் சொல்வாள். லட்சுமி கையில் பாதாம் அரைத்துவிட்டு குங்குமப் பூ தூவிய பால்.

11

அழைப்பைக் கொண்டு வந்தவர் ஒரு வங்காள சன்யாசி. ஆங்கிலத்தை வங்காள பாணியில் பேசினார்.

"என் பெயர் புத்தானந்த பரமஹம்சர். நேரா ரயில்வே ஸ்டேஷனி லிருந்து வரேன்."

நம்மாழ்வார் அவர் காலில் விழுந்து வணங்கினான். "சுவாமி வந்தது என் பாக்கியம். தெரிஞ்சா ஸ்டேஷனுக்கே வந்திருப்பேன். ஆத்தில சாப்படணும்."

"எனக்கு நேரமில்லை. உடனே செங்கோட்டை போகணும். நான் இங்கே வந்ததே நீர் சனிக்கிழமை புனலூர் போக வேண்டும் என்பதைச் சொல்லத்தான்."

"காரணம் தெரிஞ்சுக்கலாமா?"

"மாஜினியின் சபதம். வெங்கடேஸ்வர ஐயர் வீட்டுக்குப் போங்கோ. அவர் மற்றதைச் சொல்லுவார்."

புனலூர் திருவிதாங்கூர் சமஸ்தானத்தைச் சேர்ந்தது. வெங்கடேஸ் வர ஐயர் ஊரில் பெரிய வக்கீல். திண்ணை முழுவதும் கட்சிக் காரர்கள். ஆனால் வெங்கடேஸ்வர ஐயர் நம்மாழ்வாரை அடை யாளம் கண்டு கொண்டுவிட்டார். ஐயருக்கு நெற்றியை அடைத்த விபூதி. எதிரே நிற்பவரை இடிக்கும் தொந்தி.

"வாங்கோ, வாங்கோ, உம்மைத்தான் எதிர்பார்த்திண்டு இருந் தேன். நாளைக்குக் கூட்டம். இன்னிக்கு ஆத்திலயே தங்கலாம். எங்காத்தில சாப்பிடுவீரா?"

கூட்டம் ஒரு பாழடைந்த தோட்டத்தில் நடந்தது. மொத்தம் இருபது பேர். அவனுக்குத் தெரிந்தவர் யாரும் கிடையாது. வங்காள

சாதுவைக் காணவில்லை. பட்டணத்திலிருந்து நீலகண்டன் என்ற இளைஞன் பேசினான்.

"பிள்ளை சிறையில் செக்கிழுக்கிறாராம். சிவாவுக்குக் குஷ்டம். நாம் நித்தம் உண்டு உடுத்து வாழ்நாட்களைத் தேய்த்துக்கொண்டிருக் கிறோம். வெள்ளையனுக்குப் பாடம் கற்பிக்க வேண்டாமா? ஜார்ஜ் பஞ்சமன் தில்லி வருகிறானாம். அவனுக்குத் தகுந்த பரிசு அளிக்க வேண்டும்."

"என்ன பரிசு?" கூட்டத்தில் யாரோ கேட்டார்கள்.

"அது அப்புறம். இப்போ நாம் கூடி இருக்கிறது சங்கத்தைத் தொடங்கி வைக்க. இது பாரத மாதா சங்கத்தின் முதல் கூட்டம்."

முதலில் காளி வணக்கம். பின் விபூதி குங்குமம் வினியோகம். அதன் பின் உறுதிமொழி. மாஜினியின் சபதத்தைப் போல அலங் காரங்கள் நிரம்பியது அல்ல. எளிமையானது. முடிவில் ஒரு காகிதத் தில் ரத்தக் கைநாட்டு.

நம்மாழ்வார் பின் நீலகண்டனிடம் பல கேள்விகள் கேட்டான். "நம்ம திட்டங்கள் என்ன? பிரிட்டிஷ் சாம்ராஜியம் லேசுபட்டதா? நமக்கு ஆயுதங்கள் எங்கேருந்து வரும்? போதுமான அளவு வருமா? வேற யாரிட்டல்லாம் நமக்கு தொடர்பு இருக்கு?"

"கூடிய சீக்கிரத்தில எல்லாம் தெரியும். ஐயங்காருக்கு ரொம்ப அவசரம் போலிருக்கே?"

"அவசரம்தான். ஏன்னா அரசாங்கத்துக்கு அவசரம். நம்மை நசுக்கறத்துக்கு. வந்திருக்கறவாள் எல்லாம் நம்பக்கூடியவாளா?"

"நீர் எவ்வளவு நம்பகமானவரோ அவ்வளவு நம்பகமானவா. நாங்க ஒரு திட்டம் வச்சிருக்கோம். அதுபடிதான் நடப்போம்."

நம்மாழ்வாருக்குத் தனது பதில் மனநிறைவை அளிக்கவில்லை என்று தெரிந்ததும் நீலகண்டன் மெதுவாகச் சொன்னார். "வெளி நாட்டில நமக்கு நிறைய மித்ரர்கள் இருக்கா. மேடம் காமாவும் ஷ்யாமாஜி கிருஷ்ண வர்மாவும் உதவறதாச் சொல்லிருக்கா. VVS ஐயர் பாண்டிச்சேரி வந்தாச்சு. எல்லாம் நன்னா கூடி வந்தா ஜெர்மனிலேருந்து ஆயுதங்கள் வரும். மத்த சங்கங்களோடவும் தொடர்பு இருக்கு. உம்மை இங்க வரச் சொன்னது யாரு? வங்காளி தானே?"

12

லட்சுமி இப்போது அழகாகவே இருந்தாள். முகத்தில் இன்னொரு உயிரைத் தாங்கும் களை. அழுகைகள் மாயமாகிவிட்டன. நம்மாழ் வார் நாங்குனேரிக்கு அடிக்கடி வந்தான். அவளுடைய நல்ல அம்சங்களைக் கவனிக்க ஆரம்பித்தான். ஆனால் அவன் சேர்க்கை யின்போது பேசவே மாட்டான். அவன் கீழ் இருக்கும் அவள்தான் பேசிக்கொண்டே இருப்பாள். உச்சகட்டத்தில் கண்களை மூடிக்

கொண்டு, தொடைகளை இறுக்கிக்கொண்டு அவளும் பேச்சிழந்து விடுவாள்.

உண்டியல் கடை குடும்பத்தில் வெகு நாட்களுக்குப் பின் ஒரு நல்ல நிகழ்வு வந்தது. லட்சுமியின் வளைகாப்புக்கு ஊர் திரண்டு வந்தது. பொன்னா வளையல் கடையையே இறக்கியிருந்தாள். சுமங்கலிகளின் கூட்டம். எல்லோருக்கும் முட்டுவரை கண்ணாடி வளையல்கள். லட்சுமி உடுத்தியிருந்த புடவையில் ஒன்பது அப்பங் களை வைத்து அவள் மடியோடு சேர்த்துக் கட்டப்பட்டது.

அன்று இரவு நம்மாழ்வார் அவளிடம் பேசினான். "லக்ஷ்மி, நான் படிப்பை நிறுத்திடலாம்னு பார்க்கறேன்."

அவன் சட்டக் கல்லூரியில் சேர வேண்டும் என்பது பொன்னா வின் விருப்பம். "அது உங்க இஷ்டம். எங்க இருந்தாலும் என்னக் கூட்டிக்கோங்கோ. நீங்க வக்கீலாப் போங்கோ, இல்லை தாலுக்கா ஆபிஸ் குமாஸ்தாவாப் போங்கோ எனக்குக் கவலை இல்லை. நான் உங்களோட இருக்கணும். என்னை இங்க விட்டுட்டுப் போக மாட்டேளே?"

"ஏன், அம்மாவையும் ஆண்டாளையும் உனக்குப் பிடிக்கலையா?"

"ஏன் சீண்டறேள்? நான் அப்படியா சொன்னேன்? உங்க கூட இருக்கறதும் இங்கயே இருக்கறதும் ஒண்ணுன்னு நீங்க நினைச்சா நான் மேல பேசல்லை."

"கோச்சுக்காதே. சுதேசி விஷயங்கள்ள நான் இப்போ மும்முரமா இருக்கேன். நீ குழந்தையோடு வரச்சே நான் இருக்கேனோ இல்லையோ?"

"உளராதேங்கோ. இன்னிக்குப் பேசற பேச்சா இது?"

"நான் என்ன சொல்ல வந்தேன்னா என்னை போலிஸ் பிடிச்சுண்டு போயிடலாம்."

"என்ன தப்பு பண்ணினேள்? கன்னம் போட்டேளா? யாரை யாவது ஏமாத்தினேளா? நல்ல நாளும் அதுவுமா இப்படி அசட்டுப் பிசட்டுன்னு பேசினேள்னா நான் கீழ ஆண்டா அக்காகிட்டயே படுத்துக்கறேன்."

பல நாட்களுக்குப் பிறகு அவள் மூக்கை உறிஞ்சுகிறாள். நம்மாழ் வார் வாயை மூடிக்கொண்டான்.

13

பாரத மாதா சங்கத்தின் கூட்டங்கள் நடந்துகொண்டுதான் இருந்தன. வெள்ளை அரசாங்கத்தின் மீது வசை பாடுவது ஒன்றே அக்கூட்டங் களில் நடந்தது. காகிதத்தில் பதித்த ரத்தக் கைநாட்டு கறுத்துப் போய்விட்டது. நம்மாழ்வார் இந்த ரத்தத்தைத் தவிர சங்கம் வேறு ரத்தம் பார்க்கப் போவதில்லை என்று நினைத்தான். ஜெர்மனியி லிருந்து ஆயுதங்கள் வருவதற்கான அறிகுறியே இல்லை. நம்மாழ்வார் துப்பாக்கியைத் தொட்டுக்கூடப் பார்த்ததில்லை.

ஒரு நாள் நீலகண்டன் திடீரென்று அவன் வீட்டிற்கு வந்தார். எப்போதும் அணிந்திருக்கும் கோட்டு இல்லாமல்.

"என்னோட டவுண் வரையும் வாரும்."

டவுணில் ஒரு சிறிய இட்லிக் கடைக்கு அவனைக் கூட்டிச் சென்றார்.

"எவ்வளவு தரணும்? ஐயங்கார் தருவார்."

"நாலணாங்க. பதினாறு இட்லி சாப்டாரு."

"பணம் கிடைச்சாச்சுல்ல. கோட்டைக் கொடும்."

கோட்டை அணிந்துகொண்டே நீலகண்டன் தெருவில் நடந்தார். "ஐயங்கார், என்கூட வாரும். நான் ஒரு முக்கியமான மனுஷரைப் பாக்கப் போறேன்."

"யாரை"

"பிச்சாண்டித் தேவரை. மறுகால்குறிச்சி கிராமம். கேள்வி பட்டிருப்பீர்."

"மறுகால்குறிச்சி எங்க ஊருக்கு அடுத்த ஊர் ஸ்வாமி. பிச்சாண்டித் தேவரை எனக்கு நன்னாவேத் தெரியும். நாங்குனேரி போகலாம். நான் தேவருக்கு ஆள் அனுப்பறேன்."

பிச்சாண்டித் தேவர் உண்டியல் கடை வீட்டுக்கு வந்தார். அவர் நீலகண்டனிடம் சொன்னார், "இவங்க குடும்பத்து பாட்டத்தைத் தான நாங்க பாக்கோம். ஒரு வருச பளக்கமா இரண்டு வருசப் பளக்கமா? பத்து இருபது தலைமுறைல்ல பளக்கம். பொன்னாம் மாவைத் தெரியாதவங்க இந்த சுத்து வட்டாரத்திலயே இருக்க மாட்டாங்க."

"நல்லது. நாம பேச வந்ததை ஐயங்கார் முன்னாலயே பேசலாம். மூவாயிரம் பேரை தயார் பண்ணிட்டீரா"

"அவனுக எங்க போவானுக சாமி. வேலையா வெட்டியா? குடிச்சிட்டு கிடப்பானுக. ஒரு வாரம் போதும். கூட்டியாரத்துக்கு. துப்பாக்கி தாறேன்னு சொன்னீங்களே?"

"வரது, வரது. பொறுமையா இரும்."

"வேற வளி?"

தேவர் போன பிறகு நம்மாழ்வார் மூவாயிரம் பேர் என்ன செய்வார்கள் என்று கேட்டான்.

"மூவாயிரம் மட்டும் இல்லை, ஐயங்கார். மாப்பிள்ளைச் சாமி, கெட்டிபொம்மு பரம்பரை, இருபதாயிரம் பேரைத் திரட்டறதாச் சொல்லியிருக்கார். எல்லோரும் ஜெர்மனியிலிருந்து ஆயுதத்துக்காகக் காத்துண்டு இருக்கா."

"ஆயுதமா? இவ்வளவு பேருக்கா? ஜெர்மன்காரன் சும்மாவா கொடுக்கறான்? இவாளுக்கு எங்க ட்ரயினிங்? வெள்ளைக்காரனுக்குத் தெரியாம அது நடக்க முடியுமா? இவ்வளவு பேர் எங்க தங்குவா? சாப்பாடு யாரு போடுவா?"

“காளி மாதா நம்ம பக்கம். அவள் வழி காட்டுவாள். பணம் நிச்சயம் கிடைக்கும். பரோடா மஹாராஜா தரேன்னு சொல்லி ருக்கார்.”

நம்மாழ்வார் மௌனமாக இருந்தான். அவனது கனவின் பரப்பு இவ்வளவு விரிந்ததல்ல.

அவன் நீலகண்டனை மறுபடியும் பார்க்கவேயில்லை. ஆனால் பாண்டிச்சேரியிலிருந்து அவனுக்கு அழைப்பு வந்தது. வ. வே. சு. ஐயர் அழைத்திருந்தார். பிள்ளையைப் போலவே கறுப்பு. குட்டை. ஆனால் அடர்ந்த தாடி.

“பார்க்க ஆஜானுபாஹுவாய் இருக்காய். இந்த உடம்பு எதுக்கு? தேசத்துக்குக் கொடுக்கத் தயாரா?”

“என்ன சொல்றேளோ அதைச் செய்யறேன்.”

“துப்பாக்கி சுட படிச்சுக்கறயா?”

“எப்போன்னு காத்திண்டுருக்கேன்.”

“கொல்லவும் தயாரா இருக்கணும்.”

“யுத்தம்னா தயார்.”

“யுத்தத்துக்கு நாள் நிறைய இருக்கு.”

“சீக்கிரம் கொல்லணும்னு நான் நினைக்கல்லை.”

ஐயர் சிறிது நேரம் யோசித்தார். “நீ போலாம். துப்பாக்கி சுடற ட்ரெயினிங்க்கு அவசியம் கூப்படறேன்.”

14

வடக்குப் பார்த்த ஒரு ஆலங்குச்சி தேர்ந்தெடுக்கப்பட்டது. அதன் ஒரு முனையில் இரு சிறிய பழங்கள் ஒட்டிக்கொண்டிருந்தன. ஆண்குறியைப் போல இருந்தது அது. அதை அம்மியில் வைத்து ஐந்து வயது சிறுமி ஒருத்தியை அரைக்கச் சொன்னார்கள். அவளுக்குப் பொன்னா ஒரு பட்டுப் பாவாடையும் இரண்டு வெள்ளி ரூபாயும் கொடுத்தாள். அரைத்ததை ஒரு பட்டுத் துணியில் கட்டி மனைவியின் வலது மூக்கில் நம்மாழ்வார் பிழிந்தான், சமஸ்கிருதத்தில் ‘நீ ஒரு ஆண் குழந்தை’ என்று சொல்லிக்கொண்டே. பிறகு அவன் ஒரு முள்ளம்பன்றியின் முள்ளையும் மூன்று தர்ப்பைப் புற்களையும் பழங்கள் ஒட்டியிருந்த ஒரு அத்திப்பழக் குச்சியையும் சேர்த்து எடுத்து தனது மனைவியின் வகிடை அவற்றால் பிரித்தான்.

சீமந்தப் பட்சணங்களில் லட்சுமிக்கு வரகரிசி பிடிக்கும். கடுக் கடுக் என்று கடைவாய்ப் பற்களால் கடித்துச் சாப்பிடுவாள். பொன்னா ஜாடி ஜாடியாக வரகரிசி பண்ணி வைத்திருந்தாள். மருமகள் பிரசவத்துக்குப் போகும்போது இரண்டு பித்தளைப் பாத்திரங்கள் நிறையக் கொடுத்து அனுப்பினாள்.

நம்மாழ்வாரின் மகன் நாங்குனேரி வந்தபோதும் நமர்த்துப் போன வரகரிசி கொஞ்சம் மிச்சம் இருந்தது.

15

கடைசி அழைப்பும் பாண்டிச்சேரியிலிருந்து வந்தது. கிருஷ்ணபிள்ளை தோட்டம் புனலூர் தோட்டம் மாதிரி பாழடைந்ததல்ல. மலையாளத்தில் பெய்யும் மழை சில மேகங்களை பாண்டிச்சேரிக்கும் அனுப்பியிருந்தது. தோட்டத்தின் மரங்கள் சிலிர்த்துக்கொண்டு மழையை வரவேற்றன. ஈரக் காற்று. காற்றோடு சக்தியும் அங்கு பரவியிருப்பாள் என்று நம்மாழ்வாருக்குத் தோன்றியது. பரவியிருக் கிறாளோ இல்லையோ பாரதியினுள் நிச்சயம் இருக்கிறாள். அமானுஷ்ய மான குரலில் அவர் தன்னுடைய சக்தி பாடலைப் பாடினார்.

நெஞ்சுக்கு நீதியும் தோளுக்கு வாளும்
நிறைந்த சுடர்மணிப் பூண்
பஞ்சுக்கு நேர்பல துன்பங்களாம் அவள்
பார்வைக்கு நேர் பெரும் தீ
வஞ்சனையின்றி கபடின்றி சூதின்றி
வையக மாந்தர் எல்லாம்
தஞ்சம் என்றே உரைப்பீர் அவள் பேர்
ஓம் சக்தி ஓம் சக்தி ஓம்

அவர் அருகே செல்லவே நம்மாழ்வாருக்குப் பயமாக இருந்தது. கண்கள் நேராகப் பார்க்காமல் மேகங்களைக் குறி வைத்திருந்தன. கைகள் காற்றைப் பிசைந்து கொண்டிருந்தன.

நாற்பது பேர். நீலகண்டனைக் காணோம். வ.வே.சு. ஐயர்தான் கூட்டத்தை நடத்தினார். அவருக்கும் நீலகண்டனுக்கும் கருத்து வேற்றுமையாம்.

ஒரு மெலிந்த இளைஞன் ஐயர் காலடியில் ரிவால்வர் ஒன்றை வைத்தான். அவனும் விழுந்து வணங்கினான். நம்மாழ்வார் அவனை உடனே அடையாளம் கண்டு கொண்டான். வாஞ்சி. திருவிதாங்கூர் காட்டிலாக்காவில் ரேஞ்சராக வேலை செய்பவன். கூட்டங்களில் அதிகம் பேசாதவன். ஆனால் எப்போதும் பதட்டம்.

அன்று அமைதியாக இருந்தான். தேர்ந்தெடுக்கப்பட்டவன் இவன்தான். சீக்கிரம் கொல்வதற்குத் தயாராகி விட்டான்.

ஐயர் சொன்னார். "காளியின் அருள் உனக்குப் பரிபூரணமாக இருக்கிறது. வீர சொர்க்கம் உனக்கு நிச்சயம்."

திருநெல்வேலிக்கு இப்போது ஆஷ் கலெக்டர். கலவரம் நடந்த போது அவன் தூத்துக்குடியில் இருந்தான். அங்கே அதிக சேதம் இல்லை என்றாலும் இவன் மக்கள்மீது காட்டிய வன்மம் ஆங்கி லேயர்களையே அதிர வைத்தது.

அவன் பணியில் சேர்ந்த புதிதில் ஒழுங்காகத் திட்டமிடாததற்காக அவனுக்குக் குற்றச்சாட்டுக் குறிப்பு ஒன்று கிடைத்தது. இப்போது தேறிவிட்டான். கொடைக்கானல் செல்வதற்கு மூன்று மாதங்கள் முன்னாலேயே விடுமுறை நாட்களை எப்படிச் செலவிட வேண்டும் என்பதை நேர்த்தியாக எழுதி தன் இளம் மனைவியின் ஒப்புதலும் வாங்கிவிட்டான்.

புகைவண்டி திருநெல்வேலி பாலம் நிலையத்திலிருந்து 9:35க்குப் புறப்பட்டு மணியாச்சியை ஒரு மணி நேரத்தில் அடைந்தது. ஆஷ் மனைவியுடன் போட் மெயிலில் தூத்துக்குடியில் ஏறி மணியாச்சி வந்தான். இருவரும் முதல் வகுப்புப் பெட்டியில் வண்டி புறப்படு வதற்காகக் காத்துக் கொண்டிருந்தனர். குடுமி வைத்த ஐயரை முதலில் கவனித்தது அவன்தான். அவன் கையில் என்ன, துப்பாக்கியா? பொம்மைத் துப்பாக்கியாக இருக்கும். நிஜத் துப்பாக்கி போலவே இருக்கிறது. இதை அலட்சியப் படுத்தக்கூடாது. குறியை திசை மாற்றுவதற்காகத் தன் தொப்பியை ரிவால்வரைக் குறி வைத்து வீசினான். குறி தவறவில்லை. தோட்டாக்கள் ஆஷ் இதயத்தில் பாய்ந்தன. திருமதி ஆஷ் ரத்த மழையில்.

வாஞ்சி அருகிலிருந்த கழிப்பிடத்துக்குள் புகுந்து தன்னைத் தானே சுட்டுக்கொண்டான்.

16

பயம் அவனை விடாமல் பிடித்துக் கொண்டது. கூடவே தூங்கி விழிப்பு தானாக வருமுன்பே அவனை எழுப்பி, முடிவே இல்லாத கேள்விகளைக் கேட்டது. மனதின் ஓரத்தில் ஒளிந்திருந்து எதிர்பார்க் காத சமயத்தில் அவன் முன்னால் நின்றது.

நம்மாழ்வாருக்கு வெள்ளையர்மீது இருந்த வெறுப்பு குறைய வில்லை. அவர்களை ஒழிக்க வேண்டும் என்பதிலும் அவனுக்குச் சந்தேகம் இல்லை. ஆனால் ஒழிக்கும் தருணம் காலத்தின் மடியில் இருக்கிறது என்று அவன் நினைத்துக்கொண்டிருந்தான். அவர்களில் ஒருவன் உடனே ஒழிந்தது அவனைப் பதைக்க வைத்தது. பாண்டிச் சேரியில் நடந்தது ஒரு நாடகம் என்றே ஆஷ் கொலைவரை அவனது உள்மனம் நம்பிக்கொண்டிருந்தது.

இருந்தாலும் அவனுக்கு இந்தக் கொலையைப் புரிந்துகொள்ள முடியவில்லை. ஆஷ் ஒரு தேவதை இல்லைதான். ஆனால் அவனைவிடக் கொடியவர்கள் பலர் இருந்தார்கள். வின்ச். பிள்ளைக்கு நாற்பது ஆண்டுகள் தண்டனை விதித்த பின் ஒரு வேளை அவர்கள் நெருங்க முடியாதபடி இருந்தார்கள் போலும்.

பதினான்கு பேர் ஆஷ் கொலை வழக்கில் குற்றம் சாட்டப் பட்டிருந்தார்கள். வ. வே. சு. ஐயர் அவர்களில் ஒருவர் இல்லை. முதற் குற்றவாளி நீலகண்டன். வெங்கடேஸ்வர ஐயரை உயிரோடு பிடிக்க முடியவில்லை. போலிஸ் வந்தபோது கழுத்தை அறுத்துக்கொண்டு ரத்தம் ஆறாக ஓடக் கிடந்தார் அவர்.

கைது செய்யப்படுவதற்காக அவன் காத்திருந்தான். யாரும் வரவில்லை.

17

அவன் எப்போதும் வீட்டில்தான் அடைந்து கிடப்பான். அன்று காலாற நடந்து வரலாம் என்று வெளியே சென்றிருந்தான். திரும்பி வீட்டிற்குள் நுழையும்போதே பாட்டியின் அழுகைச் சத்தம் கேட்டது.

தந்திகள் மரணத்தின் தூதுவர்கள். மரணத்தின் நாற்றம் இந்தத் தந்தியிலும் இருந்தது. "Lakshmi Serious. Start Immediately."

அவன் அவளை உயிரோடு பார்க்கவில்லை. இறப்பு அவளை விகாரப்படுத்தியிருந்தது. வாய் திறந்து மஞ்சள் ஏறிய பற்கள் வெளியே தெரிந்தன. கைகள் வளைந்து மூட்டுக்கள் துருத்திக்கொண்டிருந்தன. இவளுடனா நான் வாழ்ந்தேன்?

மாமனார் மரணம் எவ்வாறு நேர்ந்தது என்பதைச் சொன்னார். வலிப்பு எடுத்ததால் எதிர்பாராமல் நேர்ந்ததாம். கையில் கொடுக்கப் பட்ட உயிர் மூட்டையை அவன் பார்க்கவில்லை. துக்கம் முனைப்பாக இருந்தாலும் அதன் இடைவேளைகளில் லட்சுமியின் சாவு அவனு டைய பல பிரச்சினைகளுக்குப்பதில் அளித்துவிட்டது என்பதை நினைக்காமல் இருக்க முடியவில்லை.

பிறந்தது ஒரு பொருட்டே இல்லை. அதற்கும் நான் தேவை இல்லை.

லட்சுமியின் தகனம் நடந்த உடனேயே மாமனார் அவனிடம் வந்தார்.

"பெருமாள் நினைச்சார். சீக்கிரம் கூட்டிண்டு போயிட்டார். என் னவோ சுமங்கலியா சேந்தாளே. குழந்தைதான் தவிச்சுப் போயிடும்."

நம்மாழ்வாரிடமிருந்து பதில் வரும் என்று எதிர்பார்த்தார். அவன் மௌனம் அவரையே திரும்பப் பேச வைத்தது.

"குழந்தைய யாராவது பாத்துக்கணும். உங்க அம்மா அதைத் தங்கத் தொட்டில்லதான் தாலாட்டுவா. சந்தேகம் இல்லை. ஆனா குழந்தைக்கு அம்மான்னு ஒத்தி அவசியம்."

நம்மாழ்வார் கூரையைப் பார்த்துக்கொண்டிருந்தான்.

"நா சொல்றேன்னு கோச்சிக்கப்படாது. வேற இடமே வேண்டாம். நம்ம வேதா இருக்கா. அக்கா பிள்ளைங்கறதினால குழந்தைய நன்னா பாத்துப்பா."

"புத்தியோடதான் பேசறேளா? அவ கங்கு இன்னும் கொதிச்சிண்டு இருக்கு, அதுக்குள்ள எனக்குப் படுத்துக்கறத்துக்கு பொண் தேடி யாறதா? வேதாவை என் கழுத்தில கட்டிட்டா உமக்கு மாப்பிள்ளை பாக்கற வேலை மிச்சம். கல்யாணங்கற பேச்சையே எடுக்காதயும்.

எனக்கு அந்தக் குழந்தையும் வேண்டாம். நீரே வச்சுக்கும். அல்லது என்னோட அம்மாட்ட அனுப்பும்."

நம்மாழ்வார் அப்படிப் பேசி மாமனார் பார்த்ததே இல்லை. அவர் கண்களில் நீரைப் பார்த்ததும் நம்மாழ்வாருக்குத் தன் நினைவு வந்தது.

"என்னை மன்னிச்சிக்கணும். நான் இப்படிப் பேசிருக்கக் கூடாது."

"உம்ம மேல தப்பு இல்லை. நான் கொஞ்சம் அவசரப் பட்டுட்டேன். அதான் தப்பு. அப்பறமா பேசிக்கலாம்."

வீட்டிற்குச் சென்ற உடனேயே மனைவியிடம் குழந்தைக்குப் பால் கொடுப்பதற்கு ஆள் தேடச் சொன்னார்.

18

ஆஷ் வழக்கு இழுத்துக்கொண்டே போனது. அதைப் பற்றிய ஒவ்வொரு செய்தியையும் நம்மாழ்வார் படித்தான். தனது பேர் வந்துவிடுமோ என்ற பயம். வராததால் ஏமாற்றம். நீலகண்டனுக்குத் தான் தண்டனை அதிகம். ஏழு ஆண்டுகள்.

நம்மாழ்வாருக்கு நீலகண்டனுடன் பிச்சாண்டித் தேவரைச் சந்தித்தது நினைவுக்கு வந்தது. இருபத்து மூவாயிரம் பேருக்கு ஆயுதங்கள்! ஒரு ரிவால்வரை யாரோ ஒருவர் உபயோகித்ததற்கே ஏழு ஆண்டுகள். இருபத்து மூவாயிரம் ரிவால்வர்கள் நீலகண்டனை எங்கு கொண்டு சேர்த்திருக்கும்?

என்ன செய்யலாம்?

வின்க்லர் சொன்ன மாதிரி சுயராஜியக் குளத்தின் ஓரத்தில் நடுங்கிக்கொண்டு நிற்கிறேன். குளத்தினுள் குதிக்காமலே. கடைசி வரை அயராமல் நின்று சண்டை போடும் திறன் என்னிடம் இல்லை. மரணம் பயமுறுத்துகிறது. அதில் சந்தேகமே இல்லை.

மிதவாதியாக ஆகலாம். வெள்ளைக்காரனுக்கு அவனே வியக்கும் ஆங்கிலத்தில் மனுக்கள் எழுதலாம். மனுவின் கடைசியில் 'ராஜ விசுவாசம் மாறாத' என்று எழுதிக் கையெழுத்தும் போடலாம்.

இன்னொரு கல்யாணம்? பெண் வாடை, சேர்க்கையின் திரவங்கள், அதன் ஈரச் சப்தங்கள், கருமையான பிளவுகள் வளைவுகள் இவை எல்லாம் லட்சுமி இருக்கும்போது எனக்குப் பிடித்திருந்தன. மறுபடியும் பிடிக்கலாம். வேண்டாம். எல்லாவற்றையும் விட்டுச் சென்று விடலாம்.

அம்மாதான் பிரச்சினை. அவள் கூட இருந்தால் குடும்ப வாழ்க்கையோடு என்னைச் சேர்த்துத் தளையிட்டுவிடுவாள். லட்சுமி விட்டுச் சென்றதை நான் வளர்க்க வேண்டும் என்று எதிர்பார்ப்பாள். வக்கீலாகவோ அல்லது சோம்பேறிப் பண்ணையாராகவோ. அப்பா வாழ்ந்த விதம் அவளுக்குப் பிடிக்கவில்லை என்பது உண்மை. ஆனால் நான் அப்படி இருக்க நிச்சயம் சம்மதம் தருவாள்.

இன்னொரு குளம் இருக்கிறது. ஆன்மீகக் குளம். கை ஓயும் வரை நீந்தலாம். அம்மா லட்சுமியின் மூட்டையைப் பார்த்துக்கொள்வாள். பிடிக்கவில்லை என்றால் திரும்ப வந்துவிடலாம்.

அவன் ஜீயரைச் சந்தித்தான்.

ஜீயர் உலக வழக்கங்கள் தெரிந்தவர். அவருக்கு நம்மாழ்வாரின் பிரச்சினை பெரிதாகத் தோன்றவில்லை.

"எனக்குப் புரியல்லை. நீ சின்னப் பையன். படிச்சிருக்காய். பாக்க லக்ஷணமாய் இருக்காய். பணமும் இருக்கு. என்ன வேணும் உனக்கு?"

"சுதந்திரமா இருக்கணும்னு நினைக்கறேன், ஸ்வாமி."

"உன்னைக் கட்டியா போட்டிருக்கா? எல்லாம் நீ நினைக்கற விதத்திலதான் இருக்கு. அம்மா விதவை. அவளுக்கு நீ மூத்த பிள்ளை. அவ சொல்றதக் கேளு. கல்யாணம் பண்ணிக்கோ. நாங்குனேரிப் பொண் பிடிக்கல்லைன்னா ஆழ்வார் திருநகரில அருமையான பொண் ஒண்ணு இருக்கு."

19

பொன்னா சிறிது நாட்களாகவே நம்மாழ்வாரைக் கவனித்துக் கொண்டு வந்தாள். அடைபட்டவன் மாதிரி அங்கும் இங்கும் நடப்பது, தனக்குத் தானே பேசிக்கொள்வது, தரையைப் பார்த்து முறைப்பது இவை எல்லாம் நல்ல அறிகுறிகளாக அவளுக்குப் படவில்லை. படிப்பது இல்லை. சாப்பாடும் குறைந்துவிட்டது. மனைவி இறந்த சோகத்தின் எச்சங்கள் என்று நினைத்துக்கொண்டாள்.

அன்று பேய் மழை. தெருத்தண்ணீர் படியேறி வீட்டுக்குள் வருவேன் என்று பயமுறுத்திக்கொண்டிருந்தது. பொன்னா நம்மாழ்வாரிடம் பேசினாள்.

"நானும் ஒரு மாசமா பாத்துண்டு இருக்கேன். என்ன ஆச்சு உனக்கு? சாவு என்ன நம்ம ஆத்துக்குப் புதிசா?"

"அதில்லம்மா."

"பின்ன எது? ஏதோ இருக்கக் கண்டுதான இப்படி அல்லாடற. மோட்டுவளையப் பாத்து யோசிக்கற வேலையத்தான் பகவான் எனக்கும் ஆண்டாளுக்கும் கொடுத்திருக்காரே. குழந்தை இருக்குடா உனக்கு."

"அது அங்கயே இருக்கட்டும்."

"என்ன சொல்றாய் நீ? நம்மாத்துக் குழந்தை அங்க ஏன் இருக்கணும்? ஓம் மாமனார் கடுதாசி போட்டுருக்கார். அவர் சொல்றது சரி. வேதா இந்த ஆத்துக்கு வந்தா எல்லாருக்கும் நல்லது."

“நான் இன்னொரு கல்யாணம் பண்ணிக்கறதா இல்லை.”

“எல்லா ஆம்பிள்ளைகளும் அப்படித்தான் முதல்ல சொல்லுவா.”

“நான் வேற மாதிரி.”

“என்ன வேற மாதிரி? உங்க அப்பாவுக்கும் உனக்கும் என்ன வித்தியாசம்? அவர் ஆத்தில உட்காண்டு சாப்டுண்டே பரமபதிச்சார். நீ இப்போ ஆத்துக்குள்ள இங்கையும் அங்கையும் உலாத்த ஆரம்பிச் சிருக்காய். இதுதான் வித்தியாசம்.”

நம்மாழ்வார் அவள் மன்னிப்பு கேட்பாள் என்று எதிர்பார்த்தான். வீசிய வார்த்தைகளை திரும்ப எடுத்துக்கொள்வாள் என்று நினைத்தான்.

வார்த்தைகள் புண்படுத்துவதற்காக வீசப்பட்டவை. பொன்னா அன்று கோபத்தின் உச்சத்தில் இருந்தாள்.

நீ நினைப்பது தவறு. நான் வித்தியாசமானவன்தான். நான் இங்கே இருக்கிறேன் என்றால் அது உனக்காகத்தான். இது இவ்வளவு நாட்களுக்குப் பிறகும் உனக்குப் புரியவில்லையே. புரியாததும் நல்லதுதான்.

“நான் சொல்றதக் கேளுடா. கல்யாணம் பண்ணிக்கோ. என் பேரன் எங்கிட்டத்தான் இருக்கணும். இங்கயோ, திருநெல்வேலிலயோ, நீ எங்க இருக்கயோ அங்க. சரி, கல்யாணம்கூட உடனே பண்ணிக்க வேண்டாம். இந்தக் கிராமத்தில என்ன முடியும் உன்னால? வெளியில போனாத்தாண்டா உலகம் உனக்குத் தெரியும். சீக்கிரம் போ. நான் உங்கூட வரேன். கல்யாணம் நடக்கறவரையும் கூடவே இருக்கேன்.”

நம்மாழ்வார் அமைதியாகப் பேசினான். “அம்மா, நான் கல்யாணம் பண்ணிக்கப் போறதில்லை. குழந்தை எனக்கு வேண்டாம். அங்கயே இருக்கட்டும். நான் இங்க இருக்கறதே உனக்காகத்தான். இங்கேருந்து போனா தனியாத்தான் போவேன். திரும்பி வர நாளாகும்.”

தான் சொன்ன பதிலை பொன்னா மறக்கவேயில்லை.

“போயேண்டா. பெரியவனாயிட்டாய். உன்னை என்னால தடுக்க முடியுமா?”

நம்மாழ்வார் தலையைக் குனிந்துகொண்டு சிறிது நேரம் யோசித் தான். பொன்னாவின் முகத்தையே பார்க்கவில்லை. பிறகு கதவோரத் தில் இருந்த குடையை எடுத்துக்கொண்டு வெளியே புறப்பட்டான்.

“எங்க போறாய்?”

“இப்பத்தான சொன்னாய் என்னத் தடுக்க முடியாதுன்னு.”

“போறதுதான் போறாய், மழை நின்னப்பறம் போயேன்.”

மழை பகலில் குறைந்தது. மாலையில் நின்றுபோனது. நம்மாழ்வார் குடையில்லாமல் வெளியே நடந்தான்.

20

நம்மாழ்வார் காணாமல் போய்விடுவான் என்று பொன்னா எதிர்பார்க்கவில்லை. கோபம் குளிர்ந்ததும் திரும்பி வந்துவிடுவான் என்று நினைத்தாள். தான் அவனிடம் அன்று பேசியது அம்புபோல் குத்தியிருக்கும் என்று அவளுக்குத் தெரியும். ஒரு அம்புக்கே ஓடிப் போய்விட்டானா? எத்தனை அம்புகள் என்னைக் குத்தியிருக்கும். பீஷ்மரை மாதிரி ஒரு படுக்கையே விரிக்கலாம். நான் எங்கே ஓடுகிறது? நான் சொன்னது மட்டும் காரணமாக இருக்காது.

ஜீயருக்குச் செய்தி போனவுடன் அவர் பட்சியைக் கூப்பிட்டு அனுப்பித்தார்.

"பக்ஷி, உங்கண்ணா என்னைப் போனவாரம் பாக்க வந்தான். ஏதோ சுதந்திரமா இருக்கப் போறதாச் சொன்னான். அம்மாவைப் பாத்துண்டு இருடா. இப்படி ஆகாசத்தில பறக்க நினைக்காதேன் னேன். போயிட்டான். சன்யாசம் வாங்கிக்கலாமான்னு என்னைக் கேக்க வந்திருக்கான்னு இப்ப தோணறது. நான் பேசினதைப் பாத்து வாய மூடிண்டான்னு நினைக்கறேன்."

பட்சி பொன்னாவிடம் ஜீயர் நம்மாழ்வார் சன்யாசியாகியிருப் பானோ என்று சந்தேகப்பட்டதைச் சொன்னான். பொன்னா அதிகம் கவலைப்பட்டதாகத் தெரியவில்லை.

"நம்ம குடும்பத்தில விதவிதமா மனுஷா. ராக்ஷஸா இருந்திருக்கா. பொண்ணாசை பிடிச்சவா, பொண்டாட்டியை அடிச்சுண்டே இருந்தவா, சாப்பாடே குறியா இருந்தவா இப்படிப் பல விதம். சன்யாசியாப் போனவாதான் இப்போவரை இல்லை. இவன் தொடங்கி யிருக்கான் போலிருக்கு. ஆனா நான் ஒண்ணு சொல்றேன் பக்ஷி, நம்மாழ்வார் நிச்சயமா திரும்பி வருவன்."

சில நாட்கள் கழித்துப் பட்சிக்கு ஒரு கடிதம் வந்தது. ஆங்கிலத்தில்.

பக்ஷிக்கு,

ஆசீர்வாதம். நான் இந்தக் கடிதத்தை அம்மாவிற்குத்தான் எழுதியிருக்க வேண்டும். ஆனால் தைரியம் இல்லை. நான் என்னைத் தைரிய சாலி என்றுதான் நினைத்துக் கொண்டிருந் தேன். இப்போது தெரிகிறது, பகவான் அந்தக் குணத்தை எனக்குக் கொடுக்கவில்லை என்று. எல்லாவற்றையும் துறப்ப தற்குத் தைரியம் தேவையில்லை. அதுவும் இந்த தேசத்தில். பசித்தால் சாப்பாடு போட ஆட்கள் இருப்பார்கள். எப்போதும் மரியாதை கிடைக்கும் - நீ அதற்கு உரியவனாக இல்லை என்றாலும் சரி. பிடிக்கவில்லையானால் திரும்பி வந்து விடலாம்.

சுயராஜ்யம் ஒரு புளித்துப்போன கனவாக எனக்குப் படுகிறது. கடவுள் அவர்கள் பக்கம். எதிர்க்க எனக்கு விருப்பம் இல்லை.

வரப்போகும் தலைமுறைகள்வரையும் தியாகிகளின் பட்டியலில் என் பெயர் வரும் என்பதற்காக நாயைப் போலச் சாக நான் தயாராக இல்லை. அவ்வளவு சீக்கிரம் சாவுக்கு வளைந்து கொடுக்க மனதில்லை. வலுவில்லை என்று வேண்டுமானால் வைத்துக்கொள்.

நீ என்னோடு இத்தனை நாட்கள் இருந்திருக்கிறாய். பெண் மோகம் எவ்வளவு தேவையோ அவ்வளவு என்னிடம் இல்லை என்பது உனக்குத் தெரியும். கடவுள் சந்தோஷம் என்றால் என்ன என்பதைக் கொஞ்சம் காண்பிப்பதற்காக லக்ஷ்மியை என்னிடம் அனுப்பியிருந்தார். இப்போது அவள் திரும்பிப் போனபிறகு அந்த சந்தோஷத்தை இன்னொரு பெண்ணிடம் தேடுவதற்கு மனமில்லை. ஆனால் அம்மா அதைத்தான் நான் செய்ய வேண்டும் என்று எதிர்பார்க்கிறாள்.

லக்ஷ்மி விட்டுச் சென்றதையும் பார்த்துக்கொள்ள நான் விரும்பவில்லை. அம்மா அதைச் செய்வாள் என்று எனக்கு நிச்சயம் தெரியும். செய்வதற்குள்ள உறுதியும் புத்தியும் அவளிடம் இருக்கிறது. நான் அவளுக்கு வேண்டும். என்னை நிச்சயம் தேடுவாள். ஆனால் தேடுதலே குறியாக இருக்க மாட்டாள். அவளுக்குச் செய்ய வேண்டிய வேலைகள் பல. நீ இருக்கிறாய் அவளைக் கவனித்துக்கொள்ள.

திரும்பி வந்தாலும் வருவேன். உடனடியாக வர வாய்ப்பில்லை.

அண்ணா.

பாசத்தைப் பசையே இல்லாமல் துடைக்க அண்ணனால் எப்படி முடிந்தது? மொழியின் மேற்பூச்சு இந்தக் கடிதத்தில் வீசும் சுயநலத்தின் பச்சை வாடையை மறைக்க முடியவில்லை. என்னையே அது தள்ளாட வைக்கிறது. அம்மாவால் தாங்கிக்கொள்ள முடியாது.

பட்சி கடிதம் வந்த செய்தியைப் பொன்னாவிடம் சொல்லவில்லை.

பொன்னா சில மாதங்கள் காத்திருந்தாள். ஒரு நாள் பட்சியையும் ஆண்டாளையும் கூப்பிட்டாள். "கண்ணு பூத்ததுதான் மிச்சம். இவன் சீக்கரம் திரும்பி வருவான்னு தோணல்லை. வரவேமாட்டானோ என்னவோ"

ஆண்டாள் அன்று சாந்தமாகப் பேசினாள். "ஏம்மா அப்படிச் சொல்றாய்? வராம எங்க போயிடுவன்?"

"வருவன். அதுக்கு வருஷக்கணக்கா ஆலாம். நான் இருக்கேனோ இல்லையோ. இருப்பேன்னுதான் நினைக்கறேன். நான் போறதுக்குள்ள அம்மா நினைவு அவனுக்கு வராமலா போயிடும்? வந்தாலும் அவன் எல்லாரையும் போல இருப்பனா? நாம இப்போ ஆக வேண்டிய காரியத்தப் பாப்போம். பக்ஷி, அவன் பிள்ளை உன்னோட பிள்ளைதானே. அவனை சேரங்குளத்தில எப்படி வளர விடறது?"

"நீ சொல்றது சரி. நானும் ஆண்டாளும் போய்க் குழந்தையை அழைச்சிண்டு வந்துடறோம்."

"நான் சொல்றதக் கேளு. லக்ஷ்மி தங்கை வேதாவைப் பாத்திருக்கேல்யோ? கோதை நாச்சியார் மாதிரி அழகு. அவ ஜாதகம் உன்னோட ஜாதகத்தோட நன்னா பொருந்தறது. அவளைக் கல்யாணம் பண்ணிண்டேன்னா நம்ம குழந்தையையும் நன்னா பாத்துப்பள்."

"நான் பாத்துக்க மாட்டேனா?" என்றாள் ஆண்டாள்.

"பாத்துப்பாய். இல்லைன்னு சொல்லல்லை. ஆனாலும் பெரிய வனானா அப்பா துணை அவசியம். பக்ஷிட்ட கேளு. அவன் சொல்லுவன். அவனுக்காவது நம்மாழ்வார்கூடவே இருந்தான்."

"அவா அப்பா அம்மாட்டக் கேக்க வேண்டாமா?"

"இதைச் சொன்னதே அவாதாண்டா."

மது ஆண்டுகள்

1

சேரங்குளத்தில் அவனுக்குப் பால் கொடுத்தவள் மார்பில் அமிர்தம் தான் இருந்திருக்க வேண்டும். தூக்குபவர் இடுப்பை ஒடிக்கின்ற வளர்ச்சி. தலை மயிர் நெற்றியை அடைத்துக்கொண்டு கண்ணில் விழுந்து மறைத்தது. கன்னங்கள் மெத்துமெத்தென்று தடவத் தூண்டின. பொன்னா எப்போதும் பெருமாள் சேவிக்கும் போது உட்காரும் மான்தோல் மாதிரி மிருது. இளஞ்சூடு. வீடு பூராவும் தவழ்ந்து ஆண்டாளைப் பிடிக்க முயன்றான் அவன். பிடிக்கமுடியாவிட்டால் அழுவான். ஆண்டாள் தூக்கி நெஞ்சோடு அணைத்துக்கொள்வாள். பால் சுரக்காத அவள் மார்பின் கதகதப்பு அழுகையை நிறுத்திவிடும்.

அவனுக்குப் பால் கொடுக்கச் சரியானவர் யாரும் நாங்குனேரியில் கிடைக்கவில்லை. பொன்னா ஒரு அழகான காராம்பசு வாங்கினாள். மதுவுக்கும் அதன் பால் ஒத்துக்கொண்டது. வீடு அத்தை மருமகன் விளையாட்டுக்களால் நிறைந்து இருந்தது. பொன்னா பேரனை ஆண்டாள் இல்லாத சமயம் பார்த்துத் தூக்கிக் கொஞ்சுவாள்.

குழந்தையைப் பட்சியும் வேதாவும் பார்த்துக்கொள்வதாகத்தான் முதலில் தீர்மானம். ஆனால் மது ஆண்டாளைப் பார்த்த உடனே அவளிடம் ஒட்டிக்கொண்டான். பிரிக்க யாருக்கும் மனம் வர வில்லை. பொன்னா புது மருமகளிடம் வீட்டில் தற்போது நிலவும் அமைதியும் இணக்கமும் குழந்தை காரணமாக கலையக் கூடாது என்பதைக் குறிப்பாக உணர்த்தினாள்.

அக்கா குழந்தைமீது அவளுக்குப் பாசம் இருந்தாலும் ஆண்டா ளோடு போட்டி போட வேதாவுக்கு விருப்பமில்லை. தனக்குத் தேவையான குழந்தைகள் பிறக்கும் என்ற நம்பிக்கை. அவளும் பாதாம் அரைத்து விட்ட, குங்குமப்பூ விரவிய பாலை எடுத்துக் கொண்டு மாடிக்குச் சென்றாள். சேரங்குளத்தில் குழந்தையைப் பெற்றெடுத்து பத்திரமாகத் திரும்பி வந்தாள்.

மதுரகவி வேகமாக வளர்ந்துகொண்டு வந்தான். அவன் நடக்க ஆரம்பித்ததையும் பேசத் தொடங்கியதையும் ஆண்டாள் வீட்டுக்கு வருபவர்கள் எல்லோரிடமும் சொன்னாள். “மூளைல அப்பாவையே

கொண்டிருக்கான். அவலக் குணத்துக்கு அவனைக் கொள்ளாமல் இருக்கணும்” என்று பொன்னா நினைத்தாள். திரும்பி வருவான் என்ற நம்பிக்கை தேயாமலேயே இருந்தது. பெருமாள் சேவிக்கும் போது முதலில் வேண்டுவது நம்மாழ்வாருக்கு நல்ல திடகாத்திரமும் நிறைந்த ஆயுளும் கொடு என்பதுதான்.

மது ஆண்டாளைக் கட்டிக்கொண்டு, அவள் புடவையின் முனையைப் பிடித்தபடியே தூங்குவான். ஈரமாக்குவான். துணியை மாற்றாமல் படுத்திருப்பாள் ஆண்டாள். மருமகன் மூத்திரம் அவ்வளவு சுகம். அவனுக்கு வார்த்தைகள் நன்றாக வர ஆரம்பித்ததும் திருப்பாவையும் விஷ்ணு சகஸ்ரநாமமும் சொல்லிக் கொடுத்தாள். திரும்பத் திரும்பச் சொல்லச் சொல்வாள். சொல்ல மறுத்தால், “பரவாயில்லை, விளயாடப் போ. அப்பறம் பாத்துக்கலாம்” என்பாள். பெரியவன் ஆக ஆக அவன் மெலிந்துகொண்டே வந்தது ‘ஒரு வேளை அவன் அம்மா சாயலோ’ என்று பொன்னாவை நினைக்கத் தூண்டியது. ஆனால் வியாதி தீண்டாத தேகம் அவனுடையது. ஜலதோஷம்கூட அவன் கிட்ட நெருங்காது.

2

பட்சி சட்டப் படிப்பை முடித்ததும் சங்கர ஐயரிடம் ஜூனியராகச் சேர்ந்தான். அவனுடைய தொழில் சூடு பிடிக்க அதிக நாட்கள் எடுக்கவில்லை. அவனுக்குப் பெயரை வாங்கித் தந்தது ஒரு விசித்திரமான வழக்கு.

“அந்தத் தாயோளி நாயை எனக்குப் பிடிக்காதுங்கறத ஒத்துக்கறேன். எப்ப அவகிட்டப் போனாலும் உறுமும். பொண்டாட்டிகூடப் படுக்கறதே அந்தச் சனியன் பெர்மிசன் வாங்கிகிட்டுதான்னு நான் சொன்னா யாரு நம்புவாங்க? ஆனா எங்கண்ணாணை, எம்புள்ளை மேல ஆணையாச் சொல்லுதேன், அதுக்கு நான் விஷம் வைக்கல்ல சாமி. இவ நம்பமாட்டேங்கா.”

நம்பாத மனைவி கணவனுக்கு எதிராக வழக்கு ஒன்றைப் பதிவு செய்துவிட்டாள். ஜமீன்தாருக்கு மனைவிமீது வெறித்தனமான காதல். அவளுக்கு உயிரான நாயை இழந்ததில் தாங்க முடியாத வருத்தம். கணவனைக் கிட்ட நெருங்க விடவில்லை அவள்.

பட்சி நாயின் உணவுப் பழக்கங்களை விளக்க விரிவான அட்டவணைகளைத் தயார் செய்தான். நாயைப் பார்த்துக்கொள்பவன் சாட்சி மூலம் அதன் தினத் தீனி ஒரு ஜாதிநாயைவிட ஒரு சிங்கத்திற்குப் பொருத்தமானதாக இருக்கும் என்பதை வலுச் செய்தான். இதைத் தவிர அரண்மனைச் சமையல்கட்டின் எல்லாக் குப்பைத் தொட்டிகளையும் அது ஆராயாமல் விடாது என்பதைச் சில நம்பகமான வேலைக்காரர்கள் மூலம் சொல்ல வைத்தான். சென்னையிலிருந்து ஒரு பிரபலமான கால்நடை மருத்துவரை வரவழைத்து நாய் இயற்கையான காரணங்களால் இறந்திருக்கச் சாத்தியக்கூறுகள்

அதிகம் என்பதை மெய்ப்பித்தான். இறக்கும் போது அதன் வயது பன்னிரண்டு ஆண்டுகளுக்கும் மேல். இறப்பதற்கு முந்தைய நாள் அரண்மனையில் பெரிய விருந்து. பதினெட்டு மாமிச வகைகள் பரிமாறப்பட்டன. விருந்தாளிகளில் பலர் மாமிசத்தையே தொடாதவர் கள். சமையலறைக் குப்பைத் தொட்டிகள் மறுநாள் நிரம்பியிருந்தன.

பட்சி ஜமீன்தாரை நாய்க்கு அரண்மனைத் தோட்டத்தில் ஒரு சிறிய சலவைக் கல் சமாதி கட்டச் சொன்னான். விலையுயர்ந்த ஜாதி நாய்க்குட்டி ஒன்றை வாங்கி மனைவிக்குப் பரிசாகத் தரச் செய்தான். வழக்கு ஜமீன்தாருக்குச் சாதகமாக முடிந்ததும் அவன் நேரே அவருடைய மனைவியிடம் சென்றான்.

“கேஸில விடுதலையானது பெரிய காரியமில்லை. நீங்க மனசார விடுதலைன்னு சொல்லணும். ஜமீன்தார் படாத பாடு படறார். நீங்கதான் கிருபை செய்யணும்.”

மனைவி மசிந்ததில் ஜமீன்தாருக்கு ஓரே சந்தோஷம். பட்சிக்கு பத்தாயிர ரூபாய் பீஸ் கொடுத்தார். திருநெல்வேலி பார் கேட்டிராத தொகை அது. அவருக்குத் தெரிந்தவர்களையெல்லாம் பட்சியிடம் அனுப்பித்தார். தெரிந்தவர்களில் பலர் கொலைகாரர்கள், மோசடிப் பேர்வழிகள், திருடர்கள். எல்லோரும் பட்சி எப்படியும் காப்பாற்றி விடுவான் என்ற நம்பிக்கையில் வந்தார்கள். நம்பிக்கை வீண் போனது மிகச் சில வழக்குகளில்.

பட்சி முதலில் ஹோம் ரூல் இயக்கத்தில் இருந்தான். அன்னி பெசண்டின் கொள்கைகளின் மேல் உள்ள பற்றினால் அல்ல. ஏதோ அதிகம் அரசாங்கத்தைத் தொந்தரவு செய்யாமல் அதே சமயம் ஊருக்குள் நல்ல பெயரும் எடுத்துக்கொள்ளலாம் என்ற ஆசையால். அன்னி பெசண்ட் கைதானதும் தியாசபிகல் சங்கத்திற்கு மாறினான். பிதாகரஸ், அப்பலோனியஸ், பிளவாட்ஸ்கி போன்றவர் கள் என்ன சொல்கிறார்கள் என்பதில் அவனுக்கு ஏகக் குழப்பம். ஆனால் அந்தக் குழப்பத்தைப் பகிர்ந்துகொள்ளப் பலர் தயாராக இருந்தார்கள். பட்சியை அனைவருக்கும் பிடித்திருந்தது.

காந்தி வந்தது இரண்டும் கெட்டான்களுக்கு இடையூறாக இருந் தது. பட்சி ஒத்துழையாமை இயக்கத்தில் பங்கு பெறவில்லை. நடக்க வேண்டிய நேரத்தில் காந்தி ஓடுகிறார் என்பது அவனது வாதம். ஆனால் அவர் பின்னால் ஓடினால்தான் மக்கள் கண்டுகொள்வார் கள் என்பதை அவன் உணர நிறைய நாட்கள் ஆகவில்லை.

3

மது இப்போது பன்னிரண்டு வயது சிறுவன். ஆண்டாள் அவனை இன்னும் சீராட்டிக்கொண்டிருந்தாள். அவன் இன்னும் படுக்கையை நனைத்துக் கொண்டிருந்தான். ஆனால் சாப்பாட்டில் பெரிய மனிதன். காலையில் பழைய சாதம். நல்ல தயிரில் பிசைந்தது. மத்தியானம்

முழுச் சாப்பாடு. சாயங்காலம் தின்பண்டங்கள். இரவு மறுபடியும் முழுச்சாப்பாடு. அவன் பருமனாகவில்லை. சோம்பேறி ஆகிக் கொண்டிருந்தான். கூப்பிட்ட குரலுக்கு ஆண்டாள்.

ஆண்டாள் திணிப்பதைவிட அவனுக்கு மடத்துச் சாப்பாடு பிடித்திருந்தது. அதனுடைய ருசியே தனி. தேவ ருசி என்று ரசிகர்கள் சொல்வார்கள். மாதத்தில் பத்து நாள் நாங்குனேரி ஐயங்கார்களுக்கு அந்தச் சாப்பாடு கிடைக்கும். மது அவனுடைய நண்பர்களுடன் ஒரு மணி நேரம் முன்பே மடத்து வாசலுக்கு வந்துவிடுவான். முதல் பந்தியை விட்டால் லட்டும் வடையும் கிடைக்காது. கதவு திறந்ததும் வயதானவர்களை இடித்துத் தள்ளிக்கொண்டு, அவர்கள் உரத்த குரலில் கொடுக்கும் சாபங்களை வாங்கிக்கொண்டு சிறுவர்கள் உள்ளே பாய்வார்கள். இலை பொத்தும் அவசரம்.

இலை பொத்துவது முதலில் செல்லும் சிறுவர்கள் பின்னால் வரும் நண்பர்களுக்குச் செய்யும் பணி. சாப்பாடு போடப்படும் இடத்துக்கு வந்ததுமே இலைகளின் முன்னால் அவர்கள் கால்களை எவ்வளவு விரிவாக அகட்ட முடியுமோ அவ்வளவு விரிவாக அகட்டி நிற்பார் கள். தலைக்கு மூன்று இலைகளாவது கால்களால் பதிவு செய்யப் பட்டு விடும்.

இலை பொத்தும்போது நடந்த ஒரு சண்டை காரணமாகத்தான் மது நாங்குனேரியை விட்டுப் போக நேர்ந்தது. மதுவின் நண்பர்களில் ஒருவன் கால்களை அகட்டி நின்றுகொண்டிருக்கும்போது இன் னொரு சிறுவன் இடையே கையை விட்டு இலை ஒன்றை இழுத்து அதன் முன் உட்கார்ந்துகொண்டான். பசி வேகம். ஆனால்அவன் செய்தது மன்னிக்க முடியாத விதி மீறல். சாப்பாடு முடிந்ததும் மதுவும் அவன் நண்பர்களும் அந்தச் சிறுவனை இழுத்துச் சென்று குளத்து நீரில் அவன் தலையை அமுக்கினார்கள். மூச்சுத் திணறி உயிர் போகும் நிலை வந்துவிடுமோ என்று அவர்களே பயந்த போதுதான் அவனை விட்டனர். சிறுவனும் பயந்ததனால் சாப்பிட்டதெல்லாம் வெளியே வந்துவிட்டது. பாதி ஜீரணிக்கப் பட்ட லட்டுவும் வடையும் வெளியே வந்தவையில் முழித்துக் கொண்டு நின்றவை. சிறுவனின் தந்தை பொன்னாவிடம் சென்றார்.

“பொன்னா மாமி, இன்னிக்கு என்னோட குமாரன் உயிரோட இருக்கான்னா அது தெய்வநாயகன் க்ருபையால. மதுரகவி அவனை பரலோகம் அனுப்பறத்துக்கு எவ்வளவு ப்ரயத்தனம் பண்ணணுமோ அவ்வளவையும் பண்ணிப் பாத்துட்டான். குளத்தில குழந்தையை அமுக்கறது அசமஞ்சன் பண்ணின வேலைன்னா.”

பொன்னாவுக்கு ராமனுடைய ஆவி உலாவ இடமின்றி திரும்ப உண்டியல் கடை வீட்டுக்கு வந்துவிட்டதோ என்று தோன்றியது. கணவன் ஞாபகம் அவளுக்கு எப்போதும் இருந்துகொண்டிருந்தது. ஆனால் தனது பேரன் ராமனுடைய அடிச்சுவடுகளில் நடக்க அவள் விரும்பவில்லை. ஆண்டாளிடம் சொன்னால் வீடு ரணகளம் ஆகிவிடும். அவள் பட்சியைத் திருநெல்வேலியிலிருந்து வரவழைத்தாள்.

“மதுரகவி இங்க இருந்தான்னா உருப்படாமப் போயிடுவன். மடத்து சாப்பாடு ஒண்ணையும் விடறதில்லை. மத்த பையங்களோட சண்டை. சாப்பாட்டுச் சண்டை. போற போக்கைப் பாத்தா உங்க அப்பாவே திரும்ப பொறந்துட்டாரோனு சந்தேகமா இருக்குடா.”

“இது ஆண்டாள் காரியம். அவதான் அவனுக்குச் செல்லம் குடுத்துக் குட்டிச்சுவராக்கறா.”

“அவள்ட்ட பேச என்னால முடியுமா? வாயத்திறந்தாலே ஆகாசத்துக்கும் பூமிக்கும் குதிப்பள். சண்டை போட சாக்குன்னா பாத்துண்டுருக்கா. நீதான் அவள்ட பேசணும்.”

“என்ன செய்யாலம்கிறாய்?”

“உங்கூட கூட்டிண்டு போ.”

“அங்க சீராட்டறத்துக்கு சித்தி இல்லையா? ஏதாவது வழி பண்ணறேன்.”

பட்சி நெல்லை வந்து நண்பர்களிடம் யோசனை கேட்டான். அவர்கள்தான் சேர்மாதேவி பள்ளிக்கூடம் பற்றிச் சொன்னார்கள்.

நாங்குனேரி வந்ததும் ஆண்டாளிடம் பேசினான்.

“ஆண்டா, மதுவை நினைச்சா கவலையா இருக்கு. சுளுவத்தி மாதிரி மூளை. ஆனா மார்க்கு வாங்கறது ரொம்ப சாதாரணமான்னா இருக்கு.”

“அம்மா தூது அனுப்பிச்சாளா? நான் அவனைக் கெடுத்து குட்டிச்சுவராக்கறேங்கறாய்?”

“சொல்லறதுக்கு முன்னாலயே கவுண்டர் போடறயே? இந்தப் பள்ளிக்கூடம் அவனுக்கு ஒத்துவராதுன்னு சொல்ல வந்தேன். அண்ணா வந்தான்னா அவனுக்குப் பதில் சொல்ல வேண்டாமா? நான் சொல்றதைக் கேளு. சேர்மாதேவில வ.வே.சு.ஐயர் ஒரு ஸ்கூல் ஆரம்பிச்சிருக்கார். எல்லாரும் அது ரொம்ப நன்னா இருக்குங்கறா. அண்ணாவும் இவனை அங்கதான் அனுபிச்சிருப்பன்.”

ஆண்டாளைச் சம்மதிக்க வைக்க பட்சிக்கு மூன்று நாட்கள் எடுத்தன. மதுவுக்கு நாங்குனேரியை விட்டு வர மனமேயில்லை.

“என்ன பள்ளிக்கூடம்டா இது?” மதுவின் தலையை வருடிக் கொண்டே பட்சி பேசினான். “உன் வயசில உங்க அப்பாக்கு என்னல்லாம் தெரியும். *Elegy Written in a Country Churchyard* தெரியுமா உனக்கு? யாரு எழுதினது அதை?”

“எட்வர்ட் க்ரே. சில லைன் தெரியும்.”

“பேஷ். பேஷ். ஆனா பேரு எட்வர்ட் க்ரே இல்லை தாமஸ் க்ரே. உங்க அப்பாக்கு முழுப் பாட்டும் தெரியும். உன்னோட இங்கிலீஷ் மோசமில்லை. ஆனா இன்னும் நன்னா இருக்கலாம். புது ஸ்கூல்ல நல்ல நல்ல வாத்தியாரல்லாம் இருக்கா.”

"சித்தப்பா. என் பெட்ஷீட்ட யாரு தினமும் தோய்ப்பா? இங்க அத்தை இருக்கா." வெட்கத்தில் கண் நிரம்ப ஜலம்.

பட்சி அவன் தோள்களைப் பிடித்து நிறுத்தினான். அவன் கன்னத்தில் ஒரு தட்டு தட்டினான். "இந்த பாருடா, படுக்கைல ஒண்ணுக்குப் போறது நம்ம பரம்பரைச் சொத்து. நானும் திருநெல் வேலி போறதுக்கு முன்னால தினமும் ஒரு கொடம் விடுவேன். இசக்கி, சாமிக்கு வண்ணாத்தியத்தான் கட்டி வைக்கணும்னு கேலி பண்ணுவள். திருநெல்வேலி போன உடனே அது மாயமா பறந்து போயிடுத்து. புது இடத்தில தூக்கம் சரியா வராது. தானாவே ஒண்ணுக்கு வந்தா வெளில போகக் கத்துண்டுடுவாய். நீ இங்கயே இருந்தா இசக்கி சொன்ன மாதிரி உனக்கும் ஒரு வண்ணாத்தியத்தான் பாக்கணும். அது உனக்கு இஷ்டமா?"

மது வேகமாகத் தலையை அசைத்தான்.

பட்சி மதுவை ஐயரிடம் அழைத்துச் சென்றான். ஆஷ் கொலை வழக்கில் ஐயரின் பங்கு இருந்தது என்பதை அரசாங்கத்தால் நிரூபிக்க முடியவில்லை. ஐயர் இப்போது காந்தியவாதி. ஒத்துழை யாமை இயக்கத்தில் சிறை சென்றவர். நாலந்தா, தக்ஷசீலம் போன்ற கல்வி நிறுவனங்களைத் தமிழ்நாட்டில் அமைக்க வேண்டும் என்று கனவு கண்டுகொண்டிருப்பவர்.

"இவன் யாரு தெரியுமா? உங்க சிஷ்யனோட பிள்ளை."

"யாரைச் சொல்றீர்?"

"நம்மாழ்வார். என்னோட அண்ணா."

"ஓ, நம்ம ஐயங்காரா? உசரமா ஆஜானுபாஹுவா இருப்பரே அவர்தானே? அவர் பையனா நீ? உனக்குத்தான் முதல் இடம். உன்னோட அப்பா பெரிய தேச பக்தர். எங்க இருக்கார்னு தெரியுமா? தெரியல்லைன்னா என்ன? ஏதாவது ஓரத்தில தேச சேவைதான் செய்திண்டு இருக்கணம்."

மதுவிடம் அவர் சிரித்துக்கொண்டே கேட்டார்.

"நீயா வந்தயா, இல்லைன்னா சித்தப்பா தொந்தரவினால வந்தயா?"

மது பதில் சொல்லவில்லை.

"நான்தான் கூட்டிண்டு வந்தேன். நாங்குனேரில ஊரைச் சுத் திண்டு இருந்தான்."

ஐயர் சொன்னார். "So, he will not be tied to hours nor pointed times, but learn his lessons as he pleases himself. மகனே, அது இங்க நடக்காது."

பட்சிக்கு ஐயர் ஷேக்ஸ்பியரிலிருந்து மேற்கோள் காட்டுகிறார் என்பது தெரியும். ஆனால் எந்த நாடகத்திலிருந்து என்பது ஞாபகத் திற்கு வரவில்லை.

"He will still be no breeching scholar. இங்க பிரம்பால அடிச்சாத்தான் பையங்களுக்குப் புரியும்னு நினைக்கிறவா யாரும் கிடையாது."

பள்ளிக்கூடம் பசுமைக்கு நடுவே. தென்னந்தோப்புகளும், வயல்களும், பழத்தோட்டங்களும் அதைச் சூழ்ந்திருந்தன. கண்ணுக் கெட்டும் தூரத்தில் மேற்குத் தொடர்ச்சி மலை. தாமிரபரணி மூன்று மைல் தொலைவில்.

ஆண்டாளின் அரவணைப்பிலிருந்து பள்ளியின் ஒழுங்குக்குள் வருவது மதுவுக்கு முதலில் பிடிக்கவில்லை. காலையில் நான்கு மணிக்கு எழுந்திருக்க வேண்டும். காலைக்கடன்கள் வெளியில். வெளியில் வருவதை ஒரு சிறிய குழி தோண்டிப் புதைக்க வேண்டும். குளித்த உடன் ஊர்வலம். தேசியப் பாடல்களை உரத்த குரலில் பாடிக்கொண்டு வர வேண்டும். வயற்புற வேலைகள் அனைத்தும் அவர்களுக்குச் சொல்லிக் கொடுக்கப்பட்டன. உழுவது, உரமிடுவது, விதைப்பது, நாற்று நடுவது, அறுப்பது, அறுத்ததைக் கட்டுவது. கதிர் அடிப்பது இவை எல்லாம். பள்ளியின் உள்ளே தச்சு வேலை, நெய்தல், கட்டிடக்கலை, சமையற்கலை போன்றவைகளில் மாணவர்களைத் தேர்ச்சி பெற வைக்க முயற்சி நடந்தது. நான்கு மொழிகள் படிக்க வேண்டும். ஆங்கிலம், தமிழ், சமஸ்கிருதம், இந்தி. இவற்றைத் தவிர விஞ்ஞானம், வரலாறு, பொருளியல்.

மதுவிடம் ஒரு சில நாட்களிலேயே மாற்றம் வந்துவிட்டது. அவனது படுக்கை விரிப்புகள் இப்போது ஈரமற்று இருந்தன. அப்பாவைப் போலவே புத்தகப் புழு. ஐயருக்கு நூல் நிலையத்தை வட்டமிடும் மாணவர்களைப் பிடிக்கும். ஒரு நாள் மதுவை அழைத்துப் பேசினார்.

“என்ன இப்போ படிச்சிண்டு இருக்காய்?”

“டிக்கன்சின் *ஆலிவர் ட்விஸ்ட்*”

“வெள்ளைத் தோல் ரைட்டர்ஸ மறந்துடு. நான் கம்ப ராமாயண க்ளாஸ் ஆரம்பிக்கப்போறேன். சேரறயா? கம்பனுக்கு ஈடு ஹோமரோ வர்ஜிலோ மில்டனோதான். அவாளெல்லாம்விட பெரிய கவின்னு நான் சொல்லுவேன். வால்மீகியையும் வியாசரையும் போல. ஐயங்கார்கள் கம்பனைப் படிக்காம விட்டது பெருமாளுக்கே செஞ்ச துரோகம். நீ படி. அவா செஞ்ச பாவத்தையெல்லாம் கரைக்கலாம்.”

ஐயர் என்ன சொல்கிறார் என்பது மதுவுக்குச் சரியாகப் புரியவில்லை. ஆனாலும் தன்னைத் தனியாக வகுப்புக்கு வரச்சொல்லிக் கூப்பிட்டதில் அவனுக்குப் பெருமை.

4

“ஆமா, உங்க பள்ளிக்கூடத்தில அப்ராமணாளுக்குத் தனியா சாப்பாடு போடறாளாமே? தனித்தனியாவா பந்தி நடக்கறது?”

“இல்லை சித்தப்பா. என் பக்கத்தில எப்போதும் உக்காந்துக்கறவன் மூலைக் கருப்பட்டி ரெட்டியார். ஐயரும் சமயத்தில எங்களோடு சேந்து சாப்பிடுவர்.”

“நான் என்ன சொன்னேன்? ஐயர் அப்படில்லாம் செய்யமாட்டார். தனிப்பந்தில்லாம் போடமாட்டார்னு சொன்னேனா இல்லையா?”

“இரு, பட்சி, ஓடாதே” என்றார் அவருடைய நண்பர். சைவ வெள்ளாளர்.

“தம்பி, பிராமணப் பசங்க யாராவது தனியா சாப்படறாங்களா?”

“ஆமாம். இரண்டு பேர் அப்படிச் செய்யறா. பக்கத்து ஊர்க்காரா. ஐயர் எவ்வளவோ சொல்லிப் பாத்தார். அவா தோப்பனார் கேக்கலை.”

“கேட்டயா, பட்சி. இது அக்கிரமம் இல்லையா? காந்தி பேரைச் சொல்லிட்டு நடத்தற கயவாளித்தனம் இல்லையா? ஐயரே இப்படி அடிபணிஞ்சார்ன்னா மத்த முட்டாப் பாப்பானையெல்லாம் எப்படித் திருத்தறது?”

“இதைத்தான் நாயக்கர் எதிர்பார்த்துண்டு இருந்தார். நடந்துடுத்து. காந்தி தலையிடல்லைன்னா, இது இத்தோட நிக்காது. நடக்கப்போற குத்துச்சண்டைல ப்ராமணா முத ரௌண்டிலயே நாக் அவுட் ஆயிடுவா.”

“பிராமணனாவது நாக் அவுட் ஆறதாவது. என்ன சொல்லுதே பட்சி. காந்தி பிராமணனுக்குத்தான் வரிஞ்சு கட்டிக்கிட்டு சப்போட்டுக்கு வருவாரு. சண்டை ரண்டு மூணு தலைமுறையாவது நடக்கும்.”

சண்டை வந்தேவிட்டது.

ஐயர் செய்தது முற்றிலும் தவறு என்பது ஒரு பக்கம். காங்கிரஸ் கொடுத்த பணத்தில் நடக்கும் பள்ளியில் பிராமண வெறிக்கு அடிபணியக் கூடாது என்பது அவர்கள் கட்சி. மற்றொரு கட்சி ஐயர் தனி பந்தி போட ஒத்துக் கொண்டிருக்காவிட்டால் பள்ளிக் கூடத்தையே மூட வேண்டிய நிலைமை ஏற்பட்டிருக்கும் என்றது. ஜாதி வெறியைப் பக்குவமாகத்தான் விலக்க வேண்டும். தடி கொண்டு அடித்தால் அது இன்னும் மூர்க்கமாகக் கிளம்பும் என்பது அவர்கள் வாதம்.

5

மதுவுக்கு ஐயர் பாபநாசம் மலைக்கு வரப்போவதில்லை என்பதில் வருத்தம். தாமிரபரணி அருவியாகக் கொட்டும் இடத்தின் அருகே ஒரு மரத்தடியில் அமர்ந்து ஐயர் ஆரணியகாண்டப் பாடம் எடுப்பதாக அவர்களிடம் சொல்லியிருந்தார்.

கர தூஷணரின் வதத்தை வனத்தின் ஓசைகளின் நடுவே படித்தால் எவ்வளவு நன்றாக இருக்கும்!

வாளின் வனம் வேலின் வனம்
வார்சிலை வனம் திண்
தோளின் வனம் என்று இவை
துவன்றி நிருதப் பேர்
ஆளின் வனம் நின்றதனை
அம்பின் வனம் என்னும்
கோளி வன வன்
குழுவினின் குறைப்படுத்தான்.

கம்பனின் அத்தனை வனங்களோடு நிஜ வனமும் சுற்றி இருக்கும். அம்பினால் அழியாத வனம். ஐயர் இருந்தால் ஒவ்வொரு செடியையும் மரத்தையும் அடையாளம் சொல்லுவார்.

ஐயர் இப்போதெல்லாம் பள்ளி நடவடிக்கைகளில் அதிகம் கலந்துகொள்வதில்லை. பள்ளிக்கூடத்தின் தலைமையும் அவரிடம் இல்லை. பிராமணப் பையன்கள் காரணமாக ராஜினாமா செய்து விட்டார் என்று வதந்தி. மதுவுக்கு அந்தப் பையன்கள் பாபநாசம் வராததில் ஏமாற்றம். வந்தால் அருவியில் தள்ளிவிடலாம்.

ஐயர் மறுநாள் வந்தார்.

"வரவேண்டாண்டுத்தான் நினைச்சேன். இந்த சுபத்ரா தொல்லை தாங்க முடியல்லை."

ஐயர் வந்தது மதுவுக்கும் மற்ற மாணவர்களுக்கும் சந்தோஷம். மலை மேல் ஏறக் கூட வந்திருந்த ஆசிரியர் அனுமதி தரவில்லை. ஆட்டமெல்லாம் அருவிக்கரையில்தான். ஐயர் கூடவே ஏறுவார். மூச்சு வாங்காமல் ஏறுவார்.

அருவியின் ஓரத்தில் இருந்த பாதை வழியாக ஏறினார்கள். தன் பெண் சுபத்திரா முன்னால். ஐயர் பின்னால். அருவியின் உச்சியிலிருந்து ஆற்றோரமாகச் சிறிது தூரம் நடந்து சென்றனர். மறுபக்கம் போகலாம் என்று சொன்னது மது. பல அடையாளம் தெரியாத மரங்கள் அந்தப் பக்கம் இருந்தன. நதி அங்கே ஒடுங்கி இருந்தது. ஆனால் பேய் வேகம். நடுவில் தெரியும் பாறைகள். வழுக்காது என்றுதான் தோன்றியது.

மதுவும் மற்ற மாணவர்களும் ஆற்றைக் கடந்து ஒரு கணம் கூட ஆயிருக்காது. 'சுபத்ரா!' என்ற ஐயரின் அலறல் கேட்டது. மதுவின் நினைவில் பதிந்தது ஆற்று வேகத்தில் அசையும் ஐயரின் தலையும், பிடிப்பைத் தேடும் இடது கையும், வலது கையில் சிக்கியிருந்த சுபத்திராவின் பின்னலும்.

சுபத்திராவைப் பற்றி அவர்களுக்குத் தெரியாது. ஆனால் ஐயர் கரையேறிவிடுவார் என்று அவர்கள் திடமாக நம்பினார்கள். ஐயர் திறமையாக நீச்சல் அடிப்பார். தாமிரபரணி அவருக்குத் தாய் மாதிரி. தாய் மகனை முழுங்கமாட்டாள்.

தாமிரபரணி செய்தது. ஐந்து நாட்கள் கழித்து ஐயரைத் துப்பியது.

நாளாக ஆக மது ஐயரிடம் படித்த பல பாடங்களை மறந்து விட்டான். ஆனால் கம்பனை மறக்கவில்லை. கம்யூனிஸ்டாக

ஆன பிறகும். கட்சியில் தத்துவ வாதங்கள் நடக்கும்போது அவன் கம்பனை மேற்கோள் காட்டுவான். பழமையை மீட்டுயிர்க்கும் ஆபத்தான வேலையை அவன் செய்கிறான் என்று அவன்மீது கட்சியில் ஒரு விமரிசனம் இருந்தது. பட்சியிடம் திரும்பத் திரும்பச் சொல்லிக் கம்பனைப் படிக்க வைத்ததும் அவன்தான்.

ஐயர் காலமானதில் ஆண்டாளுக்குச் சந்தோஷம். மது திரும்ப வந்து விடுவான் என்ற நம்பிக்கை. பொன்னாவுக்கு மது தண்ணீர்க் கண்டத்திலிருந்து தப்பினான் என்பதில் ஆறுதல்.

"ஏன் இப்படிக் குதிக்கறாய்? அவன் இங்கயா வரப் போறான்? திருநெல்வேலிலன்னா இருக்கப் போறான். படிச்சு முடிக்கற வழியைப் பாக்க வேண்டாமா?"

"இங்க வரமாட்டான்னு எனக்குத் தெரியாதாக்கும். நான் அங்க போப்போறேன். அவனோட இருக்கப்போறேன்."

"அங்க வேதா இல்லையா, பக்ஷி இல்லையா? நான் இங்க தனியா இருக்கணுமா?"

"நான் போகத்தான் போறேன். ஒரு குட்டி ஆத்தை அமத்திண்டு அவனுக்குத் தளிகைப் பண்ணிப் போடுவேன். நீ இங்க ஏன் பிசாசு மாதிரி அல்லாடறே? உன் பிள்ளையோட போய் இருந்தா என்ன? வேதா உங்கூட சண்டையா போடறா? எல்லாம் உன்னோட கர்வம். சமையக்காரன் பொண் உண்டியல் கடைச் சொத்தை கட்டி ஆளறாங்கற கர்வம்."

"என் வம்புக்கு ஏன் வரே ஆண்டா? உன்னை நான் தடுக்க முடியுமா?"

"முடிஞ்சாத்தான் பாரேன். நான் ஏன் வம்புக்கு வரேன்? எனக்கு நிறைய வேலை இருக்கு."

மது மாறிவிட்டான்.

அத்தையின் மீதுள்ள பிரியம் மாறவில்லை. ஆனால் அதைக் கொஞ்சலில் வெளிப்படுத்த அவன் விரும்பவில்லை. அத்தையுடைய உலகமே அவன்தான் என்பது அவனுக்குத் தெரியும். ஆனால் அவள் தொட்டாலே அவனுக்குப் பிடிக்கவில்லை. "தொட்டுப் பேசாதே" என்று கத்துவான். "ஏண்டா தொடப்போறேன். நான் சமயக்காரிதானே. சமயக்காரியால தொட்டுப் பேச முடியுமா? எல்லாம் அந்த நாங்குனேரிக்காரியோட கண்ணு. அதான் உன்னோட பாட்டி. அவ வேண்டாம் வேண்டாம்னு சொல்லியும் நான் உன்னோட இருக்கேன் பாரு. எனக்கு இதுவும் வேணும் இன்னமும் வேணும்" என்று ஆண்டாள் மூக்கைச் சிந்துவாள்.

6

நம்பி பட்சியிடம் மது எப்படி அரசியலில் புகுந்தான் என்று கேட்டான்.

"உங்க அப்பா சேர்மாதேவி குருகுலத்தில இருந்தாலும் ரொம்ப நாள் வரைக்கும் பாலிடிக்ஸுக்கும் அவனுக்கும் ஸ்நானப் ப்ராப்தி கூடக் கிடையாது. தமிழ் படிக்கணும்னு நினைச்சான். வையாபுரிப் பிள்ளை இருந்தாரே அவரோட கம்ப ராமாயண ஏடெல்லாம் பாப்பன். ஆழ்வார்திருநகரி ஏடு."

"அப்பறம்?"

"காந்தி பாத்த பார்வைதான். காந்தி தொட்டதுன்னு சொல்லணும். இருப்பத்தாறுலியோ ஏழுலியோ காந்தி திருநெல்வேலி வந்தார். நாகர்கோவில் போற வழில நம்ப ஊரில ஒரு மணி நேரம் இருக்கறதா ப்ரோக்ராம். வரவேற்பு கமிட்டிக்கு நான்தான் தலைவர். அவன் தொண்டர்கள் லீடர். காந்தியைப் பக்கத்திலிருந்து பாக்கலாம் எங்கிற சந்தோஷத் திலேயே அவன் ஓடி ஓடி வேலை பாத்தான். உங்க அப்பன் கிண்டன். ஒரு வியாதி கிட்ட வராது. ஆனா அன்னிக்குப் பாத்து ஜுரம். அப்படியும் விடாம வேலை பாத்தான். அவர் வரத் துக்குக் கொஞ்ச நேரத்துக்கு முன்னால பால் திரிஞ்சு போச்சுங்கற தகவல் வந்தது. காந்தி கூட வரவா தமிழ்க்காரா. காபி இல்லைன்னா சத்யாக்ரகத்தில இறங்கிடுவா. பால்காரனைப் பிடிச்சு மூணு நாலு சொம்பு பால் வாங்கிண்டு வர பொறுப்பு மது தலைல விழுந்தது.

"காந்தி நேரத்தில வந்துட்டார். அவர் போற சமயத்திலதான் உங்க அப்பா திரும்பி வந்தான். உடனே அவனைச் சாப்பாட்டுப் பந்தலுக்கு அனுப்ப வேண்டியதாயிடுத்து. கூட்டம் காபியில்லாம தவிக்கறது. மதுக்குக் கண் பூரா ஜலம். ஆனாலும் நான் சொன்னதைக் கேட்டான். அன்னிக்கு அதிர்ஷ்டம் அவன் பக்கம். காந்தி தொண்டர் கள் வேலை செய்யறதைப் பாத்து ஆச்சரியப்பட்டுப்போய்விட்டார். யாரோ சொல்லிருக்கா மதுதான் எல்லாரையும் கட்டி மேய்க்கறான், ஜுரத்தோட அப்படின்னு. காந்தி அவனைத் தேடிச் சாப்பாட்டுப் பந்தலுக்கே வந்துட்டார். அவன் திரும்பிப் பாக்கறத்துக்குள்ள தோளைத் தொட்டு 'வெரி வெல் டன், மை பாய்' ன்னு சொன்னார். அவனுக்குப் பேசவே முடியல்லை. அன்னிக்குத்தான் அவன் மாறி னான். ரொம்ப வருஷத்துக்கு காந்தின்னா அவனுக்குப் பெருமாளை விட மேல. இப்போ நினைக்கத் தோணறது, அன்னிக்கு காந்தி அவன் தோளைத் தொடல்லைன்னா அவன் இன்னிக்கு உயிரோட இருந்திருப்ப னோன்னு."

"எப்போ அவர் கம்யூனிஸ்டா ஆனார்?"

"உப்பு சத்தியாக்ரகம் முப்பதிலயா? அதுக்கு அப்பறம்னு நினைக் கறேன். சர்தார் பகத் சிங்கை தூக்கில போட்டப்பறம். கட்சில பின்னாலதான் சேர்ந்தான். நான் அதைப் பத்திப் பேசப் பிரியப் படல்லை நம்பி."

7

உப்புச் சத்தியாக்ரகம் நேரங்கெட்ட நேரத்தில் வந்திருப்பதாகப் பட்சி நினைத்தான். அவனுக்குக் கையில் நிறைய வழக்குகள். காந்தி

பின்னால் போகிறேன் என்று சிறையில் உட்கார்ந்துவிடக் கூடாது. அங்கே பழைய கட்சிக்காரர்கள் பலரைப் பார்க்கலாம் என்றாலும். ஆனால் காங்கிரஸ்காரனாய் இருந்துகொண்டு உப்பு எடுக்காமல் இருக்க முடியாது. காந்தி குஜராத்தில் உப்பெடுக்க நடந்து செல் வதை உலகம் பார்த்துக்கொண்டிருந்தது. உப்புச் சட்டத்தைப் பட்சி திரும்பத் திரும்பப் படித்தான்.

சட்டம் கடல்தண்ணீரை அனுமதியில்லாமல் கையால் எடுத் தாலும் தண்டனை என்று பயமுறுத்தியது. பட்சி ஒரு வழி கண்டு பிடித்தான். உப்பள முதலாளி ஒருவர் அவனுடைய கட்சிக்காரர். அவரைப் பாதி காய்ச்சப்பட்ட உப்புக் கரைசலை அவனுக்கு விற்கச் சொன்னான். கரைசல் பெரிய இரும்பு டிரம்களில் திருநெல்வேலி வீட்டிற்கு வந்தது. வீட்டின் பின்னால் தோட்டத்தில் பெரிய அடுப்பு களின் மேல் வைக்கப்பட்டிருந்த அண்டாக்களில் கரைசல் ஊற்றப் பட்டது. காய்ச்சிய பிறகு கடைசியில் கிடைத்தது கறுப்பாக ஏதோ ஒன்று. உப்பு இல்லை என்று துண்டைப் போட்டுத் தாண்டலாம். ஆனால் அது காங்கிரஸ்காரர் எல்லோருடைய வீடுகளிலும் உப்பு என்று வழங்கப்பட்டது. சட்டத்தை மீறியதில் எல்லோருக்கும் மனநிறைவு. காந்தி சொல்லும் வரை யாருக்கும் தெரியாத சட்டம். மாவட்ட அதிகாரிகளுக்கு என்ன செய்வதென்று தெரியவில்லை. மதராஸுக்கு எழுதினார்கள். அவர்கள் தில்லிக்கு எழுதினார்கள். தில்லியிலிருந்து பதிலே வரவில்லை.

மதுவுக்கு இந்தச் செப்பிடு வித்தை பிடிக்கவில்லை. அவன் திருச்சியிலிருந்து திரும்பி வருவதற்கு முன் அது நடந்துவிட்டது. அவனுக்கு ராஜாஜியுடன் வேதாரண்யம் போகாததில் ஏமாற்றம் வேறு. ஏற்கெனவே கூட்டம் அதிகம் இருந்ததால் ராஜாஜி அவனைத் திருப்பி அனுப்பிவிட்டார்.

"சித்தப்பா, நீர் போற வழி காந்தியோடது இல்லை. இந்தக் கருப்புப் பொடியா உப்பு? உமிக்கரி மாதிரின்னா இருக்கு? இதை வடிகட்டி எந்தச் சட்டத்தை மீறினேர்?"

"நினைப்புதாண்டா முக்கியம். லா பாயிண்டா முக்கியம்? ஜனங்க நினைக்கறா, சர்க்கார் நினைக்கறது, நான் சட்டத்தை மீறிட்டேன்னு. அது போறும் எனக்கு."

"காந்தி தமிழ்ப் பிராமணனோட குறுக்குப் புத்தியை நினைப்பில வச்சுண்டு இந்த முடிவை எடுக்கல்லை."

"காந்தி என்ன நினைக்கறார். ஜனங்க மத்தில அதிருப்தி பரவ ணும்னு நினைக்கறார். அதைத்தானே நான் பண்ணிண்டு இருக்கேன்?"

"ஜெயிலுக்குப் போகாமலயே?"

"நான் ஜெயிலுக்குப் போறது என் கையிலயா இருக்கு?"

மது சும்மா இருக்கவில்லை. அவனும் சில நண்பர்களும் திருச் செந்தூர் கடற்கரையில் உப்புக் காய்ச்சினார்கள். ஆறு மாதம்

சிறைத்தண்டனை. கல்யாணச் சந்தையில் அவனுடைய மதிப்பு இதனால் கீழே இறங்கிவிட்டது பற்றிப் பொன்னாவுக்கு வருத்தம்.

"எல்லாம் உன் தப்புதான், பக்ஷி. நீதான் அவனைத் தாந்தோணியா திரிய விட்டிருக்காய். ஒரு வருஷம் படிப்பு போச்சு. ஆண்டாள் அவனுக்கு இந்த வருஷமே கல்யாணம் பண்ணனும்னு துடிக்கறா. அது நடக்கும்னு தோணல்லை."

"மது என்னோட பொறுப்பும்மா. திரும்பி வந்த உடனே கல் யாணம்."

மது மூன்று மாதத்திலேயே திரும்பி வந்துவிட்டான். காந்தி இர்வின் ஒப்பந்தத்தின் விளைவு. அவன் உடனே கல்யாணத்துக்குச் சம்மதிக்கவில்லை. இரண்டு ஆண்டுகள் பிடித்தன அவனைச் சம் மதிக்க வைப்பதற்கு. அதுவும் ஆண்டாள் அவளுடைய பழைய பயமுறுத்தலான கிணற்றில் விழுவதைத் திருநெல்வேலியில் நடத்திக் காட்டுவதாகச் சொன்னதால். குழந்தை எட்டு ஆண்டு மண வாழ்க்கைக்குப் பின் பிறந்தது. அதற்குள் அவன் கம்யூனிஸ்ட் கட்சி உறுப்பினர் ஆகி இருந்தான். இருந்தாலும் கமலா அவனை மலை நம்பி கோவிலுக்கு இழுத்துச் சென்றாள். அவன் கோவிலுக்கு உள்ளே வரவில்லை. அவள் நம்பியிடம் பிள்ளை வரம் கேட்டாள்.

கடவுள் அவளுக்கு மனமிரங்கிக் கொடுத்த மிகச் சில வரங்களில் அது ஒன்று.

வருகை

ஏழு

1

அவர் நேரம் தவறாமல் மிகப் பழைய, காலத்தின் தழும்புகள் நிறைந்த சைக்கிள் ஒன்றில் வந்தார். சைக்கிள் வாங்கும்போது இருந்தவற்றில் எவையெவையோ கழன்று விழுந்து பல நாட்கள் ஆகிவிட்டன. ஓடுவதற்கு எவை தேவையோ அவை மட்டும் ஒட்டிக்கொண்டிருந்தன. ஹேண்டில் பார்கள் துருப்பிடித்த குழாய்கள். பெடல்கள் நீட்டிக் கொண்டிருக்கும் மெல்லிய கம்பிகள். சக்கரங்கள் கோணல் வட்டங்கள். டயர்கள் மூன்று நான்கு நாட்கள் சவரம் செய்யாதவன் போல் ரப்பர் தாடி வளர்த்துக்கொண்டிருந்தன.

அந்த சைக்கிளில்தான் அவர் விடாமல் வந்தார். குறுகிய சந்து களையும் பெரிய லாரிகள் பறக்கும் சாலைகளையும் கடந்து. குழந்தை களோடு இருப்பதற்கு.

தோள்பை நிறையப் பழுப்பேறிய காகிதங்கள். திருமலை கட்சிக்காரர்களை வரவேற்கும் அறைக்கு எதிர்த்த அறையில் ஒரு பாயை விரித்துக் கால்களை நீட்டிக்கொண்டார். நெஞ்சுவரை படர்ந்திருக்கும் தாடி. அதை உருவியபடியே தனக்குத்தானே பேசிக் கொண்டார். ஈறுகள் வெற்றிலை—புகையிலைக் கலவையை அசை போட்டன. குழந்தைகளுக்காகக் காத்திருந்தார். வந்ததும் காலை மடித்து சம்மணம் போட்டுக் கொண்டார்.

“நமஸ்காரம், சார்.”

“நேத்து என்ன சொன்னேன்? இந்த வருஷத்தில நடந்ததுல முக்கியமானது என்ன?”

வார்த்தைகளோடு காற்றும் வந்தது. பல் இருந்த இடுக்குகளின் வழியாகக் கலவை எச்சிலும் பறந்து வந்தது. குழந்தைகள் எச்சிலின் எல்லையின் வெளியே இருந்தார்கள். அதன் முதிர்ந்த மணத்தின் எல்லைக்குள் இருந்தார்கள். அவர்களுக்குப் பிடிக்காத மணம் அது. தாடி வாத்தியாரிடம் பிடிக்காதது அது ஒன்றுதான்.

“டென்சிங் எவெரெஸ்ட் சிகரத்தைத் தொட்டது, சார்.”

“ஆமாம் டெஞ்ஜிங்கு.”

“சார்?”

"சொன்னேம்லா. டெஞ்ஜிங்கு. அப்பறம்?"

"ரயில் வந்து நூறு வருஷங்கள் ஆனதை கொண்டாடறோம்."

"சபாஷ், இன்னும் ஒண்ணு சொன்னேம்லா."

"எலிஸபெத் இங்கிலாந்து மகாராணியானாங்க."

"கரெக்ட். எளிஜபெத்."

"சார்?"

"ஏலே, எத்தனை வாட்டி சொல்லுவேன்? எளிஜபெத்."

குழந்தைகள் கைகளால் வாயை மூடிக்கொண்டு சிரித்தார்கள்.

"என்ன சிரிப்பாணி. எளுபதைத் தாண்டி ஐஞ்சு வருஷம் ஆயிட்டு. பாம்பு நெளியறசத்தம் கூட இன்னிக்கு வரைக்கும் கேக்குது எனக்கு. சின்ன பிள்ளைய நீங்க உங்க காது ஏளுலியே டமாரமாயிரும் போல இருக்கே. சாப்படற சாப்பாடுதான். சோறிலயும் பருப்பிலயும் கறிகாயிலயும் என்ன எளவு இருக்கு. நான் சாப்படறது மட்டண்."

"மட்டண்னா?"

"ஆட்டுச் சதைப்பா."

"இங்லிஷ்ல சார்."

"பிளஜ். பிளஜ் ஆப் அ கோட்."

"சார்?"

"பிளஜ் ஆப் அ கோட்."

"அதனோட ரத்தத்தைக் குடிப்பீங்களா?"

"இல்லை."

"அது எப்படி முடியும்? ரத்தம் இல்லாம சதை எப்படி வரும்? நம்பி அண்ணா ஷைலக் கதை சொல்லியிருக்கானே?"

"என்ன கேள்வி கேக்கய? நான் சொன்னது ரத்தத்தை நீங்க மோர் குடிக்கய இல்லே அதை மாதிரிக் குடிக்கமாட்டேன் அப்படிண்ணு தான்."

மோர் உதாரணம் குழந்தைகளுக்குப் பிடித்திருந்தது.

"தித்திப்பா, கசப்பா ஆட்டுச் சதை?"

"ரண்டும் இல்லை."

"புளிப்பா?"

"இல்லை."

"சாப்பட எப்படி இருக்கும் சார்?"

தாடி வாத்தியார் சிறிது நேரம் யோசித்தார்.

"பனங்கிளங்கு இருக்கல்ல அதைச் சவைச்சா எப்படி இருக்குதோ அப்படி இருக்கும்."

சிறுவர்கள் உதட்டைப் பிதுக்கினார்கள். பலர் பனங்கிழங்கைச் சாப்பிட்டது இல்லை.

"உயிரை வாங்கறயளே. சேட்டுமார் சாப்புடுதாஹள்ளா ரொட்டி அதை மாதிரி இருக்கும்."

"எங்க வீட்டில ரொட்டி பண்ணமாட்டா, சார்."

"உங்க தூக்குச் சட்டில என்ன சார்? மட்டனா?" இது கண்ணன்.

"ஏன்? உங்க அப்பா என்னெ வரச்சொல்லுது உனக்குப் பிடிக்கல் லையோ? நீ, சுப்பிரமணியன், நரசிம்மன் மூணு பேரும் பாப்பாரப் பிள்ளைங்க. இந்தோ இருக்கானே குந்தாணி, கணேசன் இவன் சைவப் பிள்ளை. சிவனேசன் முதலியாரு. உங்க முன்னால மட்டன் சாப்பட முடியுமா? அதுவும் கண்ணன் வீட்டு உள்ளார? என் வீட்டுக்கு வாங்க, காட்டுதேன் மட்டன் எப்படி இருக்குண்ணு. கூடவே கோளியையும் பாக்கலாம். மீனையும் பாக்கலாம்."

"எங்க முன்னால ஆட்டைக் கொல்லுவிங்களா, சார்?"

"நான் என்ன கசாப்புக் கடையா நடத்துதேன், ஆட்டை அறுக்கு துக்கு? வீட்டில கோளிகூட வளக்கதில்லை. ஏலெ நரசிம்மா, அதென்ன ஆட்டை அறுக்குதப் பாக்க அத்தனை ஆசை?"

திருமலை உள்ளே வந்தான். வாத்தியார் எழுந்திருக்க முயற்சி செய்தார். திருமலை அவர் காலைத் தொட்டு வணங்க முயற்சி செய்தான்.

"எப்படிப் படிக்கறாங்க? தொந்தரவு செய்யறாங்களா?"

"உன்னை மாதிரி இல்லை திருமலை. சலம்பிக்கிட்டே இருக்கா னுவ. ஒரு சமுசயத்தைத் தீத்தா ஒம்பதில்ல பின்னால வருது."

அவர் திருமலைக்கும் வாத்தியார். அவர் குழந்தைகளை மேய்க்கும் விதம் அவனுக்குத் தெரியும். பாடம் சொல்லிக்கொடுப்பது என்பது ஒரு சாக்கு. அவருக்குப் பணம் தேவை. திருமலை தருமம் செய்து அவரை அவமதிக்க விரும்பவில்லை.

தாடி வாத்தியார் நல்ல ஆசிரியர்தான். ஆனால் குழந்தைகள் கேட்கும் எல்லா கேள்விகளுக்கும் பதில் அளிக்க அவர் உண்மையாக முயன்றார். அதனால் குழந்தைகள் அவர்களுக்குப் பிடித்த கேள்வி களைக் கேட்டார்கள். கேள்விகள் பாடங்களிலிருந்து அனேகமாக இல்லை. குழந்தைகள் அவரை மிகவும் விரும்பினார்கள். அவர் வாயைத் திறந்தாலே சிரித்தார்கள். சில சமயம் பாடமும் கற்றுக் கொண்டார்கள்.

2

திருமலைக்கு வாக்களித்தவர்களில் தாடி வாத்தியாரும் ஒருவர். அவர் வீட்டில் எட்டு வாக்குகள். அந்த வார்டில் திருமலைக்குக் கிடைத்ததும் எட்டு வாக்குகள். அவனுக்கும் பாலாவுக்கும் போட்டி. திருமலை காங்கிரஸ். பாலா கம்யூனிஸ்ட் கட்சி.

கண்ணன் அவ்வளவு பெரிய அடுப்பைப் பார்த்ததே இல்லை. மூன்று கற்கள் முக்கோண வடிவில். மேலே அவன் உயரத்திற்கு ஒரு

அண்டா. அண்டாவின் உள்ளே அரிசி மா, மயில் துத்தம் மற்றும் அவனுக்குத் தெரியாத பல பொருட்கள் தண்ணீரில் கொதித்துக் கொண்டிருந்தன. கீழே நிகுநிகுவென்று எரியும் தீ.

"உள்ள வாடா. ஊர் வெய்யில்லாம் உன் தலைலதான் விழணுமா?" ரங்க நாயகி சொல்வதைக் கண்ணன் காதில் வாங்கிக்கொண்டதாகத் தெரியவில்லை. காங்கிரஸ் தொண்டர்கள் அண்டாவுக்குள் பெரிய மர அகப்பைகளை விட்டுத் துழாவி உள்ளிருப்பதைச் சரியான கெட்டிப் பதத்துக்குக் கொண்டுவந்துகொண்டிருந்தார்கள். சுவரொட்டி களைக் கீழே துவண்டு விழாமல் ஒட்ட வைக்கும் பசை.

பல வண்ணங்களில் சுவரொட்டிகள். இரட்டைக் காளைச் சின்னம் பொறித்தவை. நேருவின் புகைப்படம். கீழே "காங்கிரஸ் அபேட்சகர் திருமலைக்கு ஓட்டளியுங்கள். வளர்ச்சிக்கும் வளமைக் கும் காங்கிரஸ்." சிவப்பு பச்சை நிறங்களில் துண்டு நோட்டிசுகள் திருமலை வெற்றி பெற்றால் என்ன செய்வான் என்பதை வரிசை இட்டன.

கண்ணன் துண்டு நோட்டிஸ்களை இலவசமாக நண்பர்களுக்குக் கொடுத்தான். பசைக்கும் சுவரொட்டிகளுக்கும் விலை. ஒரு சிரட்டை பசைக்கு நான்கு தேங்காய் சில்லுகள் அல்லது பத்து கொடுக்காய்ப் புளி. சுவரொட்டிகளுக்கு ஒரு முழு இந்தியப் பென்சில். அல்லது பாதி இங்கிலாந்து பென்சில். சுவரொட்டிகள் தேர்தல் முடிந்து பல நாட்கள் ஆன பின்னும் உபயோகப்பட்டன. புத்தகங்களுக்கு அழ கான அட்டைகள் ஆயின. பின்பக்கம் அச்சடிக்கப்படாமல் இருந்த தால் நான்காகக் கிழிக்கப்பட்டு நோட்டுப் புத்தகங்களாகத் தைக்கப் பட்டன. கடைச் சாமான்களைக் கொண்டுவரும் காகிதக் கூம்பு வடிவங்கள் எடுத்தன. கீழே போட்டு உட்கார்ந்துகொள்ளவும் பயன்பட்டன – அச்சடித்த பக்கம் எப்போதும் தரையைப் பார்த்து; நேருவின் மீது பிருஷ்டத்தைத் தாழ்த்த எந்தக் காங்கிரஸ் தொண்ட னும் விரும்பவில்லை.

பலத்த போட்டி. திருமலை கம்யூனிஸ்டுகளைக் கடுமையாகத் தாக்கினான். ஸ்டாலினுக்கு நகச்சுத்து வந்தால் இவர்கள் கட்டை விரல்களில் எலுமிச்சம் பழங்கள் செருகப்பட்டிருக்கும் என்றான். 1942ல் வெள்ளையரோடு சேர்ந்துகொண்டு தேசத் துரோகம் செய்தவர்கள் என்றான். காந்தி நேருவின் மீது அவர்கள் வீசிய வசவுகளை வரிசையிட்டான். ஆனால் பாலாவைத் தனிப்பட்ட முறையில் தாக்கவில்லை. பாலா மதுவின் நெருங்கிய நண்பர்.

பாலாவும் திருமலையைத் தாக்கவில்லை. காங்கிரஸ் பெரு முதலாளிகளுக்கும் பண்ணையார்களுக்குமே துணை போகும் கட்சி என்றார். "நாங்கள் மாஸ்கோ வழி நடக்கிறோம். செஞ்சீனத்தின் வழி நடக்கிறோம். அது அமெரிக்க, ஆங்கில ஏகாதிபத்தியங்களின் அடிவருடுதலை விட எவ்வளவோ மேல்" என்றார். பாலா தான் இளமையின் பல வருடங்களைச் சிறையில் கழித்ததைத் திருமலைக்கு நினைவூட்டினார். "மூன்று மாதம் அவருடைய அண்ணனும் நானும்

ஒரே கொட்டடியில் இருந்தோம்." 1942ல் காங்கிரஸ் எடுத்த நிலைப் பாடு தவறானது. உலகமே நாஜிகளை அழிக்கத் தயாராகிக் கொண்டிருக்கும் போது காங்கிரஸ் தன்னைத் தானே அழித்துக் கொள்ளத் தயாராகிக்கொண்டிருந்தது என்றார்.

உலக அரசியலைப் பற்றி வாக்காளர்களுக்குக் கவலை இல்லை. ரேஷனைப் பற்றிய கவலை. குடிநீர் பற்றிய கவலை. பாலா நன்றாகச் சண்டை போடுவார் என்பது அவர்களுக்குத் தெரியும். திருமலை டெபாசிட் இழப்பதிலிருந்து மயிரிழையில் தப்பினான்.

3

சில மனிதர்கள் வினோதமானவர்கள் என்று கண்ணனிடம் நரசிம்மன் சொன்னான். "கண்ட கண்ட இடத்தில அவாளுக்கு ரோமம் முளைக்கும். அம்பட்டன் எடுக்கலைன்னா வளர்ந்து உடம்பு பூரா சுத்திக்கும். நடக்கக்கூட முடியாது. காப்பி குடிக்கறதுன்னாக் கூட யாராவது குழாய் வழியா ரோமத்தை துளைச்சு விடணும். மாதம் ஒரு தடவையாவது மயிரல்லாம் எடுக்கல்லைன்னா கரடியாவே மாறிடுவாளாம்."

"பொய் சொல்லாதே."

"இன்னிக்குத்தான் ஜெர்மன் ஐயங்கார் க்ஷவரம் பண்ணிக்கும் போது எட்டிப் பாத்தேன். அவருக்குத் தொண்டைக்குள்ளயும் ரோமம் முளச்சிருக்காம். கழுத்த அறுக்காம அதை எடுக்கறத்துக்கு அவர் அம்பட்டனுக்கு பத்து ரூபாய் கொடுக்கணுமாம்."

கண்ணன் கிராப் வெட்டிக்கொள்ளக் கொடுப்பது ஒரு அணா. ஜெர்மன் ஐயங்கார் பத்து ரூபாய் கொடுப்பது அவனுக்கு அதிசயமாக இருந்தது.

ஜெர்மன் ஐயங்கார் திருமலை வீட்டுப் புரோகிதர். அவரது இயற்பெயர் ராமானுஜம். முதல் உலகப் போர் சமயத்தில் அவர் ஆதரித்தது கெய்சரின் ஜெர்மனியை. அவருடைய தாத்தா ஜெர் மானியருக்கு சமஸ்கிருதம் தெரியும் என்று சொன்னதால் ஜெர்மனி வெற்றி பெற்றால் நாங்குனேரி ஐயங்கார்கள் வெற்றி பெற்ற மாதிரி என்று திடமாக நம்பினார். அதனால் ஜெர்மன் என்ற பெயர் தொற்றிக்கொண்டது.

"அடுத்த தடவை நானும் வரேன்."

நாவிதனுடைய குடிசை படித்துறைக்கு அருகே இருந்தது. கண் ணன் அப்பா இழுத்துக்கொண்டு போனால்தான் அங்கே போவான். கத்திரிகளும் மற்ற ஆயுதங்களும் அவனைப் பயமுறுத்தின. 'ஆடாம இரு' என்று திருமலை சொல்லச் சொல்ல நாவிதன் அவனது வேலையைச் செய்வான். அன்று முழுவதும் உடம்பு அரிக்கும்.

அன்று அவனே நண்பர்களுடன் போனான். கதவு மூடியிருந்தது. ஆனால் தள்ளியதும் திறந்துகொண்டது.

ஜெர்மன் ஐயங்கார் கால்களை விரித்து நின்றுகொண்டிருந்தார். நாவிதன் அவற்றின் இடையே தன் வேலையில் ஈடுபட்டிருந்தான். தரையெல்லாம் கருப்பும் வெளுப்புமாக மயிர்.

"ஏ அப்பா!"

சொன்னவன் சுப்பிரமணியன். அவனும் நரசிம்மனும் தப்பி விட்டார்கள். கண்ணன்தான் அகப்பட்டுக்கொண்டான். பச்சை மின்னும் முகத்தோடு ஜெர்மன் ஐயங்கார் திருமலையிடம் பேசினார்.

"ஸ்வாமி, இவன் என்ன பண்ணினான் தெரியுமா? ஸர்வாங்க க்ஷவரம் பண்ணிண்டு இருக்கறச்சே சினேகிதாளோட எட்டிப் பாக்கறான். அம்பட்டன் சிரிக்கறான். பையங்ககிட்ட தனியா பைசா வாங்கிக்கறேன்னு சொல்றான்."

திருமலை ஜெர்மன் ஐயங்காரின் கோபம் தணிய இரண்டு ரூபாய் கொடுத்தான்.

"இங்க வா ராஸ்கல். நான் கூப்டா காத தூரம் ஓடற. இன்னிக்கு என்ன அம்பட்டன் கடைக்கு விஜயம்? இவருக்கு எங்கல்லாம் க்ஷவரம் பண்ணறாங்கறதைப் பாக்கறத்துக்கா? படிக்காம இந்தக் காரியமா பண்ணிண்டு இருக்கே?"

"வெட்டிக்கல்லைன்னா கரடியாயிடுவாராப்பா?"

"ரப்பிஷ். இந்த மாதிரிச் சேட்டை பண்ணினா அலமாரில அடைச்சுப் பூட்டிடுவேன். அம்மா தேடத்தேடக் கிடைக்கமாட்டே."

"கதவை வேகமா தட்டினா திறந்துட்டுப் போறா."

"சாவி எங்கிட்டன்னா இருக்கும். அடி கன்னத்தில. பதிலா பேசற?" திருமலை மகன் கன்னத்தில் லேசாகத் தட்டினான்.

கண்ணன் நரசிம்மனிடம் திரும்பப் போனான்.

"போடா, புளுகு மூட்டை. நீ சொன்னதெல்லாம் பொய்தானே? அப்பாட்ட கேட்டுட்டேன். கரடியா ஆவாரான்னு. ரப்பிஷ்ங்கறார். எங்கூடப் பேசாதே."

"உன்னோட இஷ்டம். எங்க அத்தைப் பாட்டி இன்னிக்கு ஒண்ணு சொன்னா."

"என்னது?"

"எங்கிட்ட பேசாதவங்கிட்ட எதுக்குச் சொல்லணும்?"

"சொல்லுடா"

"சொன்னா என்ன தருவே?"

என்ன தருவான் என்பது நிச்சயிக்கப்பட்டதும் நரசிம்மன் சொன்னான்.

"எங்க அத்தைப் பாட்டி சொல்றா தென்கலை ஐயங்காரெல்லாம் பிராமணாளே இல்லைன்னு."

"அது எப்படி? என்னையும் பாரு, உன்னையும் கண்ணாடில பாத்துக்கோ."

நரசிம்மன் மாநிறம். அவன் வடகலை ஐயங்கார். கண்ணன் நல்ல சிவப்பு.

"அதெல்லாம் எனக்குத் தெரியாது. நீங்கள்ளாம் முன்னால சூத்ரா ளாம். வரதராஜப் பெருமாள் கோவில் பிரகாரத்தில குண்டா மொட்டையடிச்சிண்டு கையைக் கூப்பிண்டு நெத்தி நிறைய திருமண் இட்டுண்டு சிலையா இருக்காரே அவர்தான் உங்க மேல பாவம் பாத்து பிராமணாளா ஆயிக்கோங்கோன்னாராம்."

"போடா ஊத்த வாயி!"

நரசிம்மனும் கண்ணனும் சிறிது நேரம் கட்டிப் புரண்டு சண்டை போட்டார்கள்.

சண்டை முடிந்ததும் கண்ணன் அம்மாவிடம் போனான்.

"அம்மா, நாம ப்ராமணாளா?"

"யாரு இல்லைன்னா? நாம ப்ராமணா இல்லைன்னா லோகத் திலயே யாரும் ப்ராமணா இல்லை."

"நரசிம்மன் நம்ம தாத்தா பாட்டில்லாம் சூத்ராளா இருந்தாங் கறானே?"

"யாரு அந்த வடகலைப் பையனா? வடகலைக் குறும்புன்னு சும்மாவா சொல்றா? அந்தோ பெரிய பாட்டி இருக்கார் பாரு அவர்ட்ட கேளு?"

பெரிய பாட்டி கண்ணனை மடியில் உட்கார்த்தி வைத்துக் கொண்டாள்.

"கவலைப் படாதடா. அவன் பொய் சொல்றான். அவா கதையைச் சொல்றேன் கேளு. லங்காபுரில ராவணன் வதம் ஆச்சு தெரியுமோன் னோ. அதுக்கப்பறம் எல்லாரும் புஷ்பக விமானத்தில அயோத்திக்குப் புறப்பட்டா. கூடவே சில ராக்ஷஸிகளும் வரேன்னு சொன்னா. ஒரு நாளைக்கு மூணு நாலு மனுஷாள சாப்படறவா. அநுமார் வேண்டாம் வேண்டாம்னு சொல்லிப் பாத்தார். ஆனா சீதை பரிதாபப்பட்டு ராக்ஷஸில்லாம் என்கிட்ட சொல்லிட்டா இனிமே மோருஞ்சாதத்தைத் தவிர எதையும் சாப்டமாட்டோம்னு, வந்துட்டுப் போட்டும், அப் படின்னா. சீதை சொல்றதை மீற முடியுமா? அநுமார் வாயை மூடிண்டு இருந்தார். புஷ்பக விமானம் நம்ம ஊர் பக்கம் பறக்கும் போது ராமரும் சீதையும் பாக்காதிருக்கச்சே நாலைஞ்சு ராக்ஷ ஸிகளைக் கீழ தள்ளி விட்டுட்டார். ராக்ஷஸிகளோல்யோ, அடிகிடி ஒண்ணும் படல்ல. அவாளை இங்க இருக்கற சில ப்ராமணாளுக்கு, ராவணனுக்கு எத்தனை துர்க்குணங்கள் உண்டோ அத்தனையும் இருக்கற ப்ராமணாளுக்கு, பிடிச்சுப் போச்சு. அவாள்ளேருந்து வந்தவாதான் வடகலையார்."

கண்ணனுக்குக் கதை பிடித்திருந்தது. நரசிம்மன் ராட்சசன். என்னோட ராட்சச சினேகிதன். அவனுக்குச் சிரிப்பு அடக்க முடியாமல் வந்தது.

பெரிய பாட்டியை அவனுக்கு மிகவும் பிடிக்கும். அவள் கிட்ட வந்தாலே பச்சைக் கற்பூரம், குங்குமப்பூ மணம். அவளுடைய கதகதப்பான புடவை மடிப்புகளில் தன்னைச் சுற்றிக்கொள்வான். அவள் பார்க்காத சமயத்தில் மூக்கைப் புடவையில் துடைத்துக் கொள்வான். அவள் திருவாரதனத்துக்குப் பிறகு கொடுக்கும் வெண் பொங்கல் அவனுக்குப் பிடிக்கும். நெய்யொழுகும் பொங்கல். வாயை எரிக்கும் மிளகையும் இஞ்சியையும் எடுத்துவிட்டுத்தான் கொடுப்பாள். குண்டு முந்திரிப்பருப்புத் துண்டுகளை மட்டும் விட்டுவைத்திருப்பாள்.

உண்டியல் கடை குடும்பத்தின் அருமையான நாட்கள் அவை. பட்சி நாங்குனேரியில் இருந்தார். அவருடைய கட்சிக்காரர்கள் இப்போது திருமலையிடம் வந்தார்கள். நம்பி பட்சியுடன் இருந்தான். ஒவ்வொரு வாரமும் திருநெல்வேலி வருவான். நூல் நிலையங்களில் புத்தகங்களைப் படிக்க. ரெங்கநாயகி சொல்லுவாள்:

"அவனைப் பாருடா. வியாச பாரதம் பூராத் தெரியும். எத்தனை பேர் வரா அதில, அத்தனை பேரையும் அவா என்ன செஞ்சாங்கறதும் தெரியும். நீயும் இருக்கயே. இடும்பன் யாரு பகாசுரன் யாருன்னு கூடத் தெரியாம."

கண்ணனுக்கு நம்பியைப் பிடிக்கவில்லை. எப்போதும் கண்ணன் காதைத் திருகிக்கொண்டே இருந்தான். ஒரு பாட்டும் அவனது நண்பர்களுக்குச் சொல்லிக்கொடுத்தான்.

"கண்ணன் காது சிவத்த காது
காரம் போட்டு வறுத்த காது."

நரசிம்மன் அந்தப் பாட்டையே திரும்பத் திரும்பப் பாடிக் கொண்டிருப்பான்.

நரசிம்மன்தான் கண்ணனுக்கு இன்னொரு பெரிய ரகசியத்தைச் சொன்னான்.

"நெல்லிக்காய்க்குள்ள பச்சையா கொட்டை இருக்கே அதையும் புளியம்கொட்டையும் ராமா ராமான்னு சொல்லிண்டே இடிச்சு பொடி பண்ணி வச்சுக்கணும். அதை உனக்கு வேண்டப்படாத வாளுக்கு குடுத்தா போறும். எல்லாத்தையும் மறந்து போயிடுவா. ஞாபகம் திரும்பி வர மூணு வருஷம் சாப்பாடும் தீர்த்தமும் இல்லாம தவம் பண்ணனுமாம்."

"ஞாபகம் போயிடுத்துன்னா தவம் பண்ண மட்டும் எப்படி ஞாபகம் வரும்?"

"பெரிய மூளைன்னு நினைப்போ? அப்பா அம்மா கூட இருந்து நினவுபடுத்திண்டே இருப்பா."

"அவா சாப்டலாமா?"

"தெரியல்ல. கூடாதுன்னுதான் நினைக்கறேன்."

தாடி வாத்தியார் வந்தபோது அவரிடம் கண்ணன் கேட்டான்.

“சார். சில கொட்டைகளை சாப்டா ஞாபகம் சுத்தமா போயிடு மாமே அப்படியா?”

“இருக்கும், நான் வாத்தியாரு. வைத்தியன் இல்லை. உனக்கு எதுக்கு அது இப்போ? உனக்குதான் ஞாவகம் இப்பவே சுத்தமா இல்லையே?”

குழந்தைகள் சிரித்தனர்.

“சும்மாச் சொன்னேம்பா. நேத்துக்கூட அந்த இங்கிலீசு பாட்டை பாக்காம சொன்னான்லா? அதாம்லே உங்க நம்பி அண்ணன் சொல்லிக் கொடுத்தாண்ணு சொன்னையில்ல அது.”

“London bridge is falling down . . .”

“அதேதான். அந்த எளவெடுத்த பாட்டைத் திருப்பிச் சொல்லு.”

கண்ணன் சொன்னான்.

“பாத்தீங்களா இவனுக்கா ஞாவகம் கம்மி?”

கண்ணனுக்கு அப்பாவிடம் போகப் பயமாக இருந்தது. அம்மாவுக்குத் தெரிந்திருக்கலாம். அவளிடம் ஓடினான்.

“தெரியாதுடா. பெரிய பாட்டிக்குத்தான் இதல்லாம் நன்னாத் தெரியும்.” கண்ணனைக் கட்டி முத்தமிட்டுக்கொண்டே சொன்னாள். “ராஜாப் பயலே, உனக்கெதுக்கு இந்தக் கவலை? ஞாபகம் அதிக மாறத்துக்குன்னா நீ மருந்து தேடணும்? குறைவாறதுக்கு எதுக்கு? ஒரு யோசனை. நம்பிட்டக் கேளேன்.”

கண்ணன் அம்மாவிடம் மருந்தே நம்பிக்குத்தான் என்று சொல்லவில்லை. நம்பிக்கு அப்பா அம்மா இல்லை. ஆனா வேதா பாட்டியும் பொன்னா பாட்டியும் தவம் பண்ணும்போது கூடவே இருப்பார்கள்.

மருந்தை அவனால் எளிதாகத் தயாரிக்க முடிந்தது. வீட்டின் பின்னாலேயே புளிய மரம். எதிரில் இருந்த தோட்டத்தில் நெல்லிக்காய் காய்த்துக் குலுங்கியது. பொடியை இடித்துக் காகிதத்தில் மடித்து, மாடிப்படி அடியில் உள்ள பிறையில் ஒளித்து வைத்தான். நம்பியை எப்படி இதைச் சாப்பிட வைப்பது?

மறுநாள் அவன் ஒரு கொசுவை முழுங்கிவிட்டான்.

உயிருக்கே அபாயம். வாய் திறந்திருக்கும்போது உள்ளே நுழைந்த கொசு வயிற்றுக்குள் போய்விட்டது. முகத்தை அழுகிற மாதிரி வைத்துக்கொண்டு நரசிம்மன் சொன்னான். “யோசிச்சுப் பாரு. ஒரு கொசு ஒரு இடத்தில கடிச்சாலே குளிர்ல ஒன்பது மாசம் நடுங்கறா. ஒரு முழுக் கொசு இப்ப ஒன்னோட வயித்தில இருக்கு. எத்தனை இடத்தில கடிச்சதோ எத்தனை இடத்தில கடிக்கப் போறதோ. வயித்த கிழிச்சுத்தான் எடுக்கணும்.”

கண்ணன் அலறிக்கொண்டே வீட்டுக்குள் ஓடினான். நேரே நம்பியின் மீது மோதிக்கொண்டான்.

“என்னடா தலையே போறமாதிரி அலறல்?”

“நான் செத்துப் போயிடுவேன். என் வயத்தை கிழிக்கப் போறா.”

"யாரு சொன்னா?"

"நரசிம்மன். கொசுவை முழுங்கிட்டேன். வயித்துக்குள்ள கடிச்சுண்டே இருக்கும். வயித்தக் கிழிக்காம எப்படி வெளீல வரும்?"

"ஏண்டா முழு முட்டாள், அவன் சொல்றதெல்லாம் நம்பிடறதா? கொசு இதுக்குள்ள ஜீரணமாயிருக்கும். நம்பல்லையா?. உங்க தாடி வாத்தியார் மட்டன் சாப்படறார்ன்னு சொன்னயே. ஆடு கொசுவை விட பெரிசுதானே?"

"கொசு உசிரோடன்னா உள்ள போச்சு."

"உடனே செத்துப் போயிருக்குண்டா மடையா. பத்து கொசு கொண்டு வா, நான் முழுங்கிக் காட்டறேன்."

"நான் செய்ய நினைச்சதுக்குப் பெருமாள் கொடுத்த தண்டனை."

"என்னடா பேத்தற?"

"உன் ஞாபகத்தைப் போக்கடிக்க நினைச்சேன். அதுக்கு என்னோட கெட்ட புத்திக்கு." பிறையிலிருந்து பொடிப் பொட்டலத்தை எடுத்து நம்பியிடம் கொடுத்தான். பொடியின் மகிமையைச் சொன்னான்.

"இதுவும் அவன் சொல்லிக்கொடுத்ததுதானா? எல்லாத்தையும் நம்பிடு." பொட்டலத்தைப் பிரித்துப் பொடியை ஒரு சிட்டிகை எடுத்து நக்கிப்பார்த்தான்.

"ம்ம்ம். கொஞ்சம் கசக்கறது. அவ்வளவுதான்."

"உனக்கு ஒண்ணுமே ஆகாதா?"

"மூளைய உபயோகிச்சா உனக்கும் ஒண்ணுமே ஆகாது."

4

நம்பிக்கு ஒன்றுமே ஆகவில்லை. ஆனால் தாடி வாத்தியாருக்கு மஞ்சள் காமாலை. படுத்த படுக்கையாக இருந்தார்.

"அப்பா, சாரைப் பாக்கப் போணும்ப்பா."

"போலாம். நாளைக்கு சாயந்தரம் போலாம்."

"அவன்தான் குழந்தைன்னா, நீங்களும் அவனை மாதிரி பேசறேளே. துலுக்கக்குடிக்கு அவனைக் கூட்டிண்டு போணுமா? என்னத்தல்லாம் சாப்டுத் தொலையறா அவா?" இது ரெங்கநாயகி.

"நீ சும்மா இரு. அவர் எனக்கும் வாத்தியார், தெரிஞ்சுக்கோ. நாங்க போகத்தான் போறோம்."

"எக்கேடு கெட்டுப் போங்கோ. நான் சொல்றதை யாரு கேக்கறா."

தாடி வாத்தியாரின் வீடு ஊரின் மூலையில், பல சந்துகளுக்கு அப்பால் இருந்தது. தெருவின் நடுவில் இருபுறங்களிலிருந்தும் பெருக்கித் தள்ளப்பட்டதால் உருவாகிய குப்பை வரப்பு. தெருவின் ஓரங்களில் சாக்கடையின் ஈரக்கருமை. துப்பப்பட்ட எலும்புத் துண்டுகள். உணவாகாததால் அழுகிக்கொண்டிருக்கும் உட்பாகங்கள்.

“பொளைக்கமாட்டார்னு அக்கீம் சொல்லிட்டாருங்க,” என்று தாடி வாத்தியாரின் மனைவி அமைதியாகச் சொன்னாள். அவர் களுக்குக் குழந்தைகள் கிடையாது. “ஈரலு கிளிஞ்சு போயிரிச்சாம்.”

வாத்தியாரின் விரல்கள், நகங்கள், கண்கள், துணிகள், தாடி எல்லாம் மஞ்சள் குளித்திருந்தன. முதுமை, நோய், உடலழுக்கு இவை மூன்றின் கலப்பால் பிறந்த நாற்றம் அவரைச் சுற்றி.

“சார், தெரியறதா? திருமலை. கண்ணன் பாக்கணும்னான். கூட்டிண்டு வந்திருக்கேன்.”

“எதுக்கு திருமலை? அவனுக்குத் தெரிஞ்ச வாத்தியார் வேற.”

“அவன்தான் பிடிவாதம் பிடிச்சான், சார்.”

“மட்டணை இன்னைக்கு நீ பாக்க முடியாது. நான் பொளச்சாலும் மட்டண் சாப்பட மாட்டேன். கிட்ட வா. முகத்தை நல்லா பாப்போம்.”

கண்ணன் மூக்கைச் சுளித்துக் கொண்டே அப்பாவின் பின்னால் ஒளிந்துகொண்டான். மரணம் சில ஆண்டுகளாக உண்டியல் கடை குடும்பத்தின் அருகே வரவில்லை. கண்ணனுக்கு அதன் பரிச்சயம் இல்லை. அவனுக்குக் காய்ச்சல் வந்தால் அம்மா மூன்று போர்வை போர்த்திவிடுவாள். சூடாக மிளகு சாற்றமுது சாதமும் பருப்புத் துவையலும் கொடுப்பாள். அடிக்கடி அவன் நெற்றியைத் தொட்டுப் பார்ப்பாள். காய்ச்சல் அவனுக்குப் பிடிக்கும். அவனுக்குப் பிடித்த காய்ச்சல் வாத்தியாருக்கும் வந்திருக்கும் என்று அவன் நினைத்துக் கொண்டிருந்தான். இது ராட்சசக் காய்ச்சல். கண்ணை இறுக்க மூடிக்கொண்டான்.

“பயப்படுதான். அவனை ஏன் கூட்டியாந்தே?”

திருமலை முறைத்தான்.

“போடா. பக்கத்தில போ.”

“வேண்டாம் திருமலை. அவன் எங்க போயிருவான். குணமானதும் நானே வாரேன்.”

வீடு திரும்பும்போது திருமலை கண்ணனிடம் கோபித்துக்கொண் டான்.

“நீ பண்ணினது சரியா? நல்ல பிள்ளைக்கு அடையாளம் ஒண்ணு கூட உங்கிட்ட இல்லை.”

“அவர் நாத்தமா நாறறார்ப்பா. ஒண்ணுக்கு நாத்தம்.”

“பேசாதே. பேசினா கன்னத்தில அறைவேன். அவர் செத்துப் போப்போறார் தெரிஞ்சுக்கோ. செத்துப் போப்போறவா எல்லாருக்கும் இப்படித்தான் ஏதாவது இருக்கும். நானும் போணும். நீயும் போணும். ஞாபகம் வைச்சுக்கோ.”

“கொசு வயத்துக்குள்ள போயே நான் செத்துப்போகல்லை. நாம உடனே நாளைக்கே போப்போறமா?”

“இல்லை.”

“அப்பறம் ஏன் ஞாபகம் வைச்சுக்கணும்? அப்பா, தாடி வாத்தி யார்தான் சரியானதும் பாக்க வரேன்னு சொல்றாரே. ஏன் செத்துப்போவார்ங்கற?”

“சரிடா. போமாட்டார். நீயும் பெருமாளைச் சேவி. நானும் சேவிக்கறேன்.”

ரெங்கநாயகி திருமலையிடம் மிகவும் கோபித்துக்கொண்டாள். ஒரு இரும்புக் கரண்டியை பழுக்கக் காய்ச்சி மோரில் அதைப் போட்டாள்.

“இந்தா கொழு மோர் குடி. பயத்தால வந்ததெல்லாம் பஞ்சாப் போயிடும்.”

“நான் எங்க பயப்பட்டேன்?”

“உள் பயம். உனக்கே தெரியாது.”

“உனக்கு மட்டும் தெரியுமோ?”

“அதிகப்பிரசங்கி. மோரைக் குடி.”

தாடி வாத்தியார் இறந்துவிட்டார் என்ற செய்தி வந்ததும் கண்ணன் தனது நண்பர்களிடம் சொன்னான்.

“நான் அவரை செத்துப்போறதுக்கு முன்னால பாத்தேனாக்கும். மூஞ்சியால உடம்பாலெல்லாம் அவர் ஒண்ணுக்கு போயிண்டு இருந்தார். மஞ்ச மஞ்சேருன்னு இருந்தார்.”

நண்பர்கள் அவனை நம்பவில்லை. ஆனால் தாங்கள் செத்துப் போகப் போகிறோமோ என்ற சந்தேகம் வந்தபோதெல்லாம் அவர்கள் கண்ணாடியில் தங்கள் நிறம் மஞ்சளாக ஆகிறதா என்று பார்த்துக் கொண்டனர். மூக்கை உறிஞ்சி மூத்திர வாடை வருகிறதா என்று பார்த்தனர்.

எட்டு

1

வெள்ளம் முன்னறிவிப்போடு வந்தது. ஒலிபெருக்கிகள் அலறின. “கரையோரம் இருப்பவர்கள், தாழ்ந்த பகுதியில் இருப்பவர்கள் உடனடியாகக் குடிசைகளைக் காலிசெய்யவும். சன்யாசிக் கிராமம், பஞ்ச அக்ரகாரம், சன்னிதித் தெரு, கைலாசபுரம் போன்ற இடங்களில் தாமிரபரணி ஊருக்குள் வரும் அபாயம் உள்ளது.”

ஏழைகள் காலிசெய்யவில்லை. காத்திருந்தார்கள். ஆற்றை அவர்கள் நம்பினார்கள். குடிசைகளைத் தொடத்தான் அது வருகிறது; தன்னோடு கூட்டிச்செல்ல அல்ல என்று நினைத்தார்கள். இரவு முழுவதும் விழித்திருந்து மழையின் பிடிவாதத்தைச் சபித்துக்கொண்டு வெள்ளம் வடிவதற்காகக் காத்திருந்தார்கள். சில சமயங்களில் வெள்ளம் வடியும். பல சமயங்களில் நம்பிக்கை வீணாகும். ஆனால் ஆறு என்றுமே உக்கிரமாக இருந்ததில்லை. பழுப்பாகக் கஞ்சிப் பதத்தில் இருக்கும் அதன் தண்ணீர் அவசரப்படாமல் குடிசைகளை ஆக்கிரமித்துக்கொள்ளும். குழந்தைகளுக்கு சந்தோஷம். எல்லைகளை ஆறு மதிக்காதது அவர்களைத் துள்ளிக் குதிக்க வைத்தது. தண்ணீரோடு வந்து குடிசையின் கம்பங்களில் சுற்றிக்கொண்டிருக்கும் பாம்புகளைப் பற்றி அவர்களுக்குக் கவலை இல்லை. மற்ற மிதவைகளை ஆவலோடு ஆராய்ந்தார்கள். ஊதிப் போய், வாய்களைப் பிளந்துகொண்டு ஒதுங்கும் கால்நடைகளின் உடல்களைக் குழந்தைகளின் பெற்றோர்கள் கழிகளால் தள்ளி வெள்ளத்தின் போக்கிலேயே மிதக்க விட்டார்கள்.

வெள்ளம் ஏறிக்கொண்டேயிருந்தது.

குடிசைகள் பிழைக்காது என்று தெரிந்ததும் ஏழைகள் தங்கள் உடைமைகளைத் துணி மூட்டைகளில் கட்டினர். அட்டைப்பெட்டிகளில் அடைத்தனர். வெள்ளத்தை விட்டுப் பிரிய மனம் இல்லாத குழந்தைகளின் கைகளைப் பிடித்துக்கொண்டு அவர்கள் மேட்டை நோக்கி நகர்ந்தனர். குடிசைச் சுவர்கள் கரைந்தன. கூரைகள் விடுபட்டு மிதந்தன.

பிராமணர்கள் மழையை வரவேற்றார்கள். மழை வருவதற்கு முன்னால் இருந்த மூச்சை நிறுத்தும் புழுக்கம் அவர்களை இரவில்

தெருவுக்கு விரட்டியது. மனைவிகளிடமிருந்து பிரித்தது. மழை வந்ததும் வீட்டின் உட்புறங்கள் குளிர்ந்தன. போர்வைகளைத் தலையி லிருந்து கால்வரை போர்த்திக்கொண்டு மனைவிகளோடு அவர்கள் தூங்கினார்கள். தாமிரபரணி பிராமணர்களைத் தொந்தரவு செய்வது இல்லை. அவர்கள் தெருக்களில் நுழைய அது தயங்கியது. ஏழைகளில் சிலர் பிராமண வீடுகளின் பின்புறம் தங்கள் உடைமைகளோடு ஒதுங்கினார்கள். ஆனால் பலர் பள்ளிக்கூடங்களிலும் பொதுக் கட்டிடங்களிலும் இரவைக் கழித்தனர்.

விடிந்ததும் திருமலை கண்ணனை அழைத்துக்கொண்டு வெள் ளத்தைப் பார்க்கச் சென்றான். முதலில் சுலோசன முதலியார் பாலம். அதன் அழகான வளைவுகளை அடைத்துக்கொண்டு வெள்ளம் ஓடியது.

குடையைக் கக்கத்தில் இடுக்கிக்கொண்டிருந்த கிழவர் திரு மலையைப் பிடித்துக்கொண்டார்.

"என்ன திருமலை எப்படி இருக்கே? அப்பா சுகம்தானா? இரண்டடி கூடினா பாலத்தையே முக்கிடும்லா. நாப்பத்து ஐஞ்சுல தான் இந்த மாதிரி வெள்ளம் வந்தது. சொல்லுதாங்க மேக்க அம்பாசமுத்திரம் பக்கம் ஊருக்குள்ள தண்ணி வந்திடுத்தாம். பேஞ்சா மள இப்படி பேயுது. இல்லைன்னா கண்ணு பூக்கக் காத்து கிட்டுக் கிடந்தாலும் வரமாட்டேங்கு."

இரண்டடி கூடுவதற்கு நேரம் நிறைய இருப்பதாகப் பாலத்தில் நிற்பவர் நினைத்தனர். அவர்கள் அவசரப்படுவதாகத் தெரியவில்லை. தெற்கே தைப்பூச மண்டபத்தின் மேற்பரப்பில் நின்றுகொண்டிருந்த வர்களும் அவசரப்படுவதாகத் தெரியவில்லை. ஆற்றின் நடுவே அமைந்துள்ள மண்டபத்தினுள் தூங்கிக்கொண்டிருந்த பிச்சைக்காரர் களையும் பரதேசிகளையும் வெள்ளம் கூரையின் மேல் ஏற்றி விட்டது. மீட்புக் குழுவின் வருகைக்காக அவர்கள் காத்துக்கொண்டி ருந்தார்கள். பாலத்தில் நிற்பவர்களைப் பார்த்துக் கையசைத்தார்கள். கண்ணனும் கையசைத்தான். கிழவர் திருமலையை விடுகின்ற வழியைக் காணோம். கண்ணன் குனிந்து தண்ணீரைப் பார்த்தான். இடது கைப் புறம் தெரிந்த கிருஷ்ணன் கோவிலைப் பார்த்தான். பட்சித் தாத்தா சிராத்தம் பண்ணுவது கிருஷ்ணன் கோவிலில்தான். கோவில் மடப்பள்ளி ஐயங்காரின் சிராத்தத் தளிகை உண்டியல் கடை குடும்பத்தில் எல்லோருக்கும் பிடிக்கும். கண்ணனுக்கு எள்ளு ருண்டை என்றால் உயிர். பெரிய பாட்டி சொல்லுவாள். "உங்க பெரிய தாத்தாக்கும் எள்ளுருண்டைன்னா இஷ்டம். அவருக்கு சாப்டற சாமான் எல்லாமே இஷ்டம்னு வைச்சுக்கோ." சாப்பிட்டே வயிறு பெரிதாகி அவர் இறந்துபோனார் என்று நம்பி சொன்னான். கண்ணன் தன் வயிற்றைத் தொட்டுப் பார்த்துக்கொண்டான்.

"நம்ம படித்துறைக்குப் போலாமா? வெள்ளம் வத்தறது போல தெரியறது." கிழவருக்கு இன்னொருவர் கிடைத்துவிட்டார்.

வானம் சுத்தமாக இருந்தது. பிள்ளையார் படித்துறைவரை நடப்பது சிரமமாக இல்லை. வெள்ளம் ஆற்றுக்குள் இறங்கும் படிகளைத் தாண்டி தெருவில் அலையிட்டுக்கொண்டிருந்தது. பிள்ளையார் தண்ணீருக்கு அடியில். ஒரு மின்சாரக் கம்பத்தைத் தவிர கொக்கிரகுளம் வரையில் தண்ணீரின் காவிதான் தெரிந்தது. அழுக்குத் தண்ணீர். மாட்டுச் சாணமும் பன்றி விட்டையும் மிதக்கும் தண்ணீர். கண்ணனுக்கு நீச்சலடிக்க வேண்டும் போலிருந்தது. அப்பாவிடம் சொன்னால் கோபப்படுவார். அப்புறம் நரசிம்மனைக் கூட்டிக்கொண்டு வர வேண்டும். கண்கள் சிவக்கும்வரை நீச்சலடிக்க வேண்டும். நீச்சலில் நம்பி என்கிட்ட வரமுடியாது. தண்ணீர் என்றாலே காத தூரம் ஓடுவான் அவன்.

"நீ என்ன நினைக்கறாய்னு எனக்குத் தெரியும். உன்னத்தவிர யாரும் இந்தத் தண்ணில கால்கூட நனைக்கமாட்டா. நீ நீச்சலடிக்கப் போறாய்."

கண்ணன் பதில் பேசவில்லை.

"பெரிய பாட்டிட்ட என்ன சொல்லிருக்காய்ன்னு நினைவு இருக்கோ இல்லையோ? அவ இருக்கறவரையாவது சொன்ன பேச்சை மாறாதே."

கண்ணன் தாமிரபரணியில்தான் நீந்தக் கற்றுக்கொண்டான். தள்ளிவிட்டது நரசிம்மன். கூட இருந்த மற்ற நண்பர்கள் உதவிக்கு வரவில்லை. "நீஞ்சி நீயே கரை வந்து சேரு" என்று சொல்லிவிட்டு அவர்கள் எளிதாகக் கரை சேர்ந்துவிட்டார்கள். கண்ணனுடைய கால்கள் தரையைத் தண்ணீரில் தேடின. தரை கிடைத்தால் தலைக்கு மேல் தண்ணீர். ஒரு குடம் தண்ணீர் குடித்திருப்பான். கைகளையும் கால்களையும் தாறுமாறாக வீசி கரையை அடைய முயற்சி செய்தான்.

அப்பாவின் கைகள் வயிற்றுக்குக் கீழே பலகைபோல முட்டுக் கொடுக்கும்போது மாத்திரம் கைகளும் கால்களும் தண்ணீரில் ஒழுங்காக அசைகின்றன. அப்பா பக்கத்தில் இருக்கிறார் என்ற தைரியம். இப்போது அவன் பக்கத்தில் யாரும் இல்லை. தனிமை உயிர் பிழைப்பதற்குப் பல வழிகளைத் தேடும். பல தேடல்களுக்குப் பின் அவன் கைகளுக்கும் கால்களுக்கும் ஒத்திசைவு வந்துவிட்டது. கரை சேர்ந்தவுடன் நரசிம்மன் சொன்னான். "எவ்வளவு நாள் சொல்லிக் கொடுத்தும்கூட ஆள் இருந்தாத்தான் தண்ணில இறங்குவேங்கற. அதனாலதான் இன்னிக்குத் தள்ளிவிட்டேன். பாரு, பின்னாலயே சேஷன் இருக்கான். உன்னை தவங்க விட்ருவமா?"

கண்ணன் தண்ணீரைத் தேட ஆரம்பித்தான். ஆறு சலித்ததும் குளம். குளத்துக்குப் பின் கிணறு. மறுபடியும் இரவு நேரங்களில் ஆறு.

ஒரு தரம் நாங்குனேரிக் குளம் நிரம்பி இருக்கும்போது நம்பியிடம் கண்ணாடியையும் சட்டையையும் கழற்றிக் கொடுத்துவிட்டுக் குளத்

தில் குதித்துவிட்டான். நம்பி அவன் படியில் நின்று குளிப்பான் என்று நினைத்தான். தடுப்புச் சுவரையே இடித்துவிடும்போல அலைகள். கண்ணன் அவ்வளவு பெரிய குளத்தில், அவ்வளவு அலைகளுக்கு மத்தியில் நீந்தியது இல்லை. நம்பிக்கு அவன் நீச்சலடிக்கிறானா அல்லது முழுகுகிறானா என்று சந்தேகம். இது ஆள்வாங்கிக் குளம். அவன் போட்ட சத்தத்தில் அருகே இருந்த பெரியவர்கள் சிலர் கண்ணனை இழுத்துக் கரை சேர்த்தனர்.

பொன்னாவிற்குத் தலையிலிருந்து கால்வரை பதறியது.

"ஏன் நடுங்கறே, பெரிய பாட்டி? நான் நன்னா நீச்சல் அடிப்பேன்."

"என்ன காரியம் செய்தடா நீ? சாபம் பிடிச்சு ஆட்டற குடும்பம்டா நம்மளோடது. தண்ணி நமக்கு சத்துரு. நம்பி இருந்தானோ பொழைச்சயோ"

"எனக்கு ஒண்ணும் ஆகலை பெரிய பாட்டி. நம்பிதான் கூப்பாடு போட்டு ஊரைக் கூட்டிட்டான். நானா ஒரு நாளும் தண்ணீல மூழ்கமாட்டேன். என்னைக் காப்பத்தறேன்னு வந்த ஆட்கள்தான் என்னை அமுக்கித் தண்ணி குடிக்க வச்சுருவாளோன்னு பயமா இருந்தது."

"இந்த சூரத்தனம்லாம் வேண்டாம். எங்கிட்ட சத்தியம் பண்ணிக் கொடு. நீ இனிமே நீஞ்சவே போகக் கூடாது."

"சும்மா பொய்ச் சத்தியம் நான் பண்ணமாட்டேன். நீஞ்சாம என்னால இருக்க முடியாது."

"என் கூட கோவிலுக்கு வா."

கோவிலில் பொன்னா கண்ணனைத் திரும்ப சத்தியம் செய்யச் சொன்னாள்.

"வெள்ளத்திலையும் தண்ணி ரொம்பியிருக்கிற குளத்திலயும் நீஞ்சப்படாது. சரியா"

"சரி."

"உனக்கு அத்தைப் பாட்டிய நினைவு இருக்காடா?"

கண்ணனுக்கு மங்கலாக நினைவு இருந்தது. கீழ்பாக்கம் மனநோய் மருத்துவமனையிலிருந்து அவள் திருநெல்வேலி வீட்டுக்கு வரவில்லை. குழந்தைகள் பார்த்தால் பயப்படுவார்கள் என்று அவள் நேராக நாங்குனேரிக்குக் கூட்டிச்செல்லப்பட்டாள். "தேவடியா முண்டை, என்னைச் சீரழிச்சுட்டயே. நீ மாத்தரம் அந்த வஸ்தாதோட படுத்துக் கலாமா" என்று பொன்னாவைப் பார்க்கும்போதெல்லாம் சொல்லிக் கத்துவாள். அவளுடைய காரியங்களுக்குக்கூட குழந்தைகள் அழைக்கப்படவில்லை.

"அவளோட ஆத்துக்காரரும் நல்ல நீஞ்சுவர்னு பேரு. உன் வயசு. இல்லை ஒண்ணு ரெண்டு கூட இருக்கும். நீ நீஞ்சினயே அதே இடத்திலத்தாண்டா அவர் செத்துப்போனார்."

2

அழுகைச் சத்தம் வந்தபோது ஆண்டாள் குளித்துக்கொண்டிருந்தாள். ஈரத்துணியோடு ரேழிக்கு ஓடிவந்த அவள் மதுவின் மனைவி கமலா தலையை விரித்துக்கொண்டு தரையில் கிடப்பதைப் பார்த்தாள். பட்சியின் கையில் தந்தி. பொன்னா சுவரில் சாய்ந்து கொண்டிருந்தாள். கைகளில் நம்பி.

"யாரு போயிட்டா? சாவு நமக்குப் புதிசா என்ன?"

போனது மது என்று தெரிந்ததும், அவள் சிறிது நேரம் மௌன மாகவே இருந்தாள்.

"நான் திருமலை போய்ட்டான்னு நினைச்சேன். பக்ஷிக்குத் துக்கமே வரல்லையே. இது அவனோட முறையில்லையோ?"

"ஆண்டா, அசட்டுபிசட்டுனு பேசாதே. வாயை மூடிண்டு இரு."

"ஏன் இருக்கணும்? நீதான் பகவானுக்கு ரொம்ப இஷ்டமான வள்னு சொல்லிக்கறே. நீதான் அவன்கிட்ட மதுவை எடுத்துண்டு போன்னு வேண்டிண்டு இருக்கணும். இல்லைன்னா எப்படிப் போவன் அவன்? உன்னை மாதிரி கொடுசூலி உலகத்திலயே கிடையாது."

ஆண்டாளுக்கு அன்று தூக்க மாத்திரைகள் கொடுக்கப்பட்டன. மறுநாளே சரியாகிவிட்டாள். நம்பியைத் தூக்கிக் கொஞ்சத் தொடங்கிவிட்டாள். காரியங்கள் முடிந்து வண்ணார்பேட்டை வீட்டுக்கு வந்தபோது திரும்ப ஆரம்பித்தாள்.

திருமலை அப்போது வண்ணார்பேட்டையில் இருந்தான். வஸ்தாது வக்கீல் வீட்டுக்கு அடுத்த வீடு. பொன்னா சில மாதங்கள் இருந்த வீடு. சுப்புதான் இப்போது பக்கத்து வீட்டுக்காரன். இரு வீடு களுக்கும் இடையே இருந்த காலிமனையில் இப்போது அறைகள் கட்டப்பட்டுவிட்டன. அந்த அறைகளில் ஒன்றில்தான் ஆண்டாளின் புலம்பல்கள் ஆரம்பித்தன.

"இங்கதான் அந்த நாற முண்டை பக்கத்து வீட்டுத் தடியனோடு படுத்துண்டா. நான் பாத்தேன். தூரமானாப் போல பாவனை. எனக்கா தெரியாது? வாயத் தச்சு வச்சுருந்தா இவ்வளவு நாளா. நானே இன்னிக்குப் பிரிச்சுண்டேன். விடமாட்டேன் இந்தச் சமையக் காரன் பொண்ணை."

திருமலையைப் பார்த்தால் அவள் புலம்பல்கள் அதிகரித்தன.

"இவன் செத்துப் போணம். இல்லைன்னா நானே கொல்லுவேன். மதுவை ஏண்டா கொன்னே? கமலாவைப் பெண்டாளணுமா? ரெங்கநாயகிக்கு என்ன குறைச்சல்?"

உலகப்போர் நடந்துக் கொண்டிருந்த நாட்கள் அவை. பட்டணம் குண்டுகள் விழுமோ என்ற அச்சத்தில் இயங்கிக் கொண்டிருந்தது. பாதி நகரம் காலி. கீழ்ப்பாக்கம் மருத்துவமனையில் இடம் எளிதாகக்

கிடைத்தது. ஆண்டாள் பத்து ஆண்டுகள் அங்கு போவதும் வருவது மாக இருந்தாள்.

3

பொன்னா பிழைக்கமாட்டாள் என்பது அனேகமாக உறுதியாகி விட்டது. டைபாயிடு காய்ச்சல் அவளை விடுகின்ற வழியைக் காணோம். வயிற்று வலி மருந்துகளால் குறையவில்லை. உடம்பு சரியில்லை என்று அவள் படுத்தது அதுதான் முதல் தடவை. ராமையர்தான் டாக்டர். குண்டு ராமையர். அழித்து மூன்று ஆட்கள் செய்துவிடலாம். அவ்வளவு பருமன். நல்ல டென்னிஸ் விளையாடுவார். அவரும் திருமலையும் இரட்டையர் ஆட்டத்தில் மாவட்ட அளவில் நிறையப் பரிசுகள் வாங்கியிருக்கிறார்கள்.

"பாட்டிக்கு வயசு ஆயிடுத்து. ட்ரிட்மெண்ட் கஷ்டம். பெரிடோ னைடிஸ் வரலாம். கூப்பட வேண்டிய ஆட்களெல்லாம் கூப்டு அனுப்பிச்சிடு."

திருமலை பாட்டியின் பக்கத்தில் உட்கார்ந்து அவள் தலையை மெதுவாகத் தடவிக்கொடுத்தான்.

"டைபாயிடுன்னு ராமையர் சொல்லறார். எவ்வளவு முடியுமோ அவ்வளவும் செய்துண்டு இருக்கார். யாரையாவது பாக்கணுமா உனக்கு?"

"நம்மாழ்வாரைப் பாக்கணும்."

"அவர் எங்க இருக்காரோ தெரியாது பாட்டி. அவரை எப்படிக் கூப்ட முடியும்"

"அப்ப சரி. அவனுக்கு எப்ப தோணறதோ அப்ப வரட்டும். நான் அவசரப்படுத்தல்லை. பயப்படாதடா. என்னைப் பெருமாள் இப்போ கூட்டுப்பார்ன்னு தோணலை."

ஆனாலும் உறவினர்கள் வந்தார்கள். வேதாவின் உறவினர்கள், ரெங்கநாயகியின் உறவினர்கள். ஆண்டாளின் உறவினர்கள்கூட திருக்குறுங்குடியிலிருந்து வந்தார்கள், பாட்டியின் கடைசி யாத்தி ரையின்போது அவளை வழி அனுப்ப. பாட்டி யாத்திரையில் செல்ல மறுத்துவிட்டாள்.

ஒரு மாதத்தில் காய்ச்சல் ஓடிப் போய்விட்டது. வயிற்று வலியும் இல்லை. ஒரு நாள் ரெங்கநாயகி இல்லாதபோது பொன்னாவே எழுந்து சென்று சூடாக ஒரு காப்பி போட்டுக் குடித்தாள்.

குண்டு ராமையர் செய்தியைக் கேட்டதும் சொன்னார். "பழைய கப்பல். முழுகாத கப்பல். திருமலை உனக்கு இந்த ஓடென் நாஷ் தெரியுமோ?

Your hopeless patients will live,
Your healthy patients will die,

I have only this word to give,
 Wonder and find out why.
*(கைவிட்ட உன் நோயாளிகள் கரையேறுவார்கள்.
கல்லு குண்டாய் இருந்தவர்கள் கடவுளடி சேர்வார்கள்.
நான் சொல்வதெல்லாம் இதுதான்.
யோசித்துப் பார், ஏனென்று கண்டுபிடி.)*

“நீ விசித்திரமான டாக்டர், ராமா. உன்னோட பேஷண்டுகள் பல பேர் கொழக்கட்டை மாதிரி இருந்தவா உன் ட்ரீட்மெண்டால செத்துப்போனதைப் பாத்திருக்கேன். அப்பல்லாம் நீ கவலைப் படல்லை. என் பாட்டி நீ கைவிட்ட முதல் கேசு, புழைச்சுண்டுட்டா. அதுக்கு நீ கவலைப்படறே.”

ராமையர் சிரித்தார்.

4

கோடைக் காலங்களில் ஆறு ஒரு பெரிய ஓடை, அவ்வளவுதான். படுகையின் விளிம்புகளில் வேலிக்காத்தான், கள்ளிச்செடிகள், குடிசைகள், காய்ந்து கறுத்த மலக் கூம்புகள். தண்ணீர் அருகே மட்டும் மணல் சுத்தமாக இருந்தது. இரவில் சந்திரனின் வெளிச்சத்தில் அழகாகவும் இருந்தது. நீந்துவதற்குத் தண்ணீர் இல்லை. முட்டளவு தான். குளிப்பது சுகம். தண்ணீரிலிருந்து பார்க்கும்போது பிள்ளை யார் கறுப்பாக எண்ணெயில் மினுங்கினார். சூரியன் இறங்கிய பிறகும் தண்ணீரின் கதகதப்பு மாறவில்லை. கண்ணனுக்கு ஆற்றை விட்டு வெளியில் வர மனமில்லை. பிள்ளையார் கோவில் பட்டர் கூப்பிட்ட பிறகு வந்தான். ஈர அரை நிக்கரோடு பிள்ளையாரை வலம் வந்தான். பிள்ளையார் அவனது நண்பர். அன்று செய்த தவறுக்கெல்லாம் அவரிடம் மன்னிப்புக் கேட்டுக்கொண்டான்.

“சீக்கரம் போ. அம்மா தேடுவா.” பட்டர் அவனிடம் விபூதி கொடுத்தபடியே சொன்னார். கண்ணன் சீக்கிரம் போகவில்லை. மணலில் படுத்துக்கொண்டான். பிள்ளையாரையும் பட்டரையும் தவிர யாரும் அங்கு இல்லை. துணியும் தலைமயிரும் உலர வேண்டும். அவன் துண்டு கொண்டு வருவதில்லை. வானத்தில் தெரிந்த நட்சத்திரங்களை எண்ணினான். எண்ணிக்கை இருநூற்று ஐம்பதைக் கடந்ததும் துள்ளி எழுந்து உடலில் ஒட்டிக்கொண்டிருந்த மணலைத் தட்டிக்கொண்டே வீட்டை நோக்கி ஓடினான்.

வாசலில் சிறிது நேரம் நின்றான். அப்பா ரேழியில் இருக்கிறாரா? அவரது அறையில் விளக்கு எரிந்துகொண்டிருந்தது. கேஸ் கட்டு களைப் படித்துக்கொண்டிருக்க வேண்டும். ஒரே தாவலில் திருப்பள் ளியை அடைந்தான். “அம்மா, பசி உயிர் போறது. சாதம் போடு.”

ரெங்க நாயகி அன்று திருமலையிடம் அவன் சாப்பிடும்போது சண்டையிட்டாள்.

“கண்ணனைத் தண்ணித் தெளிச்சு விட்டுட்டேளா? தெளிக்கல லைன்னாலும் அவனே தெளிச்சுப்பன். தினமும் ராத்திரி ஒன்பது மணிக்கு ஈரத்தலையோட ஈர ட்ராயரோட வரான். நீங்க கவனிக்கறது கிடையாது.”

“ஏன் உலந்த ட்ராயருக்கும் தோட்டிக்கறத்துக்கு துண்டுக்கும் ஆத்தில பஞ்சமா என்ன”

“புத்தியோடதான் பேசறேளா? ராத்திரி பேயாடற வேளைல ஆத்தங்கரைலேருந்து வராங்கறேன். படிப்புங்கற பேச்சையே காணோம். அப்பறம் இது வேற இருக்கு.” இது என்னவென்பதை அவனிடம் சொன்னாள்.

அடுத்த நாள் கண்ணன் வீட்டிற்குள் நுழையும் போது அவனைப் பிடித்துக்கொண்டான்.

“எங்கடா போயிட்டு வரே?”

“ஆத்தங்கரைக்குப்பா.”

“அடி செருப்பால. ஆத்தங்கரைக்கா? என்ன டைம் இப்போ? தலை ஈரம். இங்க வா. ட்ராயரும் ஈரம். இப்படி ஈர ட்ராயரோட சுத்தினா என்ன ஆகும் தெரியுமா?”

“தெரியாதுப்பா.”

“உன் காலுக்கிடுக்கில இருக்கில்லயா ரெண்டு கோலிக்காய். அது முதல்ல எலுமிச்சம் பழம் ஆகும். அப்பறம் டென்னிஸ் பந்து மாதிரி ஆயிடும். நடக்கும்போது தொடைல அடிச்சிக்கும்.”

கண்ணனின் இரவுக்குளியல்தான் ஒரு நாளின் கடைசிக் குளியல், அதற்கு முன்னால் பகலில் அவன் கிணறுகளையும் குளங்களையும் தேடி அலைகிறான் என்பது தெரிந்ததும் அவன் உண்மையாகவே கவலைப்பட ஆரம்பித்தான். ராமையரிடம் ஆலோசனை கேட்டான்.

“தூங்கற நாழியத் தவிர மத்த நாழியெல்லாம் தண்ணிலயே இருக்கான். ஊர்ல ஒரு குளம் கிணறு பாக்கி இல்லை. தூங்கற போதுகூட சமுத்திரத்தில நீஞ்சற மாதிரி கனா காணறான்னு நினைக்கறேன்.”

“கவலைப்படாதே திருமலை. அவனுக்குப் பிடிக்கற மாதிரி ஏதாவது அவனைச் செய்யச் சொல்லு. நீஞ்சறதே நினைப்பா இருக்க மாட்டான்.”

“இதுவா எனக்கு வேலை?”

“அப்போ அவன் தண்ணீரிலதான் ஊறிண்டிருப்பன்.”

திருமலை மற்றொரு வக்கீல் நண்பரிடம் கேட்டான். கோபால பிள்ளைக்கு குழந்தை முகம். வெள்ளி மயிர் கழுத்துக்குக் கீழ் இறங்கி தோளைத் தொட்டுக்கொண்டிருந்தது. அழகான பல் வரிசை. பொய்ப் பல் வரிசை. கேரளத்துக்காரர்.

“ராமையர் சொல்லறதுதான் சரி. எங்கிட்டக் கொண்டுவா சீக்கிரம் குணமாக்கிடறேன். அவனோட ஹைட்ரோஃபிலிஸிட்டி பறந்துபோயிடும்.”

“என்னது?”

“தண்ணீர் மேல உள்ள ஆசை.”

“அதை ஒழுங்கா இங்கிலீஷில சொன்னா என்ன? ஒன்னோட மேதாவித்தனத்தை எங்கிட்ட ஏன் காட்டற? நாளைக்கே அவனை ஒங்கிட்ட கூட்டிண்டு வரேன்.”

கோபால பிள்ளை கொக்கிரகுளத்தில் ஒரு பெரிய, சிதிலமாகிக் கொண்டிருக்கும் வீட்டில் இருந்தார். வேலைக்காரி இஷ்டப்பட்ட போது அதைச் சுத்தம் செய்வாள். கண்ணன் அவர் வீட்டுக்கூடத்தில் உட்காந்திருக்கும்போது ஒன்பது சிலந்தி வலைகளை எண்ணினான். குடியிருக்கும் வலைகள். நடுவில் ஆழ்ந்த மோனத்தில் கருஞ்சிலந்திகள்.

“நீதானே திருமலை பெத்த நீச்சல் வீரன். இங்க உள்ள குளம் குட்டையெல்லாம் முடிச்சாச்சு. இனிமே எங்க? இங்கிலிஷ் சேனலா?”

“கோபால், அவனை உற்சாகப்படுத்தறத்துக்காக இங்க கூட்டிண்டு வரல்லை.”

“நீ சொல்லுப்பா. உங்க அப்பா கிடக்கறான். ஊற தண்ணீர் இல்லைன்னு வைச்சுக்கோ, அப்போ என்ன செய்வே?”

“கிரிக்கெட் விளையாடுவேன்.”

“இப்போ ராத்திரியும் ஆத்தங்கரைக்கு போறேன்னு இவன் சொல்றான். ராத்திரி எப்படி கிரிக்கெட் விளையாடுவே? வீட்டுக் குள்ள விளையாடினா உடையக்கூடியதெல்லாம் உடைஞ்சு போயிடும். உங்க அப்பா உன் மண்டையை உடைப்பான்.”

கண்ணன் திருமலையைப் பார்த்துச் சிரித்தான்.

“கிரிக்கெட் இல்லைன்னா புஸ்தகம் படிப்பேன்.”

“பாடப் புஸ்தகமா?”

“இல்லை. வேற புஸ்தகம்.”

கோபால பிள்ளை புத்தக அலமாரியிலிருந்து ஒரு புத்தகத்தை உருவினார்.

“இது யார் எழுதினது தெரியுமா பிராட்மன். அவனை மாதிரி விளையாடறவ இனிமே வரது சாத்தியமே இல்லை. அவனோட *Farewell to Cricket* படிச்சிருக்கயா?”

“இல்லை, மாமா.”

“நீ படிச்சு முடிக்க ஒரு வருஷம் ஆகும்னு நான் சொல்றேன்.”

“ஒரு வாரத்தில முடிச்சுடறேன்.”

“அடுத்த ஞாயித்துக் கிழமை பாக்கலாமா, எவ்வளவு தூரம் போயிருக்கேன்னு? உன்னோட அப்பாக்குக் கட்சிக்காரனைக் கட்டி அழத்தான் நேரம் சரியா இருக்கும். அவன் வர வேண்டாம்.” கண்ணன் முதுகைத் தட்டிக்கொடுத்து கோபால பிள்ளை சொன்னார். “பக்கத்தில ஒரு டிக்ஷ்னரிய வச்சுக்கோ. உனக்குத் தெரியாத வார்த்தைகள் புஸ்தகத்தில அனேகமா இருக்காது. ஆனாலும் டிக்ஷனரி பக்கத்தில இருந்தா ஒரு தைரியந்தான்.”

Farewell to Cricket ஒரு பருமனான புத்தகம். ஆனாலும் கண்ணன் அதை ஒரு வாரத்தில் முடித்துவிட்டான். அருகில் இருந்த அகராதி மிக உதவியாக இருந்தது.

"நான் சொன்னதைக் காப்பாத்திட்டேன், மாமா."

"ரொம்ப நல்லது. நம்ம இந்திய விளையாட்டுக்காராள்ள யாரைப் பத்தி அவன் எழுதிருக்கான்?"

"விஜய் ஹசாரேயைப் பத்தி. இரண்டு இன்னிங்ஸிலேயும் சதமடிச் சாரே. அமர்நாத் பத்தியும் எழுதியிருக்கான்."

"குட். இப்போ என்ன புஸ்தகம் வேணும்? கிரிக்கெட் பத்தியா? படிக்கக்கூடிய புஸ்தகமா? அச்சடிச்ச புஸ்தகமெல்லாம் படிக்கக் கூடியதுதான். பிடிக்காம இருக்கலாம். மாடிக்குப் போலாம் வா. என்னோட லைப்ரரியை பாரு."

படியேறித் திரும்பினால் ஒரு வெளிச்சமான அறை. சுவர்களைப் புத்தக அலமாரிகள் அடைத்துக்கொண்டிருந்தன. திறந்த அலமாரிகள். புத்தகங்களைச் சிந்திவிடுவோம் என்று பயமுறுத்தும் அலமாரிகள். தரையில் நடக்க வழியின்றிப் புத்தகங்கள் அடுக்கி வைக்கப்பட்டிருந் தன. ஜன்னலோரங்களிலும் புத்தகங்கள்.

"பயப்படாதே. பாதி நான் பிரிச்சுக்கூடப் பாத்ததில்லை."

தரையில் கிடந்த புத்தகங்களில் ஒன்றை எடுத்தார். "இந்தா. இது அருமையான புக். *The Wonderful Wizard of Oz* பிரிட்டிஷ்காரன் எழுதின புஸ்தகங்களுக்கு அப்பறம் வரலாம்."

"சட்ட புஸ்தகமே இல்லையே."

திருமலையின் நூல் நிலையத்தில் தூக்கினால் கை எலும்பை ஒடிக்கக்கூடிய சட்டப் புத்தகங்கள்தான் அதிகம். லா ரிப்போர்ட்டர் கள். லண்டன், அலகாபாத், மதராஸ் வெளியீடுகள். மற்றவை பத்தொன்பதாம் நூற்றாண்டு ஆங்கில எழுத்தாளர்களின் நூல்கள். வால்டர் ஸ்காட்டின் சரித்திர நாவல்கள்.

"சட்ட புஸ்தகமெல்லாம் உன்னோட அப்பா மாதிரி முட்டாளுக் குத்தான். எனக்கு ஜட்ஜுகளைத் தெரியும். அதிகமா சட்டம் தெரியாது. எவ்வளவு சட்டம் படிக்கறயோ அவ்வளவு குழம்பிப் போயிடுவே."

"புஸ்தகமும் அப்படித்தானோ?"

கோபால பிள்ளை அவனைக் கூர்ந்து பார்த்தார்.

"உனக்கு மூளை இருக்கு. புஸ்தகம் உன்னைக் குழப்பும்னு நான் நினைக்கல்லை."

5

தண்ணீர் மேல் உள்ள ஆசை முழுவதும் வற்றிப்போகவில்லை. ஆனால் அவன் இப்போது குளம் கிணறுகளைத் தேடி அலைவ

தில்லை. இரவு நேரங்கள் வீட்டிலேயே கழிந்தன. கோலிக்குண்டுகள் கோலிக்குண்டுகளாகவே இருந்தன.

அவனை இன்னொரு ஆர்வம் பிடித்துக்கொண்டது.

ஓரங்களைப் பார்த்தால் உரச வேண்டும் என்ற ஆர்வம். எழுதுகின்ற மேஜை தோதுவாக இருந்தது. முழங்கைகளை அதன் ஓரங்களில் வைத்துக்கொண்டு குதிகால்கள் பிருஷ்டத்தில் பட அவன் தொங்கு வான். பிறகு அவனுடைய மையம் விளிம்பில் உரசும் வகையில் மேலும் கீழும் அசைவான். ஒழுக்கல் இல்லாத சுகம். ஆனால் சிறிது நேரம் வலிக்கும். தொட்டால் எரியும்.

நண்பர்களைக் கேட்டான். அவர்கள் கைகளே போதும் என்றார் கள். அவனுக்குக் கையை உபயோகப்படுத்த அருவருப்பாக இருந்தது.

ஒரு நாள் வேலைக்காரி அவனை மேஜை அருகில் பார்த்து விட்டாள். சிரித்துக்கொண்டே ஓடிப்போய் ரெங்கநாயகியிடம் சொன்னாள். "அம்மா, சின்ன சாமிக்கு சீக்கரம் கல்யாணம் கட்டணும்."

திருமலையிடம் ரெங்கநாயகி சொன்னாள்.

"கண்ணா, உனக்கு இப்பல்லாம் ஓரம்னா ரொம்பப் பிடிச் சிருக்காமே."

கண்ணன் அப்பாவைப் பார்க்காமலே பேசினான்.

"புரியல்லைப்பா."

"நன்னாப் புரியறது. அதிகமாத் தேச்சேன்னா ஒரு நாளைக்கு அறுந்து விழுந்துடும். அப்பறம் இன்னொண்ணு பண்ணி ஒட்டி வைக்க முடியாது. தலையத் திருப்பிக்காதே. என்னைப் பாருடா. வயசு பதிமூணுகூட ஆல்லை. அதுக்குள்ள குட்டிகள் நினைப்பா? கல்யாணம் பண்ணி வைக்க முடியாதுடா. போலிஸ் உள்ள தள்ளிடுவன்."

கண்ணீர் கன்னங்களில் வழிந்தது. அப்பாவைப் பார்க்கவே முடியவில்லை அவனுக்கு. திருமலை அவனை இழுத்து அணைத்துக் கொண்டான். திமிறியும் விடவில்லை.

"கதவைத் தாப்பாப் போட்டுக்கோடா, குழந்தே. மத்தவங்க பாக்காம நாம செய்யறது சிலது இருக்கு. எல்லாரும் உன்னோட வயசில செய்யறதுதான். கவலைப்படாதே. நான் சும்மா கேலி பண்ணினேன். ஆனா ஓரங்களை மறந்துரு. புண்ணாப் போறத்துக்கு வேற வழியே வேண்டாம். சிநேகிதாள்கிட்டக் கேளேன்."

6

"அவர் போட்டோவை பேப்பர்ல பாத்தாலே எனக்கு பத்திண்டு வரது. நீங்க என்னடான்னா அவர் கூட்டத்துக்கு வந்து கையைத் தட்டச் சொல்றேள்."

இது நம்பி திருமலையிடம்.

கோபால பிள்ளை கண்ணனிடம் ஒரு தடவை சொன்னார். "ராஜாஜி முன்னாலே ஐசனோவர்கூட கம்யூனிஸ்டா தெரிவார். ஆனா அந்தக் கோவேறு கழுதை, அதான் உங்கப்பன், ராஜாஜியைப் பிடிச்சிட்டுத்தான் தொங்குவேங்கறான். காந்தி எப்பவோ தெரியாமச் சொல்லிட்டார், ராஜாஜிதான் என்னோட மனசாட்சியோட காவல்காரர் அப்படின்னு. தமிழ்ப் பிராமணன்லாம் இதைச் சொல்லிச் சொல்லியே குதிக்கிறாங்க. அவரோட புத்தி சாக்ரடீஸ், மார்கஸ் அரிலியஸ், சங்கரர் இவங்களோட புத்திக்குச் சமானமானதுன்னு சொல்றாங்க. திருமலைகிட்ட கேளு, ஜான் கந்தரே எழுதிட்டார் ராஜாஜிக்கு 'தீட்டிய கத்தி போன்ற கூர்மையான மூளை' அப்படின்னு சொல்லுவான். ஒரு காலத்தில அப்படி இருந்திருக்கலாம். ஒத்துக் கறேன். இப்போ மழுங்கிப்போன சாணை பிடிக்காத கத்தி. வேலையைப் பாக்காம ரத்தத்தை மட்டும் வரவழைக்கற கத்தி."

திருமலைக்கு நம்பி சொன்னது பிடிக்கவில்லை. "உனக்குப் புத்தி வந்து இந்த கம்யூனிஸ்ட் குப்பையெல்லாம் வெளில வீசி எறிஞ்சிருப் பேன்னு நினைச்சேன். இன்னும் அப்படியேதான் இருக்கே. உலகமே மதிக்கற ஒத்தரோட பேச்சைக் கேக்க ஒனக்குக் குடுத்து வைக்கல்லை அவ்வளவுதான் என்னால சொல்ல முடியும். நான் கண்ணனைக் கூட்டிண்டு போறேன். கூட்டத்துக்கு முன்னால அவரைப் பிடிச்சா கண்ணனுக்கு ஆசிர்வாதம் பண்ணச் சொல்லலாம்."

"நீங்க போங்கோ சித்தப்பா. அவரோட அரசியலே எனக்கு விசித்திரமா இருக்கு."

'உங்களுடையதும்தான்' என்று சொல்ல நினைத்தான். சொல்ல வில்லை. திருமலை ராஜாஜிக்கும் வலப்புறம். சூயஸ் நெருக்கடியின் போது பிரிட்டீஷ் பிரதமர் ஆன்தனி ஈடனுக்கு அவருடைய ராஜ தந்திரத் திறமையை மெச்சி அவன் ஒரு நீளமான கடிதம் எழுதினான். ஈடனுக்கு ஒரே ஆச்சரியமாக இருந்திருக்க வேண்டும். சூயஸுக்கு கிழக்கே இருந்து வந்த, வசவுகள் இல்லாத, மிகச் சில கடிதங்களில் திருமலையின் கடிதம் ஒன்று. ஈடன் நன்றி தெரிவித்து எழுதிய இரண்டு வரி பதிலைத் திருநெல்வேலி பாரில் திரும்பத் திரும்பப் படித்துக் காட்டி அவன் மகிழ்ந்துபோனான். நேருவின் பெயரைச் சொன்னாலே அடிக்க வருவான். ஆவடி காங்கிரஸில் சோசலிஸ கோட்பாட்டை எதிர்த்துத் திருமலை வாக்களித்தான். ஊர் திரும் பியதும் காங்கிரஸ் கட்சியிலிருந்து விலகிக்கொண்டான். கம்யூனிஸ்ட் டுகள் அவனுக்கு ப்ளேக் பெருச்சாளிகளுக்கு நேர். நம்பி கம்யூனிஸ்ட்டு களுடன் குலாவுவது அவனுக்கு அதிர்ச்சியாக இருந்தது. அவனிடம் கோபித்துக்கொள்ளத் திருமலைக்கு விருப்பம் இல்லை. நம்பியின் மீது அவ்வளவு பிரியம். அவனோடு வாதாடி வெற்றி பெறும் அளவுக்கு அவனுக்கு அரசியல் கூர்மை இல்லை. தன்னுடைய கொள்கையை வலிந்து திணிக்க விரும்பாத ஜனநாயகவாதி அவன்.

பட்சியிடம் நம்பியை இழுத்துப் பிடிக்கச் சொன்னபோது அவர் சொன்னார், "அவனோட அப்பா தாத்தா ரெண்டு பேரும் கட்டுக்கு அடங்காத குதிரைகள். மேச்சல் வெளிய அவாளே தேடிண்டா. இவனும் அவாளைத் தேடிண்டு இருக்கான். படிச்சிட்டு வரட்டும். டாக்டரானா புத்தி வரதான்னு பாக்கலாம்."

திருமலை அறையில் நுழைந்தபோது ராஜாஜி புத்தகம் ஒன்றை கண்களுக்கு அருகாமையில் வைத்துப் படித்துக்கொண்டிருந்தார். பக்கத்தில் ஓர் ஒல்லியான இளைஞன் பவ்யமாக நின்றுகொண்டிருந்தான்.

"ம்ம்ம்ம். பேர் என்ன? கந்தர்வ கானம். ஸ்வரப்படுத்திருக் கேளோ?"

"சார்?"

"கந்தர்வ கானத்தை ஸ்வரபடுத்திருக்கேளோன்னு கேக்கறேன்."

இளைஞனுக்குப் புரியவில்லை.

"இல்லை சார். நானே எழுதியிருக்கேன்."

"அது எப்படி? நீங்க கந்தர்வ லோகத்தவாளா? அப்போ குபேரன்னா இதை சிலாகிச்சு எழுதணும்?"

"நீங்க எழுதினா அது எல்லாத்துக்கும் மேல சார்."

"உங்க புகழ்ச்சி புஸ்தகத்தில இருக்கற கவிதையைவிட மோசமா இருக்கு. மெட்ராஸுக்குப் போய் நாலு வார்த்தை எழுதித்தரேன். ஆனா ஒரு கண்டிஷன்."

"சார்."

"உங்களோட திறமையையெல்லாம் இனிமே உரைநடைக்குத் திருப்பிக்கணும்."

திருமலையைப் பார்த்ததும் அவர் முகம் மலர்ந்தது.

"என்ன திருமலை? பட்சி எப்படி இருக்கார்? தென்னாச்சார்ய சம்பிரதாயத்தை புனருத்தாரணம் பண்ணப்போறவர்?"

"அவர் ஊர்ல இருக்கார். உடம்பு கொஞ்சம் சரியில்லை. இல்லைன்னா நேரிலயே வந்திருப்பர்."

"இது யாரு? உன்னோட குமாரனா? மதுவோட பையன் எப்படி இருக்கான்?"

"அவன் மெடிகல் காலேஜில படிக்கறான். இவன் கண்ணன். சேவிடா."

"தீர்க்காயுசா இரு. நன்னா படி. என்ன பாரம்?"

"ஆறாவது."

"திருமலை, அப்பறம் பாக்கலாம். கூட்டத்துக்கு நேரமாச்சு. நீயும் வரேல்யோ?"

ராஜாஜி பேசியது ஒரு பெரிய கூடம். ஆனால் மற்ற அரசியல் வாதிகள் பேசுவதற்கு ஆற்றுப் படுகையையே விரும்பினார்கள். கோடையில் அது அவர்களுக்கு ஒரு வரப் பிரசாதம். பாலத்தின் வடப்புறத்தில் மணல் அதிகம். உட்கார்ந்து பேச்சைக் கேட்க இடம் நிறைய இருந்தது. பேச்சுக்களைவிட மக்கள் திரை உலகத்தை விரும்பினார்கள். வாழ்கின்ற உலகத்தைவிட அந்த உலகம் அவர்களுக்கு உண்மையாகத் தெரிந்தது. மும்மூர்த்திகள் ஆண்டு கொண்டிருந்த உலகம் அது. போட்டிகளும் கடவுளர்க்கு இடையே நடந்தவைகளைப் போல யார் பெரியவர் என்பது பற்றிதான். பக்தர்களுக்குள்ளே கடும் சண்டை. ஆனால் திரையுலக மூர்த்திகளின் சண்டைகளைப் போல அல்லாமல் பக்தர்கள் சண்டையில் நிஜ ரத்தம் சில சமயம் சிந்தப்பட்டது.

மூவரில் முதல்வர் எம்ஜியார். கண்ணனின் கதாநாயகன். சர்க் கஸில் ஆடுபவர்கள் கூட அணியச் சிறிது சங்கோஜப்படும் உடைகளில் அவர் காதல் பாட்டுக்கள் பாடினார். சுவர் பக்கம் திரும்பிக்கொண்டு சோகத்தைப் பிழிந்தார். அவர் அருகில் இருந்தால் கன்னிப் பெண்கள் கல்யாணத்துக்கு முன்னோ அல்லது கயவர்களாலோ கர்ப்பம் ஆக வாய்ப்பே இல்லை. கன்னிமையின் காவலன் என்ற பட்டம் அவருக்குக் கிடைத்திருக்க வேண்டும். ஏனோ கிடைக்கவில்லை. முந்தையப் படங்களில் கரகரத்த தொண்டையில் பேசும் வில்லன்களுடன் கத்திச்சண்டை போட்டு பிதுங்கிச் சதை வழிந்து வெளித்தள்ளிய இடுப்புகளைக் கொண்ட, காப்பாற்றப்படக் கூடாத கதாநாயகிகளைக் காப்பாற்றினார். பிந்தையப் படங்களில் உருக்கும் வெய்யிலிலும் த. தி. தா கல்லூரி ஆசிரியர்கள் போல கோட்டுடை அணிந்து கொண்டு தேச விரோதிகளையும், கலப்படக்காரர்களையும், கள்ள நோட்டு அடிப்பவர்களையும் எளிதாக அடையாளம் கண்டு கொண்டு அவர்கள் வீசும் வலைகளிலிருந்து தப்பி கடைசியில் அவர்களைச் சட்டத்தின் கையில் ஒப்படைத்தார். இந்தப் படங்களில் காதல் காட்சிக்கும் மல்யுத்தத்திற்கும் அதிகம் வித்தியாசம் இருக்காது. அவருக்கு உதவி செய்பவர்கள் இடுப்புச் சிறுத்த சிறுமிகள்.

அடுத்தவர் சிவாஜி. ரெங்கநாயகியின் கதாநாயகன். உப்பிய கன்னங்கள். மூன்று நான்கு தாடைகள். எதிர்பாராத சமயங்களில் முகத்தை முறுக்கி உணர்ச்சிகளைப் பிழிபவர். தமிழ்நாட்டு மார்லன் பிராண்டோ என்று அழைக்கப்படுபவர். ஆனால் பிராண்டோவைப் போல வசனத்தை மெல்பவர் அல்ல. பேசினால் வெகு தொலைவில் இருப்பவர்களுக்கும் தெளிவாகக் கேட்கும். வாழ்க்கையின் சுழல்களில் சிக்கிக்கொண்டு அவர் தன்னை விடுவித்துக்கொள்ளச் செய்யும் முயற்சி நான்கு ஐந்து நாள் கழிவுகளை வெளியேற்ற முடியாமல் துன்பப்படுபவனை நினைவுக்குக் கொண்டுவரும்.

மூன்றாவது ஜெமினி. உண்டியல் கடை குடும்பத்தில் அவரது ரசிகர்கள் யாரும் இல்லை. நன்றாக நடிப்பது தண்டிக்கக்கூடிய குற்றம் என்று அவர் நினைக்கிறார் என்று அவரைப் பிடிக்காதவர்கள்

சொன்னார்கள். ஆனால் அவருடைய வழவழப்பான பிராமண முகமும் ஜிலேபி முடியும் பல பெண்களுக்குப் பிடித்திருந்தது.

வேதாவும் ரெங்கநாயகியும் சினிமாப் பைத்தியங்கள். ரெங்கநாயகி திரைப்படம் செல்லும்போதெல்லாம் கூட திருமலை வர வேண்டும். அவன் தட்டிக் கழிப்பான். குமாஸ்தாவையோ, நம்பியையோ கூடப் போகச் சொல்வான். சமயத்தில் பட்சியை அனுப்புவான். ஆனால் பல சமயங்களில் ரெங்கநாயகியின் கோபத்திற்குப் பயந்து அவன்கூடப் போவான், முணுமுணுத்துக்கொண்டே.

அம்மாவும் மனைவியும் திறந்த வாய் மூடாமல் திரையைப் பார்த்துக்கொண்டிருக்கும்போது ஆரம்பிப்பான்.

"எனக்கு ராஜாவைப் பாத்தா பாவமா இருக்கு."

படத்தில் அரசன் தன்னுடைய மகனை அரசுரிமையிலிருந்து நீக்கும் கட்டம். அரசனுக்கு அரசியையும் பிடிக்கவில்லை.

"எவ்வளவுதான் பொறுமையா இருப்பான் அவன். இந்த அம்மா பிள்ளை ஜோடி ஜடபரதரையே எரிச்சப்பட வைக்கும். மூச்சு விடாம ரெண்டு பேரும் பேசறாளே. நான் ராஜாவா இருந்தா அப்பவே தலையச் சீவுன்னு சொல்லிருப்பேன்."

"சும்மா இருங்கோ. படு துஷ்டன்னா ராஜா. இன்னோத்திய வச்சுண்டு இருக்கான் பாருங்கோ."

"அவன் என்ன பண்ணுவன்? அவனுக்கும் கொஞ்ச நேரமாவது நிம்மதி வேண்டாமா? ராணி வாய் ஓயாம பேசறதும், மூக்கை மூக்கை உறிஞ்சறதும், கண்ணை உருட்டி உருட்டி முழிக்கறதும் எனக்கே அறையலாம் போல இருக்கே. அந்தக் குட்டியும் ஷோக்கா இருக்கா. கண்ணையும் உருட்ட மாட்டேங்கறா. அதனாலதான் ராஜாவுக்கு பிடிச்சிருக்கு."

"ராஜகுமாரன் எப்படி வசனம் பேசறான்னு பாருங்கோ."

"எப்படிப் பேசினாலும் இடைவெளி இல்லாமப் பேசக் கூடாது. சினிமாவுக்கு வசனத்துக்கா வருவா? அதை பிளேட்டு போட்டு கேட்டுக்கலாமே. சினிமாவுக்கு அதனுடைய பிம்பங்களுக்காக வரணும். பாத்தப்பறம் மனசில நிக்கணும். அது காட்டாததை யோசிச்சுப் பாக்க வைக்கணும். இதுல அப்படியாவது ஏதாவது இருக்காண? அம்மா பிள்ளை க்ளோஸ் அப்பையும் மிட் ஷாட்டையும் மாத்தி மாத்தி காட்டறான். டைரக்டருக்கு சின்ன வயசில மண்டைல ஏதாவது அடிபட்டுருக்கும்னு நினைக்கறேன்."

"திருமலை, வாயை மூடிண்டு படத்தைப் பாரு." இது வேதா. அவளுக்கு எல்லாத் திரைப்படங்களையும் எல்லாக் கதாநாயகர்களை யும் பிடிக்கும். தமிழ்நாட்டில் கெம்பராஜ் நடித்த படத்தை இரண்டு தடவை பார்த்தவள் அவள் ஒருத்தியாகத்தான் இருப்பாள்.

"நானா வரேன்னு சொன்னேன்? நீங்கதானே இழுத்துண்டு வந்தேள்."

“வக்கீல் சாமி. எங்களைப் படம் பாக்க விடுங்க. நாங்களும் துட்டுக் குடுத்திருக்கோம்லா.”

திருமலைக்கு வாயை மூடிக்கொள்வதைத் தவிர வேறு வழி யில்லை.

மக்கள் திரைப்படங்களை விரும்பினாலும் திரைப்பட அரங்குகள் அதிகம் இல்லை. திரைப்படம் செல்வதற்குப் பணம் தேவை. அரசியல் கூட்டங்களுக்கு அனுமதி இலவசம். எனவே மக்கள் அரசியல்வாதிகளைக் கேட்கத் திரள் திரளாக வந்தார்கள்.

பட்சி சொல்லுவார்: ‘ஒரு மேடையப் போட்டு ஸ்பீக்கரைக் கட்டினா போரும். நான் பேசினாக்கூட நூறு பேர் கேக்க வருவா. அது என்ன ப்ரேமையோ மத்தவா பேச்சைக் கேக்கறதிலன்னு எனக்குத் தெரியலை.’ ஆனால் காங்கிரஸ் தலைவர்கள் யார் திரு நெல்வேலிக்கு வந்தாலும் வேதாவையும் அழைத்துக்கொண்டு காலையிலேயே நாங்குனேரியிலிருந்து கிளம்பிவிடுவார். திருமலை யின் அறையில் உட்கார்ந்துகொண்டு நண்பர்களுடன் அரசியல். மாலையில் மேடையிலோ அல்லது முன்வரிசையிலோ உட்கார்ந்து கொண்டு காமராஜர் திராவிட முன்னேற்றக் கழகத்தாரையும் கம்யூனிஸ்டுகளையும் சாடுவதைக் கேட்டுவிட்டு வீட்டுக்கு இரவு திரும்பி வந்து திருமலையிடம் வாதம் செய்வார். அவன் நேருவையும் காமராஜரையும் திட்டுவான். அப்பாவும் மகனும் நடு இரவுவரை சண்டை போடுவார்கள். வேதா வந்து “மேல் விட்டத்திலேருந்து காரை கீழ விழற மாதிரி ரெண்டு பேரும் கத்தாதீங்கோ. நாங்கள்ளாம் தூங்கணுமா வேண்டாமா” என்று சத்தம் போட்ட பிறகுதான் பட்சி வேண்டாவெறுப்பாகத் தூங்கச் செல்வார்.

கம்யூனிஸ்டு மேடைகளை ஜீவாவும் ராமமூர்த்தியும் ஆக்கிரமித்துக் கொண்டிருந்தனர். நம்பிக்கு ஜீவாவைப் பிடிக்கும். கண்ணனுக்குச் சொல்ல வெட்கம். ஆனால் அவனுக்குத் திமுகவில் எல்லோரையும் பிடித்திருந்தது. ‘ஐநாவில் எமது அண்ணா’ என்ற தலைப்பிட்ட ஒரு படம். அந்தப் படத்தில் அண்ணா பச்சை நிறத்தில் ஒரு சூட்டு அணிந்துகொண்டு ஆள்காட்டி விரலை உயர்த்தி செக்ரடரி ஜெனரலுக்குக் கடுமையாக எச்சரிக்கை செய்துகொண்டிருந்தார். அதை வாங்கித் தன்னுடைய அறையில் ஒட்ட வேண்டும் என்று கண்ணனுக்கு ஆசை. ஆனால் நம்பி வந்தால் அவனது அறையில்தான் தங்குவான் என்பதனால் யோசனையைக் கைவிட நேர்ந்தது.

திருப்பள்ளியில் ரெங்கநாயகியுடன் தனது அடுக்கு மொழியைப் பயிற்சி செய்வான். “பசியில் பரிதவிக்கும் பாலன் எனக்குப் பலகாரம் படைக்காமல் பராக்குப் பார்த்துக் கொண்டிருக்கிறாயே.” “கரண்டி யாலெயே மண்டைல போட்டுடுவேன். கேக்கறத தமிழில கேளு.”

கோபால பிள்ளைக்கு ஒரு அரசியல்வாதியையும் பிடிக்காது. ஆனால் திமுக என்று சொன்னாலே முகமெல்லாம் சிவந்து விடும். “இவங்க ஜனங்களுக்கு செஞ்சிருக்கற ஒரே தொண்டு என்னன்னா

தமிழில புதுப்புது வசவெல்லாம் கண்டுபிடிச்சதுதான். ஒண்ணும் தெரியாமலே ஒரு விஷயத்தைப் பத்தி ரெண்டு மணி நேரம் பேசறதும் இவங்களாலெதான் முடியும்."

"திராவிட நாடு கிடைக்குமா?"

"அது எங்க இருக்கு கிடைக்கறத்துக்கு? இவங்க இப்படிக் கேக் கறாங்கன்னே மத்த மூணு பேருக்கும் தெரியாது. இவங்கதான் 'அடைந்தால் திராவிட நாடு அடையாவிட்டால் சுடுகாடு'ன்னு சொல்லறாங்க. திராவிட நாடு கிடைக்காமாப் போனா தமிழ்நாடு இவங்களால சுடுகாடு ஆயிடும்னு சொல்றாங்களா என்னன்னு தெரியலை."

நம்பி ராஜாஜி பேசுவதைக் கேட்கப் போகவில்லை என்றாலும் அவர் பேசிய கூடம் நிறைந்து இருந்தது. 'ரிஷி வாக்கியம்டா. கவனமாக் கேளு. சான்ஸ் அப்பறம் கிடைக்காது' என்று கண்ணனிடம் திருமலை சொன்னான். கூட்டம் முடிந்ததும் கோபால பிள்ளையைப் பார்க்கச் சென்றான்.

"என்ன திருமலை? கிழவர் என்ன சொல்றார்?"

"அவர் பேசறதுக்குக் கேக்கணுமா? ஒவ்வொரு வார்த்தையும் பொன்மொழிதான். வேற இடத்தில பொறந்திருந்தா நோபல் பிரைசே குடுத்திருப்பா."

"அவர் பேசறது பொன் மொழின்னா என் பேரு நிகிடா குருஷ் சேவ். கண்ணா, நான் சொல்றதைக் கேளு. இந்தக் கன்சர்வேடிவ் பக்கத்திலயே போகாதே. உன்னோட அப்பன் ராஜாஜி புராணம் பாடறாங்கறதினால மயங்கிப் போயிடாதே."

"கம்யூனிஸ்டு?"

"அவங்க துரோகிங்க. திமுககாரங்க நாஜிகள காப்பி அடிக்கறவங்க. காங்கிரஸ்காரங்க பணம் பண்ணறத்திலயே குறியா இருக்காங்க. நேரு ஒருத்தர்தான் பரவாயில்லை. ஆனா உங்க அப்பா அவரை தீ வச்சுக் கொளுத்தணும்பான். அரசியல் பக்கமே போகாதே. அது ஒன்னை உங்க அப்பா மாதிரி ஒரு யோசிக்காத முட்டாளா ஆக்கிடும்."

திருமலை சிரித்தான்.

"ஒரு மலையாளி இப்படிப் பேசறது அதியசமாத்தான் இருக்கு."

"அதனாலதான் எனக்கு அங்க இருக்கப் பிடிக்கல்லை."

"கண்ணா, இவன் உனக்குக் கண்ட கண்ட புஸ்தகத்தல்லாம் கொடுத்து உன்னை யோசிக்கற முட்டாளா ஆக்கப் பாக்கறான். பரிக்ஷை வரது. தெரிஞ்சுக்கோ."

"அப்பா, நம்ம ராஜாஜியை பாத்ததைப் பத்தி சொல்லவே யில்லையே."

"மறந்தே போயிட்டேனே. அங்க ஒத்தர் அவர்கிட்ட மதிப்புரை வாங்க வந்து பட்ட பாடு இருக்கே." திருமலை நடந்ததைச் சொன்னான்.

"அப்படியா சொன்னார்?" கோபால பிள்ளைக்குக் கோபத்தினால் மூக்கு விரிந்தது. "இவர் ரொம்பப் பொல்லாத கவிஞரோ, அடுத்தவன் எழுதியிருக்கறதை நொள்ளை சொல்றதுக்கு?"

"நீ இவனுக்குக் குடுத்திருந்த கிரிக்கெட் புஸ்தகம் ஒண்ணுல படிச்சேன். முட்டை மோசம்ன்னு சொல்றதுக்கு ஒத்தன் பெட்டைக் கோழியா இருக்க வேண்டாம்னு."

"என்ன மறந்துட்டயா? இவர் கோழியில்லையா? கூமுட்டை போட்ட கோழி."

திருமலைக்கு நினைவு வந்துவிட்டது. விழுந்து விழுந்து சிரித்தான்.

"உங்க அப்பன் ஏன் கனைக்கறான்னு தெரியுமா? இந்தக் கவி தையை அளந்து பாக்கறவர் சுயராஜ்யாவில அணுகுண்டு சோத னையை எதிர்த்து ஒரு கவிதை எழுதினார். அவ்வளவு மோசமான கவிதையை நான் படிச்சதே இல்லை. ராஜாஜிக்கு உடனே ஒரு லெட்டர் எழுதினேன். "ஐயா, உங்களுடைய அணுகுண்டு கவி தையைப் படித்தேன். என்னை பொறுத்தவரை உங்கள் கவிதையை விட குண்டே பரவாயில்லை என்று தோன்றுகிறது."[16]

"முழுசையும் சொல்லு. அவர் உனக்குப் பதில் எழுதல்லையா."

"எழுதினார். என்ன இருந்தாலும் பெரிய மனுஷன்தானே? அவர் பதில் என்ன தெரியுமா? 'திரும்ப யோசித்துப் பார்க்கும்போது எனக்கும் அப்படித்தான் தோன்றுகிறது.' "[17]

"உனக்குச் சுட்டுப்போட்டாலும் அவரோட பெருந்தன்மை வருமா? போனும், கட்சிக்காரா காத்திண்டு இருப்பா." எழுந்து போனவன் திரும்பி வந்தான். "கோபால், உன்னோட சிஷ்யனுக்கு நீதான் சொல்லணும். மோசமான புஸ்தகமெல்லாம் படிக்கறான்."

"நான் கொடுக்கற புஸ்தகமெல்லாம் மோசமானதா?"

"நீ கொடுக்கற புஸ்தகத்தைப் பத்திச் சொல்லல்லை. அன்னிக்கு ஆத்து பாத் ரூம்ல ஒரு புஸ்தகம் பாத்தேன். பேரு The Lady Wrestler. ரெங்கநாயகி இங்கிலீஷ் புஸ்தகம் படிக்கமாட்டா. ராதா சின்ன குழந்தை. இவன் என்னோடது இல்லைன்னு சத்தியம் பண்ணறான்."

"அதெப்படி லேடியா இருந்துண்டு மல்யுத்தம் போட முடியும்?"

"உன்னோட இந்தப் புத்திசாலித்தனமான பேச்சல்லாம் அப்பறம் வைச்சுக்கோ. இவன்கிட்ட கேளு. உனக்குப் பதில் சொல்லுவான்."

கண்ணன் தலையைக் குனிந்துகொண்டு நின்றான். ஒரு தப்பு செய்தாலே கூண்டில் நிற்க வேண்டியிருக்கிறது.

"இந்த மாதிரிப் புஸ்தகமெல்லாம் எங்கேயும் போயிடாது கண்ணா. எல்லாரும் படிக்கக்கூடியதுதான். ஆனா அதுக்குன்னு நேரமும் இடமும் இருக்கு இல்லையா? இடம் சரிதான். ஆனா நேரம்

சரியில்லை. பரிக்ஷையெல்லாம் முடிச்சிட்டு வா. ஒரு பொக்கிஷத்தையே திறந்து காட்டறேன்.”

“வேற வினையே வேண்டாம். உங்கிட்ட சொன்னேன் பாரு.”

7

“உனக்கு இந்த மாதிரிப் புஸ்தகம்லாம் பிடிக்குமா?” கண்ணன் நம்பியிடம் கேட்டான்.

“பிடிக்கறதுக்கு என்ன இருக்கு? கைல ஆப்பட்டா படிச்சுட்டு வீசி எறிஞ்சிட வேண்டியதுதான்.”

கண்ணன் நம்பவில்லை. எனக்கு அட்டையப் பாத்தாலே அரிக்கறது. இவன் இப்படி அலட்சியமா பேசறானே?

“கோபால பிள்ளைட்ட ஒரு அலமாரி நிறைய இந்த மாதிரி புஸ்தகம் இருக்காம். அவர் நம்ம அரசியல் போர்னோகிராபியை விட மோசமானதுங்கறார். அரசியல் பக்கத்திலயே போகாதேன்னு சொல்றார்.”

“அதெப்படி? உயிருள்ள மனுஷனா இருந்தா அரசியலை விட முடியாது. அவர் தன்னோட கொக்கிரகுளம் கோட்டைல உட்காந்துண்டு புஸ்தகம் வாங்கறதுக்கு மட்டும் வெளில வரார். மனுஷாளே வேண்டாம் அவருக்கு. அவரைப் போல மத்தவாளால இருக்க முடியுமா? யார் எப்படியோ என்னால இருக்க முடியாது. இந்த ஹௌஸ்மன் கேட்டிருக்கயா?

To stand up straight and tread the turning mill,
To lie flat and know nothing and be still,
Are the two trades of man; and which is worse
I know not, but I know that both are ill.

என்னால படுத்துண்டு சும்மா இருக்க முடியாது.”

கண்ணனுக்கு ஹௌஸ்மன் கவிதையைப் பிடித்திருந்தது. ஒரு நோட்டு புத்தகத்தில் எழுதிக்கொண்டு மனப்பாடம் செய்துவிட்டான். கோபால பிள்ளையைப் பார்த்தபோது கவிதையைச் சொன்னான். நம்பி சொன்னதையும் சொன்னான்.

“கண்ணா, நான் பாத்திருக்கிற மனுஷாள அவனாலே அம்பது வருஷத்தில பாக்க முடியாது. அரசியலுக்கும் ஜனங்களுக்கும் வித்தியாசம் தெரியல்லை அவனுக்கு. எங்கிட்ட கூட்டிண்டு வா. அவனோட வியாதியப் போக்கிடறேன்.”

ஒன்பது

1

கோபால பிள்ளை அவரது அலமாரியைத் திறக்கவில்லை. ஆனாலும் கண்ணனுக்கு அந்தப் புஸ்தகங்கள் எளிதாகக் கிடைத்தன. சிறிது நாட்களிலேயே சலித்துப் போய்விட்டது. ஆனால் மற்றப் புஸ்தகங்களும் கிரிக்கெட்டும் சலிக்கவில்லை.

கோபால பிள்ளை வீட்டில் பழைய ஃபெராந்தி ரேடியோ. வால்வ் ரேடியோ. அதைத் திருகி ரேடியோ ஆஸ்திரேலியாவைப் பிடிக்க முயன்றார்கள் அவர்கள். மேற்கு இந்தியத் தீவு அணி அங்கே விளையாடிக்கொண்டிருந்தது. வொரல் தலைமையில். அந்த அணியின் பெருமைகளை இருவரும் வெகு நாட்கள் பேசிக்கொண்டு இருந்தார்கள்.

“ஒரு ஸோபர்ஸ் போரும் நமக்கு.”

“இல்லைன்னா ஒரு கன்னாய்.”

“கன்னாய். இல்லைன்னா ஒரு சாலமன். இங்கேருந்து போனவங்க தானே. ஒரு ஆளு போதும் நம்ம டீமுக்கு. இப்ப இங்கிலிஷ்காரன் அனுப்பிச்சுருக்கான் பாரு அந்த டீமை தோக்கடிக்கறத்துக்கு. ட்ரூமன் கிடையாது. கௌட்ரி கிடையாது. இருந்தாலும் நாம அவங்கிட்ட தோக்கத்தான் போறோம்.”

கோபால பிள்ளையின் ஆருடம் பலிக்கவில்லை. டெக்ஸ்டர் தலைமையில் வந்த இங்கிலாந்து அணி *2 – 0* வித்தியாசத்தில் தோற்றது. கோபால பிள்ளை சந்தோஷத்தில் தெருவிலேயே வந்து ஆடினார். குழந்தைகளுக்கு மிட்டாய் வினியோகம் செய்தார்.

“இப்போ கொண்டாடினாத்தான் உண்டு. இந்தியா ஜெயிக்கறது உங்க தாத்தா சிவன் கோவிலுக்கு உள்ள நுழையறமாதிரி. எப்பவாவதுதான் நடக்கும்.”

2

கோடைகளில் தாமிரபரணியை எளிதாகக் கடக்க முடியும். கண்ணன் செருப்புகளைக் கக்கத்தில் இடுக்கிக்கொண்டு, வேட்டியைத் தூக்கிக்

கொண்டு ஆற்றைக் கடந்து கிருஷ்ணன் கோவில் படிகளில் ஏறுவான். கோவிலை ஒட்டி இன்னொரு படிக்கட்டு. மேலே குண்டும் குழியுமான புழுதி அடைந்த தெரு வளைந்தது. தெருவோடு சென்றால் கோபால பிள்ளையின் இடிபாடுகளை அடைந்துவிடலாம். நம்பி அனேகமாக கண்ணனோடு போவான். ஆனால் வழியில் பாலாவிடம் பேசுவதற்குச் சிறிது நேரம் எடுத்துக்கொள்வான். பாலா புழுதித் தெருவில் ஒரு சிறிய வீட்டில் இருந்தார். தெருவைப் பார்த்த ஜன்னல். ஜன்னல் வழியாகப் பார்த்தால் சுவரில் ஸ்டாலினின் பெரிய படம் தெரியும். மார்க்ஸ், ஏங்கல்ஸ், லெனின், மாவோ படங்கள் எதிர்ச் சுவரில். சிறிய படங்கள். தெருவிலிருந்து தெரியாது.

பாலா திருமணமே செய்துகொள்ளவில்லை. வீட்டுக்குள் சட்டை அணிந்துகொள்ளமாட்டார். சிறிய, சதை இல்லாத உடம்பு. கைகள் உடைந்த நாற்காலி ஒன்றில் உட்கார்ந்திருப்பார். வருபவர்கள் எதிரில் போடப்பட்டிருக்கும் குறுகலான பெஞ்சில் உட்கார வேண்டும். அமைதியாக, கண்கள் மின்ன நம்பியோடு கட்சியில் நடப்பதைப் பற்றி அவர் பேசுவார். நம்பி ஒவ்வொரு தடவையும் பேச்சை மதுவின் பக்கம் திருப்பிவிடுவான்.

"இதே பெஞ்சிலதான் மது உக்காந்திருப்பான். சாயல் உன்ன மாதிரி இல்லை. அப்போ காந்தி அரிசன சேவைல இறங்கி இருந்தாரு. இவனுக்கு பர்ட்டனோட 'அரேபியன் நைட்ஸ்' யாரோ கொடுத்திருந் தாங்க. எல்லா பாகங்களும். உங்க அப்பாக்கு இடியாப்பமும் தேங்காப் பாலும் பிடிக்கும். என் அம்மா அப்ப உயிரோட இருந் தாங்க. செஞ்சு போடப் போட தின்னுகிட்டே இருப்பான். இராத்திரி சாப்பாடுக்கு அப்பறம் ஆத்து மணல்ல உக்காந்து ரொம்ப நேரம் பேசிகிட்டு இருப்போம். அரேபியன் நைட்ஸ் கதையெல்லாம் ஒண்ணொண்ணாச் சொல்லுவான். அந்த உலகத்துக்கே பறந்து போகற மாதிரி இருக்கும். திடீருன்னு தரைக்குக் கொண்டு வந்துடு வான். காங்கிரஸ் கட்சியைத் திட்டுவான். ராஜாஜியைத் திட்டு வான். ஆனா காந்தியைப் பத்தியோ நேருவைப் பத்தியோ ஒரு வார்த்தை அவதூறா பேசமாட்டான்.

"காந்தி மேல அப்பாக்கு தேவதா விஸ்வாசம் இல்லை?"

"முதல்ல அப்படித்தான். உப்பு சத்தியாக்கிரகம் நடக்கும்போது நானும் உங்க அப்பாவும் திருச்சிக்குப் போனோம். ராஜாஜிகிட்ட கெஞ்சினோம் நாங்களும் கலந்துக்கறோம்னு. இடமில்லைன்னு சொல்லிட்டாரு. உங்க அப்பாவும் நானும் திருச்செந்தூரில உப்பு எடுத்து ஜெயிலுக்குப் போனோம். அப்போ காந்தி உச்சத்தில இருந்தார். அவர் வாக்கு வேதவாக்க விட எங்களுக்குப் பெரிசா இருந்தது. ஆனா காந்தி இர்வின் ஒப்பந்தம் ஒரு ஏமாத்து வேலைன்னு நாங்க நினைச்சோம். பகத்சிங்கை காப்பாத்தறத்துக்கு காந்தி மனசோட முயற்சி செய்யல்லைன்னு உங்க அப்பா சொல்லுவான். அவன் காந்திக்கு எதிரா அப்பத்தான் பேசினான். பகத்சிங் பேரைச் சொன்னாலே கண்ணில தண்ணி வந்திரும் அவனுக்கு. 'இருபத்து

நாலு வயசு தூக்கில தொங்கற வயசா' அப்படின்னு சொல்லுவான். ஜதீன் தாஸ் லாகூர் ஜெயில்ல உண்ணாவிரதம் இருந்து உயிரை விட்டபோது திருநெல்வேலில பெரிய ஊர்வலம் நடத்தி கூட்டம் போட்டது உங்க அப்பாதான்.”

“அப்போ அவர் கம்யூனிஸ்டா?”

“இல்லைப்பா. நாங்க எல்லாரும் காங்கிரஸ் சோஷலிஸ்ட் கட்சி. 37ல கம்யூனிஸ்டா ஆனோம். நேரு பேசற சோஷலிசம் வெறும் பேச்சோடயே முடிஞ்சு போயிடும்னு நாங்க நினைச்சதால.”

கோபால பிள்ளை நம்பி உறவு அவ்வளவு எளிதாக இல்லை. நம்பி அவருடைய புத்தகங்களைத் தாராளமாகக் கடன் வாங்கினான். ஓவியம், சிற்பம், பயணம் பற்றிய விலையுயர்ந்த புத்தகங்கள். கோபால பிள்ளையும் அவனுக்குப் புத்தகங்களைக் கடனாகக் கொடுப்பதில் தயக்கம் காட்டவில்லை. அவனிடம் பேசும்போதெல்லாம் மிகுந்த மரியாதையோடுதான் பேசுவார். ஆனால் அவன் இல்லாத போது கண்ணனிடம் சாடை மாடையாக அவன் கண்ணனோடு ஒட்டிக் கொள்வது அவருக்கு அவ்வளவாகப் பிடிக்கவில்லை என்று சொல்வார். கண்ணன் நம்பியிடம் எதையுமே சொல்ல மாட்டான். கோபால பிள்ளைக்குத் தன்னுடைய நட்பு தேவை – நம்பி உடன் இருந்தோ இல்லாமலோ – என்று அவனுக்குத் தெரியும்.

கோபால பிள்ளைக்குக் கண்ணன் சிறிது சிறிதாகச் சிவப்பாக ஆகிக்கொண்டிருக்கிறான் என்ற கவலை. திருமலையிடம் புகார் செய்தார்.

“உன் பையனுக்கு வீட்டிலேயே உபதேசம் நடக்கறது தெரியுமில்ல. கவனிச்சுக்கோ. இல்லைன்னா சிவப்புக் கொடியைப் பிடிச்சிட்டு அவனோட அந்த நட் கேஸ் அண்ணா இருக்கானே அவன் பின்னால போயிடுவான்.”

“கண்ணன் அவ்வளவு சீக்கிரம் கவுந்துடுவான்னு எனக்குத் தோணல்லை. அவன் தஞ்சாவூர் பொம்மை மாதிரி. அடிமட்டத்தில கனம் ஜாஸ்தி. நிலைக்கு உடனே வந்துடுவான்.”

“சொல்லாம போயிட்டேன்னு அப்பறம் நீ அழக் கூடாது பாரு. உன்னோட பையன். ஞாபகம் வச்சுக்கோ.”

“உன்னோட சிஷ்யன். நீ தான் அவன்கிட்டச் சொல்லேன்.”

கோபால பிள்ளை கண்ணன் பிரிவு எதிர்பாராத விதமாக வந்தது.

3

கண்ணனுக்குத் தன்னுடைய இந்தி வகுப்புகளின் நினைவு அவை வரவழைத்த சிரிப்புகளால் வரும். அவனுடைய இந்தி அறிவு வளர்ந்ததால் அல்ல.

ஒரு சோகமான ஆசிரியர் – மூன்று நான்கு பல் வரிசைகள் உடைய ஆசிரியர் – இந்தி வகுப்புகளை நடத்தினார். முன்னால் அரிச்சுவடி படிக்கும் வயதை எப்போதோ கடந்த மாணவர்கள்.

"சொல்லறதை திருப்பிச் சொல்லு. Ka, kha, ga, gha."

சமஸ்கிருதத்தில் சிறிது பயிற்சி உள்ள சில பிராமண மாணவர்களுக்கு அவர் சொல்வதைத் திருப்பிச் சொல்ல முடிந்தது. மற்றவர்களுக்கு இயலாத காரியம்.

"Ka, ka, ka, ka," எல்லோரும் சேர்ந்து சொன்னார்கள்.

"அப்படி இல்லைப்பா. ராமலிங்கம் இங்க வா." ராமலிங்கம் நன்றாகப் படிக்கக் கூடிய பையன். "சொல்லு. Ka."

"Ka."

"சபாஷ். அடுத்தது. Kha."

"Ka."

"இல்லைப்பா. தொண்டைலேருந்து வரணும்.. Kha. சொல்லு."

ராமலிங்கம் தொண்டையைச் செருமிக் கொண்டான். "ikk...ka."

ஆசிரியருக்கு அழுகையே வந்துவிட்டது. "என் பூர்வ ஜன்ம பாவம் உங்களைக் கட்டி அழ வேண்டியிருக்கு. நான் போர்டில எழுதிப் போடறேன். இது முதல் க; இது ரெண்டாவது க; இது மூணாவது க; கடைசியா இது நாலாவது க. இதே மாதிரித்தான் ச, ட த எல்லாம். ஆனா ஒண்ணு. இந்தில பேச முடியும்னு கனவுல கூட நினைக்காதேங்கோ."

உண்டியல் கடைக் குடும்பத்தில் இந்தியைத் தீவிரமாகப் படித்தவள் ரெங்கநாயகி. தக்ஷிண பாரத இந்தி பிரசார சபாவின் பிரவீண் பரிட்சைவரை படித்துத் தேறினாள். வீட்டிலேயே இலவசமாக இந்தி வகுப்புக்கள் நடத்தினாள். ஒரே கூட்டம். மாணவிகள் உண்மையாகவே இந்தி பயில விரும்பினார்கள். மாணவர்கள் மாணவிகளுக்கு அருகே இருக்க விரும்பினார்கள். வடக்கே வேலை கிடைத்தால் ரெங்கநாயகி சொல்லிக் கொடுக்கும் இந்தி உதவிக்கு வரும் என்ற நம்பிக்கை அவர்களுக்கு.

திருமலைக்குக் கோபம் வந்தது. "இவ்வளவு நெய்யும் எருமைத் தயிரும் சாப்டறதுனால புத்தியே கொழுப்பில உறைஞ்சு போயிடுத்து போல இருக்கு. இல்லைன்னா இந்திதான் இன்னமே ஆட்சி மொழியா இருக்கும்ன்னு தில்லிக்காரன் அறிக்கை விடணுமா. இருபத்து ஆறாம் தேதிலிருந்து இங்கிலிஷ் ஓடிப் போயிடுமாமே."

"தமிழ்நாட்டில இந்தின்னாலே அடிக்க வரப் போறா. எவ்வளவு பேர் எங்கிட்ட படிக்க வரா. இனிமே ஒத்தரும் வரமாட்டா."

"பையங்க எல்லாரும் இருபத்து அஞ்சாம் தேதிய துக்க நாளா அறிவிச்சிருக்கா. திமுகக்காரா இருபத்தாறாம் தேதி ஒரு கை பாப்போம்ன்னு சொல்லறா. ஜெயிக்க போறது நிச்சயமா அவாதான்.

காங்கிரஸ்காரனைப் போல அடிமுட்டாப் பசங்களைப் பாக்கவே முடியாது. கூட திமிர் வேற. தமிழ்நாட்டைத் திமுகவுக்குத் தத்தம் பண்ணிக் கொடுக்கக் கங்கணம் கட்டிண்டுருக்கா."

"திமுக வந்தா என்ன? காங்கிரஸ்காரன் என்ன பண்ணிட்டான் இவ்வளவு நாளா? எனக்கு இப்போ கவலை குழந்தைகளைப் பத்தித்தான். கண்ணன்கிட்ட ஸ்டிரிக்டா சொல்லிடுங்கோ அன்னிக்கு காலேஜ் போப்டாதுன்னு. ராதாவை ஸ்கூலுக்கு அனுப்ப போறது இல்லை."

ஜனவரி இருபத்து ஐந்தாம் தேதி கண்ணன் கல்லூரிக்குப் போக வில்லை. மாலையில்தான் மெதுவாக வெளியே சென்றான். நண்பர் களை எப்போதும் சந்திக்கும் இடம் லெவல் க்ராசிங் அருகே இருந்த ஒரு கடை. அன்று கடை மூடப்பட்டிருந்தது. ஆனால் எல்லா நண்பர்களும் வந்துவிட்டார்கள்.

"அந்த MP வீட்டில இன்னிக்கு பையங்க கருப்புக் கொடி ஏத் திட்டாங்க தெரியுமா? ஊரே திரண்டு வேடிக்கை பாத்தது. இந்தின்னா இவ்வளவு எரிச்சல்னு எனக்கு இன்னிக்கு வரையும் தெரியாது."

"அதெல்லாம் இல்லை. சோலியில்லாத பசங்க பெருத்துப்போயிட் டாங்க. இவனுகளுக்குத் தமிழே எழுதப் படிக்க வராது. இந்திய எதுத்து என்ன ஆகப் போகுது? எரியற வீட்டுல புடிங்கினது ஆதாயம்னு பாக்கற பசங்க."

நரசிம்மன்தான் அவர்கள் வருவதை முதலில் பார்த்தான்.

"போலீஸ் இந்தப் பக்கமா வராங்க. வா, ஓடிப் போயிடலாம்."

"இவங்க நம்ம போலீஸ். ஒண்ணும் பண்ண மாட்டாங்க. காலைல எங்களுக்கு காப்பிகூட வாங்கிக் கொடுத்தாங்க. மலபார் போலீஸ்ன்னாத்தான் பயப்படணும்."

ஆனால் போலீஸ் கண்ணனையும் அவனது நண்பர்களையும் நோக்கிப் பல்லைக் கடித்துக்கொண்டு, தடிகளை வீசிக்கொண்டு வந்தார்கள். காலையில் காப்பி வாங்கிக் கொடுத்தது என்னவோ உண்மை. அதற்காக அதிகாரிகளிடம் திட்டு வாங்கியதும் உண்மை. காலையிலிருந்து இந்த ஓடிப்பிடித்தல் விளையாட்டு. அகப்பட்டவர் அதிகம் இல்லை. எரிச்சலின் உச்சத்தில் அவர்கள் இருந்தார்கள்.

எல்லோரும் ஓடிவிட்டார்கள். கண்ணனைத் தவிர. தடுக்கி விழுந்ததில் கண்ணாடி வேறு உடைந்துவிட்டது. போலீஸ் தடிகள் மேலே சரமாரியாக இறங்குவதை அவனால் தடுக்க முடியவில்லை. கோபம் தணிந்த பிறகுதான் அவர்கள் சென்றார்கள். உடம்பு பூராவும் காயம். நரசிம்மன் மெதுவாகத் திரும்ப வந்தபோது சுய நினைவே இல்லை. டாக்டர்கள் திருமலையிடம் இடதுகால் சுண்டு விரலில் முறிவு ஏற்பட்டுள்ளது என்றார்கள். வலது கணுக்காலில் சுளுக்கு.

கண்ணன் திருநெல்வேலி இந்தி எதிர்ப்புப் போராட்டத்தில் ரத்தம் சிந்திய தியாகிகளில் முக்கியமான ஒருவனாக ஆகிவிட்டான். திமுக சுவரொட்டிகள் அலறின:

"கூலிப்படையின் குரூரச் செயல்! இளங்காளை ஒருவர் பாளை மருத்துவமனையில் உயிருக்கு ஊசலாடுகிறார்! இந்தியை எதிர்த்துக் கொடுக்க இன்னொரு உயிர் இல்லையே என்று உருகுகிறார்!"

அண்ணா கடிதம் எழுதியிருந்தார்.

"தம்பி, தலைவணங்குகிறேன். இந்திப் பலிபீடத்தில் இன்னுயிரை மதிக்காமல் நீ இதயத்தைப் பிளந்து வைத்த செயலை இந்த நாடும் வீடும் போற்றும். புகழும். இரும்பு நெஞ்சத்தவர் இகழலாம். ஆனால் இரத்தத்தால் எழுதப்படும் எங்கள் தியாக வரலாற்றில் உனக்கு நிச்சயம் இடம் உண்டு."

நம்பி இந்தக் கடிதத்தைப் படித்துவிட்டுச் சொன்னான்.

"இதயமா? இவன் இடது கால் சுண்டு விரலைன்னா வச்சான். அவருக்குச் சரியா செய்தி போகல்லை போலிருக்கே."

ராஜாஜியும் திருமலைக்கு எழுதியிருந்தார்.

"ஆசிர்வாதம். உன்னுடைய குமாரன் போலீஸ் நடவடிக்கையில் சிறிது காயப்பட்டு ஆஸ்பத்திரியில் இருக்கிறான் என்ற செய்தி திருநெல்வேலி மித்திரர்கள் மூலமாகக் கிடைத்தது. ஆஸ்பத்திரி வாசத்தை உபயோகமாகச் செலவு செய்ய திருக்குறளைப் படிக்கச் சொல்லவும். திரும்பி வந்ததும் ஊர் சுற்றாமல் படிப்பில் கவனம் செலுத்துவான் என்று நம்புகிறேன். சீக்கிரம் குணம் அடைய பகவானைப் பிரார்த்திக்கிறேன்."

கோபால பிள்ளை நடந்ததைக் கேள்விப்பட்டதும் கண்ணனிடம் கோபப்பட்டார். "நம்புங்கோ மாமா. நான் பண்ணின ஒரே தப்பு தடுக்கி விழுந்ததுதான்."

"அதுதானே பாத்தேன். இந்த வேலையில்லாத பசங்களோட நீயும் சேந்துட்டயோன்னு நினைச்சேன். இவங்க தலைகீழா நின்னு பாத்தாலும் இந்தி வரத்தான் போறது. நமக்கு ஒரு பாஷை வேண்டாமா? அது இந்தியாத்தான் இருக்க முடியும். ராஜாஜியும் இவங்களோட சேந்து ஆடறார். ஆனா சாயம் சீக்கிரம் வெளுத்துடும்னு தோணுது."

கண்ணன் தலையை ஆட்டினான். ஆனால் அவனுடைய உலகம் இப்போது வேறு.

'வேலையில்லாதவர்கள்' கண்ணனை அரசியல் மேடைகளில் தூக்கி நிறுத்தினார்கள். தனக்குக் கிடைத்த கவனம் அவனுக்குப் பிடித்திருந்தது. ஒருங்கிணைப்புக் குழுக்கள், மாணவர் கூட்டங்கள், இரகசியச் சந்திப்புகள் இவை எல்லாம் அவனை ஈர்த்தன. இந்தி எதிர்ப்புக் கூட்டங்களில் ஊர் ஊராகச் சென்றான்.

கோபால பிள்ளை அவனைப் பார்க்க வேண்டும் என்று திருமலையிடம் சொல்லி அனுப்பிக் களைத்துவிட்டார். கண்ணனுக்கு நேரம்

இல்லை. திருமலைக்குத் தனது நண்பரின் தவிப்பு தெரிந்தது. ஆனால் அவனால் எதுவும் செய்ய முடியவில்லை.

கண்ணன் சென்னைக்குப் படிக்கப் போவதற்கு முன்னால் கோபால பிள்ளையைப் பார்த்தான். இருவரும் அதிகம் பேசிக்கொள்ளவில்லை.

4

சென்னையில் தியாகிகளின் நெரிசல். கை கால் இழந்து பல மாதங்கள் சிறையில் கழித்தவர்கள் முன்னால் தனது சுண்டு விரல் முறிவு சிரிப்பை வரவழைக்கும் என்று அவன் நினைத்தான். சீராட்டும் சொந்தக்காரர்களையும் புகழும் நண்பர்களையும் விட்டு வெகு நாள் பிரிந்து இருப்பது அவனுக்கு இதுதான் முதல் தடவை. அவன் உடையணியும் விதம்கூட மற்றவர்களுக்கு விநோதமாகத் தெரிந்ததாக அவனுக்குப் பட்டது.

அவனுடைய பேராசிரியருக்கு அவன் நிச்சயமாக விநோதமாகத் தெரிந்தான். நன்றாகச் சவரம் செய்துகொள்ளத் தெரியாத மனிதர் அவர். நின்றால் தலை விட்டத்தில் இடிக்கும் உயரம்.

"என் வாயை அடைக்கப் போறயா?"

"சார்?"

"என் வாயை அடைக்கப் போறயான்னு கேட்டேன். காதும் சரியாக் கேக்காதா? கையில என்ன கர்ச்சீப்? மூக்கைச் சிந்திப் போட்டு வேர்வையைத் துடைச்சுக்கற அழுக்குத் துணிக்கு இடம் ட்ரௌசர் பைதான். அல்லது திணிக்கறதுக்கு வேற ரகசிய இடம் இருக்கா? நிச்சயமா கையில்லை. அதை ஏன் என் முன்னால ஆட்டறே?"

"மன்னிக்கணும் சார்."

"ஐஸடோன் அப்படின்னா என்ன?"

"மையக் கருல ஒரே எண்ணிக்கை புரோட்டான்கள் உள்ள அணுக்களின் பெயர். இல்லை, இல்லை, நியூட்ரான்கள்."

"நிச்சயம் பண்ணிக்கோ."

"நிச்சயம் பண்ணிண்டேன், சார்."

"என்ன, ஊருக்குத் திரும்பிப் போறதுக்கா?"

"இல்லை சார். நியூட்ரான்கள்தான். ஆனா அடாமிக் நம்பர் வித்தியாசப்படும்."

"பரவாயில்லையே, கொஞ்சம் தெரிஞ்சிருக்கே."

கண்ணனுக்குக் கோபம் வந்தது. "எனக்குத் தெரிஞ்சதெல்லாம் உங்க முன்னால காட்ட விரும்பல்லை. தெரிஞ்சது நிறையங்கறது உங்களுக்குப் போகப் போகத் தெரியும்."

"குதிக்காதே. என்ன தெரியுங்கறதப் பாக்கத்தான் இன்னும் ரெண்டு வருஷம் இருக்கே." கையை அசைத்து நேர்காணல் முடிந்து விட்டது என்பதை அவர் அறிவித்தார்.

இரண்டு ஆண்டுகளில் அவருடன் தனியாகப் பேசியது அதுதான் ஒரே தடவை. வகுப்புகளில் அவர் சொல்வதைச் சொல்லிக் கொண்டே போவார். கேள்வி கேட்பது ஒரு திருத்த முடியாத குறைபாடு என நினைக்கும் ஆசிரியர் அவர். கண்ணன் ஜன்னல் வழியாகக் கடலைப் பார்த்துக்கொண்டிருப்பான். மற்ற ஆசிரியர் களும் கிட்டத்தட்ட அவரைப் போலத்தான். மாணவர்களின் நெருக்கத்தை விரும்பாதவர்கள்.

அவன் இருக்கும் இடம் சௌகரியமாக இருந்தது. ஆனால் அவன் கூட இருப்பவர்களுக்கும் இயற்பியலுக்கும் சம்பந்தம் இல்லை. ஒருவன் பென்சிலைப் போல ஒல்லியாக இருக்கும் கன்னடத்துக் காரன். பற்களுக்கு இடையில் ஒரு வண்டியை விடலாம். அவ்வளவு இடைவெளி. இரவு நேரங்களில் அவன் அறையில் இருக்கும் நாட்கள் குறைவு. அதிகாலையில் வந்து கண்ணனை எழுப்பிக் கதை சொல்லு வான். “சுக நிவாஸ் வெங்காய ஊத்தப்பம்தான் போ. என்ன உப்பு. என்ன உறைப்பு. விடவே மாட்டேங்கறா. கழட்டிட்டு வரத்துக்கு இவ்வளவு நேரம்பா.” அல்லது “தொண்டைக் குழிக்குள்ள இன்னிக்கு இறக்கிட்டேன். மூச்சு முட்டற வரைக்கும் விடல்லை.” சில நாட்கள் வெட்டையில் துடிப்பான். “ஸ்ஸ்ஸ். என்னமா எரியுது. புகையே வந்துடும் போல இருக்கே.”

மற்றவன் ஒரு ஜுனியர் வக்கீல். அவனது சீனியர் சினிமா நடிகைகளுக்கு வாதாடுபவர். சில்லறைகள் இவனைப் பார்க்க வருவார்கள். கண்ணனுடைய அறை சில சமயங்களில் நிரம்பியிருக் கும். வெளியே வட்டமிடும் பிரம்மச்சாரிகள். கன்னடத்துக்காரனும் வெளியேதான். ஜுனியரைக் கன்னடம் கலந்த கெட்ட வார்த்தை களில் திட்டுவான்.

இந்த இடத்துக்குத்தான் கோபால பிள்ளை வந்தார்.

அவன் அறைக்குள் நுழையும்போது அவர் நாற்காலியில் உட்கார்ந்திருந்தார். பென்சிலும் வக்கீலும் அவரவர் கட்டிலில் மௌனமாக அமர்ந்திருந்தனர். ஒருவரை ஒருவர் பார்த்துக்கொண்டு.

“உனக்கு ஆச்சரியம் கொடுக்கலாம்னு நினைச்சேன். எனக்கும் சில ஏமாந்த கட்சிக்காரரா இருக்கா.”

கண்ணன் நண்பர்களை அறிமுகம் செய்ய முயன்றான்.

“வேண்டாம் வேண்டாம். யாருன்னு தெரிஞ்சது. இவரோட சீனியர் என்னோட லா காலேஜில க்ளாஸ் மேட்.”

“நாங்க வரோம் சார். ஒருத்தரை அவசரமா பாக்கணும்.” ஜுனியர் வர விரும்பாத பென்சிலை இழுத்துக்கொண்டு வெளியே சென்றான்.

“ஸோ, இதுதான் நீ தங்கற இடமா? இந்த வக்கீலுக்குப் பிரமாத மான க்ளையண்ட் கண்ணா. ஒருத்தியோட ரொம்ப நேரம் இவர் வரத்துக்கு முன்னால பேசிட்டு இருந்தேன். யாரு யாருக்கு க்ளையண்டுன்னே தெரியல்லை.”

“அவா அடிக்கடி வரமாட்டா, சார்.”

“வரலைன்னா சரி. ஆமா பிஸிக்ஸோட சுவடே இல்லையே. அதுதானே படிக்கற.”

அவர் சொல்வது சரி. பாடப் புத்தகங்களைத் தொடக்கூட அவனுக்கு நேரம் இல்லை. அரசியல் விவாதங்களிலேயே மாதங்கள் ஓடிவிட்டன. தேர்தல் வேறு நெருங்கிக்கொண்டிருந்தது.

“ஒரு புஸ்தகம் வாங்கிண்டு வந்திருக்கேன். *The Rise and Fall of the Third Reich.* Shirer எழுதினது. ஒரிஜினல் நாஜிகளைப் பத்தினது. நீ இன்னும் உள்ளூர் நாஜிகளோட குலாவிண்டு இருக்கேல்ல.”

கோபால பிள்ளை சொல்வது மறுபடியும் சரி. அவனுடைய நண்பர்களில் பலர் திமுகவை ஆதரிப்பவர்கள்.

“டெஸ்ட் மேட்ச் பாக்க வருவேளா, மாமா?”

“இல்லைப்பா. உடம்பு இப்பல்லாம் முடியறது இல்லை.”

கோபால பிள்ளை இளைத்து இருந்தார். குழந்தை முகத்தில் சுருக்கங்கள். வெள்ளைப் பிடரியில் பளபளப்பைக் காணோம்.

“நீ டிக்கெட் வாங்கிட்டையா? ஸோபர்ஸ் இங்கிலாந்தில எப்படி விளையாடறான் பாத்தயா. இந்தியா பொசுங்கிடும். வரேன் கண்ணா. நேரமாச்சு.”

திருமலை அதே அறைக்குப் பதினைந்து நாட்களுக்கு அப்புறம் வந்தான்.

“கோபால் அதிகப்படுத்திச் சொல்றானோன்னு நினைச்சேன். படிக்கறவா இருக்கற இடமாடா இது?”

“சாப்பாடு நன்னா இருக்கும்பா.”

“மெட்ராஸில நல்ல சாப்பாட்டுக்கு என்னடா பஞ்சம்? நல்ல ரூமாப் பாத்து படிச்சு பாஸ் பண்ணற வழியப்பாரு.”

5

சூரியன் திடீரென்று குளிர்ந்துவிட்டது போல இருந்தது. இதமாக அடித்துக்கொண்டிருந்த காற்று வலுத்து ஊளையிடத் தொடங்கியது. வானம் தண்ணீர்த் தூண்களை அனுப்பியது போல மழை. கடற் கரையில் உள்ள இந்திய சாராசெனிக் கட்டிடங்களையே கரைத்து விடுவது போல மழை. கண்ணனால் கல்லூரி வளாகத்தை விட்டு வெளியே வர முடியவில்லை. செய்யாமல் விட்ட சோதனைகளைச் செய்யலாம் என்று வந்தவனுக்கு மழை பேயாக மாறிவிட வாய்ப்பு இருக்கிறது என்பதை ஊகம் செய்ய முடியவில்லை. அவனுக்கு உதவி செய்வதாக வாக்குறுதி அளித்திருந்த பயிற்சியாளர்கள் சரியாக ஊகம் செய்திருக்க வேண்டும். அவர்கள் சுவடையே காணோம். சோதனைச் சாலையில் ஒரு துணையாளைத் தவிர வேறு யாரும் இல்லை. அவன் கண்ணனை அடையாளம் கண்டுகொள்ளும்

நிலையில் இல்லை. குழறுகின்ற பேச்சில் சாராய வாடை. மேலே கூரை இருந்தாலும் காற்றோடு சேர்ந்துகொண்டு மழை அவனைத் துரத்தித்துரத்தி நனைத்தது. ஒரு மூலையில் நடுங்கியபடியே நின்று கொண்டிருந்தான்.

"என்ன தப்பிக்க முடியல்லையா? நாங்களும் அதே மாதிரி தான்."

கண்ணனுக்குத் துணை திடத்தை அளித்தது. பேசியவர் தாடி வைத்திருந்தார். தண்ணீர்த் துளிகள் மின்னும் கருந்தாடி. கூட கண்ணாடி அணிந்த ஒரு பெண்.

"மழை என்னை ஓட ஓட விரட்டிடுத்து. என் பேரு கண்ணன். முதல் வருஷம் எம்எஸ்ஸி. பிஸிக்ஸ்."

"ராஜாராமன். இது மைதிலி. ரெண்டாம் வருஷம் பொலிடிகல் சைன்ஸ். உங்களை நான் பாத்திருக்கேன்."

"நீங்க எப்படி இங்க அகப்பட்டீங்க? மழைய எதிர்பாக்கல்லையா?"

"எதிர்பாத்தோம். ஆனா இவ்வளவு பலமா வரும்னு எதிர்பாக் கல்லை. கூட்டம் ஒண்ணுக்கு வந்தோம்."

"இந்த மழையிலயா?"

"வந்துதானே ஆகணும். நடத்தறதா இருந்ததே நாங்கதானே. வியட்நாமைப் பத்தி. அமெரிக்க ஏகாதிபத்தியத்தை எதிர்த்து. மத்தவாளுக்கு இது எதிர்க்கற பருவமாத் தெரியல்லை போலிருக்கு."

"இவர்ட்ட நாம வெளியிட்டிருக்கற அறிக்கையக் கொடு."

"நேரம் கிடைச்சபோது படிங்கோ."

கண்ணனுக்கு சுவிசேஷக் கூட்டத்தில் மாட்டிக்கொண்டது போல இருந்தது. வியட்நாமில் சண்டை நடக்கிறது என்று அவனுக்குத் தெரியும். நம்பி காது புளிக்கக் கத்துவான். ஆனால் அது எதற்காக என்றுகூட அவன் சரியாகக் கேட்கமாட்டான். அவனுடைய அரசியல் திருநெல்வேலி, சென்னையைச் சுற்றியே இருந்தது. கோபால பிள்ளை கொடுத்த புஸ்தகம்கூட அறையில் ஒரு மூலையில் படிக்கப் படாமல் கிடந்தது. அவனுக்கு மற்ற நல்ல பிராமண இளைஞர்களைப் போல ஹாலிவுட் பிடிக்கும். ஹாலிவுட் காட்டுகிற அமெரிக்காதான் அவனுக்குத் தெரியும். அமெரிக்கர்கள் இரண்டாவது உலகப் போரில் ஹிட்லரை வென்ற நாயகர்கள். தப்பே செய்யாதவர்கள். அதிகமாகப் போனால் சில ஆங்கில பிரெஞ்சு குமரிகள் கன்னி மையை இழக்கக் காரணமாக இருப்பார்கள். அல்லது எலிஸபெத் டெய்லரை பாரிஸின் நடுக்கும் குளிரில் வீட்டை விட்டுப்போக விட்டு அவளை நிமோனியா காய்ச்சலில் இறக்க அனுமதிப்பார்கள்.

"நிச்சயம் படிக்கறேன்."

மழை ஓய்வதாகத் தெரியவில்லை. காற்று புயலாக மாறிச் சீறியது. இடைவழியிலேயே நிற்க முடியவில்லை. ஒரு வகுப்பின் கதவை உதைத்துத் திறந்து அவர்கள் உள்ளே ஓடினார்கள்.

"இங்கேயே இருங்கோ. கெமிஸ்ட்ரி லாப் திறந்திருக்கும். பாத்துட்டு வரேன்."

கெமிஸ்ட்ரி சோதனைச் சாலை திறந்திருந்தது. துணையாள் ராஜாராமனுக்குத் தெரிந்தவன். தள்ளாடாமல் இருந்தான்.

"வாங்க. எப்படி மாட்டிகிட்டேங்கே. நாள் பூராவும் வெளிலே இறங்க முடியாது."

மூன்று நாட்கள் அவர்களால் வெளியே செல்ல முடியவில்லை. சென்னை அந்த புயலையே பார்த்ததில்லை. தண்ணீருக்கு ஏங்கும் சென்னை வாசிகள் சுட்டெரிக்கும் கோடைக்காக ஏங்கினார்கள். சாக்கடைகள் மழையின் வரங்களால் நதிகளாக மாறி சேரிகளைக் கொன்றன. சாவுகள் அதிகம் இல்லை என்று அரசு அறிவித்தது. ஆனால் மக்களுக்கு அரசைவிட அதிகம் தெரியும். கடலும் தன் வேலையைச் செய்தது. கிரேக்கக் கப்பல் ஒன்றைக் கரை தட்ட வைத்தது. புயல் ஓய்ந்து பல நாட்களுக்குப் பிறகும் கூட கடலோடி களின் வெளுத்த, மீன்களால் சுவைக்கப்பட்ட, நுரை ஒட்டிய பிணங்கள் கடலில் மிதந்துகொண்டிருந்தன. கடல் பொறுமை இழந்த போது பிணங்களைக் கரைக்கு இழுத்துக் கொண்டு வந்தது.

சோதனைச் சாலை இடைவழிகளைவிடப் பாதுகாப்புத்தான். ஆனாலும் அடைபட்டிருப்பது பொறுமையைச் சோதித்தது. வயிற்றை யும். அதிர்ஷ்டவசமாகத் துணையாளிடம் பிஸ்கட்டும் தேயிலைத் தூளும் இருந்தன. மூன்று நாட்களுக்கு அவையே துணை வந்தன. மைதிலிக்கு ஆசிரியர்கள் அறை. இவர்களுக்குச் சோதனைச் சாலையின் தரை.

தரை இருவரையும் நண்பர்கள் ஆக்கிவிட்டது. மூன்று நாட்களும் பேச்சிலேயே கழிந்துபோனதுபோல இருந்தது. பட்டினியிலும் ராஜாராமன் வியட்நாமை மறக்கவில்லை.

"ஒரு அமெரிக்க ஜெனரல் சொல்றார், 'நாங்கள் மக்களைக் கொல்றதே மக்களின் உயிர்களைக் காப்பாத்தத்தான்' அப்படின்னு. ஆனா இவங்க கொல்ற வேகத்தைப் பாத்தா கொல்லறத்துக்கு எலி, பெருச்சாளி, கரப்பான் பூச்சிதான் கிடைக்கும் போல இருக்கு. ஒரு வேளை மக்கள்னு சொல்றது அமெரிக்கால இருக்கறவா மட்டுமோ என்னவோ. வியட்நாமில இருக்கறவா கரப்புக்கு சமானம்தானே."

மக்களைக் கொல்வதற்குப் போர் எதற்கு? இந்தப் புயலே பத்து பைத்தியம் பிடித்த ஜெனரல்கள் கொல்வதைவிட அதிகம் பேரைக் கொல்லுமே. ஆனால் என்னைக் கொல்லாது. இது எனக்காக வரவில்லை. மரணம் தன்னைத் தொடுவதற்கு இன்னும் பல நாட்கள் இருக்கின்றன என்று கண்ணன் நிச்சயமாக நம்பினான்.

"ராஜாராமன், நீங்க இந்த யுத்தத்தைப் பத்தின புஸ்தகங்களை எனக்குப் படிக்கக் கொடுக்கணும்."

"நிறைய எங்கிட்ட இருக்கு. இதைப் பத்தி மாத்தரம் இல்லை. ஏகாதிபத்தியம் போட்ட, போட்டுண்டு இருக்கற எல்லா யுத்தத்தைப் பத்தியும் இருக்கு."

6

அவன் விளையாட்டு அரங்கிற்கு காலை ஏழு மணிக்கே வந்து விட்டான். ஆனாலும் வரிசை முடிவே இல்லாத நீளம். நிற்பவர்கள் பொட்டலங்களைப் பிரிக்க ஆரம்பித்துவிட்டார்கள். காற்றில் நல்லெண்ணெய் மிளகாய்ப் பொடி கலந்த வாசம். வெங்காயம் கலந்த உருளைக் கிழங்கின் வாசம். வாசனை அவனைப் பசியை நினைக்கத் தூண்டியது. நான் டிக்கட் கொடுக்கும் இடத்துக்குச் சேரும் முன் டிக்கட் முடிந்திருக்கும். பசி என்னை முடித்துவிடும். சலித்துக்கொண்டே வரிசையை விட்டு விலகி முன்னால் நடந்தான். அரங்கின் வாசலில் பலர் டிக்கட்டுகளை விற்றுக்கொண்டிருந்தார் கள். கண்களில் கிடைக்கப்போகும் லாபத்தின் சிரிப்பு.

'நூறுருவா, நூறுருவா. ரெண்டேதான் மிச்சம். வாங்கினா வாங்கு, வாங்காட்டா சாகு."

பத்து ரூபாய் டிக்கட் நூறு ரூபாயா வித்த பணத்தில திருவல்லிக் கேணில ஒரு வீடு வாங்கிடுவான் போல இருக்கே. ஆனந்த ராவை ரேடியோல கேக்கறதுதான் எனக்கு விதிச்சிருக்கு போல இருக்கு. 'Good Morning listeners. This is Anant Rao reporting from the Madras Cricket Association Ground, Chepauk A cool breeze is wafting across the ground . . .' பிஸிக்ஸ் இந்த கமெண்டரி மாதிரி ஞாபகம் இருந்தா நான் கிளாசில முதல்.

"இங்க என்ன பண்ணிண்டு இருக்கே?" ஜூனியர் சிரித்துக் கொண்டே அவன் தோள்களைத் தொட்டான்.

"வேர்க்கடலை வித்துண்டு இருக்கேன். என்ன கேள்வி?"

"வேற நல்ல ஜோக் கிடைக்கல்லையா?"

"ஏழு மணிலேருந்து நிக்கறேன். வால் மரீனா வரையும் போறது."

"டிக்கட்தானே வேணும். எங்கிட்ட விட்டுடு?"

"ஏன் இதோ விக்கறானே பொறுக்கி. அவனைப் போலீஸ் பிடிச்சா உங்கிட்டத்தான் ஜாமீனுக்கு வருவானா?"

"அதிகம் பேசாதே. என்னோட அத்தை பையனோட ஒண்ணு விட்ட அக்கா ஆத்துக்காரர்தான் கவுண்டர்ல இருக்கார். பாரு நான் அவருக்கு டிபன் கொண்டு போறேன்."

ஆனந்த ராவின் தென்றலைப் போல அதிர்ஷ்டம் என் பக்கம் வீசுகிறது. அத்தை பையனுடைய ஒன்று விட்ட அக்காவின் கணவருக்கு டிபன் பிடித்திருக்க வேண்டும். கண்ணன் கையில் இப்போது பத்து ரூபாய் டிக்கட் ஒன்று.

கண்ணன் தன்னுடைய பழைய அறையில் நண்பர்களுடன் பேசிக்கொண்டிருந்தான். வெகு நாட்களுக்குப் பிறகு பென்சிலைச் சந்திக்கிறான்.

"என்ன கண்ணா, ஆளையே காணோம். படிப்பு மும்முரமோ?"

"எங்க படிக்கறது? புஸ்தகத்தை திறந்தாலே பக்கத்தில இருக்கறவன் அடிக்க வரான்."

தெருவில் திடீரென்று ஒலிபெருக்கி அலறியது. அறையை விட்டு வெளியே அவர்கள் ஓடி வந்தார்கள். வரிசையாக கார்களும் ஜீப்புகளும் ஊர்ந்துகொண்டிருந்தன. சுற்றிலும் மக்கள் கூட்டம். கருப்பு சிவப்புக் கொடிகளை ஏந்திய மக்கள். அறிவிப்பு இப்போது தெளிவாகக் கேட்டது.

"புரட்சி நடிகர் மருத்துவ மனையில் நலமாக இருக்கிறார். உயிருக்கு அபாயம் இல்லை. வெற்றியையே வாடிக்கை ஆக்கிய வேந்தர் பெருமகன் வாழ்க! எமனை வென்ற எங்கள் வீரர் வாழ்க! அண்ணா வாழ்க! என்றும் வெல்லும் எங்கள் திமுக! உங்கள் திமுக!"

"என்ன ஆச்சு எம்ஜியாருக்கு? ஹார்ட் அட்டாக்கா?"

"கூட்டத்தில கேட்டா ஒவ்வொத்தனும் ஒவ்வொரு கதை சொல்லுவான். இரு, நான் சீனியரை போன் பண்ணிக் கேக்கறேன்."

சில நிமிடங்களில் ஜூனியர் வந்துவிட்டான்.

"ராதா சுட்டுட்டாராம். கழுத்தில காயம்."

"எந்த ராதா? எம்கேயா எம்மாரா?"

"எம்கே ஏன் சுடப்போறாரு? எம்மார்தான்."

"ஷூட்டிங் போதா"

"என்னடா கேக்கற?"

"ஷூட்டிங் நடக்கறப்பவான்னு கேட்டேன்."

"அவரோட வீட்டுக்குப் போய் சுட்டுருக்காரு. தன்னையும் சுட்டுண்டாராம். சிரிக்காதே. எம்ஜியாருக்கு ஏதாவது ஆச்சுன்னா கிரிக்கெட் மேச் கோவிந்தா. தெரிஞ்சிக்கோ."

பல நாட்களுக்குப் பிறகு கண்ணன் கோபால பிள்ளைக்குக் கடிதம் எழுதினான்.

அன்புள்ள மாமாவுக்கு,

கண்ணன் அநேக நமஸ்காரங்கள்.

எம்ஜியார் சம்பவம் பட்டணத்தை ஒரு உலுக்கு உலுக்கி விட்டது. சாப்பாடே இல்லாமல் இரண்டு நாட்கள் கஷ்டப் பட்டேன். இரண்டு இட்லி ஒரு ரூபாய் என்றால் சாப்பிடவே பிடிக்கவில்லை. எம்ஜியாரின் ரசிகர்களுக்கு அவரை ஒரு சாதாரண குண்டு துளைத்துவிட்டது என்பதை நம்ப முடிய வில்லை. தெருச் சுவர்களெல்லாம் அவர்தான். கழுத்தை கட்டு மூடிக்கொண்டிருக்கிறது. என்னுடைய நண்பனின் சீனியர் –

உங்கள் வகுப்புத் தோழர் – ராதாவுக்குத் தெரிந்தவராம். ராதா பழியை ரிவால்வர் மீது போடுகிறாராம். 'என்னடா துப்பாக்கி இது. அவரும் சாகல்லை. நானும் உயிரோட இருக்கேன்' என்று அவர் பார்க்கிறவர்களிடம் எல்லாம் சொல்லிக் கொண்டிருக்கிறாராம். கிரிக்கெட் ஆட்டம் நடந்தது எம்ஜியார் பிழைத்ததால்தான். அவரும் கிரிக்கெட் பைத்தியம்.

நான் பார்த்த முதல் டெஸ்ட் ஆட்டம் இதுதான். மறக்க முடியாத ஆட்டம். முதல் நாள் முதல் ஓவரிலேயே இஞ்ஜினீர் வெஸ் ஹாலை மூன்று நான்குகள் அடித்தார். இப்படித் தொடங்கிய ஆட்டம் ஸோபர்ஸின் நம்ப முடியாத விளையாட்டோடு முடிந்தது. டீ இடைவேளையின்போது மேற்கு இந்திய அணி 193க்கு ஏழு விக்கெட்டுகளை இழந்தி ருந்தது. நாங்கள் எல்லோரும் இந்தியா வெற்றி பெற்றுவிடும் என்று நினைத்தோம். ஆனால் ஸோபர்ஸ் ஸோபர்ஸாக இருப்பதால் வேறு விதமாக நினைத்தார். அவரால்தான் ஒரு வெற்றி தோல்வி இல்லாத முடிவைக் கொண்டு வந்திருக்க முடியும். அவர் பேதியை அடித்த ஆறு நினைவிலேயே நிற்கிறது. அதே போலத்தான் படௌடியின் ஆறும். பந்தை லேசாகத் தட்டியமாதிரி இருந்தது. ஆனால் அது மிட் விக்கெட் பகுதி கூட்டத்தில் புகுந்துவிட்டது. அவர் இப்படியே ஆடினால் எவ்வளவு நன்றாக இருக்கும்!

என்னுடைய பௌதிகம் பின்னால் கையைக் கட்டி நின்று கொண்டிருக்கிறது. திரும்பிப் பார்க்க முடியவில்லை. தேர்தல் மும்முரம். உங்களிடம் சொல்ல வெட்கமாக இருக்கிறது, ஆனாலும் சொல்கிறேன். திமுகவிற்கு உழைக்கிறேன். வெற்றி நிச்சயம். ரயில் பிச்சைக்காரர்கள்கூட 'உதய சூரியனை மறவாதீர்' என்று சொல்லித்தான் பிச்சை எடுக்கிறார்கள். வேடிக்கையாக இருக்கிறது. அப்பா, நான், நம்பி மூவரும் முதல் தடவையாக ஒரே அரசியல் மேடையில்!

நம்பியிடமிருந்து நேற்று கடிதம் வந்தது. ராஜாஜி – இடது கம்யூனிஸ்ட் – திமுக கூட்டணி வெற்றி பெறுவதை யாராலும் தடுக்க முடியாது என்று எழுதியிருக்கிறான். நேரு இருந்திருந் தால் நிலைமை வேறு மாதிரி இருந்திருக்குமோ என்னவோ. என்னுடைய அம்மாகூடத் திமுகவை ஆதரிக்கிறாள். ஹிந்தி வகுப்புகள் நின்றதைப் பற்றிக் கவலைப்படுவதாகத் தெரிய வில்லை. நான் எழுதியிருப்பது உங்களுடைய ரத்தக் கொதிப்பைத் தாறுமாறாக்கலாம். ஆனால் இதுதான் உண்மை.

போன தடவை உங்களைப் பார்த்தபோது எனக்கு வருத்தமாக இருந்தது. பழைய மாமா எங்கே தொலைந்துபோனார்? உடம்பைக் கவனித்துக்கொள்ளுங்கள்.

அன்புள்ள
கண்ணன்

7

சில ஆண்டுகள் கழித்துக் கண்ணன் நம்பியிடம் ஒரு செய்தித்தாள் கத்தரிப்பைக் காட்டினான்.

"பாட்டைப் படிச்ச உடனே உன்னைத்தான் நினைச்சேன்"

அது வில்லியம் காலியைப் பற்றியது. மை லாயில் வியட்நாமியரை சரமாரியாகக் கொன்றவன்.

"My name is William Calley, I am a soldier of this land,
I have vowed to do my duty and to gain the upper hand,
But they've made me out a villain and they have stamped me with a brand,
As we go marching on."

(என் பெயர் வில்லியம் காலி. நான் இந்நாட்டின் போர்வீரன். என் கடமையைச் செய்யவும் நம் கை ஓங்கவும் உறுதிபூண்டிருக்கிறேன். ஆனால் அவர்கள் என்னை முத்திரை குத்தி வில்லனாக மாற்றி விட்டார்கள் – நாம் முன்னடி வைத்துக்கொண்டிருக்கும்போதே.)

நம்பி சிரித்தான்.

"என்ன சிரிக்கற. இந்தப் பாட்டோட எல்பி ரிகார்ட்ஸ் லட்சக் கணக்கில வித்திருக்கு தெரியுமா"

"அமெரிக்காவில எதுவும் விக்கும். நம்ம இறவாத கவிதைகளுக்கும் இதுக்கும் அதிகம் வித்தியாசம் இருக்கறதா எனக்குத் தெரியல்லை. உனக்கு இதே மாதிரி இன்னொரு பாட்டு நினைவு இருக்கோ ஹோர்ஸ்ட் வெஸ்ஸெல் பாட்டு."

"நாஜிகளோட பாட்டுத்தானே?"

"அதுக்கும் இதுக்கும்கூட அதிக வித்தியாசம் இல்லை. குப்பை எங்கயும் குப்பைதான். இங்கிலிஷ் குப்பையான என்ன, தமிழ்க் குப்பையான என்ன அல்லது ஜெர்மன் குப்பையான என்ன?"

"இன்னொரு ஆச்சரியம் தெரியுமா? நேத்திக்குத்தான் ராஜாராமன் கிட்ட இருந்து லெட்டர் வந்தது."

"யாரு? உன்னோட பட்டணத்து குருவா?"

அவனேதான். அமெரிக்கா அவனுக்கு இப்போ எல்லாத்தையும் புதிய கோணத்தில பார்க்க கத்துக் கொடுத்திருக்குன்னு எழுதியிருக் கான். காலி சொல்றதிலேயும் ஒரு நியாயம் இருக்காம். அமெரிக்க பேப்பர் எல்லாம் இப்போ அவனோட தண்டனையைப் பத்தித் தானே பேசிண்டு இருக்கு. ராஜாராமன் இப்போ கலிபோர்னியா யுனிவர்சிடில படிக்கறான்."

"அவன் கூடவே இருப்பான்னு சொல்லுவயே ஒரு பொண்ணு அவ எங்க இருக்கா?"

"அவளும் அமெரிக்காலதான்."

"ரெண்டு பேரும் மோக்ஷ சாம்ராஜ்யத்தை அடைஞ்சுட்டான்னு சொல்லு."

"நம்பி, மெட்ராசில இருக்கும்போது கொள்கை உலைல நுழைஞ்சு தீக்காயம் படாம வெளில வந்த ஒரே ஆள் ராஜாராமனாத்தான் இருக்கும்னு தோணினது. எவ்வளவு தெளிவு! எவ்வளவு தீவிரம்! பதட்டமே படமாட்டான். நிறைய அரசியல் எழுத்தாளர்களை அவன் மூலமாத்தான் தெரிஞ்சுண்டேன். எட்கார் ஸ்னோ, ஏக்னஸ் ஸ்மெட்லி, அன்னா லூயி ஸ்ட்ராங்க். ஏன் ஃபானன் பேரும் குவெரா பேரும் அவன் வாயாலதான் முதல்ல கேட்டேன். எவ்வளவு கட்டிங்ஸ் வச்சிருந்தான் தெரியுமா. எல்லாத்தையும் படிக்கக் கொடுப்பான். அவன் கூட இருந்தா பிரியவே மனசு வராது."

கண்ணனைப் பார்த்த உடனேயே ராஜாராமன் அணைத்துக் கொண்டான். எப்போதும் போல அருகில் மைதிலி.

"ஏன் என்னக் கண்டா ஓடறே? இந்தத் தடவை விடமாட்டேன். நாளைக்குக் கூட்டம் இருக்கு. நானே ரூமுக்கு வந்து அழைச்சிண்டு போறேன்."

கண்ணனுக்கும் ஓட மனதில்லை. திமுக புளித்துவிட்டது. வித விதமான கருப்பு சிவப்புக் கரை போட்ட துண்டுகளும் வேட்டிகளும் சந்தைக்கு வந்ததைத் தவிர மாற்றம் அதிகம் தெரியவில்லை.

ராஜாராமனின் கூட்டம் வேறு மாதிரி இருந்தது.

"எல்விஸ் ப்ரீஸ்ட்லின்னு ஒரு பாடகன். இடுப்பை அசிங்கமா ஆட்டிக்கிட்டு நம்ம முனிசிபாலிடி சங்கு ஊத்தம் போடற மாதிரி கத்தறான். அவனே மாதிரி நம்ம ஊர்ல ஒரு விடலை பாடுதானாம். விடலையக் கேக்க கூட்டமான கூட்டம். நாம அமெரிக்கா வீசற குண்டுகளுக்குப் பலியானவங்களை நினைச்சு கூட்டம் போடறோம். வருந்தி வருந்தி அழைச்சாலும் வரமாட்டேங்கறாங்க. தமிழ்நாடு என்னிக்கு உருப்படப் போகுதோ தெரியல்லை."

கண்ணனுக்கு எல்விஸ் ப்ரீஸ்ட்லியைப் பிடிக்காது. பேச்சு பிடித்திருந்தது. ராஜாராமன் குழுவில் கலந்துகொள்ளத் தீர்மானித்தான். அதிகம் தொந்தரவு செய்யாத குழு அது. கதீட்ரல் சாலையில் அமெரிக்கத் தூதரகத்துக்கு முன்னால் – அநேகமாக ஞாயிற்று கிழமைகளில், அலுவலகம் மூடியிருக்கும்போது – தொண்டை கிழியக் கத்திவிட்டு அருகில் இருக்கும் ட்ரைவ் இன் உணவகத்துக்கு காப்பி குடிக்கப் போவார்கள். அமெரிக்கக் கூடாரத்தின் அருகில் சென்ற வீர உணர்வோடு. கண்ணன் கோபால பிள்ளைக்குத் தன்னுடைய நடவடிக்கைகளைப் பற்றிக் கடிதம் எழுதினான். பதில் உடனே வந்துவிட்டது. "இப்போது நீ செய்வது திமுகவை ஆதரித்த பாவத்துக்கான கழுவாய். இந்த யுத்தத்தை எதிர்க்க வேண்டியது மனித குலத்தின் கடமை. ஹோவினுடைய வீரர்களோடு சேர்ந்து சண்டை போட முடியாது போனாலும் இதையாவது நமது இளைஞர்கள் செய்ய வேண்டும். நான் கொக்கிரகுளம் வீட்டைக் காலி செய்து

விட்டு கேரளத்துக்குச் செல்கிறேன்." கண்ணன் பதில் எழுதவில்லை. முழுச்சிவப்பு ஆகிவிட்டதை அவரிடம் கூற வெட்கம்.

ஸ்னோவையும் ஸ்மெட்லியையும் படிக்க முடிந்தது. ஆனால் மார்க்சீய மூலவர்கள் அலற வைத்தார்கள். பெயர்கள் எல்லாம் அவனுக்குத் தெரியும் – நம்பியின் அறையில் உள்ள புத்தகங்களில் பாதி இவர்கள் எழுதியதுதான். ஆனால் முதல் இரு பக்கங்களுக்கு மேல் கண்ணனால் படிக்க முடியவில்லை – கம்யூனிஸ்ட் அறிக்கை யைத் தவிர. கண்ணனுக்குக் கொஞ்சம் வெட்கமாக இருந்தது. மற்ற வர்கள் தன்னை விட மோசம் என்பதை அறியும்வரை. எல்லோரும் அடிக்கடித் தங்களுடைய படிப்பின் ஆழத்தை மேற்கோள்கள் மூலம் வெளிப்படுத்திக் கொண்டார்கள். "ஒன்று இரண்டாகப் பிரிகிறது." "ஒரு சிறு பொறி பெரு நெருப்பைத் துவக்க முடியும்." "பகைமை முரண்பாடுகளை வன்முறையால்தான் தீர்க்க முடியும்." என்ன பேசுகிறோம் என்பது புரியாமலே கொள்கைப் பிரச்சினை களைப் பற்றிப் பல மணி நேரங்கள் பேசுவார்கள். ராஜாராமனுக்கும் மைதிலிக்கும் இவர்கள் நிலைமை தெரியும். ஆனால் வியட்நாம் யுத்தம் அவர்களுக்கு அவர்களுடைய தார்மீக கோபத்தை வியந்து பாராட்டும் ஒரு குழுவைக் கொடுத்திருந்தது. அதைக் கலைக்க அவர்கள் விரும்பவில்லை.

கண்ணன் நம்பியிடம் சொன்னான்.

"ராஜாராமன் எனக்கு வழிகாட்டி. ஒத்துக்கறேன். ஆனா இவ்வளவு தூரம் என்னைக் கொண்டு விட்டுட்டு ரக்கைய விரிச்சிண்டு அவன் கலிபோர்னியா பறந்து போயிட்டானே."

பத்து

1

தபால் பெட்டிதான் வாசலுக்கு அருகே வாயைப் பிளந்துகொண்டு நின்றது. அழிபோட்ட, அகலமான அந்த வீட்டில் யாரும் இருப்பதாகத் தெரியவில்லை. ஒரு பழைய, பட்டை உரியும் மரத் தடுப்பு வீட்டின் கூடத்தை மறைத்து வாழ்வின் சப்தங்களை வடிகட்டிவிட்டது. கண்ணன் தபால் பெட்டியின் மீது கையை வைத்துக்கொண்டு நரசிம்மனிடம் பேசிக்கொண்டிருந்தான். கண் வீட்டில் மேல். அரசியல் பேச்சு. நரசிம்மன் நிழலுக்கு உயிர் கொடுத்ததுபோல மூன்றாவது பரிமாணமே இல்லாமல் இருந்தான். ஆனால் ராட்சசக் குரல். இப்போது உச்சத்தில் இருந்தது.

"நாம இங்க அனாதைகள். நம்ம பையங்களுக்கு காலேஜில இடம் கிடைக்கறது இல்லை. பணம் இல்லை. வேலை இல்லை. எதிர்காலம் இல்லை. ஒண்ணும் இல்லை. நம்ம பொண்கள்னா என்பி பசங்க வாயில வாளியைக் கட்டிண்டு பாக்கறான் பாக்கறான் பாத்துண்டே இருக்கான். ஹிட்லர்கூடத் தேவலை. அவனோட ஆட்கள் யூதாள கொன்னாளே தவிர அவா பொண்ணுக மேல கை வைக்கல்லை."

இந்த நாஜி வரலாற்றுத் துணுக்கு கண்ணன் இதுவரை கேட்டிராத ஒன்று. நரசிம்மனைத் தடுக்க விரும்பவில்லை.

"எல்லாம் இந்தத் திமுகவினால வந்த வினை. பிராமணப் பொண்களைச் சுத்தி வளைக்கணும்னே அலையறா."

"ஏன்? அவாளுக்கு வேற வேலை இல்லை பாரு. சுத்தி வளைக்கறத்துக்கு இவா எல்லாரும் ரம்பைங்க இல்லை. நம்ம தெருவையே எடுத்துக்கோ. ஒண்ணு பல்லு நீண்டிருக்கும். அல்லது தட்டையா இருக்கும். அல்லது மூஞ்சில அடையா பரு அப்பிண்டு இருக்கும். மேல மேல குதிக்காதே."

"இதுதான் பிரச்சினை. நமக்குள்ளயே ஒத்துமை இல்லை. யூதர்களைப் பின்பத்தணும். அவாளைப் பாரு. ஒத்துமையா இருக்கா. முஸ்லீம்களை சட்னி பண்றா. அவா தேசம் பெரிசாயிண்டே இருக்கு. அதை மாதிரி நமக்கும் வேணும்."

“இதுவரை நான் கேட்காததைன்னா சொல்லறே? தனி தேசமா? பிராமணாளுக்கா? வெறி முத்தின பிராமணன்கூட இப்படிப் பேச மாட்டானே?”

“நேரம் வந்துடுத்து. நாம சேந்து தனியா இருந்தாத்தான் பொண்களைக் காப்பாத்த முடியும்.”

கண்ணனுக்கு எரிச்சல் வந்தது. நரசிம்மன் தெரு ஓரத்தில் பால்காரர்கள் சண்டை போட்டுக்கொண்டாலே வீட்டுக்குள் ஓடித் தாழ்ப்பாள் போட்டுக்கொள்ளக்கூடியவன். ஆனால் அவனுடன் பேச்சைத் தொடர வேண்டிய கட்டாயம்.

“சரி, எங்க தனியா இருக்கப் போறோம்? இங்க சன்னதித் தெருவிலயா?”

“கேலி பண்ணறயா? பிராமணப் பையங்களே இப்படி இருக்கறதுனால இந்தப் பிராமண எதிரி அரசாங்கத்துக்கு இன்னும்னா துளுத்துப் போயிடுத்து.”

“இதை விடு. பிராமணப் பையன் என்பி பொண்ணைப் பாக்கறத்தைப் பத்தி என்ன சொல்லற?”

நரசிம்மன் ஒரு நாயுடு பெண்ணை வட்டமிடுகிறான் என்பது எல்லோருக்கும் தெரியும். அவளுடைய பெற்றோர்கள் சும்மா இருப்பதற்குக் காரணம் பெண்ணுக்கு வயதாகியும் வரன் அமையவில்லை என்பதுதான்.

“என்ன கேக்கறாய்னு தெரியும். தனி மனுஷாளைப் பத்தி நாம பேசல்லையே?”

உமா தடுப்பு பின்னாலிருந்து வந்தாள்.

ஒற்றைப் பின்னல். குஞ்சலம் வைத்துப் பின்னியிருந்தது. கொலுசுகளின் கிளர்ச்சிகளுக்கு ஏற்ப அசைவு. நெற்றியில் ஆச்சரியக் குறி போலக் கறுப்புப் பொட்டு. அடர்ந்த இமைகள் இணைய அவள் கண்கள் சிரிக்கும்போது ஆச்சரியக் குறி சுருங்கும். மூக்கு முகத்தை எதிர்த்து முன்னால் வர வெட்கப்பட்டுக்கொண்டு கன்னக் கதுப்புக்களுக்கு இடையே பதுங்கி இருந்தது. முழுமையான, சிறிது பிரிந்த உதடுகள். இடையே தெரியும் வெண்மை. இரு முன் பற்கள் ஒன்றை ஒன்று இடித்துக்கொண்டிருந்தன. அவனைப் பார்த்ததும் கண்களால் வரவேற்றாள் என்று அவன் நினைத்தான். இடது கையில் கொத்தாக வாழையிலைகள். சாப்பிட்ட மிச்சம் பொதிந்த இலைகள். வேகமாகத் தெருக் கோடிக்கு சென்று கூட்டமாக நின்றுகொண்டிருந்த பன்றிகள் மீது இலைகளை எறிந்தாள். திரும்பி நடந்தாள். கொலுசுச் சப்தம் குறையக் குறையத் தடுப்புக்குப் பின் சென்று மறைந்தாள்.

கண்ணனுக்கு நிறைவாக இருந்தது. தனி தேசம் கேட்கும் நண்பனிடமிருந்து விடை பெற்றுக்கொண்டு வீட்டை நோக்கி நடந்தான். கனவு காண்பதற்குப் பொருள் கிடைத்து விட்டது. கொலுசு புதிது. வருவதை எனக்கு அறிவிப்பதற்காகவே அணியப் பட்டது. நான் காத்துக்கொண்டிருப்பேன் என்பது அவளுக்குத் தெரியும்.

கண்ணனுக்கு அவளுடைய நேரங்கள் தெரியும். அவள் போகும் இடமெல்லாம் பின்தொடர்ந்தான். கடையில் அவள் சோப்பு வாங்கும்போது இவன் பற்பசையைத் தேர்ந்தெடுத்துக்கொண்டிருப் பான். சினிமாவில் அவளுக்குச் சில வரிசைகள் பின்னால் உட்கார்ந்து அவளுடைய மல்லிகை மறைக்கும் பின்கழுத்தைப் பார்த்துக் கொண்டிருப்பான். அவள் செல்லும் பச்சை, மஞ்சள் வண்ணக் கல்லூரி பஸ்ஸை அதில் இருக்கும் மற்ற பெண்கள் சிரிக்கச் சிரிக்க சைக்கிளில் துரத்துவான். சொக்கநாதர் கோவிலில் அவள் சுற்றும் அவன் நம்பாத கடவுளின் பிரகாரத்தை அவனும் சுற்றுவான். அவள் உடல் நலம் சிறிது சரியில்லாமல் டாக்டரிடம் சென்றபோது அவள் கூட நோயாளிகளின் பெஞ்சில் உட்காருவதற்காகத் தனக்கும் தலை வலி என்று சொல்லிக்கொண்டு போனான். மற்ற பெண்களிடமிருந்து அவள் வேறுபட்டிருந்தாள். ஓர் அழகான அமைதியான விதத்தில். உடை எந்த நேரத்திலும் சீராக இருக்கும். தலை கலைந்து அவன் பார்த்ததே இல்லை. கல்லூரி பஸ்ஸைப் பிடிக்க அவள் ஓட மாட்டாள். அதன் வயதான டிரைவர், யாருக்கும் நிறுத்தாதவர், அவளுக்காக பஸ்ஸை நிறுத்திக் காத்துக்கொண்டிருப்பார். சிரிப்பது கூட வித்தியாசம். கைகுட்டையால் வாயைப் பொத்திக்கொண்டு சிரிப்பாள்.

உமாவும் அவன் தன் பின்னால் சுற்றுவதை விரும்பினாள். அவன் ஒரு மாதிரி பிராமண அழகு. சிவப்பு. பருமன் இல்லாத உடல் வாகு. கண்ணாடி பெரிய கண்களை சராசரி அளவுக்குக் கொண்டு வந்தது. மெதுவாகப் பேசுவான். அவளுக்குக் கேட்கிறமாதிரி. அவள் இருக்கும் போது ஆங்கிலம் கலந்த பேச்சு. எதிரில் இருப்பவர் யாராக இருந் தாலும். பேசுவதற்கு யாரும் இல்லையென்றால் வளரத் தொடங்கி யிருக்கும் தொந்தியை உள்ளே இழுத்து நெஞ்சை நிமிர்த்தி ஆண் தன்மையை அறிவிக்க முயல்வான். கையில் எப்போதும் புத்தகம். வொட்ஹௌஸ் அல்லது ரிச்சர்ட் கார்டன் அல்லது ஹென்ரி செசில். ஒரு நாளும் சேஸையோ க்ரிஸ்டியையோ அவன் கையில் அவள் பார்த்ததில்லை. அவன் காதலிக்கத் தகுதியானவன் என்பதில் அவளுக்குச் சந்தேகம் இல்லை. ஆனால் தான் காதலிக்கிறோமா என்பது அவளுக்குத் தெரியவில்லை.

மார்க்சீய ஞானஸ்நானம் பெற்றும் கண்ணன் திருநெல்வேலியில் ஒரு குட்டி முதலாளி வாழ்க்கையே வாழ்ந்தான். ததிதா கல்லூரி அவனைக் களைப்படைய வைக்கவில்லை. ஆண்டுக்கு நான்கு மாதங்கள் கல்லூரி நடந்தால் அதிசயம். படிப்பது, சினிமா பார்ப்பது, உணவு விடுதிகளுக்கு நண்பர்களோடு செல்வது – இவைகளைத்தான் செய்துகொண்டிருந்தான். சைவ உணவு விடுதிகளுக்கு நரசிம்ம னோடும் மற்றப் பிராமண நண்பர்களோடும். பேசும் விஷயம் சினிமா அல்லது பெண்கள் அல்லது கிரிக்கெட். அரசியல் அனேகமாக இருக்காது. நரசிம்மனை எல்லோரும் சேர்ந்து வாயை அடைத்து விடுவார்கள். கண்ணனும் அரசியல் பேச விரும்பவில்லை. நரசிம்மன்

பிராமண சங்கத்தின் செயலாளர். மற்ற நண்பர்கள் அமெரிக்கா செல்லும் கனவில் இருப்பவர்கள். அவர்கள் முன்னால் மார்க்சீயம் பேசக் கண்ணனுக்குக் கூச்சமாக இருந்தது. ஏழைகள் விடுதலை பெற நடத்த வேண்டிய புரட்சியின் தேவையைப் பற்றிப் பேச அவனுக்கு வேறு நண்பர்கள் இருந்தார்கள்.

முத்து ஒவ்வொரு சனிக்கிழமையும் வருவான். கூட ஏதோ ஒரு தோழர் எப்போதும் இருப்பார். எல்லோரும் சுல்தானியா ஹோட்ட லுக்குச் செல்வார்கள். அங்கு நாக்கைத் தேனீர் பொசுக்க அவர்கள் மார்க்சீயம் பேசுவார்கள். அமெரிக்க ஆளுமையைப் பற்றி. கீழ வெண்மணியைப் பற்றி. மக்களுக்குத் தங்களால் ஆனதைச் செய்து விட்டோம் என்ற நிறைவோடு வீடு திரும்புவார்கள். வியட்நாம் போரின் இடைவேளைகளின்போதோ அல்லது மக்களை நசுக்கும் செய்திகள் தினசரிகளில் தென்படாதபோதோ பேசுவதற்கு விஷயம் இன்றி தேநீர்க் குழு தவிக்கும்.

அவன் அவளோடு முதல் தடவையாகப் பேசியது, சன்னதித் தெருவுக்குத் திருடன் வந்தபோது. சன்னதித் தெரு வீடுகள் ஒன்றை ஒன்று ஒட்டி இருந்தன. ஒரு வீட்டு மொட்டை மாடியில் ஏற முடிந்தால் அந்த வரிசையில் உள்ள எல்லா வீடுகளையும் மெதுவாக தடையின்றி ஆராயலாம். இரவு வரும்வரை ஒளிந்துகொள்ள ஏராளமான இடுக்குகள் இருந்தன.

திருடனைப் பார்த்தது உமாவின் பெரியம்மா. சிப்பிபோல உடல்வாகு. தூக்கம் இழந்து நாட்கள் ஆனவள். மனநிலை சரியில்லாத கணவனை நினைத்துக்கொண்டே திரும்பிப் படுத்தபோது அவளது கண்கள் கூடத்து மேல்புற ஜன்னல் வழியாகப் பார்க்கும் திருடனின் கண்களைச் சந்தித்தன. அலறிய அலறலில் முதலில் வீடு எழுந்தது. பின்பு தெரு.

தெருப் பெரியவர்கள் உடனே கூடினார்கள். சங்கர ராமன் தலைமை. தின மொட்டு நிருபர். இந்திய ராணுவத்திலிருந்து வெளியேற்றப்பட்டவர் என்று பேச்சு. ராணுவப் பயிற்சி அவருக்குத் திட்டமிடும் அநுபவத்தை கொடுத்திருக்கும் என்ற நம்பிக்கை. “கையில நிச்சயம் ஆயுதத்தோடதான் வந்திருப்பான். நாமெல்லாம் ஜாக்கிரதையா இருக்கணும். யோசிச்சு ஒவ்வொரு அடியும் எடுக் கணும். வாலிபப் பையங்கள்ளாம் சேர்ந்து பாராக் கொடுக்கணும்.”

கண்ணனுக்குத் தன்னுடைய அதிர்ஷ்டத்தை நம்ப முடியவில்லை. நிருபர் கடைந்தெடுத்த முட்டாள் என்பதில் அவனுக்குச் சந்தேகம் இல்லை. பக்கத்தில் வந்தாலே வியர்வை நாற்றம் குடலைப் பிரட்டும். ஆனால் அவர் உமா வீட்டின் ஒரு பாகத்தில் குடியிருந்தார். அவரோடு சேர்ந்து விழித்திருந்தால் அவளை அருகாமையில் பார்க்க வாய்ப்பு இருக்கிறது.

அடுத்த பத்து நாட்கள் தூக்கமில்லாமல் கழிந்தன. உமா வீட்டுத் திண்ணையில் ஒரு கயிற்றுக் கட்டில் போடப்பட்டது. சங்கர ராமன்

அதில் அமர்ந்துகொண்டு கட்டளைகளைப் பிரசவித்துக்கொண்டு இருந்தார். சில நிழல் திருடர்கள் அகப்பட்டு அகப்பட்டுத் தப்பினார்கள். தனியாக இரவில் போனவர்கள் திருடனைப் பார்த் தோம் என்று சத்தியம் செய்தார்கள். மொட்டை மாடியில் இரவு களைக் கழித்தவர்கள் இறுக்கமான காட்சிகளை எதிர்பார்த்து வீடுகளின் ஜன்னல்கள் வழியாக எட்டிப் பார்க்கத் தொடங்கினர். கவாட்சியில் காலை வைத்துக் கண்ணாடியை உடைத்ததோடு அல் லாமல் காலையும் சுளுக்கிக் கொண்டனர். நிஜத் திருடன் அகப்பட வேயில்லை. திருடனைப் பிடிக்கும் வேகம் தணியத் தணிய வாலிபர் களுக்குத் தூக்கம் வரத் தொடங்கியது. சங்கர ராமனுக்கும்.

கண்ணனுக்குத் தூக்கம் வரவில்லை.

கட்டிலில் அவன் மட்டும் உட்கார்ந்திருப்பான். உமாவுடைய உலகத்தின் ஓசைகளையும் வாசனைகளையும் அவனால் உணர முடிந்தது. மெதுவாகக் கேட்கும் பெண்குரல்கள். மேஜை விளக்கின் அடங்கிய வெளிச்சம். புடைவைகள் உரசும் சப்தம். எலுமிச்சை ஊறுகாயின் மணம். கடைசியாக இரவின் நிசப்தத்தை உயர்த்திக் காட்டும் மின் விசிறியின் உறுமல். அனைத்தும் சேர்ந்து அவனுடைய ஆசையைக் கூர்மையாக்கின. உடலுக்கான ஆசை இல்லை என்பது அவனுக்குத் தெரிந்தது. ஆனால் எரிக்கும் ஆசை. வேடிக்கையான ஆசை.

ஒரு நாள் அவள் அவன் முன்னால் வந்தாள். அவன் எதிர் பார்க்காதபோது. சாதாரணமாக அவளுடைய பெரியம்மாதான் அவனுக்குத் தண்ணீர் கேட்டால் கொடுப்பாள்.

"எதாவது வேணுமா?"

அவ்வளவு அருகாமையில் அவளைப் பார்த்ததேயில்லை. அப் போதுதான் குளித்திருந்தாள். சந்தன சோப்பின் மணம். காது நுனிகளில் சோப்பு நுரைகளின் குண்டலங்கள் மினுங்குவதாக அவன் நினைத்தான். அரக்கு நிற வளையல்கள் கைகளை நிறைத்திருந்தன. ஈரமான பின்னல்கள் பொங்கும் மார்புகளை வரையறுத்துக்கொண்டு தவழ்ந்தன. இளமையால் பொலியும் மறுவே இல்லாத முகம். அவன் கண்களை நேராகப் பார்த்துச் சிரித்தாள்.

"ஏதாவது வேணுமான்னு கேட்டேன். மோர் கொண்டு வரட் டுமா?" குரலில் கிளர்ச்சியூட்டும் சன்னமான ஆண் தன்மை.

"ஐ'ம் ஓ.கே. தாங்க் யூ."

"இல்லை குடிங்கோ." உள்ளே சென்று மோர் கொண்டு வந்தாள்.

"இந்தாங்கோ. திருடனைத் தேடற களைப்பு ரொம்ப இருக்கும்." அவள் குரலில் ஏளனம் தொனித்ததாகத் தெரியவில்லை.

"நாளைக்குத்தான் கடைசி ராத்திரி. அகப்படுவான்னு தோணலை."

"அப்பறம் உங்களை இதை மாதிரி அடிக்கடி பாக்க முடியாது."

இதேதான்! கண்ணனுக்கு எழுந்து ஆடலாம் போல இருந்தது.

"ஓ, எஸ். பாக்கணும்னா பாக்கலாம்."

கலீரென்று சிரித்தாள். கையில் இப்போது கைக்குட்டை இல்லை.

"பாக்கலாம்."

அவள் எந்த அர்த்தத்தில் சொன்னாள் என்று தெரியவில்லை. மறுநாளும் உமா வந்தாள். இந்த முறை மோருக்குப் பதிலாகத் தண்ணீர். அவன் பேச்சை ஆரம்பிப்பான் என்று எதிர்பார்த்தாள்.

என்ன பேசுவது?

"ஏதாவது படிக்கறத்துக்கு இருக்கா?"

"கையில புஸ்தகம் இல்லாம உங்களைப் பாத்ததே இல்லை. இருக்கறதக் கொண்டு வரேன்."

திரும்பி வரும்போது கையில் ஒரு அடுக்கு புத்தகங்கள். கண்ணன் அடுக்கிலேயே பருமனான புத்தகத்தை உருவினான்.

"ஓ, ட்ரெவெல்யான் பிடிக்குமா?"

கண்ணன் புத்தகத்தின் அட்டையைப் பார்த்தான். ட்ரெவெல் யான். The Social History of England. பெயரை முதல்முறையாகக் கேள்விப்படுகிறான்.

"பிடிக்கும். ஆனா படிக்க எவ்வளவு நாள் ஆகும்னு தெரியல்லை."

"பரவாயில்லை மெதுவா திருப்பிக் கொடுங்கோ. எனக்கு இப்பொ இந்தப் புஸ்தகம் தேவை இல்லை."

அவள் கைகளைப் பிடித்துக்கொண்டு அவளுடன் பேச விரும்பினான். அவனுடைய எண்ணங்களை அவள் எப்படி ஆக்கிரமித்துக் கொண்டிருக்கிறாள் என்பதைச் சொல்ல விரும்பினான். அவனைப் பற்றி அவள் நினைக்கிறாளா என்று கேட்க நினைத்தான். ஒன்றும் செய்யவில்லை. அவள் அவனைப் பார்த்துக்கொண்டு சிறிது நேரம் நின்றாள். மயக்கிக் கொண்டு போகும் கருநீலப் புடவை. திரும்பி வீட்டினுள் மறைந்தாள்.

கண்ணன் மனதால் ஆயிரம் கடிதங்களாவது அவளுக்கு எழுதி யிருப்பான். எல்லாம் அழியாக் காவியங்கள். நிஜக் கடிதம் எழுதுவது தான் பிரச்சினையாக இருந்தது. இலக்கியத் தமிழில் கடிதம் எழுதுவது முட்டாள்தனம். பம்பாய்ப் பெண் அவள். தமிழ் எந்த அளவு புரியும் என்பது தெரியாது. புரியாதது எரிச்சலை உண்டாக்க வாய்ப்பு இருந்தது. கண்ணனுக்குத் தன்னுடைய ஆங்கிலத்தின் மேல் நம்பிக்கை இல்லை. அந்த மொழியின் வழக்குகள் அவனுக்கு இன்னும் புதிராக இருந்தன. நம்பியை நினைத்தான்.

"ஏன் இப்படி விடலைத்தனமா நடந்துக்கறே? நேரில பேசினா என்ன?"

"அது அவ்வளவு லேசில்லை. என்னை அவளுக்குப் பிடிச்சிருக்கு. ஆனா எந்த விதமாப் பிடிச்சிருக்குன்னு தெரியல்லையே?"

“அப்பறம் அவளை ஏன் தொந்தரவு பண்ணறே?” கண்ணன் முகம் வாடியதைப் பார்த்ததும் சொன்னான். “சும்மா விளையாட்டுக்குச் சொன்னேன். காதலிக்கற பசங்களுக்கு எருமைத் தோலா இருந்தாத் தான் வசதி.”

“ஒரு சின்ன கண்ணியமான லெட்டர் எழுதினாப் போறும். அவளுக்கு யோசிக்க நேரம் கிடைக்கும். அவள் பதிலைப் பாத்து அவ மனசைப் புரிஞ்சுக்கலாம்.”

“பதிலே எழுதாம இருந்தாள்னா?”

“அந்த ரிஸ்கை நான் ஏத்துக்க தயாரா இருக்கேன்.”

“அவள் சொந்தக்காராள்ட இப்படி ஒரு ரௌடி எனக்கு லெட்டர் எழுதிருக்கான்னு சொல்லலாம். அவா திருமலைச் சித்தப்பாட்ட கூட்டமா வரலாம். அல்லது ஆளை வச்சு உன்னோட எலும்பை உடைக்கலாம். என்ன வேணா நடக்கலாம்.”

“நான் எதுக்கும் தயார். ஆனா எனக்குப் பதில் கிடைக்கும்னு தெரியும்.”

“கவிதையால சொல்லு. நல்ல ஆரம்பமா இருக்கட்டும்.”

“அப்போ ஆரம்பமே ஆகாது. கவிதையா? எனக்கு உரைநடை ஒரு வார்த்தை எழுதினாலே மயக்கம் வராப்ல இருக்கு. கவிதைக்கு எங்கே போவேன்?”

“இடியட். உன்னைச் சொந்தமா எழுதச் சொல்லல்லை. மத்தவா எழுதினது எத்தனையோ இருக்கு. அதை எழுதேன்.”

“எழுதி என்னோடதுன்னு சொல்லிக்கோங்கறயா?”

“இல்லைடா மடையா. அவள் இங்கிலிஷ் லிட்டரேச்சர் படிக்கறவ. அவளுக்கு நல்ல கவிதை உன்னோடதா இருக்காதுன்னு கண்டு பிடிக்கத் தெரியாதா? என்ன சொல்லறேன்னா நல்ல கவிதை ஒண்ணை எழுதி, எழுதினவா யாருங்கிறதையும் எழுதி அவளோட மனசையோ அல்லது என்ன இழவைத் தொட நினைக்கறயோ அதைத் தொடு.”

“நீதான் தேர்ந்தெடுக்கணும்.”

பல புத்தகங்களைப் புரட்டிய பின் நம்பி கவிதை ஒன்றைத் தேர்ந்தெடுத்தான்.

“நல்ல சானட்டுடா இது. From the big Willy himself. ஷேக்ஸ்பிய ரோடது. *The Marriage of True Minds.* நிச்சயம் அவளை அசத்தப் போறே.”

“தலையும் புரியல்லை காலும் புரியல்லை.”

“அவளுக்கும் புரியாது. ஆனா இதுக்குள்ள ஒரு சங்கேதம் இருக்கு பாரு அது புரியும். உன்னோட தேர்வைப் பாத்து ஆச்சரியப்படுவா.”

கடிதம் தடமே இல்லாமல் மூழ்கிப்போனது.

நம்பி அடுத்த கடிதத்திற்கு டென்னிஸனின் "Now Sleeps the Crimson Petal" என்ற கவிதையைத் தேர்ந்தெடுத்தான். மூன்றாவது கடிதத்திற்கு ரோஸெட்டியின் "Sudden Light."

பதில் இரண்டு மாதங்கள் கழித்து வந்தது. சுருக்கமான பதில்.

"அன்புள்ள கண்ணன்,

இந்த விளையாட்டுக்கு நீங்கள் தாமஸ் போர்டின் அல்லது அவரைப் போலக் காதலைத் மூச்சு வாங்கத் துரத்தும் கவிஞர்களின் சொத்துகளிலிருந்து கடன் வாங்கும் முன் முற்றுப் புள்ளி வையுங்கள். கவிதைக் குண்டுவீச்சை உடனடியாக நிறுத்துங்கள். கல்லூரியில் புளிக்கப் புளிக்கக் கவிதை.

நீங்கள் ஏன் ஒரு சாதாரணக் கடிதம் எழுதக் கூடாது?

அன்புள்ள,
உமா

பின்குறிப்பு: என்னுடைய ட்ரெவெல்யான் எங்கே?

○

அன்புள்ள உமா,

பதிலுக்கு நன்றி. வராதென்றே நினைத்தேன். எனக்கு அதிகம் எழுத வராது. ஆனால் எழுதுவதைத் தவிர வேறு வழி தெரியவில்லை. நானே கவிதை எழுத முயன்றால் என் கழுத்தை உடனே நெரிக்க நிறையப் பேர் காத்துக் கொண்டிருக்கிறார்கள். அதனால் கடன் வாங்கி எழுதுவதே நல்லது என்ற முடிவுக்கு வந்தேன்.

நாம் ஏன் சந்திக்கக் கூடாது?

நான் உங்களோடு கடைசியாகப் பேசியது திருடனைத் தேடிய படலத்தின் போது. பேசியது அதுதான் முதல் தடவை. திருடன் மறுமுறை வரும்வரை நான் காத்திருக்கத் தயாராக இல்லை. காத்திருந்தால் மறுமுறை வராமலே போகலாம். திருடர்கள் நம்மைக் கைவிட்டுவிட்டார்கள் என்று தோன்றுகிறது.

மிக்க அன்புள்ள
கண்ணன்

பின் குறிப்பு: புத்தகத்தில் இரண்டு பக்கங்களுக்கு மேல் போக முடியவில்லை. உண்மையைச் சொல்லப் போனால் ட்ரெவெல்யான் பேரை அன்றுதான் முதல் முறையாகக் கேள்விப்பட்டேன்.

○

அன்புள்ள கண்ணன்,

திருடர்கள் வரும் வரை நாம் காத்திருக்கத் தேவையில்லை. ஆனால் நாம் சன்னதித் தெருவில் சந்திக்க முடியாது. பலர் பேசுவதற்கு விஷயம் இல்லை என்று காத்துக்கொண்டிருக்

கிறார்கள். உங்கள் நண்பர் நரசிம்மன் கூடத்தான். என்னுடைய பெரியம்மாவுக்கு ஏற்கெனவே பல பிரச்சினைகள். நான் இன்னொன்றைச் சேர்க்கத் தயாராக இல்லை.

ஹை கிரவுண்ட் பஸ் ஸ்டாண்ட். சனிக்கிழமை. பகல் மூன்று மணி.

அன்புள்ள
உமா

பின் குறிப்பு: ட்ரெவெல்யானை எனக்கும் பிடிக்காது. நான் மிகக் குறைவான மதிப்பெண்கள் வாங்கிய பாடம் ஆங்கில சமுதாய வரலாறுதான்.

❍

அவள் பாவாடை தாவணியில் வந்திருந்தாள். பூக்கள் தூவிய வெளிர் பச்சைத் தாவணி. பட்டைச் சரிகைக் கரை போட்ட கரும்பச்சைப் பாவாடை.

"ஹலோ"

"ஹலோ"

"எங்க போறது?"

"மரியா காண்டீன் போகலாமா?" கண்ணன் உடனே நாக்கைக் கடித்துக்கொண்டான். கல்லூரி வகுப்புகளுக்கு மட்டம் போட்டு விட்டு வரும் மாணவர்களின் கூடாரம் அது. இரு ஆண்கள் கல்லூரிகளுக்கு இடையே இருந்தது. பெண் வாசனையையே அறியாதது.

"அங்க வேண்டாம். காலிப் பசங்க பொண்களைப் பாத்தாலே சீட்டி அடிக்கற இடம்னா அது?"

"எங்க போறதுன்னே தெரியல்லை."

"வேடிக்கையா இல்லையா? உட்காந்து பேசறத்துக்கு இடமில்லாத ஊர் இது. அடுத்த பஸ் ஸ்டாண்ட் வரைக்கும் நடக்கலாமா?"

"நல்ல ஐடியா."

அவள் அவன் தோளுக்குச் சற்று மேலே வந்தாள். அவளுடைய வாசனை அவனைச் சுற்றி வந்தது. தன்னுடைய வேர்வை வாசனை அவளைப் பதிலுக்குச் சுற்றுமோ என்ற பயம் அவனுக்கு. அவளை ஓரக்கண்ணால் பார்த்தான். அவள் மூக்கைச் சுளிப்பதாகத் தெரியவில்லை.

"If it be love indeed, tell me how much." அவள் மெதுவாகச் சொன்னாள்.

"என்ன?"

"ஒண்ணுமில்லை. உங்களோட பிளான் என்ன? இந்தச் சனியன் பிடிச்ச ஊரிலயே காலம் தள்ளறதா உத்தேசமா?"

"ஏன் ஊருக்கு என்ன? எனக்கு வேற எங்க போக முடியும்? எனக்கு பிஸிக்ஸ் சொல்லிக் கொடுக்கறது ரொம்பப் பிடிச்சிருக்கு."

“எனக்கு இந்த ஊரே பிடிக்கல்லை. நான் இங்கேயே இருக்க முடியும்னு எனக்குத் தோணல்லை.”

கண்ணன் மௌனமாக நடந்தான். அவளுக்கு என்ன பதில் சொல்வதென்று தெரியவில்லை. அவள்தான் கடைசியில் மௌனத்தைக் கலைத்தாள்.

“எதிர்காலத்தைப் பத்தி இப்பொ என்ன பேச்சு. உங்களுக்கு மன்னாடேயைப் பிடிக்குமா?”

“மன்னாடேன்னா உயிர். ஆனா ஹிந்தில ஒரு அக்ஷரம் தெரியாது. பஸந்த் பஹார்ல ...”

பஸ் ஸ்டாண்ட் வரும் வரையில் அவர்கள் இந்தித் திரைப்படப் பாடல்களைப் பற்றியே பேசிக்கொண்டிருந்தார்கள்.

2

உமாவை மறுபடியும் சந்திக்க அவனால் முடியவில்லை. அவளைப் பார்க்க முடிந்தது. கோவிலில், அவளது வீட்டு அழிகளின் பின்னால், கடைகளில், தெருவில் கழைக் கூத்தாடிகள் வரும்போது. அவளுடன் பேசத்தான் முடியவில்லை. பெரியம்மா, அக்காமார், சினேகிதிகள் அவளை எப்போதும் புடை சூழ்ந்திருப்பதாக அவனுக்குப்பட்டது. சங்கரராமனுக்கும் சந்தேகம். கண்ணனை வீட்டருகிலேயே வர விடுவதில்லை. உமாவின் மெய்க்காப்பாளர் என்று அவருக்கு நினைப்பு. ஆனாலும் ஹைகிரவுண்ட் சந்திப்பு அவனது கனவுகளுக்கு குறைவில்லாமல் வண்ணம் பூசிக்கொண்டிருந்தது. நினைவிலும் மேகத்தில் உட்கார்ந்திருந்தான். நண்பர்களைக் குனிந்து பார்த்து தனக்குள்ளே பரிதாபப்பட்டான். அவனது நண்பர்கள் யாரையும் பிரியமானவர்கள் நிமிர்ந்துகூடப் பார்ப்பதில்லை. நண்பர்களுக்குள் ஆபாசப்பேச்சு குறைந்துவிட்டது. உமாவைப் பற்றிப் பேச அவன் விடுவதில்லை. மார்க்சீயம்கூட இப்போதெல்லாம் அவன் முன்னால் வருவதில்லை.

ட்ரெவெல்யான் ராதா மூலமாக உமாவிடம் போய்ச் சேர்ந்தார். புத்தகத்தின் உள்ளே பாகில் தோய்ந்த ஒரு கடிதம். கத்தரித்து ஒட்டப்பட்ட வார்த்தைகள். உமாவுக்குச் சிரிப்பு வந்தது. “ராதா உன்னோட அண்ணாட்ட சொல்லு. இரவல் வாங்கி எழுதற ஸ்டேஜ் தாண்டியாச்சுன்னு.”

“எனக்குத் தூது போறதில பரிச்சயம் இல்லை. நீ சொன்னதை அப்படியே சொன்னா வருத்தப்படுவான். எனக்கும் நேர சொல்லத் தெரியாது. இப்பல்லாம் அவன் சிம்மாசனத்தில உக்காந்திண்டு இருக்கான். கீழ இறக்க கஷ்டமா இருக்கு.”

“நானே எழுதித் தரேன்.”

அன்புள்ள கண்ணன்,

எழுத்து ஒரு வேடிக்கைக் கண்ணாடி. அது உன்னைச் சில சமயங்களில் உயரமாகக் காட்டும்; சில சமயங்களில்

குள்ளமாகக் காட்டும். ஒரு நாளும் உண்மையைச் சொல் லாது. நான் உன்னை உன்னுடைய எழுத்துக்காக விரும்ப வில்லை. அது முழுவதும் உனக்கே சொந்தமானதும் இல்லை. உன் பக்கத்தில் இருந்து உன்னை உணர விரும்புகிறேன். கடிதம் மூலம் பேச விரும்ப வில்லை. நான் உரக்கப் பேசினாலே காது கேட்கும் அளவுக்கு நீ பக்கத்தில் இருக்கும்போது உன்னோடு நேரில் பேச முடியாதது எனக்கு எரிச்சலைத் தருகிறது. சென்ட்ரல் டாக்கீஸில் சாயங்காலக் காட்சிக்கு இரண்டு டிக்கட்டுகள் வாங்க ஏற்பாடு செய்திருக்கிறேன். பார்க்க முடியாத படம் ஒன்று திரையிடப்படும்போது. நாம் சீக்கிரம் பார்க்கலாம் என்று நினைக்கிறேன். பார்க்கக் கூடிய படங்கள் அங்கு அதிகம் வருவது இல்லை.

அன்புள்ள
உமா

பார்க்கக்கூடிய படம்தான். பழைய படம். ஜெமினி கணேசன் வைஜயந்திமாலா நடித்தது. உடை வித விதமாக அணிந்தாலும் கணேசனுடைய பிராமணக்களை அப்படியே இருந்தது. வைஜயந்தி மாலா அவனுக்குப் பேரழகியாகத் தெரிந்தார்.

அந்தப் படத்தை அவன் வேதா பாட்டியுடன் நாங்குனேரியில் டூரிங் கொட்டகையில் பார்த்திருக்கிறான். ஒவ்வொரு ரீலுக்கும் இடைவேளை. தரையில் விரவி இருந்த மண் சுடும். கையைக் கீழே வைக்க முடியாது. வைத்தால் வெற்றிலை எச்சிலோ அதை விட மோசமானதோ கையில் ஒட்டிக்கொள்ளும் என்ற பயம். வெட வெடக்க வைக்கும் காஷ்மீர் அன்று வெகு தொலைவில் இருந்தது.

காஷ்மீர் இப்போது தொலைவாகத் தெரியவில்லை. காற்றுப் பதனம் செய்யப்பட்ட தடுப்பு. நான்கு பேர் உட்காரலாம். அவர்கள் இருவர்தான் இருந்தார்கள். தனியிடம் தேடும் ஜோடிகள்தான் தலைக்கு ஐந்து ரூபாய் கொடுத்துக் கருப்பு வெள்ளைப் படம் பார்க்க வருவார்கள். திருநெல்வேலியில் அப்படி இடம் தேடும் ஜோடிகள் சென்ட்ரல் டாக்கீஸுக்கு அதே நாளில் வரும் சாத்தியக் கூறு குறைவு என்பது உமாவுக்குத் தெரியும். இருந்தாலும் காலி இடங் களைப் பார்க்க அவளுக்கு நிம்மதியாக இருந்தது.

அவள் கருப்பு ரவிக்கையும் மஞ்சள் புடவையும் அணிந்திருந்தாள். கண்ணனுடைய கை படர்ந்து உள்ளாடையின் மிருதுவான பரப்புக்கு வந்தது. கை மேலே செல்ல அவள் விடவில்லை. கழுத்தோடு அணைத்துக்கொண்டான். இதுவரை உணராத வாசனை.

“கைய எடு. ஜெமினியும் வைஜயந்திமாலாவும் பாக்கும்போது இது வேண்டாம்.”

“அவா அவாளோட வேலையப் பாத்திண்டிருக்கா.”

“எனக்கு இப்போ பிடிக்கல்லை. அப்பறம் பாத்துக்கலாம்.”

“கல்யாணத்துக்கு நாம அவசரப்படணும்னு எனக்குத் தோணல்லை.”

"எனக்கும்தான். இந்த இடத்த விட்டு சீக்கரம் கிளம்ப வழியப் பாரு. இந்த டாக்கீஸைச் சொல்லல்லை. இந்த ஊரை விட்டு. ஒரு வழி ஐஏஎஸ் பரீக்ஷை எழுதறது. நீ ஏன் எழுதமாட்டேங்கறே?"

"பரீக்ஷைன்னாலே எனக்கு எரிச்சல் உமா. இது எல்லா பரீக்ஷையும் சாப்படற பரீக்ஷை."

"எனக்காக எழுதப் படாதா?"

கண்ணன் பதில் சொல்லவில்லை. அவள் காது மடலை நெருடினான்.

உமாவை எதிர்பாராத விதமாகச் சந்திக்க அவனுக்கு இன்னொரு வாய்ப்பு கிடைத்தது. அவள் ராதாவைப் பார்க்க வந்தபோது விளக்குகள் திடீரென்று அணைந்தன. ராதா படிகளில் ஏறி முதல் மாடிக்குப் போனாள். இவர்கள் படிகளில் நின்றுகொண்டனர்.

"உமா, ஒரு நல்ல சேதி."

"என்ன? வேற வேலை கிடைச்சிடுத்தா?"

"இல்லை. நான் பெர்மனன்ட் ஆயிட்டேன்."

"அப்படின்னா?"

"நான் இப்போ பாக்கற வேலைல. யானைய வச்சு இழுத்தாலும் என்னை இந்த வேலைலேருந்து அசைக்க முடியாது."

உமாவிற்குப் பரிதாபமாக இருந்தது. அவன் கேட்க விரும்பாத வார்த்தையை அவள் கூற விரும்பவில்லை. விளக்குகள் அணைந்தே இருந்தன. உமா நாக்கு நுனியால் அவன் மூக்கைத் தொட்டாள்.

3

உமா வளர்ந்தது பம்பாயில். அவளுக்குப் பிடிக்காத நகரம். ஒவ்வொரு விடுமுறைக்கும் திருநெல்வேலி வருவாள். அப்போதெல்லாம் பெரியப்பா வீடு சொர்க்கம். வாசலுக்கும் கொல்லைக்கும் ஓடிக் கொண்டிருப்பாள். பம்பாய் குடியிருப்பு பெரியப்பா வீட்டு ரேழியை விடச் சிறியது. சுவர்களுக்கும் சுண்ணாம்புக்கும் பேச்சு வார்த்தை கிடையாது. அவளுடைய அப்பாவிற்கு ஜுஹுவில் ஒரு பெரிய வீடு இருந்தது. ஆனால் இருக்கும் குடியிருப்புக்கு மாதம் ஐந்தே ரூபாய் வாடகை என்பதால் அவர் அதைக் காலி செய்யத் தயாராக இல்லை. ஜுஹு வீட்டில் உமாவின் அக்காவும் அவளுடைய கணவரும் குழந்தைகளும் இருந்தார்கள். மாப்பிள்ளை வேலை பார்க்கும் நிறுவனம் மாமானாருக்கு வாடகை கொடுத்துக் கொண்டிருந்தது. நல்ல வாடகை. உமாவுக்கு அக்காவும் அத்திம்பேரும் அந்த வீட்டைக் காலி செய்வார்கள் என்று தோன்றவில்லை. அக்கா கூட இருக்க ஆசைதான். ஆனால் அத்திம்பேர் அக்கா இல்லாத நேரத்தில் தன்னுடைய மார்புகளையே முறைத்துப் பார்த்துக் கொண்டிருப்பதாக அவளுக்குத் தோன்றியது.

உமாவின் குடியிருப்புக்கு அருகே மின்ரயில் தடம். ரயில் செல்லும் போதெல்லாம் வீட்டிற்கு மலேரியா காய்ச்சல். ஆடிப் பழக்கப்பட்டு விட்டதாலோ என்னவோ ரயில் செல்லாத போதும் உமா அப்பாவின் தலை ஆடிக்கொண்டிருக்கும். மண்டையாட்டி மணி ஐயர் என்றால் அனேகமாக எல்லா மாதுங்கா தமிழருக்கும் தெரியும்.

ரயிலுக்கு வாரத்துக்கு ஒரு ஆள் நேர்த்திக் கடன். அடித்து உடலைச் சிதைத்து மாமிசத் துண்டுகளை குடியிருப்புகளையும் தடத்தையும் பிரிக்கும் சுவர் மீது அறைந்துவிட்டு ரயில் செல்லும். ஆள் அடிபட்டது தெரிந்ததும் குடியிருப்பு மாமிகளும் குழந்தைகளும் மேல் தளத்தில் ஏறிப்பிணத்தின் அலங்கோலத்தைப் பார்ப்பார்கள். ஒரு பிணத்தையாவது ரயில் ஒழுங்காக அடித்து அவர்கள் பார்த்ததில்லை.

பள்ளிப் படிப்பு முடிந்ததுமே உமா கல்லூரிப் படிப்புக்குத் திருநெல்வேலி செல்ல ஆசைப்பட்டாள். மணி ஐயர் வேண்டாம் என்று மேலுக்குச் சொன்னாலும் மகளைத் தடுக்கவில்லை. உமாவின் அண்ணனுக்குப் புதிதாகக் கல்யாணம் ஆகி இருந்தது. குடியிருப்பின் தடுப்புச் சுவர்கள் அட்டை போல மெல்லியவை. பையனின் அறையிலிருந்து வரும் போக சப்தங்கள் மகளின் மனதை அலை பாயச் செய்யும் என்ற கவலை ஐயருக்கு.

திருநெல்வேலி வீட்டில் பெண்களின் ராஜியம். மணி ஐயரின் அண்ணா ராமசாமி ஒரு கோபக்கார வக்கீல். ஒரு நாள் செஷன்ஸ் நீதிமன்றத்தில் வழக்கு ஒன்றை விவாதித்துக்கொண்டிருந்தபோது மனநிலை பிறழ்ந்துவிட்டது. பெரிய சட்டப் புத்தகத்தை தூக்கி கோர்ட்டு குமாஸ்தா மீது வீசி எறிந்தார். புத்தகம் குறி தவறிப் பக்கத்தில் இருந்த இன்னொரு வக்கீலின் மேல் விழுந்து அவரது கண்ணாடியைச் சிதற அடித்தது. ராமசாமிக்குக் கை சுளுக்கிக் கொண்டது. சுளுக்கு ஒரு வாரத்தில் சரியாகிவிட்டது. ஆனால் திரும்ப அவர் கோர்ட்டுக்கு வரவில்லை. மனநோய் மருத்துவமனைக்குச் செல்ல நேரிட்டது.

ராமசாமியின் மனைவி நல்ல தைரியசாலி. இரண்டு பெண்களு டன் உமா மூன்றாவதாக இருக்க அவள் தடை சொல்லவில்லை. ராமசாமி மருத்துவமனைக்குச் செல்வதும் வருவதுமாக இருந்ததால் அவர் செல்வதே சன்னதித் தெரு வாசிகளுக்குத் தெரியவில்லை. அவர் தெருவின் ஒரு கோடியிலிருந்து மறுகோடிவரை குறுக்கும் நெடுக்கு மாக நடப்பார். நடக்கும்போதே காற்றில் கைகளை வீசி வீசிச் சட்ட நுணுக்கங்களை ஆகாயத்தில் அமர்ந்திருக்கும் நீதிபதிக்குப் புரியச் செய்வார். அவருக்குப் புரிந்து விட்டது என்பது தெரிந்ததும் கைகளைக் கட்டிக்கொண்டு சிரித்துக் கொள்வார். எல்லா வீடுகளுக்குள்ளும் நுழைய அவருக்கு அனுமதி உண்டு. எல்லா வீடுகளிலும் காப்பியும் சிற்றுண்டி ஏதாவதும் கிடைக்கும். அவருக்கு மறுக்கத் தெரியாது. வீட்டிற்கு வந்து வலியால் வயிற்றைப் பிடித்துக் கொண்டு துடிப்பார். சமயங்களில் கோர்ட்டு நாடகத்தை துணியில்லாமல் நடத்த முயல்வார். மாமி அவரை வெளியே போக விடமாட்டாள். மீறி வந்தாலும் தெருவில் முதலில் பார்ப்பவர்கள் தாங்களே வேட்டி கொண்டு

புலிநகக் கொன்றை ◆ 225

வந்து அவருக்குக் கட்டி விடுவார்கள். குழந்தைகள்கூட அவரைக் கேலி செய்யமாட்டார்கள். அவரது வாயிலிருந்து மழை போலப் பொழியும் ஆங்கிலத்தைக் கேட்டு அவர்களுக்கு ஆச்சரியம். அவர் இல்லாத சமயத்தில் அவரைப் போலப் பேசிப் பார்ப்பார்கள். மற்றத் தெரு குழந்தைகளிடமிருந்தும் அவரைப் பாதுகாப்பது அவர்கள் தான்.

திருமலை வீட்டிற்கு அவர் தினசரி வருவார். தனது பழைய வக்கீல் நண்பரிடமிருந்து மூக்குப் பொடி கடன் வாங்குவதற்காக. வலது கை ஆட்காட்டி விரல் நுனியால் கட்டை விரலை அழுத்திக் கொண்டு திருமலை முன் நிற்பார். திருமலை தன்னுடைய வெள்ளி பொடி டப்பியைத் திறந்து அவர் முன் நீட்டுவான். பொடியை மூக்கில் ஏற்றிக் கொண்டு கண்கள் செருகச்சிறிது நேரம் நிற்பார். "தாங்க் யூ திருமலை, தாங்க் யூ, தாங்க் யூ, தாங்க் யூ" என்று சொல்லிக்கொண்டே தனது வாதத்தை ஆகாச நீதிபதி முன் வைக்க விரைந்து செல்வார். திருமலை பொடி போடுவதை நிறுத்திய பின்பும் நாட்கள் ஆகியும் நண்பருக்காகப் பொடி வாங்குவதை நிறுத்தவில்லை.

கண்ணன் தனது நண்பனுடன் திண்ணையில் சதுரங்கம் விளை யாடிக்கொண்டிருக்கும் நேரங்களில் அருகே நின்றுகொண்டு ஆட்டத்தைக் கூர்ந்து கவனித்துக்கொண்டிருப்பார். சில சமயங்களில் "மே ஐ, சைல்ட்?" என்று சொல்லிக்கொண்டு அவரே ஆடத் தொடங்கி விடுவார். ஆடிய ஆட்டங்களில் எல்லாம் அவருக்குத்தான் வெற்றி. வெற்றிப் புன்முறுவலோடு கண்ணனின் தோளைத் தட்டிக் கொடுப்பார். பிறகு வானத்தோடு சதுரங்க விளையாட்டு.

உமாவிற்கு சீக்கிரமே திருநெல்வேலி அலுத்துவிட்டது. அவளது பெரியம்மாவும் அக்காமார்களும் மிகவும் நல்லவர்கள். ஆனால் தெருக்காரர்கள் எல்லா விஷயங்களிலும் தலையிடுவது அவளுக்குப் பிடிக்கவில்லை. சங்கரராமனை சுத்தமாகப் பிடிக்கவில்லை. அவர் இருந்தாலும் இல்லாவிட்டாலும் அவரது வியர்வை நாற்றத்தின் தடம் வீட்டை விட்டுப் போகாதது அவளுக்குப் பிடிக்கவில்லை. தினமொட்டு நிருபர் சங்கரராமன் சிருங்கேரி மடத்துச் சிஷ்யர். அவருக்குச் சுத்தமான ஒரு வடமாள் பெண் ஐயங்கார் ஒருவன் பின்னால் சுற்றுவது பிடிக்கவில்லை. "வடமன் முத்தி வைஷ்ணவன்னு அவா சொல்லிண்டாலும் நம்மை விட மாத்து நிச்சயமா குறைதான். பத்துகூட பாக்க மாட்டா. புளியோதரையை சாப்டுட்டு தூண்ல தொடைக்கற கூட்டம்னா அது? ஐயர் பொண்ணு அவாள்ட ஆம்படலாமோ?" என்று ராமசாமியின் மனைவியிடம் சொல்லிப் பார்த்தார். மாமி சிரித்துக்கொண்டே "அவ பம்பாய்க்காரி. விட்டுத் தான் பிடிக்கணும். ஆனா ஆத்தை விட்டு வெளில போகறதே இல்லையே. எங்க பாக்கறா எங்க பேசறா?" என்றாள். சங்கரராமன் போனதும் தன்னுடைய பெண்ணிடம் "அவர் சொல்றது உண்மை யாடி? அப்படியே இருந்தாலும் பையன் ராஜாவா இருக்கான். ஐயங்காரா இருந்தா என்ன? ஐயர்ல இவரை மாதிரி ஒரு கத்தாழை

நாத்தத்தை உமாவும் கட்டி அழணமா? உங்க அப்பா இருக்கற சீருக்கு இவளுக்கு லேசில ஆம்படையான் கிடைப்பானா? அவ அப்பா வரப் போறார். அவரே முடிவு பண்ணட்டும்."

மணி ஐயருக்கு உமா கண்ணன் விவகாரம் காதில் விழுந்தாலும் அதிகம் கவலைப்படவில்லை. ஆனால் சங்கரராமன் விடாமல் கடிதம் எழுதிக்கொண்டிருந்ததால் திருநெல்வேலி போய்த்தான் பார்ப்போமே என்று புறப்பட்டார். அவருடைய கனவுகளில் ஒரு ஐஏஎஸ் பொம்மை பட்டுக் கயிறுகளில் தொங்கிக்கொண்டு உமா உமா என்று அடிக்கடி புலம்பும். கண்ணன் புத்திசாலி, நன்றாகப் படிக்கக்கூடியவன், ஐஏஎஸ் தேர்வு எழுதப் போகிறான் என்பது அவருக்குத் தெரிய வந்ததும் கனவு பலிக்கப் போவதாக மனதுக்குள் உற்சாகம். ஆற்றங்கரைப் பிள்ளையாருக்கு வீட்டில் யாருக்கும் தெரியாமல் பதினெட்டு தேங்காய்கள் உடைத்தார். உமாவிடம் கடுமையாகப் பேசவில்லை. ஆனால் அவள் திருநெல்வேலி வந்தது படிக்க, மாப்பிள்ளை தேட இல்லை என்று மெதுவாகச் சொல்லிப் பார்த்தார்.

உமா அப்பாவுக்குப் பயப்படாதவள்.

"இதுதான் பிரச்சினை இந்தத் தெருல. நான் ஒரு ஆம்பிள்ளைட்ட பேசினா போறும் எல்லாரும் அதைப் பத்தியே விடிய விடிய பேசுவா. மாப்பிள்ளையா? யாரைச் சொல்றேள்? தேடினாத்தான் என்ன? உங்க சிரமம் குறையுமில்லையா?"

"அந்த ஐயங்கார் பையனைப் பத்தி கேள்விப்பட்டேன்."

"கண்ணனா? அவன் என்னோட சினேகிதன். அவனை எனக்குப் பிடிக்கும். அதனால அவனோட ஓடிப் போப்போறேன்னு அர்த்தம் இல்லை. உங்களுக்கு இதெல்லாம் பக்கத்து போர்ஷன் பாண்ட் தான் சொல்லிருக்கணும். இதை கேக்கறத்துக்கா பம்பாய்லேர்ந்து வந்திருக்கேள்?"

"உன்னை பாக்க வரப்படாதா குழந்தே? இன்னொண்ணும் சொல்லிக்கறா. பையன் கம்யூனிஸ்டுகளோட சுத்தறானாமே? பாலாவோட அடிக்கடி பாக்கறதாச் சொல்றா. பாலா எனக்கு க்ளாஸ் மேட். அப்பவே அவன் பெரிய கம்யூனிஸ்ட். அவனுக்கும் குரு மதுரகவின்னு ஒரு பையன் இருந்தான். உன்னோட கண்ணனுக்குத் தூரத்து உறவா இருக்கணும். சீக்கரம் செத்துப்போயிட்டான்."

"என்ன சொல்ல வறேள்?"

"கம்யூனிஸ்ட் சகவாசம் ஆபத்தில்லையா? எங்க ஆபிசில சிகப்புன்னு சொன்னாலே சீட்டைக் கிழிச்சிடுவான்."

"அப்பா இது உங்களுக்கே நன்னா இருக்கா? அந்த ஜேம்ஸ் பாண்ட் சொல்றது எல்லாத்தையும் நம்புவேள். என்னை நம்ப மாட்டேள். அவருக்குக் குப்பைச் செய்தி சேத்து சேத்து பாக்கறதெல்லாம் குப்பையாவே தெரியறது. நான் உங்ககிட்ட சொல்லாம எதுவும் செய்யமாட்டேன். போறுமா?"

மணி ஐயர் மண்டையைக் கொஞ்சம் வேகமாக ஆட்டினார்.

ராதாவைப் பார்த்தபோது அவளிடம் உமா கேட்டாள். "கண்ணனுக்கு சிநேகிதாள் சரியில்லையாமே?"

"நீ யாரைச் சொல்றாய்? அவன் சின்ன வயசிலேருந்தே விசித்திர மானவாளோடு குலாவிண்டிருக்கான்னு அம்மா சொல்லுவா."

"கம்யூனிஸ்டுகளோட இப்போ சாவாசம் ஜாஸ்திங்கறாளே?"

"அதைச் சொல்றயா? இந்தப் பைத்தியம் மெட்ராஸ் போனப்பறம் பிடிச்சிண்டு இருக்கு. அதுக்கு முன்னால திமுக பைத்தியம். அதுக்கும் முன்னால எம்ஜியார் பைத்தியம். போன வாரம்கூட எக்ஸ்பிரஸ்ல வந்த ஒரு ஆர்டிகில படின்னு குடுத்தான். Beyond the Bamboo Curtain னு நினைக்கறேன். இங்க இருக்கற துணிக் கர்டனுக்குப் பின்னால என்ன இருக்குன்னு நம்மால பாக்க முடியல்லை, அங்க மூங்கில் கர்டனுக்குப் பின்னால என்ன இருக்குன்னு ஏன் பாக்கப் போணும்னு கேட்டேன். ரொம்பக் கோபம் அவனுக்கு. நேத்திக்கு வரைக்கும் எங்கூட சரியாவே பேசல்லை."

"இந்த நக்ஸலைட்டோட . . ."

"சே, சே. அதல்லாம் ஒண்ணும் இல்லை. எல்லா நதிகள்ளையும் குளிச்சுப் பாக்கணும்னு அவனுக்கு ஆசை. ஆழம் அதிகம்னா அவனே ரொம்ப தூரம் போமாட்டான். உயிர் நம்ம மாதிரியே அவனுக்கும் வெல்லம். நம்பி அண்ணாவைத் தெரியும்ல்யோ? அவரைச் சொல்லு, நல்ல கம்யூனிஸ்ட். பாலா மாமா கட்சிக்காகவே இருக்கறவர். முத்துன்னு காலேஜில இவனோட வேலை பாக்கற ஒருத்தர் டவுண்ல இருக்கார். அவரும் மாவோ சீனான்னு சொல் லிண்டு அலையறவர்தான். இவாளோட கண்ணன் சேந்து சுத்தறது னால அவனும் கம்யூனிஸ்ட் ஆயிடுவான்னு நினைக்காதே. சரியான சமயத்தில வெளில வந்துடுவான். உன் தூக்கத்த இதனால கெடுத்துக்காதே."

பதினொன்று

1

ரயில் நிலையத்தில் ஆட்களையே காணோம் – வடை விற்கும் ஒருவரைத் தவிர. கண்ணன் பக்கத்து பெஞ்சில் அமர்ந்திருந்தான். உமாவின் வண்டி வர இன்னும் பல நிமிடங்கள் இருந்தன. பம்பாய்க்கு விடுமுறையைக் கழிக்கப் போகிறாள். அவனைக் கோவில்பட்டி ரயில் நிலையத்தில் சந்திக்கச் சொல்லியிருந்தாள். மதுரை வரை சேர்ந்து செல்லலாம் என்ற திட்டம். இறந்த பல்லியை எறும்புகள் மொய்ப்பதுபோல இன்னும் சிறிது நேரத்தில் மனிதர்கள் ரயிலை மொய்ப்பார்கள். வேலையில் இப்போது சிதறி இருக்கிறார்கள். அதிகம் வேலையில்லாதவர்கள் நானும் இந்த வடை விற்கிறவரும்தான்.

“வடை, சூடான உளுந்த வடை. மசால் வடை. சார், வடை சாப்படறேங்களா”

“வயிறு ரொம்பியிருக்குங்க. கல்யாணச் சாப்பாடு. வியாபாரம் எப்படி இருக்கு?”

“என்ன சார் கேலி பண்ணறேங்க. இங்க உங்களையும் என்னையும் தவிர யாரும் இல்லை. உங்க வயிறு ரொம்பியிருக்கு. ரயில்ல வாரவங்க மணியாச்சில டிபன் எடுத்துக்கிட்டுத்தான் வருவாங்க. நீங்க இந்த ஊரு இல்லைல்ல? கோவில்பட்டி ஆளுங்க கஞ்சப்பிசினாரிங்க. அவங்க வடை வாசனைய இளுப்பாங்களே தவிர வாங்கமாட்டாங்க. நீங்க வாங்குங்களேன். வீட்டுக்கு எடுத்திட்டு போலாமில்ல?”

“நான் வீட்டுக்குப் போகலைங்க. மதுரைக்குப் போறேன். உங்களுக்குப் பெரிய குடும்பமோ?”

“குடும்பம் சின்னதுதாங்க. நா, பொஞ்சாதி, ஒரு பொட்டைப் பிள்ளை. ஆனா வடை வித்து சீவனம் நடத்தது கஷ்டமுங்க.”

“நீங்க எந்தக் கட்சி?”

கண்ணனுக்கு உழைக்கும் மக்களின் அருகே சென்று அவர்களின் குறைகளைக் கேட்டு அவர்களோடு ஒன்றாக உணர வேண்டும் என்ற ஆசை. இவர் உழைக்கும் வர்க்கத்தில் வருவாரா அல்லது லும்பன் ரகமா? மார்க்ஸ் ரயில் நிலையத்தில் வடை சாப்பிட்டிருக்க வாய்ப்பு இல்லை.

வடை விற்பவருக்கு ‘வாயை பொத்திகிட்டு போடா பாப்பாரப் பயலே’ என்று சொல்ல ஆசை. ஆனால் கண்ணனின் கேள்வி கெட்ட வார்த்தைகளில் திட்டுவதற்கு வேறு விதமான வாய்ப்பை அளித்தது.

“அந்த வல்லார ஓளிகளைப் பத்தி ஏன் கேக்கறீங்க? எல்லாரும் திருடனுங்க. மேக வெட்டைச் சாமானுங்க. இரண்டணா தேவிடியா கூட பக்கத்தில வர யோசிப்பா.”

“எல்லாரையுமா மோசங்கங்றீங்க. ஏழைகளப் பத்தி நினைக்கற சில நல்ல கட்சிகளும் இருக்கு இல்லையா. கம்யூனிஸ்ட் கட்சிய எடுத்துக்கங்க.”

“கம்யூனிஸ்டா? உள்ளத்திலயே அழுகி வீச்சம் அடிக்கற பயலுங்க அவங்கதான். உங்களுக்கு விவரம் பத்தாது. நான் மில்லுல என் சோலியப் பாத்துகிட்டு இருந்தேன். இந்தக் கண்டார ஓளிங்க வந்து சத்தம் போட்டானுங்க. முதலாளிமார்கள அந்த மயித்த பிடுங்கி ருவோம் இந்த மயித்த பிடுங்கிருவோம்னு சொல்லி பயமுறுத்தினாங்க. அவங்க கதவை இளுத்து மூடிட்டு மெட்ராஸை பாக்க ஓடிட்டாங்க. நாங்க கொஞ்ச நாளு இவனுக சொல்லறதக் கேட்டுகிட்டு மில்லே எங்க கைக்கு வரப் போவுதுன்னு கனா கண்டுகிட்டு இருந்தோம். குண்டிப்பீ கரசலாப் போக ஆரம்பிச்சதுக்கு அப்பறம்தான் தெரிஞ்சுது இவங்கள நம்பினா சாப்படற சோறும் தண்ணியும்கூட மாய மாயிரும்னு. அப்பறம்தான் வடை விக்க வந்தேன். என்னைப் பாத்தா பரம்பரையா வடை விக்கறவன் மாதிரியா தெரியுது?”

ரயில் நிலையத்தில் களை கட்டிவிட்டது. இருப்புப்பாதையை ஒட்டி மனிதர்கள் வரிசையாக நிற்க ஆரம்பித்துவிட்டார்கள். “அவுட்டர்ல நிக்கான். நேரத்துக்கு முந்தியே இன்னிக்கு வந்திட்டான்” என்று ஒருவர் சொல்லிக்கொண்டு போனது கண்ணனுக்குக் கேட்டது. வடை விற்பவரிடமிருந்து விடுதலை கிடைப்பதில் சந்தோஷம். அவர் உள்ளே எரியும் கம்யூனிஸ விரோதத் தீயை அணைக்க அவனுக்கு நேரமில்லை. நம்பி என்ன செய்திருப்பான்? அசட்டுக் கேள்விகளை கேட்டிருக்கவே மாட்டான். “ஒரு எட்டு வடை கொடுங்க.” கண்ணன் இரண்டு ரூபாய் நோட்டை நீட்டினான்.

உமாவைக் கண்டுபிடிப்பது கடினமாக இல்லை. அவள் பெட்டியின் கதவருகிலேயே நின்றுகொண்டிருந்தாள். அவள் போட்டிருந்த குதிரை வால் கொண்டை பரந்த முதுகில் தாளம் போட அவள் அவனைப் பார்த்து வேகமாகக் கையை அசைத்தாள்.

“கண்ணா, இங்க இருக்கேன். நீ வர மாட்டயோன்னு நினைச்சேன். எவ்வளவு குஷியா இருக்கு தெரியுமா?”

“எப்படி வராம இருப்பேன். உன்னோட தனியா இருக்கறத்துக்கு முழுசா ரெண்டு மணி நேரம் கிடைக்கறதே.”

உமா ரோஜா நிறப்புடவை அணிந்திருந்தாள். அதே நிற ரவிக்கை. வியர்வையின் இரு கருவளையங்கள் அவள் உள்ளாடையை

விளிம்பிட்டுக் காட்டின. வெள்ளைக்காரனாக இருந்தால் இங்கேயே கட்டி அணைத்துக்கொள்ளலாம். அவள் அவன் கையைப் பிடித்து இழுத்துக்கொண்டு அவளுடைய இருக்கைக்கு அழைத்துச் சென்றாள்.

"என்னோட சினேகிதர்," எதிரே உட்கார்ந்திருந்த ஒரு வயதான தம்பதிகளுக்குக் கண்ணனை அறிமுகம் செய்தாள். அவர்கள் தலையை அசைத்தனர். தமிழ்ப் பெண் ஒருத்தி அன்னியர்களுக்குத் தனது ஆண் நண்பரை அறிமுகம் செய்வது அடிக்கடி நடக்காதது. அவர் களுக்கு என்ன பேசுவது என்று தெரியவில்லை. கண்ணன் நெளிந்தான்.

"கேக்கறதுக்கு முன்னாலயே சொன்னா அவாளுக்கு என்ன திரும்பக் கேக்கணும்னு தெரியாது பாரு. ரயில் ஸ்பீடு எடுக்கட்டும். கதவு பக்கமா நின்னுக்கலாம்" கண்ணன் காதில் உமா சொன்னாள்.

ரயிலின் வேகம் வெளி வறட்சியைக் குறைத்துக் காட்டுவதாகத் தெரியவில்லை. நறுங்கிப் போன, உயிரை விடக் காத்துக்கொண்டிருக் கும் மரங்கள் பின்வாங்கிச் சிறுத்தன. குழந்தைகள் சிரஞ்சீவிகள். எங்கும் உயிரின் அடையாளங்கள் அவர்கள்தான். மூக்கு ஒழுக இருப்புப் பாதையின் மிக அருகே நின்றுகொண்டு கைகளை அசைத்தனர். உமாவும் கையசைத்தாள்.

"கல்யாணம் எப்படி நடந்தது?"

"ரொம்ப நன்னா நடந்தது. கோவில்பட்டில இவ்வளவு நன்னா சமைக்கக்கூடியவா இருக்கறது ஆச்சரியமா இருக்கு. ஒரு பிடி பிடிச்சேன். உனக்கு ஸ்டேஷன்ல வடை வாங்கினேன். ஸ்பெஷல் வடை."

"வடை இருக்கட்டும். உன்னோட ப்ரெண்ட் என்ன செய்யப் போறார்? அகாடமிக்கு எப்ப போப்போறார்? பொண்டாட்டியை இங்கதான் விட்டுட்டுப் போப்போறாரா?"

கண்ணனுக்கு இந்தக் கேள்விகள் வரும் என்று தெரியும்.

"ஜூலைல போவன்னு நினைக்கறேன். வைப் என்ன செய்யப் போறாங்கறதை நான் கேக்கல்லை. உங்களை மாதிரி துருவித் துருவிக் கேக்க ஆம்பிள்ளைகளுக்கு வராது." உமா ஏன் கேட்கிறாள் என்பதும் அவனுக்குத் தெரியும்.

"போலீஸ் சர்வீஸா? ரெவின்யூ சர்வீஸா?"

"போலீஸ் சர்வீஸ். உமா நாம இங்க சுப்பிரமணியனோட பிரகாச மான எதிர்காலத்தைப் பத்திப் பேசறத்துக்கு சந்திக்கல்லை. நம்மைப் பத்திப் பேசுவோம்." சொன்னதும் நாக்கைக் கடித்துக் கொண்டான்.

"சரி. நானும் அதைப் பத்தித்தான் பேசணும்னு நினனக்கறேன். நீ எப்போ பரீக்ஷை எழுதப்போறே? படிக்கறதாகவே தெரியல்லையே."

"படிக்கறேன். உமா."

“பொய் சொல்லாதே, கண்ணா. நூறு தரம் உங்கிட்ட சொல்லி யாச்சு. மறுபடியும் சொல்லறேன். நான் திருநெல்வேலில உங்கூட குடித்தனம் நடத்தறதுங்கறது முடியாத காரியம். காய்கறி வாங்கப் போறச்சகூட இதுதான் அந்த ஐயங்கார் பையனை பண்ணிண்டு இருக்கற பொண்ணுன்னு சொல்லுவா. அவாவா வேலையப் பாத் துண்டு போகாத ஊர் இது. பம்பாய்லேர்ந்து ஏன் வந்தேன்னு இருக்கு. உன்னைப் பாத்ததுதான் இங்க என் மனசுக்குப் பிடிச்சதா நடந்த ஒண்ணே ஒண்ணு.”

“தாங்க் யூ, தாங்க் யூ.”

“தேங்க்ஸல்லாம் அப்பறம் இருக்கட்டும். நீ படிக்கறதே இல் லைன்னு எனக்குத் தெரியாதுன்னு நினைச்சிண்டு இருக்கயா? ராதா சொல்றா நீ மகாச் சோம்பேறின்னு. வடம் கட்டி இழுத்தாலும் நகரமாட்டயாம். இந்த காலேஜ் வேலை உன்னை இன்னும் சோம்பேறி ஆக்கிடுத்துன்னு சொல்றா.”

“ராதா எல்லாத்துக்கும் திட்டம் போடறவ, உமா. ஒவ்வொரு அடியும் அவ அளந்துதான் எடுப்பா. அவ நினைச்சத சாதிக்கறதுக்கு புத்தியும் இருக்கு. பிடிவாதமும் இருக்கு. நான் அவளை மாதிரி கிடையாது. வாழ்க்கை எங்க கூட்டிண்டு போறதோ அங்க அலட்டிக் காமப் போறவன். அவளும் நானும் ஒண்ணாயிட முடியாது. மனிதர்கள் பல ரகம், உமா”

“கோபப்படாதே, கண்ணா. எனக்கு நீ லெக்சரரா இருக்கறது பிடிக்கல்லைன்னு நினைச்சுக்காதே. ப்ராக்டிகலா பாத்தா பிரச்சினை நிறைய இருக்குன்னுதான்...”

“உமா, இந்த பேச்சை நிறுத்துவமா? சந்தோஷமா பேச வேற எவ்வளவு இருக்கு.”

பேசுவதற்கு வேறு இல்லை என்று அவர்களுக்குத் தெரியும். இருவரும் கைகளை இணைத்துக்கொண்டு சில நிமிடங்கள் மௌன மாக நின்றனர்.

2

மதுரைக்குத் தூக்கம் வராத வியாதி. பரோட்டாவையும் இட்லியையும் காய்ச்சின பசும்பாலையும் இரவு மூன்று மணிக்குக் காத்திருந்து சாப்பிடும் கூட்டம் மதுரைக்கு மருந்தே இல்லாமல் செய்துவிட்டது. கூட்டம் தங்களுக்கு மருந்துகளைத் தேடிக்கொண்டிருந்தது. பீம புஷ்டி அல்வாவும் மந்தித் தோப்பு மணிக்கட்டி சுவாமிகளின் சர்வ ரோக சஞ்சீவித் தைலமும் இருபத்து நான்கு மணி நேரமும் விற்றுக் கொண்டிருந்தன. அல்வா துணை நாடி அலைவதற்கு முன். தைலம் வேலை முடிந்தபின் ஏற்படும் பயத்துக்கு மாற்றாகலாம் என்ற நம்பிக்கை.

துணை நாடுபவர்களுக்கு மதுரையில் பல வசதிகள்.

அவனுடைய அறை மூன்றாவது மாடியில் இருந்தது. இரண்டு ஜன்னல்கள். ஒன்றைத் திறந்தால் சாக்கடைக் குழாய்கள் கீழே இறங்குவதின் ஒழுங்கை ரசிக்கலாம். இரண்டாவது ஜன்னல் தெருவைப் பார்த்து இருந்தது. சுவரில் பலர் துப்பிய வெற்றிலை எச்சங்கள்; கட்டபொம்மன் வயிற்று வலியால் துடிப்பதை அப்படியே சித்தரிக்கும் ஒரு படம். கட்டில் தொட்டாலே நாலைந்து தடவை நடுங்கிவிட்டு அடங்கியது. மேலே ஒரு விரிப்பு. அழுக்கு அதிக மில்லாதது. தலையணைகள் இல்லாதது கண்ணனுக்கு நிம்மதியாக இருந்தது. மனித நாற்றமும் எண்ணெய் நாற்றமும் சங்கமித்துத் துவைக்க முடியாத அழுக்கு ஊறிய அவற்றைப் பார்த்தாலே கண்ணனுக்குக் குமட்டிக் கொண்டு வரும். ஓரத்தில் ஒரு முக்காலி. ஒரு மூடி தொலைந்த பிளாஸ்டிக் ஜக்கில் தண்ணீர். ஒரு விளிம்பில் லாத எவர்சில்வர் தம்ளர். ஒரு மடிப்பு நாற்காலி மடிக்கப்பட்டு சுவரில் சாய்த்து வைக்கப்பட்டிருந்தது. கழிப்பறையின் குழாய்கள் தண்ணீரை மறந்து பல நாட்கள் ஆகியிருக்கவேண்டும். குழாயைத் தொட்டால் உணர்கின்ற சூடினால் அன்று அடித்த வெய்யிலின் கடுமையை அளவிடலாம். இரண்டு பெரிய இரும்பு வாளிகள் நிறையத் தண்ணீர். பிடி போட்ட இரும்புக் குவளைகள். கழிப்பிடம் மஞ்சளாக இல்லை. கழிப்பின் சிதறல்களும் இல்லை.

கண்ணன் கட்டிலில் மெதுவாக உட்கார்ந்தான். கிரீச்சிடாமல் அது அசைந்தது கொஞ்சம் ஆறுதலாக இருந்தது. மனதின் மேக மூட்டம் கலைந்து போகும் என்று தெரியவில்லை. உமா என்னை கையாலாகாத முட்டாள் என்று சொல்லவில்லை. ஆனால் நினைத் தது அப்படித்தான் இருந்திருக்க வேண்டும். இதுவரை நடந்த அவர்கள் சந்திப்புகள் எல்லாம் மௌனத்திலேயே முடிந்திருக்கின்றன. இப்படியே போனால் கல்யாணத்துக்குப் பின்னும் வாழ்க்கை மௌனத் தின் எல்லையில்லாத பெருவெளியாக இருக்க வாய்ப்பு இருக்கிறது. எனக்குக் கவலை இல்லை. அவளுக்குப் பேசிக்கொண்டே இருக்க வேண்டும். என் கூட இருப்பதற்கு அவள் பேச்சை விலை கொடுக்க இப்போது தயாராக இருக்கிறாள். கூடவே இருந்தால்? என் சிவப்புச் சாயமும் அவள் கண்ணுக்கு இதுவரை தெரியவில்லை. ராதா அதைப் பற்றிச் சொல்ல மறந்துவிட்டாள் போலிருக்கிறது.

அவனுக்கு மூச்சை அடைத்துக்கொண்டு வந்தது. காற்று தெருவில்தான் கிடைக்கும். கதவை யாரோ தட்டுகிறார்கள்.

"யாரு?"

"உள்ள வரலாமா, சார்." உள்ளே வந்து விட்டான்.

"யாராவது பாக்க வரப் போறாங்களா, சார்."

"இல்லை. உனக்கென்ன அந்தக் கவலை?"

"இல்லைன்னா நான் ஏற்பாடு செய்யறேன். மலையாளங்க. நெஞ்சில ரெண்டு பெரிய தேங்காயத் தூக்கிகிட்டு அலையுதா."

"நீ இடத்தைக் காலி செய்யறயா?"

"பிராமின் கேர்ல்ஸூம் இருக்குங்க. வீட்டுக்கு ஒதுக்கமா இரண்டு மூணு தடவைதான் நின்னு இருக்கும். நல்ல கோவாப்பரேஷன். இருபது ரூபாய். புதுசு."

நான்கு அடிக்கும் குறைவாகத்தான் அவன் இருந்தான். புளித்த தயிரின் வாடை மாறாத இளிப்பு எரிச்சலைத் தந்தது.

"நான் இப்போ வெளியே போறேன். வந்தப்பறம் பாத்துக்கலாம்."

கண்ணன் கதவைப் பூட்டிக்கொண்டு, குறுகிய படிகளில் இறங்கினான். மழை வருமோ? தெருவெல்லாம் வாழ்வின் குழப்பமான கூச்சல்கள். அது உண்டு எறிந்த மிச்சங்களின் குப்பைகள். திரும்பி அறைக்குள் ஓடிப் போய்விடலாமா என்று இருந்தது. "அந்த மாமாப் பயலை உதைக்கணும். அவன் வரல்லைன்னா இந்தத் தடுமாற்றம் இருந்திருக்காது." தெருவில் சுவரொட்டிகள் புத்தக விற்பனையை அறிவித்தன.

"அழிவற்ற இலக்கியங்கள். அரசியல் புதையல்கள். குறைந்த விலையில். வருக, வருக."

புத்தக நிலையத்தில் கூட்டமில்லை. விலை நம்ப முடியாத அளவுக்கு மலிவு. சோவியத் புத்தகங்களுக்குக் காவலாக ஒரு மெலிந்த பெண் இருந்தாள். உருண்டையான முகம். மார்களின் அளவு பெரிது. உடலில் ஒட்டி வைத்ததுபோல் இருந்தன.

"The History of CPSU (B) இருக்கா?"

ஸ்டாலின் சம்பந்தமான புத்தகங்கள் அங்கு இருக்காது என்று அவனுக்குத் தெரியும். ஆனாலும் அவள் வாயிலிருந்து கேட்க விரும்பினான்.

"அது அச்சில இல்லைங்க."

"On Practice இருக்கா?"

"சீனப் பிரசுரமெல்லாம் கிடைக்காதுங்க."

"ஏன் தடையா?"

"அதெல்லாம் இல்லை. நாங்க ஸ்டாக் வச்சுக்கறதில்லை."

அவனுடைய மார்க்சீய ஞானம் அவளுக்குக் கிளர்ச்சி கொடுப்பதாகத் தெரியவில்லை. அவள் தலையைக் குனிந்து நின்றுகொண்டிருந்தாள். மூச்சு மார்புகளை இயக்கியது. மூன்று தடவை புத்தக நிலையத்தைச் சுற்றி வந்தான். பார்வையெல்லாம் மெலிந்த பெண் மேல்தான். அவளுக்கும் இவன் பார்க்கிறான் என்பது தெரிந்திருக்க வேண்டும். நாக்கினால் உதடுகளை ஈரப்படுத்திக்கொண்டு அவள் ஒரு நாற்காலியில் உட்கார்ந்தாள். கண்ணன் குவியலாக வைக்கப்பட்டிருந்த லெனினின் எழுத்துக்களை எடுத்தான். மூன்று பாகங்கள் பதினைந்து ரூபாய். மெலிந்த பெண்ணிடம் சென்று பணத்தைக் கொடுத்தான். இவளது மார்புகள் பயமுறுத்துகின்றன. என்னோடு வருவாளா? இவன் நினைப்பது அவளுக்குத் தெரிந்திருக்க வேண்டும். இவனை ஒரு தடவை பார்த்துவிட்டு முகத்தைத் திருப்பிக்கொண்டாள்.

கண்களாலும் காறித்துப்ப முடியும். அறைக்கு ஓட்டமும் நடையுமாகத் திரும்பினான். லெனின் கல்லாகக் கனத்தார்.

அவளுக்கும் தேங்காய்களுக்கும் தொடர்பு இல்லை. அவளிடம் இருந்தவை பீர்க்கங்காய்கள். இடுப்பைத் தொட்டன. உதடுகள் மூட முனைந்து தோற்றுப்போனவை. கந்தக நிறத்து முன்பற்கள் கீழ் உதட்டில் அழுத்திக்கொண்டிருந்தன. வாய் நாற்றமெடுக்குமோ?

"எவ்வளவு கொடுத்தீங்க?" அவளுடைய கொஞ்சல் பரிதாபத்தை வரவழைத்தது.

"இருபது."

"அந்த தேவடியாப் பய பதினைஞ்சில்ல சொன்னான். அடுத்த தடவை நேரிலயே வாங்க. நாகபட்ணம் மிட்டாய் கடை இருக்குல்ல அதுக்கு எதிராப்பில. கூட ஐஞ்சு ரூபா போட்டு கொடுங்க. உள் பாவாடைய எடுத்திரவா."

இடுப்பைச் சுற்றியிருந்த கந்தலைக் கழற்றி எறிந்து விட்டு அவள் கட்டிலில் படுத்துக்கொண்டாள். குதிகால்கள் பிருஷ்டத்தைத் தொட்டன. அவன் அருகே படுத்துக் கொண்டான். கைகள் மெதுவாக நெஞ்சைத் தொட்டன.

"இது என்ன மாவு பிசையரீங்க?"

வற்றி உலர்ந்த வலது மாரின் நுனியில் ஒரு ரோமம். கண்ணனுக்குப் பூதனையின் நினைவு வந்தது. கிருஷ்ணன் பூதனையின் நஞ்சு தடவிய மாரைச் சுவைத்து அவளுடைய உயிரையே உறிஞ்சி விட்டான். இவள் மார்பில் என்ன விஷமோ? அவனுக்கே தான் நினைப்பது வெட்கமாக இருந்தது. உழைக்கும் வர்க்கத்தின் மார்புகள் என்ன விஷக் குடுவைகளா? இடது மார்பைத் தேர்ந்தெடுத்தான். சொரசொரப்பு நாக்கை உறுத்தியது.

"பிராமண ஆட்களா நீங்க? சிவப்பா இருக்கீங்க. பூணலக் காணமே?"

"நான் முதலியார். காஞ்சீபுரம். உன் பேரென்ன?"

"சரோசா. சரோசா தேவி."

அவனை எடை பார்த்தாள். நகத்தால் சுரண்டினாள். பீடி சுற்றுவதுபோலக் கட்டை விரலுக்கும் ஆள்காட்டி விரலுக்கும் இடையே வைத்து உருட்டினாள். காதில் போக வார்த்தைகள்.

"சந்தோசமா?" அவன் பதில் சொல்லவில்லை. அவளை அருகே இழுத்தான்.

"இருங்க. தலகாணி இல்லையா. இடுப்புக்கு அண்டக் கொடுக்கணும்ல." கண்கள் அறையைச் சுற்றிப் பார்த்தன. தென்பட்டது லெனின். இரண்டு பாகங்களைக் கட்டில் மீது வைத்தாள். கைகளைக் கூப்பிக்கொண்டு, கண்களை மூடி முணுமுணுத்தாள். "வெள்ளைக் கலையுடுத்து வெள்ளைப்பணி பூண்டு ..." முணுமுணுப்பு முடிந்ததும் கைகளால் மூடிய கண்களைத் தொட்டுக்கொண்டாள். புஸ்தகங்

களைத் தன்னுடைய ரவிக்கையால் மூடினாள். படுத்துக்கொண்டு அவனை அழைத்தாள்.

"இப்ப வாங்க."

"நீ பாட்டு சொன்னயே, அதை எங்க படிச்சே?"

"பள்ளியூடத்தல. ஏளாப்பு வரையும் படிச்சேன். காலைல நிதம் சொல்லுவாங்க."

கண்ணனுக்கு முடியவில்லை. அவள் உதவி செய்யவில்லை. கடைசியில் அவள் இல்லாமலே அவனால் என்ன செய்திருக்க முடியுமோ அதைச் செய்தாள்.

"நான் வாரேன்." அதிகம் கேட்ட ஐந்து ரூபாயைத் திரும்பக் கேட்கவில்லை.

லெனினுக்குச் சேதமில்லை. இரண்டாம் பாகத்தின் நீல அட்டை தான் சிறிது கசங்கிய மாதிரி இருந்தது.

3

பாலா நிச்சயம் செய்த நேரத்திற்கு முன்னாலேயே வந்துவிட்டார். எப்போதும் போல கதர் வேட்டி. காந்தியைப் பற்றி நல்ல வார்த்தைகள் சொல்ல இப்போது தயங்கினாலும் கதர் அவரை விடவில்லை. எப்போதும் போல காக்கிச் சட்டை. சட்டைப்பைகள் பிதுங்கி வழியும் அளவுக்குக் காகிதங்கள். தடித்த ஆரஞ்சு வண்ணப் பேனா ஒரு பையிலிருந்து நீட்டிக்கொண்டிருந்தது. வயது அறுபத்து ஐந்தாவது இருக்க வேண்டும். மது பெரியப்பாவின் பள்ளித் தோழர். பெரியப்பா 1942ம் ஆண்டில் போய்ச் சேர்ந்துவிட்டார். அவரது நண்பர் இன்னும் பள்ளியிலும் கல்லூரியிலும் கண்ட கனவுகளை திரும்பத் திரும்பக் கண்டுகொண்டிருக்கிறார். நனவாகப் போவதாகப் பல ஆண்டுகள் பயமுறுத்திக்கொண்டிருக்கும் கனவுகள். வேறு உலகத்தைப் படைக்க விழையும் கனவுகள். அந்த உலகத்திலும் சரோசா தேவிகள் இருப்பார்கள். உழக்கு அளவு மாமாக்களும் இருக்கலாம்.

"மத்தவங்க வரல்லையா?" பாலாவின் குரலில் ஒரு பெண்தன்மை இருந்தது. அவரது மேடைப் பேச்சு எடுபடாததற்கு இதுவும் ஒரு காரணமாக இருக்கலாம். கண்ணன் அவருடைய சதையேயில்லாத உடம்பைப் பார்த்து வயிற்றை உள்ளுக்குள் இழுத்துக்கொண்டான்.

"திருநெல்வேலிலேருந்து வரவேண்டாமா, மாமா. கொஞ்ச நேரம் ஆகத்தான் செய்யும். காலைலயே பஸ் ஏறறதாச் சொன்னாங்க. வந்துண்டே இருக்கணும்."

"அட லெனின் வாங்கிருக்கயா? நியு செஞ்சுரிலயா? பதினைஞ்சு ரூபாயின்னா மலிவுதான். எங்கிட்ட பழைய புஸ்தகம் இருக்கு. முதல் வால்யூமில ஆர். பி. தத் கையெழுத்து போட்டுக் கொடுத்தது. Left Wing Communism படிச்சிருக்கயா?"

“நேத்துத்தானே வாங்கியிருக்கேன். இங்க லெனின் படிக்கற சூழ்நிலை எங்க இருக்கு?”

“நீ சொல்றது சரிதான்.” மூன்றாவது பாகத்தை எடுத்துப் பக்கங் களைத் திருப்பினார். “நான் முக்கியமான பாராக்களை அடிக்கோடு போட்டு வைப்பேன். பின்னால படிக்க சௌரியமா இருக்கும். என்னமா எழுதறாரு.” நெற்றி குறுக்குக் கோடுகளால் சுருங்க, வாயைக் கொஞ்சம் திறந்துகொண்டு அவர் படித்தார். அவனுக்கு என்னவோ முந்தைய தினம் சரோசா தேவி செய்த வழிபாடு நினைவுக்கு வந்தது.

“லெனின் என்ன சொல்றார்னு கேளு”. பாலா நிதானமாகப் படித்தார்.

“கம்யூனிஸ்டுகள் தொழிலாளி வர்க்கத்தையும் சமுதாய முன் னேற்றத்தையும் நேரான, சுருக்குப் பாதையில் வழிநடத்திச் சென்று உலகளவில் சோவியத் அதிகாரத்திற்கும் பாட்டாளி வர்க்க சர்வாதி காரத்திற்கும் வெற்றி தேடித் தர எல்லா முயற்சியையும் எடுக்க வேண்டும். இது மறுக்க முடியாத உண்மை. ஆனால் ஒரு சிறு அடி மேல் எடுத்து வைத்தால் போதும் – அந்த அடி முன் சென்ற திசையை நோக்கி இருப்பதாகவே தோன்றலாம் – உண்மை பிழையாக மாறிவிடும்.”[18]

பாலா படிப்பதை நிறுத்தி மூச்சு வாங்கினார். “நாம திரும்பியே பாக்காம ஓடற ஓட்டத்தில உண்மை ரொம்பப் பின்னால தங்கிடுச்சு. நாக்கைத் தொங்கப் போட்டுக்கிட்டு இளைக்க இளைக்க வந்துகிட்டு இருக்கோ என்னமோ? எங்க அந்தப் பாதை? லெனின் சொல்ற நேரான, நேரமே எடுக்காத பாதை? அப்பறம் உண்மைன்னா என்ன? நாமும் பிலாத்து மாதிரி கேட்டுகிட்டு இருக்கோம். அவனைப் போல கை கழுவிட்டு ஓடாம பதிலுக்கும் காத்திருக்கோம். ஆனா கிடைக்கற ஒரு பதிலும் சரியில்லை. சில பதிலக் கேட்டா சிரிப்புதான் வருது.”

“அப்பறம் கேள்வி ஏன் கேக்கறீங்க?”

“கேக்கறதும் கேக்காததும் அவன் அவன் விருப்பம். நான் கேட்டு கிட்டுதான் இருப்பேன். பதில் நான் சாகறதுக்குள்ள கிடைக்கும்ன்னு எனக்கு நம்பிக்கை இல்லை. But I am condemned to ask questions.”

கண்ணனுக்கு நம்பி சொன்னது நினைவுக்கு வந்தது. “எட்வர்ட் லியரோட Animal Alphabetல சில வரிகள் பாலாவைப் பத்தியே எழுதினாப்பில இருக்கும். “The tumultuous tom-tommy tortoise/ who beat the drum all day long in the middle of wilderness. அந்த பறையடிக்கிற ஆமை இவர்தான். இவருக்கு அப்பறம் நான் அடிப்பேன்னு எதிர் பார்க்கறார்.”

நம்பியின் தீர்ப்பில் நியாயம் இல்லை. அவர் பறை அடித்துக் கொண்டிருக்கலாம். ஆனால் சந்ததிகளைத் தேடி அலைபவர் இல்லை. அவருடைய கட்சியின் கருத்துக்களைத் திணிப்பவரும்

இல்லை. இங்கேயும் அவராக வரவில்லை. அழைத்தபின்பே வந்திருக் கிறார்.

காலடிச் சத்தம் கேட்டது. நம்பியும் முத்துவும் அறைக்குள் நுழைந் தார்கள். முத்துவின் நிகோடின் கறை படர்ந்த உப்பு மிளகு மீசை வெளிச்சத்தில் பளபளத்தது. மெக்ஸிகோ கொள்ளைக்கார மீசை. அவனுடைய குண்டு முகத்துக்கும் குட்டை வடிவத்துக்கும் பொருத்த மாக இல்லை. கண்ணன் பல தடவை மீசையை எடுத்துவிடச் சொல்லியிருக்கிறான். முத்துவின் பதில்: மனைவிக்குப் பிடித்திருக்கிறது. அவனுக்கும் பிடித்திருக்க வேண்டும். எப்போதும் மீசையைத் திருகிக் கொண்டே இருப்பான்.

"பாலா சாருக்கு நாம நன்றி சொல்லணும். எத்தனையோ வேலை களுக்கு . . ."

"வெத்துப் பேச்சு வேண்டாம். விஷயத்துக்கு வா, முத்து" என்றார் பாலா.

"தமிழக முதல்வர் அடுத்த மாசம் திருநெல்வேலிக்கு வாராரு. அவரு முன்னால ஒரு பெரிய ஊர்வலம் நடத்தலாம்னு பாக்கறோம். ஆசிரியர்கள், மாணவர்கள், தொழிலாளர்கள், விவசாயிகள் கலந்து கொள்ளப் போற ஊர்வலம். எல்லாரும் அசந்து போறமாதிரி இருக்கணும். எங்களோட கோரிக்கைகளை அவர்கிட்டக் கொடுக்கணும்."

"திமுக கலந்துக்கமாட்டாங்க. மத்த எல்லாரையும் திரட்டலாம். நிறையப் பேர் வருவாங்கன்னு நம்பிக்கை இருக்கு.

"அருமையான யோசனைதான். கட்சி மேலிடத்தை சீக்கரம் கேட்டு அவங்க முடிவைச் சொல்லறேன். எங்க கட்சி தரப்பு தொழிலாளிங்க விவசாயிங்க எல்லாரும் வந்தா கட்சி கொடியைப் பிடிச்சுகிட்டுத்தான் வருவாங்க. ஆசிரியருங்க அவங்க கூட வரப் பிரியப்படுவாங்களா? மாணவர்களை நிறையத் திரட்டணும். மத்த கட்சிக்காரங்களைக் கேட்டீங்களா? நீங்க பெர்மிஷன் கொடுத்தா நானே கேக்கறேன்."

"நீங்களே கேளுங்க சார். நீங்க கேட்டா உடனே சரின்னு சொல்லிடுவாங்க."

"என்ன கோரிக்கைகள அவர் முன்னால வைக்கப் போறீங்க?" நம்பி கேட்டான்.

"வாத்தியார்களுக்கு சம்பளம் ஒழுங்கா கிடைக்கறதில்லை. காலே ஜெல்லாம் தற்குறிங்க கையில இருக்கு. வாத்தியாருங்க அவங்களுக்கு அடிமைங்க."

"'சரி. மாணவர்களோட பிரச்சினைகள் என்ன?"

"அது எத்தனையோ இருக்கு. எல்லாத்தையும் சொல்ல முடியாது."

"ஒண்ணு ரெண்டாவது சொல்லேன். அதை விடு. இதுக்குப் பதில் சொல்லு. உங்களுக்கும் தொழிலாளர்களுக்கும் விவசாயி

களுக்கும் என்ன சம்பந்தம்? உனக்கு சம்பளம் கிடைக்கல்லைன்னா அவங்க ஏன் உன் பின்னால வரணும்? நீ அவங்க கூப்டா போவயா?"

பாலா அவர்கள் உதவிக்கு வந்தார்.

"நீ என்ன சொல்றே நம்பி? அவங்க போராட்டம் நடத்தியே வாழ்க்கயப் பூரா கழிச்சவங்க. இவங்க உதவி அவங்களுக்கு உடனடியாத் தேவையில்லை. ஆனா இவங்க கூட அவங்க வந்தாங்கன்னா பின்னால சேந்து போரடறத்துக்கு வசதியா இருக்கும். எல்லாரையும் ஒண்ணாக் கொண்டாரத்துக்கு இதுதான் நல்ல சமயம். விட்றக் கூடாது."

"இந்த ஊர்வலத்தால என்ன உபயோகம்? முதல்வர் அசந்து போயிருவாரா? அவருக்கு இடதுசாரிக் கட்சிகளெல்லாம் சும்மா சத்தம் போட்டு புகை அதிகம் விடற வேட்டுங்க, தேர்தல் வந்தா நாலைஞ்சு சீட்டுக்காக வேஷத்தை மாத்தி வாலை ஆட்டிகிட்டு வருவாங்க அப்படின்னு நல்லாவே தெரியும். உங்க ஊர்வலத்தால ஒரு ஓட்டு அவருக்குக் குறைஞ்சிடாது. வாத்தியாருங்க? அவங்கள மாதிரி சுயநலம் பிடிச்சவங்களப் பாக்கவே முடியாது. படிக்கறது கிடையாது. பையங்களப் பாத்தா பிடிக்காது. சம்பளம் மட்டும் வேணும். அது கேக்கறத்துக்கு பையங்க கூட வரணும். போலீஸ் தடியைச் சுத்தினா ஓடி ஒளிஞ்சுக்குவாங்க. சாகப்போறது என்னவோ பையங்கதான். எல்லாம் சரி. இதுக்குப் பணம் எவ்வளவு செலவாகும்? இப்பதான் என்னோட கிராமத்தில ஒரு கிளினிக் கட்டிருக்கேன். எவ்வளவு செலவாகுதுன்னு எனக்குத் தெரியும். ஊர்வலம் நடத்த செலவாற பணத்தில ஒரு பெரிய ஆஸ்பத்திரியே கட்டலாம்."

கண்ணன் பேசவில்லை. முத்து மீசையைத் திருகிக்கொண்டு இருந்தான். பாலா அமைதியாகப் பேசினார்.

"நம்பி, குட்டி முதலாளித்துவக் கனவுக்கு இதைவிட வேற உதாரணம் தேவையில்லை. பணம் தண்ணி மாதிரி ஒரு ஓடையை அடைச்சு திருப்பி விட்டா இன்னொரு ஓடையப் பாக்க ஓடிறாது. ஆஸ்பத்திரி கட்ட பணம் கேட்டுத்தான் பாரேன். எத்தனை பேரு கொடுக்காங்கன்னு பாப்போம். பணத்தைச் சுருட்ட இன்னொரு வழின்னு சொல்லுவான். இவரு பெரிய காந்தியோட கொள்ளுப் பேரன், கிராமத்தை சரியாக்க வந்துட்டாருன்னு கேலி பேசுவான். சல்லிக் காசு பெயராது. ஊர்வலம் முக்கியம், நம்பி. அதைவிட முக்கியம் அது நிச்சயம் நடக்குங்கறது. ஆஸ்பத்திரி கட்டறது நடக்காத காரியம். நீ கட்சியப் பத்தி சொல்றது பிற்போக்குவாதிகளுக்கு ரொம்ப சந்தோஷமா இருக்கும். அதைப் பத்தி அப்பறம் நாம பேசிக்கலாம். இங்க வேண்டாம்."

"நான் சொல்றதைத் தப்பா புரிஞ்சிட்டேங்க பாலா மாமா. ஆஸ்பத்திரியைப் பத்திச் சொன்னது பணத்தை செலவழிக்க பல நல்ல வழிக இருக்குங்கறத காட்டறதுக்குத்தான். ஊர்வலம் நடத்தி என்ன உபயோகம்? அடுத்த ஊர்வலம் வரத்துக்குள்ள முத்து

ஒரு பத்தாயிரம் சிகரெட் பிடிச்சிருப்பான். கண்ணன் ஒரு இருபதா யிரம் கனவு கண்டிருப்பான். அதுக்கு மேல ஒண்ணும் நடக்கப் போறதில்லை.”

“நான் என்ன செய்வேன்னு சொல்லலல்லையே? நீ என்ன செய் யணுங்கறே? முதல்வர் மேல குண்டு வீசலாங்கறயா? கட்சிகளுக்கு இந்த மாதிரி ஊர்வலங்களெல்லாம் பிராண வாயு மாதிரி. எனக்குத் தெரியாதா? எத்தனை வருஷமா நான் அரசியல்ல இருக்கேன். ஏன் பேச்சை வளக்கணும். நாம டெமாக்ரடிக் சென்ட்ரலிசத்தை பின்பத்தறவங்க. நான் நினைக்கறேன் ஊர்வலத்தை நடத்தணும்னு. நீங்க என்ன சொல்றீங்க?

“நான் நடத்தணுங்கறேன்.’

“கண்ணன்?”

கண்ணனுக்குக் குழப்பமாக இருக்கிறது. கூட்டத்தோடு போகலாம்.

“நானும் நடத்தணுங்கறேன்.”

“கவலைப்படாதே நம்பி. உங்க ஊர் பக்கம் ஒரு பெரிய ஆஸ்பத்திரி கட்டி நான் பாக்கத்தான் போறேன். ஆஸ்பத்திரிக்கு மதுவோட பேர் வைச்சிறலாம்.”

“என்னோட அப்பா பேச்சை எடுக்காதீங்க மாமா. அவரை யாரு ஞாபகம் வைச்சிட்டு இருக்காங்க? நாம உயிரோட இருக்கறவங் களப் பத்திப் பேசுவோம். ஊர்வலம் நல்லா நடக்க நான் என்ன செய்யணும்னு சொல்லுங்க செய்யறேன்.”

பன்னிரண்டு

1

திருமலை கூட அந்தச் செய்தியை லேசாக எடுத்துக்கொண்டான். மேலேயும் கீழேயும் குதித்தது நரசிம்மன். சன்னதித்தெரு பிராமணர்களை அவமதிப்பதற்காக அந்தக் கூட்டம் வேண்டுமென்றே அவர்கள் தெரு முனையில் நடத்தப்படுகிறது என்றான்.

"அப்படியே வைச்சுப்பமே. பெரியாரைக் கேக்கறதுக்கு ஒரு சான்ஸ் கிடைச்சிருக்கு. நல்லதுதானே. பெரியார் பிராமணனைத் திட்டறத கேக்க ஆவலா மத்தவங்களவிட பிராமணாதான் இருக்கா."

பெரியார் இரவு ஏழு மணிக்கு வருவதாக இருந்தது. பிராமணர்கள் கூட்டம் நடக்கும் இடத்திலிருந்து சிறிது தள்ளியே கூடியிருந்தார்கள். தங்களுக்குள்ளேயே தங்களுடைய பரிதாபகரமான நிலைமையைப் பற்றிப் பேசிக்கொண்டார்கள். பிராமணப் பெண்கள் இரவுச் சமையலைச் சீக்கிரமே முடித்து விட்டுத் திண்ணைகளில் உட்கார்ந்து கொண்டனர்.

"நாளைக்கு ஒரு சட்டைய மாத்திக்கற ஆசாமி. நேத்து வரைக்கும் திமுகவைத் திட்டிண்டு இருந்தார். இன்னிக்கு பதவில இருக்காளோல்யோ அவா கழுத்தைக் கட்டிண்டாறது."

"நரசிம்மா, அவங்க கேக்க விரும்பாததையும் இவர் சொல்றாரே. எவ்வளவு திட்டு திட்டறார். ஆனாலும் அவர்தான் தந்தை. அவர் என்ன சொன்னாலும் கேட்டுப்பா. இந்தியாவிலேயே இதை மாதிரி தலைவர் மேல மரியாதை வைச்சிருக்கறவாளப் பாக்கவே முடியாது. பெரியாரைப் பத்தி என்ன வேணும்னா சொல்லு. சில விஷயத்தில அவர் மாறவே இல்லை. நாஸ்திகம் மூட நம்பிக்கைகள எதுக்கறது நம்ம மதத்தையும் பிராமணர்களையும் திட்டறது இதையெல்லாம் எவ்வளவு வருஷமா செஞ்சுண்டு இருக்கார். சிரிக்க சிரிக்க பேசுவர்ங்கறா. ஆனா தனி மனுஷாள தரக்குறைவா திட்டவே மாட்டாராம்."

"அதெல்லாம் சரிதான். அவரோட பூத கணங்கள் வேற மாதிரின்னா இருக்குமாம். இன்னிக்கு வரப் போறவர் வாய்க்கு வந்தபடி பேசக் கூடியவராமே?"

நரசிம்மன் சொன்னமாதிரியே ஒருவர் ரத்தக் கண்களோடும் கறுப்புச் சட்டையோடும் மேடை ஏறி பிராமணர்கள் மேல் நெருப்பை

உமிழ்ந்தார். மத்திய ஆசியப் பாலைவனத்திலிருந்து கைபர் கணவாய் வழியாகப் பிழைக்க வந்து தமிழரின் வெள்ளை உள்ளங்களில் விஷத்தை விதைத்து தமிழுக்கும் தமிழ்ப் பெண்களுக்கும் ஊறு விளைவிக்க நினைத்தவர் பார்ப்பனர்கள். தமிழ்ப் பெண்கள் கற்பு நெறியைக் கைவிடவில்லை. ஆனால் மொழி வந்தவர் வலையில் சிக்கிக்கொண்டது. தமிழர் பேச்சிலும் எழுத்திலும் இப்போது பார்ப்பார வாடை. வடமொழி வாடை. காமமே அடிப்படையாகக் கொண்ட மொழி அது.

"அவங்க மதப் புஸ்தகமே காம சாஸ்திரத்தைப் படிக்கறமாதிரி இருக்கும்னா நீங்க நம்புவீங்களா. நம்பல்லையா? ஒரு உதாரணம் சொல்றேன் கேளுங்க. "யகாஸகெள சகுந்தகா ஹலகிதி வஞ்சதிஹி." அர்த்தம் என்ன தெரியுமா? "பெண்கள் விரைந்து நடக்கும்போதும் புணர்ச்சி காலத்திலும் ஹலஹலா என்ற ஒலி உண்டாகிறது." எங்கே உண்டாகறது? அங்க. அங்கதான். அங்கயேதான். இந்தப் பாட்டு எங்க இருக்கு தெரியுமா? வேதத்தில இருக்கய்யா. வேதத்தில இருக்கு. சுக்ல பக்ஷ யஜுர் வேதத்தில."

நரசிம்மனுக்கு இந்தச் செய்தி புதிதாக இருந்தது. மனதில் நினைத்துக்கொண்டான். சுக்ல பக்ஷ யஜுர் வேதத்தைச் சீக்கிரம் படிக்க வேண்டும்.

பெரியார் வருகிறார் என்ற பரபரப்பு. வேத பாராயணம் செய்ய முயன்றவரிடமிருந்து ஒலிபெருக்கி பறிக்கப்பட்டது. பழுத்த மஞ்சள் பூசணிக்காய்க்கு தாடி வைத்ததுபோல இருந்தது பெரியாரின் முகம். குரலில் வயதின் தடுமாற்றம். ஆனால் தெளிவாக இருந்தது. அவரது சீடர்களைப் போல அரைவை இயந்திரக் குரலில் பேசவில்லை. இயற்கையாகப் பேசினார்.

"நா ஒரு தரம் காந்தியாரிட்டச் சொன்னேன். நிறைய பாப்பானுங்கள பொது வாழ்க்கைல பாத்துருக்கேன் ஆனா யோக்கியமான சாதி வெறி பிடிச்சு அலையாத ஒரு பாப்பானக்கூட பாத்தது இல்லேன்னேன். அவரு அப்படி இல்லை, நல்ல பாப்பான் நிறய இருக்கான்னாரு. ஒரு பேரு சொல்லுங்களேன்னேன். ஏன் ராஜாஜி இல்லையான்னு கேட்டாரு. ராஜாஜி என் சிநேகிதர். அவர் யோக்கியம் என்னைவிட யாருக்கும் தெரியாது. அவர் யோக்கியமானவர்தான். பாப்பானுக்கு மட்டும் யோக்கியமானவரு. அப்படின்னு சொன்னேன். காந்தி திரும்ப யோசிச்சாரு யோசிச்சாரு யோசிச்சிக்கிட்டே இருந்தாரு. கடைசில ஒரு பேரு கிடைச்சிச்சு. கோகலே. கோகலே மாதிரி யோக்கியமானவர பூமில பாக்க முடியாதுன்னாரு. நான் சொன்னேன் நீங்க மஹாத்மா. உங்களுக்கே இவ்வளவு தேடி ஒரு பாப்பான்தான் அகப்பட்டிருக்காரு. நான் மஹாப்பாவி. எனக்கு எங்கேருந்து கிடைப்பான்?"

கூட்டத்தின் சிரிப்பு அடங்கச் சிறிது நேரம் எடுத்தது.

"நா செத்த பாப்பான்தான் நல்ல பாப்பான்னு சொல்ல வரல்லை. அவங்க இங்க இருக்காங்க. அமைதியா இருந்திட்டு போகட்டும்.

நல்லா இருக்கட்டும். ஆனா அவனுக பின்னால போறதெல்லாம் நம்ம பயலுகதானே. அவன் சொன்னதுக்கெல்லாம் ஆமாஞ்சாமி போட்டுக்கிட்டு இவன்தானே அலையுதான். வெள்ளைக்காரனுவ சந்திரன்ல ஆட்களை ஏத்திப் போட்டானுக. ஆனா இவன் இன்னிக்கும் கிரகணமுன்னா ஐயருக்கு வாழைக்காய் கொடுக்கான். தேங்காய் கொடுக்கான். பாப்பான் உன்னை ஏன் ஏச்சுக்கட்டுதான்? நீ சிந்திக்கமாட்டேங்கற. அதனாலதான். இந்தோ எதிரால இருக்கற கோயில எடுத்துக்கோ. ஒரு பாப்பாத்தி செங்கல் தூக்கிருப்பாளா? ஒரு பாப்பான் சுண்ணாம்பு அடிச்சிருப்பானா? கட்டி முடிச்ச பொறவு உள்ளே விகாரமா ஒரு கல்லை சாமின்னு வைக்கான். முணமுணன்னு என்னவோ மந்திரம்னு புலம்புதான். உன்னைய உள்ள விடமாட்டேங்கான். நீ நாராயணா, நாராயணான்னு கன்னத்தில போட்டுகிட்டு உள்ள விடாததுக்கு அவனுக்குத் துட்டும் கொடுக்கறே. போதாதுன்னு இந்த பக்கத்தில நிக்கிதே அத மாதிரி ஒரு தேரும் செய்யுதே. செய்த பொறவு, அதில சாமி பொம்மையை வச்சு ஒரு டன் தேருன்னா ஐயரு எடை அரை டன் இருக்கும் அவனையும் ஏத்திகிட்டு ஊர்கோலமா இளுக்கே. அவன் பொம்மை பண்ணி உன்னை ஏமாத்த நினைச்சா நீ ஏன் ஏமாறணும்? தப்பு உன் மேலதான்."

நரசிம்மன் கொதித்துக்கொண்டிருந்தான். "எப்படித் திரிச்சிப் பேசறார் பாரு. இவர் வீட்டு பொம்மணாட்டிகள்ளாம் செங்கல் சுமந்தாளோ? இப்படிப் பேச யாரு இவருக்கு அதிகாரம் கொடுத்தது? கிரிஸ்டியனைப் பத்திப் பேச முடியுமா? துலுக்காளப் பத்திப் பேச முடியுமா? பேசினா தலைய எடுத்துடுவா."

"ஐம்பது வருஷத்துக்கும் மேல இப்படித்தான் பேசிண்டு இருக்கார். ஏதாவது மாறிருக்கோ? கோவிலுக்குப் போறவா எண்ணிக்கைதான் கூடி இருக்கு. சிரிச்சிட்டுப் பேசாமப் போவயா? அவர் பேச்சுக்கு வியாக்கியானம் பண்ணிண்டு."

நரசிம்மன் பேசாமல் இருக்கவில்லை. பிராமண சங்கத்தின் அவசரக் கூட்டம் ஒன்றைக் கூட்டினான். அங்கும் ஒருவர் வாயில் நுரை தள்ளப் பேசினார்.

"பிராமணாளுக்கு என்னிக்குமே நியாயம் கிடைச்சதில்லை. அந்தக் காலத்திலயும் இப்படித்தான். கதா சரித் சாகரத்தில ஒரு கதை வரது. ஒரு வண்ணானோட கழுதை ஒரு பிராமணன் வீட்டுத் தோட்டத்தில புகுந்து துவம்சம் பண்ணிடுத்து. பிராமணன் அதை விரட்டி அடிச்சதில அதோட காலு உடைஞ்சுடுத்து. வண்ணான் கோபத்தில கைல கம்பை எடுத்துண்டு வந்தான். ஆத்தில சுவாமி இல்லை. பார்யா இருந்தா. வண்ணான் வந்த வேகத்தப் பாத்து பயந்து அவ உள்ள ஓட பாத்தா. தடுக்கி விழுந்தா. கர்ப்பமா இருந்தா. கலைஞ்சிடுத்து. பிராமணர் ராஜாட்ட நீதி கேக்கப் போனார். அவன் என்ன தீர்ப்பு சொன்னான் தெரியுமா? வண்ணானோட கழுதை காலை உடைச்சது பிராமணன். அதுனால் கழுதை கால் சரியாகறவரை

பொதி சுமந்து உதவி செய்ய வேண்டியது அவனோட பொறுப்பு. கர்ப்பம் கலைஞ்சது வண்ணானால. அதனால் அவ திரும்ப கர்ப்பம் ஆகற வரைக்கும் அவ கூட இருக்கறது வண்ணானோட பொறுப்பு. இதுதான் தீர்ப்பு. பழைய காலத்தில பிராமணாளை பூலோக தேவாள்னு கால்ல விழுந்து நமஸ்காரம் பண்ணிண்டு இருந்த நாள்ளையே இப்படி நடந்திருக்குன்னா, இன்னிக்கு இவாள்ட நியாயம் கிடைக்கும்னு எதிர்பாக்க முடியாது. நம்ம உதவியாலதான் திமுகக்காரா பதவிக்கு வந்தா. இப்போ நம்ப உதவி தேவையில்லை. பெரியாரைத் தூண்டிவிட்டு வேடிக்கை பாக்கறா. இவா சொல்லாம அவரால ஒரு வார்த்தை பேச முடியுமா? நாம எல்லாரும் ஒத்துமையா இல்லைன்னா நம்மை ஒரு நாய்கூட மதிக்காது."

பெரியாரை எப்படி எதிர்ப்பது என்பதில் கருத்து வேறுபாடுகள் இருந்தன. ஒருவர் மாலடோவ் குண்டு தயாரித்துக் கூட்டங்களில் எறியலாம் என்று சொன்னார். மற்றொருவர் மாவட்ட ஆட்சியர் அலுவலகத்திற்கு முன்னால் தொடர் உண்ணாவிரதம் இருக்கலாம் என்றார். கடைசியில் பிராமணர்கள் எவ்வாறு முடிவு செய்வார்களோ அவ்வாறு செய்யப்பட்டது. பெரியாரைத் தீவிரமாகக் கண்டனம் செய்து ஒரு தீர்மானம் நிறைவேற்றப்பட்டது. மொத்தம் பதினெட்டு நகல்கள் எடுக்கப்பட்டன. முதலாவது குடியரசுத் தலைவருக்கு. கடைசி நகல் நகராட்சி உறுப்பினருக்கு. அவர் பிராமணர். சங்கக் கூட்டத்திற்கு ரகசியமாக வந்திருந்தார்.

2

நரசிம்மனின் தகப்பனார் அரசு முத்திரைத் தாள் விற்பவர். வருமானம் குடும்பத்தைப் பராமரிக்கச் சரியாக இருந்தது. அவர், மனைவி, மூன்று புத்திரர்கள் கொண்ட குடும்பம். நரசிம்மன் மூத்த மகன். அவன் கணிதத்தில் மூன்றாம் வகுப்பில் பட்டம் பெற்று வெளியே வந்தபோது அவனது கனவு ஒரு குளிரூட்டப்பட்ட வங்கியில் எழுத்தராக வேலை பார்ப்பதுதான். அவனுக்குத் தட்டச்சும் கொஞ்சம் தெரியும். வேலைச் சந்தையில் இதனால் அவனுடைய மதிப்பு கூடும் என்பது அவனது நினைப்பு. மூன்று வருடங்கள் சந்தையோடு போராடினான். சந்தை அவன் இருப்பதையே கண்டுகொள்ளவில்லை. பிராமண சங்க வேலைகளைக் கட்டி அழுவதையும் கண்ணனோடு மாலை வேளைகளில் அரட்டை அடிப்பதையும் தவிர அவன் வேறு எதுவும் செய்யவில்லை. வேலைகள் அதிகம் விளையாத சமுதாயத்தில் தன்னைப் போல இரண்டுங் கெட்டான்கள் மிகக் குரூரமாகத் துகிலுரியப்பட வாய்ப்பிருக்கிறது என்பது அவனுக்குப் பிடிபடவில்லை. தனக்கு வேலை கிடைக்காதது அரசின் பார்ப்பன விரோதக் கொள்கைகளால்தான் என்று புலம்பிக் கொண்டிருந்தான்.

மனதிற்குள் இன்னொரு புலம்பல். ஒரு இளம் பெண்ணை உடையில்லாமல் பார்க்க வேண்டும் என்பது அவனது பல நாள் ஆசை.

நிறைவேறும் வழியைக் காணோம். குளிக்கும் இடங்களில் காற்றின் உதவியாலோ, அல்லது குளிப்பவளின் கவனக் குறைவாலோ கிடைத்து மின்னலாய் மறைந்த ஒரு சில காட்சிகள் அவனது ஆசைக்குச் சாணை தீட்டின. ஐந்து நிமிடங்கள், ஐந்தே நிமிடங்கள் போதும் என்று அவன் நினைத்தான். கண்கள் நிறைந்துவிடும். அவனுக்குச் சேர்க்கை அனுபவமே இல்லை என்று சொல்ல முடியாது. மாடத்தெருவுக்கு மூன்று நான்கு தடவைகள் சென்றிருக்கிறான். ஆனால் ஐந்து ரூபாய்க்கு வருபவர்கள் வெளிச்சத்துக்கு இலவசமாக வரத் தயாராக இல்லை. வெளிச்சத்தையே வெறுப்பவர்கள் அவர்கள். வர விலையாக அவர்கள் கேட்டது இவனுக்கு மிக அதிகமாகப் பட்டது. கேட்ட தொகையைக் கொஞ்சம் குறைக்கச் சம்மதிப்பார்கள். ஆனால் அந்தத் தொகையைக் கொடுக்கக்கூட அவனுக்கு வழியில்லை. நாயுடு பெண்ணும் இவனைக் கைவிட்டுவிட்டாள். அவளுக்கு ஒரு நல்ல நாயுடு வரன் கிடைத்துவிட்டான்.

முதலில் ஒரு ஆசிரியையிடம் முயன்று பார்த்தான். அம்மாவோடு தனியாக இருப்பவள். அம்மை விளையாடிய முகம். ஒரு ஆணும் திரும்பிப் பார்க்கமாட்டான். அவளது வீட்டுக்குள் நுழைவது அவ்வளவு கடினமில்லை. பிராமணர்கள் வீட்டில் அதே தெருப் பிராமணன் கேட்டுத்தான் நுழைய வேண்டும் என்ற கட்டாயம் இல்லை. அவளிடம் அவன் தான் நினைப்பதை அவள் அம்மா இல்லாதபோது சொன்னதும் அவள் வாரியலை எடுத்துக்கொண்டு வந்துவிட்டாள். சந்தி சிரிக்க வைக்கப் போகிறாள் என்று நரசிம் மனுக்குப்பயம். நல்ல வேளையாக அவள் நடந்ததை யாரிடமும் சொல்லவில்லை.

அவன் அடுத்ததாகத் தேர்ந்தெடுத்தது மலம் அள்ளுபவளை. சன்னதித் தெருவில் சில வீடுகளில் கழிப்பிடங்கள் பழைய மாதிரியே இருந்தன. நரசிம்மன் வீடும் அவைகளில் ஒன்று. மலம் அள்ளுபவள் தினமும் காலையில் வீட்டின் பின்புறம் வந்து "தண்ணி விடுங்கோம்மோ" என்று கத்துவாள். மலம் அள்ளுபவர்களின் உலகம் பிராமண உலகத்திலிருந்து வெகு தொலைவில் இருந்தது. மலம் தின்று கொழுத்த பன்றிகள் அலையும் ஒரு அழுக்கான இடத்தில் அவர்கள் வசித்தார்கள். வழியெல்லாம் துருப்பிடித்த மலம் நிரம்பிய தகரக் கொள்கலங்கள். அவர்கள் பேசுவது என்ன பாஷை என்பது சரியாகத் தெரியாது. ஆனால் அது நிச்சயமாகத் தமிழ் இல்லை. சில பிராமண இளைஞர்களுக்கு மலம் அள்ளும் இளம் பெண்கள் மிக வசீகரமாகத் தெரிந்தார்கள். அவர்கள் கனவில் வலிய வந்து சுகம் கொடுக்கும் பெண்கள் அநேகமாக இவர்களாகத் தான் இருந்தார்கள்.

நரசிம்மன் வீட்டுக்கு வருபவள் அதிகம் பேசாதவள். அவளுக்காக வீட்டுத் தண்ணீர் தொட்டியின் விளிம்பில் உட்கார்ந்துகொண்டு அவன் காத்திருப்பான். பன்னிக்கறிதான் இவாளைப் புஷ்டியாக வைச்சிருக்கு. இவளையே பாரேன். குனியாமலே எவ்வளவு

பிதுங்கிண்டு வரது. தண்ணீர் விட்டுக்கொண்டே நரசிம்மன் யோசித்தான். மாதம் மூணு ரூபாய்க்கு இந்த வேலை செய்யறா. எட்டு ரூபாய் கொடுத்தா ஐந்து நிமிஷத்துக்கு நான் சொல்றதை செய்ய மாட்டாளா? அமேத்ய நாத்தம் நாறுமோ? நாறினா என்ன? எவ்வளவு இருக்கு இவகிட்ட. அவ்வளவையும் பாக்கலாமில்லையா?

நரசிம்மன் நினைத்தது தவறு.

இந்த ஒட்டெலிப் பாப்பான் பார்வை சரியில்லை என்பது அவளுக்கு உடனே தெரிந்துவிட்டது. முதல் சில நாட்கள் அவள் அதைப் பொருட்படுத்தவில்லை. ஆனால் பார்வையின் தீவிரம் கூடிக்கொண்டே போவது அவளுக்கு எரிச்சலை அளித்தது. ஒரு நாள் நரசிம்மனிடம் கேட்டாள். "நீ ஏன் நிதம் வாரே? தண்ணி ஊத்த அம்மா இல்லே?"

"நான் வந்தா என்ன?"

"ஓங்கண்ணு சரியில்லை ஐயரே. ஏன் வூட்டுகாரன் பாத்தான், நோண்டிருவான் நோண்டி."

"அவன் ஏன் பாக்கணும்?"

தண்ணீர் விடும்போதெல்லாம் இந்தப் பேச்சு தவறாமல் நடக்கும். நரசிம்மனுக்குத் தைரியம் கூடிக் கொண்டே போனது. ஒரு நாள் அவள் சம்மதித்துவிட்டாள் என்று நினைத்தான்.

"விறகு அடுக்கற ரூமுக்கு போலாமா?"

"நீ போ. நான் பின்னாலயே வாரேன்."

அவள் வந்தாள். அவன் அருகில் வந்ததும் கையில் இருந்த மலத்தை அவன் முகத்தில் அழுத்தித் தேய்த்துக்கொண்டே 'காப் பாத்துங்க' என்று சத்தம் போட்டாள். நரசிம்மனுடைய அப்பா ஓடி வந்து பார்த்த போது காப்பற்றப்பட வேண்டியவன் தனது மகன்தான் என்பது அவருக்குத் தெரிந்துவிட்டது.

"தயவு செய்து வெளீல சொல்லாதம்மா, அம்பது ரூபா தரேன்."

அந்த நிலையிலும் நரசிம்மனுக்கு மாடத்தெரு பெண்கள் முழுவதுமாக அவிழ்ப்பதற்குப் பதினைந்து ரூபாய்தான் கேட்டார்கள் என்பது நினைவுக்கு வந்தது.

அவள் பதில் ஏதும் சொல்லவில்லை. அவர்களை முறைத்துப் பார்த்துக்கொண்டே வெளியே போனாள்.

அரைமணி நேரத்தில் வாசலில் கூட்டம். அவளும் அவள் கணவனும் இன்னும் நான்கைந்து பேரும். சன்னதித் தெரு இதுவரை கேட்டிராத வசவுகள் சரமாரியாக வந்தன. தெரு முழுவதற்கும் நடந்தது என்ன என்பது தெரிந்துவிட்டது. நரசிம்மனுடைய அப்பா அவனிடம் கண்ணி வைத்தவள் அவள்தான் என்று சொல்லும்படிச் சொன்னார். அது ஒரு விதத்தில் உண்மை என்றாலும் நரசிம்மன் ஒன்றுமே பேசவில்லை. அப்பா திட்டுவதைக் கேட்டுக்கொண்டு சிறிது நேரம் உட்கார்ந்திருந்தான். பிறகு உள்ளே சென்று அழுது

கொண்டிருக்கும் அம்மாவிடம் "அம்மா, பசிக்கறது சாதம் போடு," என்றான். சாப்பிட்டுவிட்டு மாடிக்கு ஏறிச் சென்றான்.

மத்தியானமே சிவப்பு பச்சை மஞ்சள் வண்ணங்களில் சுவரொட்டி கள் அலற ஆரம்பித்துவிட்டன. பெரியாருடைய சீடர்களின் கை வரிசை. கிடைத்த வாய்ப்பை விட அவர்கள் விரும்பவில்லை. சுவரொட்டிகள் "அக்கிரகாரத்து அயோக்கியர்கள். மெலிந்த ஐயங்கார் மெல்லியளாளுக்கு வலை" என்ற தலைப்பில் காலையில் நடந்த வற்றைச் சிறிது காரசாரமாகக் கூறின. நரசிம்மன் பிராமண சங்கத்துச் செயலாளர் என்பது பெரிய எழுத்தில் அச்சடிக்கப்பட்டிருந்தது. மாவட்ட ஆட்சியர் அலுவலகத்தில் நரசிம்மனைக் கைது செய்வதா வேண்டாமா என்பது பற்றி சர்ச்சை நடந்துகொண்டிருக்கும்போது அவன் தூக்கு மாட்டிக்கொண்டு தற்கொலை செய்து கொண்டான் என்ற செய்தி வந்தது.

மலம் அள்ளுபவள் தற்கொலையை எதிர்பார்க்கவில்லை. நரசிம்மன் பிண ஊர்வலத்தின் பின்னால் ஒப்பாரி வைத்துக் கொண்டு சுடுகாடுவரை சென்றாள். பிராமண சங்கத்திற்கு நரசிம்மன் மேல் கோபம். அவன் இறந்ததற்கு இரங்கல் தீர்மானம்கூட நிறை வேற்றவில்லை.

புலிநகக் கொன்றை ◆ 247

பதிமூன்று

அன்புள்ள கண்ணன்,

வைகுந்தம் போவதற்குக் கொக்கிரகுளம் இடிபாட்டைவிட நான் பிறந்த இடம் சௌகரியமாக இருக்கும் என்று நினைத்தது என்னுடைய தவறு. இவ்வளவு சுத்தமான இடத்தில் உயிரை விட நான் விரும்பவில்லை. திரும்ப கொக்கிரகுளக் குப்பைக்குத் திரும்பலாம் என்றால் என்னுடைய மகன் அச்சுதன் வேண் டாம் என்கிறான். தனியாக வருவது இயலாத காரியம். என்னுடைய ரத்தத்துக்கும் சர்க்கரைப் பாகிற்கும் அதிக வித்தியாசம் இல்லை என்று டாக்டர் சொல்லுகிறார். உன்னால் இங்கு வர முடியுமா? பழைய நாட்களைப் பற்றிப் பேசலாம். புத்தகங்களைப் பற்றிப் பேசலாம். உன்னுடைய கம்யூனிஸ்ட் அண்ணனையும் அழைத்துக்கொண்டு வா - அவன் இன்னும் கம்யூனிஸ்டாக இருந்தால்.

திருமலை நல்ல ஆரோக்கியத்தோடு இருப்பான் என்பது எனக்குத் தெரியும். பழமை விரும்பிகளுக்கு எப்போதும் நீண்ட ஆயுள். கடவுள் அவர்களைக் கீழே அனுப்பிவிட்டு நிம்மதி யாக இருக்கிறார். சீக்கிரம் திரும்ப அழைத்து அதைக் கெடுத்துக் கொள்ள அவர் விரும்பமாட்டார்.

என்னைப் பொறுத்தவரையில் அவர் மிகவும் அவசரப் படுகிறார்.

அன்புள்ள

கோபால பிள்ளை மாமா.

கண்ணன் கடிதத்தை திருமலையிடம் காட்டினான்.

"அவன் மாறவே மாட்டான். கண்ணா, நீ நிச்சயம் போனும். அப்பறம் பாக்காமப் போயிட்டோமேன்னு வருத்தமா இருக்கும்."

2

"இடம் எப்படி இருக்குது?"

"உன்ன மாதிரியே இருக்கு, ரோஸா. பகட்டில்லாம, சின்னதா, சுத்தமா."

“எங்கிட்ட தேன் வழிய பேச வேண்டாம் கண்ணன். இந்தப் பேச்சல்லாம் உமாட்ட வைச்சுக்க.” ஆனாலும் அவள் முகத்தில் பெருமையின் மலர்ச்சி தெரிந்தது. வயிற்றில் குழந்தையைச் சுமந்து கொண்டு நடக்க அவளுக்குக் கஷ்டமாக இருந்தாலும், புதிதாக வீட்டுக்கு அருகே கட்டியிருந்த கிளினிக்கை கண்ணனுக்கு அவளே பிடிவாதம் பிடித்து சுற்றிக்காட்டிக்கொண்டிருந்தாள். நம்பி வெளியே சென்றிருந்தான். ரோஸாவிடம் ஒரு அமைதியை, தளும்பாத அமைதியை, அவன் பார்ப்பதாக நினைத்தான். குழந்தையை எதிர் பார்த்துக்கொண்டிருக்கும் எல்லாத் தாய்மார்களும் ஒன்றுதான். அவர்கள் மார்க்சீயத் தாய்மார்களாக இருந்தாலும்கூட.

“அவ எப்படி இருக்கா?”

“எவ எப்படி இருக்கா?”

“இதுதானே வேண்டாங்கறது. அன்னிக்கு ராதா கூட்டியாந்தா. பளிச்சின்னு இருக்கா கண்ணன். நீ ரொம்ப லக்கி.”

“இப்போ யாரு தேன் சொட்டப் பேசறா? நான் அவளப் பாத்தே ரொம்ப நாளாச்சு. என் மேல கோபம் அவளுக்கு. என் சோம்பேறித் தனத்து மேல. என் மேல ஐஏஸ் முத்திரை குத்தறது கஷ்டங்கறதுனால. நம்பி ஏன் இவ்வளவு நேரம் எடுத்துக்கறான்?”

“இங்க பக்கத்தில நம்பித் தலைவன் பட்டயத்துக்குப் போயிருக் கான். பேஷண்டப் பாக்க. வந்துக்கிட்டே இருப்பான். ஏன் அவனைத் தேடற? என் கூட பேசப் பிடிக்கல்லையா?”

“என்ன ரோஸா. அவனோட காயங்குளம் போலாம்னு இருக்கேன்.”

“காயங்குளமா? யாரப் பாக்க?”

“அவன் வந்தப்பறம் சொல்லறேன்.”

தூரத்தில் மோட்டார் சைக்கிளின் இரைச்சல் கேட்டது. சிறிது நேரத்தில் நம்பி உடம்பெல்லாம் புழுதியாக உள்ளே நுழைந்தான். கண்ணனைப் பார்த்ததும் கண்கள் மகிழ்ச்சியால் சுருங்கின.

“எப்போ வ்ந்தே, கண்ணா? உன்னப் பத்திதான் நேத்திக்கு ரோஸாட்ட பேசிண்டுருந்தேன். பாலா மாமா முத்துவோட மதுரைல பாத்தது. அப்பறம் பேச்சு மூச்சையே காணோம்? ஊர்வலம் என்ன ஆச்சு? இப்படித்தான் ஒண்ணைப் பத்தி பெரிசா பேச வேண்டியது. பேச்சோட நிறுத்திக்க வேண்டியது.”

“இல்லை நம்பி. முதல்வர் வரார்ங்கறதே சந்தேகமா இருக்கு. தேதி நிச்சயமாட்டும்னு காத்துண்டு இருக்கோம். நரசிம்மன் போனது மனசே சரியில்ல. நான் இப்ப வந்த விஷயம் வேற. இந்த லெட்டரைப் பாரு. கோபால பிள்ளை எழுதியிருக்கார். என்னையும் உன்னையும் பாக்கணுமாம். உடம்பு ரொம்ப மோசமா இருக்காம்.”

நம்பி கடிதத்தை முதல் தடவை அவசரமாகப் படித்தான். இரண்டாவது தடவை நிதானமாகப் படித்தான்.

"எனக்கு இப்படி ஒரு குரு இல்லையேன்னு இருக்கு. நீ ஒரு முட்டாள் கண்ணா. அவரை விட்டுட்டயே. ரோஸா, இந்த லெட் டரைப் படியேன்"

"நீ வரேல்ல?"

"வராம? ரோஸா அனுமதி கொடுப்பாள்னு நிச்சயமாத் தெரியும்."

"ரோஸாக்குத் துணையா இருக்க ராதாவை வரச் சொல்லியிருக் கேன். காலேஜிலருந்து நேரா வரா."

காயங்குளத்திற்கு அவர்கள் திருவனந்தபுரம் வழியாகப் போவதாக நிச்சயித்தார்கள். திருவனந்தபுரத்தில் நம்பிக்குச் சில மருத்துவச் சாதனங்கள் வாங்க வேண்டியிருந்தது. பயணம் செய்த பஸ் எண் ணெய் கொதிக்கும் வாணலி. எல்லோருக்கும் எரிச்சல். வெய்யில் அரவணைப்பைக் கருக்கிவிட்டது. அழுகின்ற குழந்தை ஒன்றை அதனுடைய தாய் வாயில் அடித்தே அடக்கிக்கொண்டிருந்தாள். கண்ணனுக்கு ஜன்னல் வழியாக வெளியே குதித்துவிடலாம் போல இருந்தது.

"இந்த டிரைவர் சூப்பர்மேனாத்தான் இருக்கணும். இந்த வெய் யில்ல அசராம வண்டிய ஓட்டறானே. எனக்கு வெய்யில் பிடிக்கும். ஆனா இது நரகத்தில எரியற தீ மாதிரின்னா இருக்கு."

"டிரைவர் இந்த நரகத்தீயிலதான் தினம் போயாகணும். நீ மிருதுவா சேட்ஜியாட்டம் ஆயிட்ட கண்ணா. ஸாஃப்டா இருந்தாத்தான் நல்லது."

"வாய மூடிண்டு சும்மா இருக்கறதுதான் ஒருத்தனோட சகிச்சுக்கற தன்மைக்கு அறிகுறின்னா நான் ஸாஃப்டாவே இருந்துட்டுப் போறேன்."

"சண்டை போட வேண்டாம்பா. ரொம்ப தூரம் போகணும்."

பஸ் தமிழ்நாட்டைக் கடந்ததும் குளிர்ந்த காற்று வீசத் தொடங்கியது. எல்லோரிடமிருந்தும் நிம்மதியின் குறட்டைகள் வரத் தொடங்கின. கண்ணனுக்கும் கண்களைச் சுற்றிக்கொண்டு வந்தது. நம்பி இடுப்பில் குத்தினான்.

"தூங்காதே. இதப் படி."

நம்பி கொடுத்த புத்தகம் மாரிஸ் டாப் எழுதியது. தலைப்பு 'சோவியத் நாட்டின் பொருளாதார வளர்ச்சி – 1917ல் முதல்.

"நீ வேணும்னுதான பண்ணற. தூங்க முடியாமத் தவிக்கறவாளுக்கு மருந்தா கொடுக்க வேண்டிய புஸ்தகத்தெல்லாம் தூங்கிண்டு இருக்கற வனை எழுப்பிக் கொடுக்கற. நீ எப்படி இந்த புஸ்தகத்தெல்லாம் விடாம பெரிய பாட்டி பிரபந்தம் படிப்பாளே அத மாதிரிப் படிக்கற?"

"உண்மையான கம்யூனிஸ்ட் மாணவனா நீ இருந்தா இயக்கத் தினோட ப்ரம்மாக்கள் எந்தப் பொருளாதாரப் பாதைல போனாங் கறதத் தெரிஞ்சுக்கறது அவசியம். முறைக்காதே. சும்மா விளை

யாட்டுக்குச் சொன்னேன். ரொம்ப நாளா எங்கிட்ட இருக்கு. நானும் படிக்கணும் படிக்கணும்னு நினைச்சுண்டு இருக்கேன். ரோஸாதான் பையில திணிச்சா. அவ படிச்சுட்டா. அவளோட நிறைய சந்தேகத்தை இந்தப் புஸ்தகம் தீத்துடுத்தாம். கரவாஜ்ஜியோ வரைஞ்சிருக்கானே அந்தப் பெயிண்டிங் பாத்திருக்கயா? The Doubting Thomas. அந்த மாதிரி நான். புண்ணுக்குள்ள விரலை நுழைச்சு அது உண்மையான புண்ணுதானான்னு பாக்கற தாமஸ்."

"உன்னோட சந்தேகம் தீரவே தீராதா?"

"தீரும்னு நினைக்கல்லை. பக்ஷி தாத்தாவைப் பாத்தா பொறாமையா இருக்கு. பெரிய பாட்டி எவ்வளவு பாதைகளத் தாண்டி வந்திருக்கா அவளுக்கும் சந்தேகம் இருக்கறதாத் தெரியல்லை. ரோஸாவும் அப்படியேதான். நான் ஒத்தன்தான் இரண்டும் கெட்டான். ஒரு தரம் தாத்தாட்ட பேசிண்டிருந்தபோது பிஷப் ப்லாங்க்ரம்னு ஒத்தர் எழுதியிருக்கறதைச் சொன்னார். எனக்கு ரொம்பப் பிடிச்சிருந்தது.

"All we have gained by our unbelief
Is a life of doubt diversified by faith
For one of faith diversified by doubt."

இந்த விஷயத்தில நான் என் அப்பாவையும் தாத்தாவையும் கொண்டிருக்கேன்னு நினைக்கறேன். பக்ஷி தாத்தா இல்லை. ஓடிப் போன தாத்தா."

"உன்னோட அப்பாதான் நம்பினதில ஸ்டெடியா இருந்தார்னா கேள்விப்பட்டிருக்கேன்."

"எனக்கு நீ இப்படிச் சொல்றது ஆச்சரியமா இருக்கு கண்ணா. அவர் கம்யூனிஸ்ட் கட்சில இருந்தது வாஸ்தவந்தான். ஆனா கடைசில 1942ல சாகறத்துக்குன்னே கட்சியை விட்டு விலகினார். பாலா மாமா சொல்றார் அப்பாக்கு பிரிட்டிஷ்காரங்க வெள்ளையனே வெளியேறு இயக்கத்தை மூட்டைப் பூச்சிய நசுக்கற மாதிரி நசுக்கிடுவாங்கன்னு தெரியுமாம். ஆனாலும் அவங்க மேல அவ்வளவு வெறுப்பு. காந்தி பேச்சைக் கேக்காததுக்காக கட்சியோட சண்டை போட்டுண்டு விலகிட்டார்."

கண்ணன் மது பெரியப்பா சூலூரில் ஒரு ஏர்போர்ட்டை எரித்த சம்பவத்தில் கலந்துகொண்டார் என்று கேள்விப்பட்டிருக்கிறான்.

"அவர் உண்மையிலேயே சூலூர் சம்பவத்தில கலந்துண்டாரா?"

"என்ன நடந்ததுன்னே யாருக்கும் சரியாத் தெரியல்லை. ஏர்போர்ட் எரியும்போது அவர் அங்க இருந்திருக்கார். கருகிப் போய்க் கிடைச்ச உடம்புகள்ள அவரோடதும் ஒண்ணு. அவர் நிச்சயமா அங்க போன கூட்டத்துக்குத் தலைமை தாங்கினவர்கள்ள ஒத்தரா இருந்திருக்கணும். ஆனா இந்தப் பைத்தியக்காரச் செயலுக்கு அவர் ஒத்துண்டு இருப்பாராங்கறது சந்தேகம். பாலா மாமா சொல்றார் அவர் தீ வைக்கறவாளத் தடுக்கப் போயிருக்கலாம்னு. எது எப்படியோ

அப்பா உயிரோட திரும்பி வரல்லை. அப்போ காங்கிரஸ்காரா எல்லாருக்கும் பைத்தியம் பிடிச்சிருந்ததுன்னு நினைக்கறேன். இவருக்கும் பிடிச்சிருக்கலாம்."

"உன்னோட அம்மாவை நான் பாத்ததே இல்லை."

"எப்படிப் பாத்திருப்பாய். நீ பொறக்கறத்துக்கு முன்னாலயே அவ செத்துப் போயிட்டாளே. எனக்கே ஞாபகமில்லை. ரொம்ப சாதுவாம். நாங்குனேரில ஒரு போட்டோ இருக்கு. அவ ரொம்பச் சின்ன வயசில எடுத்தது. அதில அவளைப் பாத்தேன்னா இவளா கல்யாணம் பண்ணிண்டு ஒரு குழந்தையைப் பெத்துண்டான்னு சந்தேகமா இருக்கும். அப்பா போன உடனே செத்துப்போவேன்னு தீர்மானமா இருந்து செத்துப்போயிட்டாளாம். பெரிய பாட்டிதான் கடைசி வரைக்கும் அவளைக் காப்பாத்தணும்னு போராடிருக்கா. பெரிய பாட்டிக்கு ஆண்டாப் பாட்டிய வேற பாத்துக்க வேண்டியிருந்தது. ஆண்டாப் பாட்டிதான் அப்பாவ வளர்த்தவ. அவர் செத்துப் போயிட்டார்னு தெரிஞ்சதும் அவளுக்குப் பைத்தியமே பிடிச்சிடுத்து."

"எனக்கு ஆண்டாப் பாட்டிய பாத்த ஞாபகம் இருக்கு. குண்டா இருப்பா இல்லே. உங்க தாத்தா இன்னொரு விசித்திரமான மனுஷர்."

"நான் அவரைப் பத்திப் பேசவே பிரியப்படல்லை. எனக்கு யார் மேலயும் வெறுப்புக் கிடையாது. அவரைத் தவிர. சுயநலமே உருவான ஊர்சுத்தி. உயிரோட இருந்தா இன்னும் சுத்திண்டுதான் இருப்பர்னு நினைக்கறேன். பெரிய பாட்டி மாதிரி ஒத்திய எப்படி தனியா தவிக்க விட்டுட்டு அவரால போக முடிஞ்சதுங்கறது எனக்குப் புதிரா இருக்கு. அதுவும் அப்பா கைக்குழந்தையா இருந்தபோது. அவரைப் பத்தி நல்லது ஏதாவது சொல்லணும்னா இதைச் சொல்லலாம். சோம்பேறி சன்யாசிகள் பேச்சில மயங்கித் தன்னோட ஆத்மாவைத் தேடிண்டு போயிருக்கலாம். இன்னும் தேடிண்டு இருக்காரோ என்னவோ. தேடறது கிடைக்க என்னோட வாழ்த்துக்கள். ஆனா எனக்கு உயிரோட இருப்பார்னு தோணல்லை."

நம்பி தொடர்ந்தான்.

"பொன்னா பாட்டி மேலதான் எல்லாப் பாரமும். நம்ம குடும்பத்தில ஓடிப் போனவாளும் செத்துப் போனவாளும் பைத்தியம் பிடிச்சுப் போனவாளும் பொன்னாப் பாட்டி இருக்காங்கற தைரியத்திலதான் அப்படிப் போனான்னு நினைக்கறேன். நான் மனசால சொல்றேன். அவளை மாதிரி ஒருத்தி இருக்கறது அபூர்வம். எனக்குத் தெரிஞ்சு பெரிய பாட்டி யாரையும் குத்தம் சொல்லி நான் பாத்ததில்லை. நம்ம மதமும் சம்பிரதாயமும் இப்படி ஒருத்திக்குத் தைரியத்தையும் நம்பிக்கையையும் கொடுக்கறதுன்னா மதத்திலயும் சம்பிரதாயத்திலயும் ஏத்துக்கக் கூடியது எவ்வளவோ இருக்கணும். ரோஸா ஒத்துக்க மாட்டேங்கறா. மார்க்ஸோட அபினைப் பத்தி நினைவுபடுத்தறா. எனக்குத் தோணறது மார்க்ஸ் நினைச்ச உலகம் வந்தாக்கூட அதிலயும் பொன்னாப் பாட்டி மாதிரி சில பேர் இருந்தா அது அந்த உலகத்துக்கே பெருமை. நான் எல்லாத்தையும் நம்பிண்டுருந்த

போது பொன்னாப் பாட்டி சொல்லியிருக்கா நம்ம குடும்பத்தை ஒரு சாபம் பிடிச்சு ஆட்டறதுன்னு. எங்க குடும்பம்னு சொல்லணும். இப்பொ எனக்கு சாபத்திலயெல்லாம் நம்பிக்கை இல்லை. நம்முடைய பரம்பரை வித்திலேயே ஏதோ குறையிருக்குன்னு நினைக்கிறேன்."

"நான்சென்ஸ். இது நீ பேசல்லை. உன்னோட துக்கம் பேசறது. நம்ம இரண்டு பேரும் ஒரே genetic soupலேருந்துதான் வந்திருக்கோம் ஞாபகம் வச்சுக்கோ."

"ஏன் நீ நார்மலானவன்னு நினைச்சுண்டு இருக்கயா?"

"இப்பத்தான் நீ பழைய நம்பி மாதிரி பேசற. உங்கிட்ட இன்னொண்ணு ரொம்ப நாளாக் கேக்கணும்னு நினைச்சிண்டு இருந்தேன். இந்தக் காதல் எப்ப வந்தது? ரோஸா மேல இல்லைப்பா. கம்யூனிஸத்தின் மேல. நீ ரொம்பப் பக்திமானா நான் பாக்க இருந்திருக்காய்."

"நம்ம தேசத்தில எல்லாருமே சிந்திக்கற வாழ்க்கைய கடவுளப் பத்தி சிந்தித்துத்தான் ஆரம்பிக்கணும். யாரோ சொல்லியிருக்கா சந்தேகப்படறத்துக்கு முன்னால நம்பிப் பாக்கணும்னு. நான் ஸ்டாலின் மாதிரி வேத பாடசாலைல சேரல்லை. ஆனா கோவிலுக்குப் போனா கால் வலிக்கற மட்டுக்கும் பிரதக்ஷிணம் பண்ணுவேன். ஒரு தடவை துருவன் கதையக் கேட்டுட்டு நானும் காட்டுக்குப் போய்த் தவம் பண்ணுவேன்னு பிடிவாதம் பிடிச்சேனாம். பொன்னாப் பாட்டிதான் நல்ல வார்த்தை சொல்லி என் பிடிவாதத்தை மாத்தினாளாம். நீகூட என் நெத்தில இருக்கற தடிச்ச திருமண்ணைப் பாத்து எவ்வளவு கேலி பண்ணிருக்கே."

"பெருமாள் கோவில் யானைன்னு சொல்லிக் கேலி பண்ணுவோம்."

"எனக்கே எப்படி மாத்தம் வந்ததுன்னு தெரியல்லை. பக்ஷித் தாத்தாவோட திருப்பதிக்கு வருஷாவருஷம் போவேன். மொட்டையும் அடிச்சுப்பேன். திடீர்னு ஒரு வருஷம் நான் வல்லை நீங்க போயிட்டு வாங்கோன்னுட்டேன். அப்ப நான் மகா புத்திசாலியா ஆயிட்டேனா அல்லது உடம்புத் திமிரான்னு சரியாத் தெரியல்லை. பெருமாளுக்கு எங்கிட்ட எது விலைமதிப்பா இருக்கோ அதைக் கொடுக்கறேன்னு சொல்லி அவரை நயிச்சியப்படுத்தறதெல்லாம் கேலிக் கூத்துங்கிற அபிப்ராயம் வந்துடுத்து. தாத்தாட்ட நான் தலைமயிரப் பெரிசா வளத்துக்கப் போறேன் அதை யாருக்கும் தானம் பண்ணத் தயாரா இல்லைன்னு சொன்னேன். கோபத்தில அடிக்க வந்துட்டார். கஷ்டப்பட்டு அடக்கிண்டார். என்னை தாத்தா அடிச்சதே இல்லை தெரியுமா!"

"நான் கேட்டது இந்தக் கதைய இல்லை. நீ எப்ப சிவப்புச் சாயம் பூசிண்டே?"

"அது பரம்பரைச் சொத்துன்னுதான் சொல்லணும். என்னோட அப்பா கம்யூனிஸ்டா இருந்தார்னுதான் நம்ம ஆத்தில எப்போதும்

சொல்லிண்டுருப்பாளே. அது என்ன மாயக் கம்யூனிசம் ஆட்களை உயிரை விடவும் தூண்டறதுங்கறதைத் தெரிஞ்சுக்க ஆசை. முழுசாத் தெரிஞ்சுண்ட அப்பறம்தான் தெரிஞ்சது என்னோட அப்பா கம்யூனிஸ்டா சாகல்லைன்னு. அதுக்குள்ள உங்க அப்பா வார்த்தைல சொல்லணும்னா விஷம் தலைக்கேறிடுத்து."

"அவர்ட்ட இப்ப கேட்டா அதிலேருந்து கொஞ்சம் எனக்கும் ஏத்தப் பாக்கறேம்பர்."

3

அச்சுதன் கடுகடுவென்று இருந்தான். அவர்களை உள்ளேகூட வரச் சொல்லவில்லை.

"மாமா வரச் சொல்லிக் கடிதாசி போட்டிருந்தார்." கண்ணன் அமைதியாகச் சொன்னான். கோபம் வராதது அவனுக்கே ஆச்சரியமாக இருந்தது.

"போறதுக்கு முன்னால அவரோட பொழுதுபோக்கே அதுதான். கத்தை கத்தையா கடிதாசிகளை நானே தபால்ல சேத்திருக்கேன். உங்களுக்கும் எழுதியிருக்கலாம்."

நீ புளுகுகிறாய். எனக்கு மாமா எழுதியது கத்தைகளில் சேராது. அவருக்கு நான் எப்போதுமே தனிதான்.

கண்ணனும் நம்பியும் பேசாமலே சிறிது நேரம் நின்றுகொண்டிருந்தார்கள். கோபால பிள்ளையின் வீடு அழகாக இருந்தது. பளீரென்ற வெள்ளை. ஓடுகளின் சிவப்பை மழை இன்னும் கறுக்கடிக்கவில்லை. நம்பி சாய்ந்துகொண்டிருந்த இரும்புக் கிராதிகூட பச்சைச் சாயத்தில் மின்னியது. வீட்டின் உள்ளேயிருந்து வந்த பெண்களின் மெல்லிய அழுகைக் குரல்கள் கேட்காமலிருந்தால் அதை ஒருவர் இறந்த வீடு என்றே சொல்ல முடியாது. அச்சுதன் கைகளைக் கட்டிக்கொண்டு தரையை ஆராய்ந்துகொண்டிருந்தான். சட்டை போடாத உடம்பு. கருகருவென்று மயிர் அடர்ந்த மார்பு. கோபால பிள்ளை மாமாவை இவனிடம் பார்ப்பது இயலாத காரியம். அவருடைய குழந்தைத்தனமான ஆச்சரியம் இவனிடம் நிச்சயம் இல்லை.

நம்பிதான் அமைதியை உடைத்தான். "எங்களுக்கு உடனே போகணும். மாமா போனது ரொம்ப வருத்தமா இருக்கு. வீட்டில இருக்கறவங்ககிட்டச் சொல்லிடுங்க." அச்சுதன் தலையை ஆட்டினான். திரும்பி வீட்டிற்குள் சென்றான்.

கண்ணனுக்கு வாயில் கெட்ட வார்த்தைகள் வந்தன.

"தாயோளி. நான் இவனுக்கு என்ன கெடுதல் செய்தேன். இவன் சொத்தில பங்கு கேக்க வந்திருக்கேனா? எங்கிட்ட ஏன் இப்படி நடந்துக்கணும்?"

"நீ அவன் அப்பாவோட பிரியத்தை மொத்தமா எடுத்துண்டேங்கற பொறாமையாத்தான் இருக்கணும்."

“வேடிக்கையா இருக்கே. எனக்கும் அவனுக்கும் இருபது வயசாவது வித்தியாசம் இருக்கணும். பெரிய பிஸினஸ் மிஷின் கம்பனில வேலை. அதிலயே முதலாவதோ ரெண்டாவதோ. அவன் ஏன் பொறாமைப் படணும்? நான் அவன் முன்னால தூசு.”

“அவனோட அப்பா உன்னை தூசுன்னு நினைக்கல்லையே. அதுதான் காரணமா இருக்கும்.”

“நான் அவரைப் பாத்தே வருஷங்களாச்சு.”

“பாத்தாத்தான் பிரியமா கண்ணா? பெரிய பாட்டி என்னோட தாத்தாவைப் பாத்து அம்பது வருஷத்துக்கும் மேல ஆயிருக்காதா? அவளுக்கு யார் மேல அதிகப் பிரியம்? பக்ஷித் தாத்தா மேலயா, என் தாத்தா மேலயா? இதை விடு. நான் அச்சுதனை ஒரு தடவை பாத்திருக்கேன்.”

“பாத்திருக்கயா? எப்போ?”

“நீ மெட்ராஸில இருந்தபோது உங்க அப்பா என்னை நரசிம் மனைக் கூட்டிண்டு இவனைப் பாத்துட்டு வான்னு சொன்னார். வேலை சமாச்சாரமா. கோபால பிள்ளைதான் நான் என் பையங் கிட்ட சொல்றேன். வரச் சொல்லுன்னு சொல்லிருக்கணும். அவன் அன்னிக்கு நடந்துண்ட விதம் இன்னிக்கு விட மோசம். நரசிம்மனைப் புழுவைவிட கேவலமாத்தான் பாத்தான். அவனோட அப்பாவைச் சுத்தியிருக்கற சர்க்கஸ் அவனுக்குப் பிடிக்கவே இல்லைங்கறத வெளிப் படையாவே காட்டிண்டான்.”

“நரசிம்மன் எங்கிட்ட இதைப் பத்திச் சொல்லவேயில்லையே”

“ஏதாவது உபயோகமா நடந்திருந்தாத்தானே அவன் சொல்லுவன். அவன் புழுன்னா இவன் புழுவை மிதிக்கற யானை. முதல்ல ஒரு கேள்வி கேட்டான். உச்சரிப்பு நரசிம்மனை பயப்படுத்த வரவழைச் சிண்டது. அமெரிக்க உச்சரிப்பு. ப்ரேஸில்ல பேசற பாஷை என்ன? இதுதான் கேள்வி. நரசிம்மன் உடனே ஸ்பானிஷ்னு சொன்னான். இவன் கேவலமா ஒரு பார்வை பாத்துண்டே போர்ச்சுக்கீஸ¬ன்னு ஒரு பாஷை இருக்கு தெரியுமான்னான். அப்பறம் ‘What is loyalty?’னு கேட்டான். நரசிம்மன் கொஞ்ச நேரம் யோசிச்சு ‘faithfulness’னு சொன்னான். அகராதில அப்படி இருக்கும். ஆனா loyaltyக்கு இன்னொரு அர்த்தமும் இருக்கு. அது என்னன்னு கேட்டான். நரசிம்மன் பேசாம இருந்தான். இவன் உடனே என்னோட கம்பனில நடத்தற இண்டெர்வியூல நான் கேக்கறதுல லேசான கேள்விகள் இதுதான்; இதுக்கே பதில் சொல்ல முடியல்லைன்னா நீ எதுக்கு லாயக்குன்னான். நரசிம்மன் வெளிநாட்டுக் கம்பனில கிளார்க்கு வேலை பாக்கறமாதிரி கண்டுண்டிருந்த கனவு அன்னியோட முடிஞ்சு போச்சு.”

“இந்த அயோக்கியன் உங்கிட்ட பேசினானா?”

“நான் வெறும் அழைச்சிண்டு வந்திருக்கறவன்தானே. என்னை நிமிந்துகூடப் பாக்கல்லை. நான் ஓரமா நின்னுண்டு இருந்தேன்.”

“இவன்தான் கோபால பிள்ளை கொக்கிரகுளத்தில தனியா இருந்ததுக்குக் காரணம்னு நினைக்கறேன்.”

“நீ சொல்லறது சரி. எனக்கு இப்போ கவலை அவரோட புஸ்தகங்களப் பத்தித்தான். இவனைப் பாத்தா ஆழமா படிக்கறவனா தெரியல்லை. அதுக்குண்டான அடக்கம் அதுனால வர ஹ்யூமர் இவன்கிட்ட ஒண்ணுமே இல்லை. புஸ்தகங்களை என்ன பண்ணப் போறானோ?”

“நம்மையா எடுத்துண்டு போன்னு சொல்லப் போறான்? உனக்கும் எனக்கும் அதில நிறைய புஸ்தகம் நம்ம சொந்தப் புஸ்தகம் மாதிரி. நினைச்சாலே சீன்னு இருக்கு. புஸ்தகப்பேச்சை விடு.”

திடீரென்று வெடிகளின் சத்தம். கண்ணனுக்கு ஞாபகம் வந்து விட்டது. கோபால பிள்ளை மாமாவின் நட்பு கிடைத்தபின் அவன் கிரிக்கெட் ஆட்டத்தை மறந்தது இதுதான் முதல் தடவை. நம்பியை இழுத்துக்கொண்டு பக்கத்தில் இருக்கும் கடைக்கு ஓடினான்.

“இங்க ட்ரான்ஸிஸ்டர் இருக்கா?”

“இது மெடிக்கல் ஷாப்.”

“ஸாரி. நான் கேக்க வந்தது, ஸ்கோர் . . .”

“எனக்கு கிரிக்கெட் பிடிக்காது. புட்பால்தான். அந்தோ அந்தப் பழக்கடைல கேளுங்க.”

பழக்கடை ட்ரான்ஸிஸ்டரைச் சுற்றிக் கூட்டம்.

“ஸ்கோர் என்ன?”

“தெரியாதா? இந்தியா ஜெயிச்சாச்சு. அபீத் அலி இப்பத்தான் ஃபோர் அடிச்சார்.”

பத்து வருஷங்களுக்கு முன் இந்தியா இங்கிலாந்தை ஜெயித்தபோது கோபால பிள்ளையோடு கண்ணன் இருந்தான். அது இந்தியாவில் நடந்த ஆட்டம். வந்த அணியும் சொள்ளை அணி. இது இங்கிலாந்தில். அதன் சிறந்த அணிக்கு எதிராக.

“ஒரு நாள் முன்னாலே செத்துப்போயிட்டாரே?”

“அவரோட ஆவி ஒரு நாளைக்கு ஓவல் மைதானத்தில தங்கறதுக்கு அனுமதி வாங்கியிருக்கலாம். எமனுக்கும் கிரிக்கெட் பிடிக்கும்னு நினைக்கறேன்.”

பதினான்கு

1

கண்ணனும் முத்துவும் திட்டமிட்ட ஊர்வலத்தை ஒருங்கிணைப்பது மிகக் கடினமாக இருந்தது. மாணவர்கள் தயாராக இருந்தார்கள். ஆனால் ஆசிரியர்கள் மாணவர்களோடு சேர்ந்து ஊர்வலத்தில் வருவதற்குத் தயங்கினார்கள். அவர்களுக்குப் பல வேலைகள். வட்டிக்கு விடுவது, வீட்டு மனைகள் வாங்குவது, விற்பது, சீட்டுக் கம்பனிகள் நடத்துவது, ஜோதிடம் பார்ப்பது, ஏஜென்சி எடுத்து லாட்டரி வியாபாரம் செய்வது, ஜவுளிக் கடைகள் ஓட்டல்கள் நடத்துவது போன்றவை. மாணவர்களுக்குப் படிப்புச் சொல்லிக் கொடுப்பதற்கும் ட்யூஷன் எடுக்கும் நேரத்தைத் தவிர வேறு நேரம் கிடைப்பதில்லை. முத்துவையும் கண்ணனையும் பார்த்தாலே ஓட்டம் எடுக்கத் தொடங்கினார்கள். முதல்வர் அவர்கள் பிரச்சினையைத் தீர்த்து வைத்தார். அவர் திருநெல்வேலி வருகையை ஒத்தி வைத்ததால் ஊர்வலம் கைவிடப்பட்டது.

ஆனால் திருநெல்வேலியே காணாத அளவுக்கு ஒரு ஊர்வலம் நடத்த இந்திரா காந்தி வாய்ப்பு அளித்தார். இந்திய ராணுவம் கிழக்கு பாகிஸ்தானுக்குள் நுழைந்தது ஆசிரியர்களின் வீர உணர்ச்சியைத் தட்டி எழுப்பியது. வீரம் பொங்கி எழுந்ததற்கு கிழக்கு பாகிஸ்தான் மிகத் தொலைவில் இருந்ததும் ஒரு காரணம். பத்து ரூபாய் அகதிகள் நிவாரண நிதிக்கோ அல்லது ராணுவ வீரர்களின் உதவி நிதிக்கோ கொடுத்துத் தங்களுடைய தேச பக்தியை வெளிப் படுத்திக்கொள்ளலாம் என்பது அவர்களுக்குத் தெரியும். கல்லூரியில் நடந்த கூட்டத்தில் சந்திரன்கூடக் கலந்துகொண்டார்.

முத்து தொடங்கினான். பாகிஸ்தானை இந்தியா நசுக்குவது உறுதி என்று ஆரம்பித்து அமெரிக்க ஏகாதிபத்தியத்தின் அராஜகச் செயல்களுக்கு வந்தான். ஏழாவது கடற்படையை வங்காள விரிகுடாவிற்கு அமெரிக்கா அனுப்பியதை வன்மையாகக் கண்டித்தான். “அமெரிக்க ஏகாதிபத்தியம் ஒழிக! அவர்களது அடிவருடிகள் ஒழிக! வியட்நாமில் படுகொலைகள் புரிந்தவர்கள் ஒழிக! சர்வாதிகாரிகளைத் தூக்கி நிறுத்துபவர்கள் ஒழிக!” என்று கோஷங்கள் எழுப்பினான்.

“ரொம்பச் சத்தம் போடாதே. பையனுவளுக்குப் பாடம் சொல்லிக் கொடுக்க முடியாம தொண்டை கட்டிக்கப் போவுது. சண்டை

பாகிஸ்தான்காரன்கிட்டயா அல்லது அமெரிக்காகிட்டயா? சரியாத் தெரியல்லையே” என்றார் சந்திரன்.

“நாங்கள் போரை விரும்பவில்லை. ஆனால் அமெரிக்கா விரும் பினால் நாங்கள் போருக்குத் தயார்.”

“எங்கே இங்க பேட்டைலயா? அவன் பேட்டைக்கல்லாம் வர மாட்டான்பா. நீ இந்த மனோகரா வசனத்தைச் சீக்கிரம் முடிக்கற வளியப் பாரு. தீர்மானம் போட வேண்டாமா?”

“த. தி. தா கல்லூரி திருநெல்வேலி, தமிழ்நாடு மாணவர்களும் ஆசிரியர்களும் பாகிஸ்தான் கிழக்கு வங்காளத்தில் புரிந்த படுகொலை களை வன்மையாகக் கண்டிக்கிறோம். இந்திய ராணுவம் கிழக்கு வங்க மண்ணை பாகிஸ்தான் படுகொலையாளர்களிடமிருந்து விடுவிக்க தன் ரத்தம் சிந்திப் போராடுவதை வரவேற்கிறோம்.

பாகிஸ்தானின் வெறிச் செயல்களுக்குத் துணை போகும் அமெரிக்க ஏகாதிபத்தியத்தை வன்மையாகக் கண்டிக்கிறோம். ஏழாவது கப்பற்படை வங்காள விரிகுடாவிலிருந்து உடனடியாக வெளியேற வேண்டும். நாட்டுக்காக எங்கள் ஒவ்வொரு துளி ரத்தத்தையும் நாங்கள் தரத் தயாராக இருக்கிறோம்.”

சந்திரனுக்குத் தீர்மானம் பிடிக்கவில்லை. “இந்த பாரு முத்து, வாத்தியான் ரத்தம் மூட்டைப் பூச்சிக்குக்கூடப் பிடிக்காது. அதை வைச்சு என்ன எளவு செய்ய முடியும்? சர்க்கார் பிளட் பேங்கா வைக்கப் போறான். நம்ம மிலிட்டரிக்காரன் ரத்தமே சிந்தறதுக்குப் போதும். அதனால அந்த கடைசி வரிய வேற விதமா எளுது. அப்பறம் அதென்ன அமெரிக்க ஏகாதிபத்தியம்? அவன் பாகிஸ்தான் பின்னால போறான். அதனால நான் கம்யூனிஸ்ட் பின்னால போகணுமா? அந்த வார்த்தைய எடுத்துரு. அப்பறம் அமெரிக்கா செயலை கண்டிக் கிறோம்னு சொல்றதை விட வருத்தப்படறோம்னு சொல்லப்பா. உங்களுக்கு பையனுவளயே கண்டிக்க முடியாது அமெரிக்காவக் கண்டிக்க புறபட்டுட்டேங்க.”

முத்து தீர்மானத்தை ஓட்டுக்கு விடுவோம் என்றான். சந்திரன் “ஓட்டெல்லாம் வேண்டாப்பா. இங்க நான் சொல்லி கேக்கற ஆட்கள் கம்மி. நீங்க உங்க விருப்பப்படியே செய்ங்க” என்றார்.

அன்று நடந்த ஊர்வலம் மிகப் பெரியது என்பதில் சந்தேகம் இல்லை. ஆனால் சில நாட்களிலேயே ஆசிரியர்களும் மாணவர்களும் சேர்ந்து இன்னொரு பெரிய ஊர்வலம் நடத்துவதற்கு வாய்ப்பைக் காவல் துறை ஏற்படுத்திக்கொடுத்தது.

2

பேராசிரியர் ரங்கராஜன் தன்னுடைய ஓய்வு பெறும் நாளை எதிர்பார்த்துக்கொண்டிருந்தார். முப்பத்து ஐந்து ஆண்டுகளாக வேதியலோடு போராடி அவருக்கு அலுத்துவிட்டது. மனைவி

அவரை விட்டுப் பிரிந்து போய்ப் பல நாட்கள் ஆகிவிட்டன. குழந்தைகள் இல்லை. ஓய்வுக்குப் பிறகு திருவரங்கத்தில் ஒரு வீடு வாங்கிக்கொண்டு ரங்கனைத் தினமும் சேவிக்க வேண்டும் என்பது அவரது ஆசை. தற்போது தன்னுடைய தம்பியுடன் தங்கி இருந்தார். மாணவர்களுக்கு மிகவும் பிடித்தமான ஆசிரியர். முப்பத்து ஐந்து ஆண்டுகளாக ஒரே பாணியில்தான் அவர் விரிவுரை ஆற்றி வந்தார். அந்தப் பாணி எந்த ஆண்டும் தோல்வி அடைந்ததில்லை. மாணவர்களின் வேதியல் அறிவை வளர்ப்பது தனது இலக்கு அல்ல என்பதை அவர் உறுதியாக நம்பினார். அறிவு வளர்ந்தால் அது தற்செயலாகவே நிகழ்ந்தது. அவருடைய இலக்கு மாணவர்களை அதிக மதிப்பெண்கள் வாங்க வைப்பது. இதை அடைய அவர் ஒரு தவறாத வழி வைத்திருந்தார். முந்தைய பத்து ஆண்டு மதராஸ் பல்கலைக்கழகக் கேள்வித்தாள்களுக்கு விடைகளைத் தயாரித்து தனது மாணவர்களை அவற்றை மட்டும் படிக்கச் சொல்வார். தேர்வுகளில் அனேகமாக அவர்கள் படித்த கேள்விகளே கேட்கப்படும். ஒன்று கேள்வித்தாள் குறிப்பவர் சுயமாகச் சிந்தித்து கேள்விகள் தயாரிப்பவராக இருக்க வாய்ப்பில்லை; இரண்டு அவருக்குப் பத்து ஆண்டுகளுக்கு அப்பால் சென்று கேள்விகளைத் தேடும் பொறுமையும் ஆர்வமும் இருக்காது என்பது பேராசிரியரின் வாதம். அது அனேகமாகப் பொய்த்ததே இல்லை. ஒரு தடவைதான் கேள்வித்தாள் குறிப்பவர் சுயமாகச் சிந்தித்துத் தொலைத்துவிட்டார். ஆனால் அதிர்ஷ்டவசமாக அப்போது இருந்த பல்கலைக்கழகத் துணைவேந்தர் வேதியல் துறையைச் சேர்ந்தவர். அவரும் வேதியலுக்கும் சுய சிந்தனைக்கும் இடையே தாண்ட முடியாத அகழி ஒன்று இருக்க வேண்டும் என்று நம்புபவர். அவர் கேள்விகள் மிகக் கடினம் என்று மாணவர்களுக்குக் கூடுதல் எண்கள் அளித்ததும் அல்லாமல் கேள்வி தயாரித்தவரிடம் மாணவர்களைப் பதற்றம் அடையச் செய்ததற்கு விளக்கம் கேட்டு குறிப்பு ஒன்றும் அனுப்பினார். மாணவர்களுக்கு ரங்கராஜன் ஓய்வு பெறுவது வருத்தமாக இருந்தது.

இன்ஸ்பெக்டர் சுடலையும் ஓய்வை நெருங்கிக்கொண்டிருந்தார். ஆனால் அவர் வருத்தப்பட்டதாகத் தெரியவில்லை. நிறையப் பணம் சம்பாதித்துவிட்டார். அதில் ஒரு பகுதியை தன்னுடைய கிராமத்தில் ஒரு பிள்ளையார் கோவில் கட்டச் செலவிட வேண்டும் என்ற எண்ணம். பாபநாசர் என்பது பிள்ளையாருடைய தந்தைக்கு பெயர் என்றாலும் தான் செய்த பாபங்களைக் களையும் சக்தி விநாயகருக்கே இருக்கிறது என்று சுடலை நினைத்தார். அவருடைய குடும்பம் மிக வசதியாக இருந்தது. நாற்காலியில் உட்கார்ந்தால் தரையில் புரளும் அளவுக்கு நீளமான ஒரு தங்கச்சங்கிலி அணிந்துகொண்டுதான் அவரது மனைவி வெளியே புறப்படுவார். மகளுக்குச் சீதனமாக கொடுத்தது ஐநூறு பவுன். அவரது முதல் மகன் சிவில் இஞ்சினியர். நல்ல வருமானம். இரண்டாவது மகன் மதுரையில் வணிகவியல் படித்துக் கொண்டிருந்தான். கொஞ்சம் போக்கு சரியில்லை. அப்பாவுக்குச் செல்லம். அப்பா சிறை செல்ல அவன்தான் காரணம்.

பார்க்கப் பையன் லட்சணமாக இருப்பான். நன்றாகவும் உடை அணிவான். பாளையங்கோட்டைக்கு வாரந்தோறும் வருவான். சாயங்காலம் வீதி வலம் வருவதற்கு முன்னால் அவன் நிலைக் கண்ணாடி முன் நின்று முகத்தில் இருக்கும் ஒவ்வொரு பருவையும் தேடி அதன் பரிமாணங்களை ஆராய்ந்து அதன் மரணத்துக்கு வழி செய்பவைகளைப் பூசிக்கொள்வான். பின் தலைமயிரோடு போராடி சில மயிர்ச் சுருள்களை நெற்றியில் படரச் செய்வான். சுருள்களின் கீழே விபூதிக் கீற்று. அதன் கீழே ஒரு குங்குமப்புள்ளி.

ராமசாமி கோவில் தெருப் பெண்கள் பாளையங்கோட்டை யிலேயே அழகான பெண்கள் என்று அவனுக்கும் அவனது நண்பர்களுக்கும் எண்ணம். அந்தப் பெண்களுக்கும் அவ்வாறே எண்ணம். வாரந்தோறும் இவன் கூட்டம் வருவது அவர்களுக்குத் தெரியும். வரும் சமயத்தில் பெண்கள் வாசலில் நிற்பார்கள். கூட்டம் அவர்களைக் கடக்கும்போது தலையைக் குனிந்து சிரிப்பார்கள். இந்த விளையாட்டு பல வாரங்களாக நடந்துகொண்டிருந்தது. இரு குழுவினருக்கும் பிடித்த விளையாட்டு. ஆனால் புதிதாகக் குடிவந்த சில பெண்களின் அம்மாக்களுக்குப் பிடிக்கவில்லை. அவர்கள் அப்பாக்களிடம் சொன்னார்கள்.

அந்த வாரம் சுடலையின் மகன் வீதி வலம் வரும்போது சில அப்பாக்கள் அவர்களைக் கூப்பிட்டார்கள்.

"தம்பிகளா, பக்கத்தில இவ்வளவு பெரிய கிரவுண்ட் இருக்கு. அதைச் சுத்தி வர வேண்டியதுதானே. வேணும்னா சுத்தி ஓடலாம். இது தெரு. உங்க நடைபாதை இல்லை."

சுடலையின் மகன் சிறிது பயந்துவிட்டான். இருந்தாலும் போலீஸ் இன்ஸ்பெக்டர் மகன் என்பதை காட்டிக்கொள்ளாமல் பின் வாங்கினால் நண்பர்கள் கேலி செய்வார்கள் என்று நினைத்தான்.

"சார் இது பொதுத் தெரு. உங்க குடும்பச் சொத்தில போட்டது இல்லை. யாரும் நடக்கலாம். அவசரமானா ஓடலாம்."

"அதிகம் பேசாதப்பா. உடம்புக்கு நல்லதில்லை. நீங்க எதுக்கு வரேங்கன்னு எங்களுக்குத் தெரியாதான்ன? எங்க வீட்டுப் பெண்கள் கடைத்தெரு பொம்மைகள் இல்லை. நீங்க பாத்து சபாஷ் சொல் லறதுக்கு."

"அப்போ வீட்டுக்குள்ள உட்காத்தி வச்சுக்கறதுதானே, வாசல்ல ஏன் வர விடறீங்க. நான் இந்த தெருவுக்குத்தான் வருவேன். நாளைக்கு இன்னும் நாலைஞ்சு பேரைக் கூட்டிக்கிட்டு வருவேன்."

"நாளைக்குத் தெருவில காலை வச்சே போலீசக் கூப்பிடுவோம். அப்பறம் கம்பிகளுக்கு பின்னால சுத்தி சுத்தி வரலாம். போலீசு காலை ஒடச்சுட்டான்னா அதுவும் முடியாது."

சுடலையின் மகன் நேராகக் காவல் நிலையத்திற்குச் சென்றான். சுடலை நண்பர்கள் சிலருடன் இருந்தார். கொழும்பிலிருந்து வந்தவர் கள். கொண்டு வந்த சரக்கும் அற்புதமாக இருந்தது.

“அப்பா என் காலை ஒடிச்சிருவோம்னு சொல்லறாங்க.”

“எந்த ... மவன் சொன்னான்?”

“ராமசாமிக் கோவில் தெருவில உள்ள குடுமி வச்ச ஆசாமிங்க. என்னைக் கம்பி எண்ண வச்சிருவாங்களாம்.”

“அப்படியா சொன்னாங்க? அவங்க பொஞ்சாதிகளை மலத்திப் போடுதேன். ஏ, சம்பந்தம்! இங்க வா.”

புத்தி கொஞ்சம் அதிகம் இருந்தால் இந்தியாவில் காவல் துறையில் சேருவது கடினம். சம்பந்தமும் அவனுடைய சகாக்களும் காவல் துறையினராலேயே கொஞ்சம் புத்தி மட்டு என்று கருதப்படுகிறவர்கள். செயற்கையான கோபத்தை வரவழைத்துக்கொண்டு அவர்கள் குடுமி வைத்தவர்களைப் பிடிக்க சுடலையின் மகனோடு சென்றார்கள்.

ரங்கராஜனும் அவருடைய தம்பியும் கோவிலுக்குப் போய்விட்டுத் திரும்பிக்கொண்டிருந்தார்கள். வேட்டி, அங்கவஸ்திரம். சட்டை அணிந்துகொள்ளவில்லை. தம்பிதான் முதலில் சம்பந்தம் குழுவினரைப் பார்த்தான்.

“பாரு அண்ணா. நம்ம செல்லம் ஐயரை போலீஸ்காரா அடிக்கறா.”

ரங்கராஜன் போலீஸ்காரர்களைத் தடுக்க முயன்றார்.

“இது என்ன அக்கிரமம்? எதுக்கு அவரை அடிக்கறேங்க? இது எந்தச் சட்டத்தில இருக்கு? நாலு நாள் முன்னாலதான் அவர் ஆஸ்பத்திரிலேருந்து திரும்பி வந்திருக்கார். ஹார்ட்ல கோளாறு. ஏதாவது ஆனா நீங்களா பொறுப்பு? நான் உடனே டிஐஜீக்கு போன் பண்ணறேன்.”

சம்பந்தம் குழுவினருக்கு ரங்கராஜன் கல்லூரிப் பேராசிரியர் என்று தெரிய வாய்ப்பு இல்லை. சட்டை போடாதது ரங்கராஜன் தவறுதான்.

“அடி செருப்பால. என்னப் பத்தி போன் செய்யப் போறானாமில்ல. உன் குடும்பத்தையே இங்க தெருவில வண்டி அடிப்பேண்டா அறுதலி பெத்தவனே. எனக்குச் சட்டம் சொல்லித் தாரயா? வா, நான் கூட்டிப் போற இடத்தில இன்னும் நல்லாச் சொல்லித் தரலாம்.”

பேராசிரியராலும் ஒரு வார்த்தைகூடப் பேசாத அவருடைய தம்பியாலும் மேலே சரமாரியாக விழுந்த அடிகளைத் தடுக்க முடியவில்லை. அவர்கள் அங்கவஸ்திரங்களே அவர்கள் கைகளைக் கட்டுவதற்கு உபயோகப்பட்டன. காவல் நிலையம்வரை அடித்தே இழுத்துச் செல்லப்பட்டார்கள்.

சுடலை மிகுந்த கோபத்தில் இருந்தார். கொழும்புச் சரக்கு மூளைக்குப் புகை மூட்டம் போட்டிருந்தது.

“பாப்பார சிறுக்கி பிள்ளைகளா, எம்பையனையா கம்பி எண்ண வைக்கப் போறீய. ராத்திரி பூரா இங்க லாக்கப்பில உங்கள மூத்திரம் குடிக்க வைக்கல்லை என் பேரு சுடலை இல்லை.”

“நான் யாருன்னு தெரியாம பேசறேள். தப்பு பண்ணறேள்.”

"நீ யாருலே? நீ யாரு குண்டிலேருந்து வந்திருந்தாலும் இது என் ஸ்டேஷன். நான் சொல்லறவனுக்கு நீ காட்டித்தாம்ல ஆகணும். உன் பிள்ளைங்க புருசன் வூடு போற வரையும் கிளியாம பொத்திக் கிட்டு வச்சிருக்கணும்னு எதிர்பாத்தேன்னா அவங்கள தெருவில ஏன் அலைய விடுதே? அலைஞ்சா பையங்க மோப்பம் பிடிச்சிக்கிட்டு வரத்தான் வருவானுவ." சுடலையின் குரல் உயர்ந்தது. "ஆமா நான் தெரியாமத்தான் கேக்கேன், அந்தத் தெரு உங்கம்மைக்கு சொந்தமோ? அவ ஊர் மேஞ்சு சம்பாதிச்சதோ? சொல்லேம்ல பேய் . . . க்கு பேன் பாத்த . . ." பூட்ஸ் அணிந்த கால்களால் அவர்களை மிதித்தார். "உள்ள தள்ளு. நான் சாப்டு வந்து கவனிச்சிக்கறேன்."

டெபுடி இன்ஸ்பெக்டர் ஜெனரல் ரங்கராஜனின் மாணவர். கல்லூரி முதல்வர் ரங்கராஜன் காவல் நிலையத்தில் விருந்தாளியாக இருக்கிறார் என்று போன் செய்ததும் அவருக்கு நிலைமை கட்டுக்குள் அடங்காமல் போக வாய்ப்பு இருக்கிறது என்பது தெரிந்துவிட்டது. உடனே சுடலைக்கு அவர் போன் செய்தார். ஆனால் சுடலை அவருடைய ஆசை நாயகி வீட்டில் இருந்தார். உதவி ஐஜியும் அவருடைய கண்காணிப்பாளர்களும் காவல் நிலையத்திற்கு ஓடினார் கள். பேராசிரியரும் அவருடைய தம்பியும் உடனே விடுதலை செய்யப்பட்டார்கள். "ரொம்ப சாரி சார். பெரிய தப்பு நடந்து போச்சு" என்று உதவி ஐஜி மன்னிப்புக் கேட்டாலும் அதைப் புரிந்துகொள்ளும் நிலையில் ரங்கராஜன் இல்லை. உடனடியாக மருத்துவமனைக்கு அழைத்துச் செல்லப்பட்டார்.

சுடலை இரவு பத்து மணிக்கு மேல் வீடு திரும்பினார். மேலிடத் திலிருந்து போன் வந்தது என்பது தெரிந்ததும் அவருக்கும் நிலைமை சரியில்லை என்பது தெரிந்துவிட்டது. காவல் நிலையத்துக்கு உடனே போன் செய்தார். தன்னுடைய சீனியர்கள் தனக்காக அங்கே காத்துக் கொண்டிருப்பது ஆச்சரியமாக இருந்தது.

"உன் தலைல சிமெண்டு வச்சு அடைச்சிருக்கறது எங்க எல்லா ருக்கும் தெரியும். ஆனாலும் நீ ஒரு புரொபஸரை அடிச்சு லாக்கப்ல தள்ளுவேன்னு எங்களாலகூட எதிர்பாத்திருக்க முடியாது. காலேஜ் பையனுங்க இந்த மாதிரி ஒண்ணு நடக்கறத்துக்காகக்காத்துக்கிட்டு இருக்காங்க."

"தெரியாம நடந்து போச்சு சார். அவர் காலத் தொட்டு மன்னிப்புக் கேட்டுக்கறேன் சார்."

"காலத் தொடுவயா? அதை எப்படித் தொட முடியும்? அவர் கால்லதான் யானை தண்டி பேண்டேஜு போட்டுருக்காங்களே. காலை ஒடிச்சதே நீயும் உன் ஆளுங்களும்தானப்பா. ஒம் பொஞ்சாதியக் கூட்டிகிட்டுப் போய் அவர் காது பக்கத்தில ஒப்பாரி வைக்கச் சொன்னாலும் அவருக்குக் கேக்காது. மயக்க மருந்து கொடுத்திருக்காங்க. அவரை ஏன் ஸ்டேஷனுக்கு கூட்டியாந்தே? உன்னோட கான்ஸ்டபிள்கிட்ட கேட்டா ஏதோ கதை சொல்லு தான்?"

“குடிச்சிட்டு தெருவில சண்டை போட்டுகிட்டு இருந்தாங்க சார். அதனால் இங்க இளுத்துகிட்டு வர வேண்டியதாப் போச்சு.”

“You are a shameless liar. பக்கத்துல வந்தாலே சாராயக்கடை மாதிரி நாத்தம் அடிக்கிது. அவரைக் குடிச்சிருந்தாருன்னு சொல்லுத. அவர் எனக்கு காலேஜில வாத்தியாரு. டீ கூட குடிக்கமாட்டாரு. எனக்குத் தெரியும். ஆமா, உனக்கு அவரு காலேஜ் வாத்தியாருன்னு தெரியுமா தெரியாதா?”

“தெரியாதையா. கோவில் பட்டருன்னு நினனச்சேன். அவங்க சட்டைகூடப் போடல்லை.”

“கோவில் பட்டருன்னா காலை ஒடைக்கலாமா? உன்னைக் காப்பாத்தறது கஷ்டம்.”

டெபுடி இன்ஸ்பெக்டர் ஜெனரல் சொன்னது வெற்று வார்த்தைகள். காவல் துறையினருக்கு முதல் தகவல் அறிக்கையில் எழுதியிருப்பது கடவுளின் உண்மை. முதல் தகவல் அறிக்கையில் தெளிவாக ரங்கராஜ னும் அவருடைய சகோதரரும் குடித்துவிட்டு ஆபாசமாகத் தெருவில் பேசிக்கொண்டிருந்தபடியால் காவல் நிலையத்திற்குக் கொண்டு வரப்பட்டார்கள் என்று குறிப்பிடப்பட்டிருந்தது. அவர்கள் எச்சரிக் கப்பட்டுத் திரும்ப அனுப்பப்பட்டார்கள். ஆனால் போதை பலமாக இருந்ததால் திரும்பும் போது காவல் நிலையப் படிகளில் உருண்டு விழுந்து பலத்த காயம் ஏற்பட்டுவிட்டது.

3

உமாவுக்கு பஸ் சரியான நேரத்தில் வந்தது நிம்மதியாக இருந்தது. அவளுக்கு அன்று தேர்வு. ஷேக்ஸ்பியர். தேர்வுக்கு நேரம் தாழ்ந்து செல்ல அவள் விரும்பவில்லை. ஆனால் பஸ் சுலோசன முதலியார் பாலத்தைத் தாண்ட முடியவில்லை. மாணவர்கள் போக விடாமல் மறித்துக்கொண்டனர்.

“என்ன ஆச்சு?”

“பாளையங்கோட்டைல காலேஜ் புரொபசரை போலீஸ் அடிச்சுட் டாங்களாம். ஆளு சீரியஸா. பொழைக்கறதே கஷ்டங்கறாங்க.”

மாணவிகளில் சிலர் வீடு திரும்ப விரும்பினார்கள். சிலர் மாணவர் களுடன் சேர விரும்பினார்கள். உமா போராட்டத்தில் கலந்து கொள்ள விரும்பினாள். கல்லூரிப் பேராசிரியருக்கு இந்த நிலைமை ஏற்படலாம் என்ற எண்ணமே அவளுக்கு ஆத்திரத்தை அளித்தது. கண்ணனைப் பார்க்கலாம் என்று ஓரத்தில் ஒரு நப்பாசை.

கண்ணனும் உமாவும் பேசுவதே அரிதாகிவிட்டது. அவன் ஐஏஎஸ் தேர்வுக்குப் படிப்பதாகத் தெரியவில்லை. அவளும் அதைப் பற்றிக் கேட்பதை விட்டுவிட்டாள். ஆனால் அவள் கேட்பாளோ என்ற கவலை அவனை அவர்கள் சந்தித்த நேரங்களில் அதிகம் பேசாதிருக்க வைத்தது. உமாவிற்கு அவன் திருநெல்வேலியை விட்டுக் கிளம்ப

விரும்பாதது எரிச்சலாக இருந்தது. அப்பாவிடம் ஓங்கி அடித்துப் பேசிவிட்டாலும் அவளுக்கு அவர் தான் ஒரு கல்லூரி ஆசிரியரை, அதுவும் ஒரு திருநெல்வேலி கல்லூரி ஆசிரியரைத் திருமணம் செய்து கொள்ள அனுமதி கொடுக்கமாட்டார் என்பது தெரியும். சங்கர ராமன் இன்னும் வடமாள் பெண் ஐயங்கார் விரித்த வலையில் தெரிந்தே சிறிது சிறிதாகச் சிக்கிக்கொண்டிருப்பதைப் பற்றி மண்டை யாட்டி மணி ஐயருக்கு எழுதிக்கொண்டுதான் இருந்தார். அவனுக்குத் தேர்வு எழுத விருப்பமில்லாததைச் சிவப்பு மையால் எழுதினார். உமா கண்ணனை மிகவும் விரும்பினாள். ஆனால் அந்த விருப்பம் அவளை எல்லாவற்றையும் உதறிவிட்டு அவனுக்குப் பின்னால் போகும் நிலைக்குக் கொண்டு செல்லுமா என்பது அவளுக்குத் தெரியவில்லை. ராதாவிடம் கேட்டாள். அவள் வெளிப்படையாகவே சொன்னாள்.

“இந்தப் பரிக்ஷைக்குப் படிக்கறத்துக்கு நிறையக் கஷ்டப்படணும். ஒரு ஒழுங்கு வேணும். என் அண்ணனுக்கு மூளை இருக்கு. ஆனா ஒரு நிலைல நின்னு கஷ்டப்பட்டுப் படிக்கற ஒழுங்கு அவனுக்கு வரும்னு எனக்குத் தோணலை. இதை நீ புரிஞ்சிக்கணும். புரிஞ்சிண் டேன்னா இப்ப இருக்கற திருநெல்வேலி காலேஜ் வாத்தியார் கண்ணனை விரும்புவாய். நாளைக்கு எப்படி இருக்கணும்னு நீ கனவு கண்டுண்டு இருக்கற கண்ணனை இல்லை. நீ முத முதல்ல நினைச்சது சரி. எங்கிட்ட ஒரு கடுதாசி கொடுத்தயே ஞாபகம் இருக்கா? என்னைப் படி படின்னு சொன்னையே. அதில நீ என்ன எழுதியி ருந்தே? நீ அவனை அவனாகத்தான் பாக்க நினைக்கறாய்னு எழுதியி ருந்தே இல்லையா? நீ எழுதினது அவனுக்கு சௌகரியமாப் போயி டுத்து. இப்போ அவன் அதைப் பிடிச்சிண்டு நீதான் மாறிட்டாய்னு நினைக்கறான்.”

“என்னோட இடத்தில நீ இருந்திருந்தேன்னா என்ன செய்தி ருப்பே?”

“நான் அவன் பின்னால போயிருக்கமாட்டேன். அப்படியே போயிருந்தாலும் உன்னை மாதிரி யோசிச்சிண்டு இருக்கமாட்டேன். இதுக்குள்ள ஒரு முடிவு எடுத்திருப்பேன்.”

4

கண்ணன் அன்று உமாவை நினைக்கும் நிலையில் இல்லை. பேராசிரியர் அவனுக்கு நன்றாகத் தெரிந்தவர். அவருக்கு நேர்ந்தது அவனைக் கொதிக்க வைத்தது. அவனும் முத்துவும் ததிதா கல்லூரி மாணவர்களையும் ஆசிரியர்களையும் திரட்டினார்கள். அனைத்துக் கல்லூரிகளிலிருந்தும் திரண்டு வருபவர் மாவட்ட ஆட்சியாளர் அலுவலகத்தின் முன் கூடுவது என்ற முடிவு எடுக்கப்பட்டது. சில ஆசிரியர்கள் பாப்பானுக்கு அடி பட்டால் நாம் ஏன் அரசைப் பகைத்துக்கொள்ள வேண்டும் என்று முணுமுணுத்தாலும் ரங்க

ராஜன் மீது பிற ஆசிரியர்களும் மாணவர்களும் கொண்டிருந்த மதிப்பு அவர்கள் வாய்களை அடைத்துவிட்டது.

கூட்டத்தின் கோரிக்கைகள் இரண்டு. ஒன்று சுடலையை உடனடியாகக் கைது செய்ய வேண்டும். இரண்டாவது அரசு பேராசிரியரை ஒரு அரசு ஊழியர் தாக்கியதற்காக அவரிடம் எழுத்து மூலம் மன்னிப்புக் கேட்க வேண்டும். காவல் துறை அதன் அறிக்கையில் ரங்கராஜனும் அவருடைய தம்பியும் மித மிஞ்சிக் குடித்திருந்ததினால் காவல் நிலையத்துக்கு அழைத்து வரப்பட்டார்கள் என்றும் அவர்கள் திரும்பிப்போகும் வழியில் படிகளில் உருண்டு கீழே விழுந்ததனால் காயங்கள் ஏற்பட்டன, காவலாளர் தாக்கியதால் அல்ல என்றும் கூறியது. ஆசிரியர் மாணவர் உணர்ச்சிகளை மதித்து நிர்வாகம் சுடலையை அந்தக் காவல் நிலையத்திலிருந்து மாற்றியிருப்பதாகவும் அறிக்கை தெரிவித்தது.

மாவட்ட ஆட்சியர் அரசுப்பணிக்கு வரும்முன் கல்லூரி ஆசிரியராக இருந்தவர். அவருக்கு போலீஸ் கூறுவதில் நம்பிக்கை அதிகம் இல்லை. ஆனால் அவரே குடித்துவிட்டுத் தள்ளாடும் பல ஆசிரிய நண்பர்களைப் பார்த்திருக்கிறார்.

"நீங்க எப்படிச் சொல்லலாம் போலீஸ் சொல்லறது பொய் அப்படின்னு. நான் ஒரு மாஜிஸ்ட்ரேட் என்குயரி ஒண்ணு வச்சிருக்கேன். பதிஞ்சு நாள்ள அறிக்கை வந்துடும். அதப் பாத்திட்டு அடுத்த நடவடிக்கையை எடுக்கலாம்."

முத்து சொன்னான். "உங்க எல்லாரையும் எங்களுக்குத் தெரியும். நீங்க விவகாரத்தை ஆறப் போட்டு அந்த இன்ஸ்பெக்டரைத் தப்பிக்க விடலாம்னு நினைக்கிறீங்க. புரொபசரு ஒரு சாமியார் மாதிரி. அவர் குடிச்சிட்டு கலாட்டா பண்ணினாருன்னு சொன்னா அதை விடச் சாக்கடைத்தனமான பொய் வேற எதுவும் இருக்க முடியாது. ரெண்டாயிரத்துக்கும் மேல இங்க பையங்க இருக்காங்க. அவங்க எல்லாரும் அம்மா அப்பா மேல சத்தியம் பண்ணிச் சொல்லுவாங்க ரங்கராஜன் சார் டீ காபிகூட குடிக்கமாட்டாருன்னு. அந்த கேடு கெட்ட பயலைப் பத்தி ஊரில யாரையும் கேட்டுப் பாருங்க. சுத்த தண்ணிவண்டின்னு சொல்லுவாங்க. நாங்க அவனை நாந்துகிட்டு சாகவா சொல்லுதோம். சாரை அடைச்சாம்ல அதுக்கு களுவாயா இரண்டு மூணு மாசம் அவனும் உள்ள இருந்துட்டு வரட்டும்னுதான சொல்லுதோம். இதைக்கூடச் செய்ய நீங்க தயாரா இல்லைன்னா மேல்விளைவு விபரீதமா இருக்கும்."

"சும்மா மிரட்டாதீங்க. எனக்கு எத்தனை வருஷம் சர்வீஸ்னு தெரியுமா உங்களுக்கு? இதை மாதிரி பேசியே பயங்காட்டறதெல்லாம் எங்கிட்டச் செல்லாது. உங்க நட்டுவாங்கத்துக்கு நான் சதிர் ஆடுவேன்னு எதிர்பாக்காதேங்க."

"ஆமா. நீங்க சொல்றது ரொம்ப சரி. உங்க நட்டுவனார் போலீஸ் வேஷம் போட்டுண்டிருக்கார். அவர் ஜதிக்குத்தான் நீங்க ஆடுவீங்க.

வா முத்து, இந்த மக்கள் விரோதி ஆட்கள்கிட்ட பேசி எந்தப் பிரயோசனமும் இல்லை.” இது கண்ணன்.

அதற்குப் பிறகு போராட்டம் வேறு வடிவு எடுத்தது. மாணவர்கள் மாவட்ட ஆட்சியர் அலுவலகத்தைச் சூழ்ந்து கொள்ள காவல் துறையினர் துப்பாக்கிச் சூடு நடத்த வேண்டியாயிற்று. ஒரு மாணவன் சாவோடு சூடு அடங்கியது.

மாவட்ட ஆட்சியருக்கு இப்போது நிச்சயமாகத் தெரிந்துவிட்டது ரங்கராஜனுக்கும் குடிக்கும் இடையே உள்ள தூரம் காவல் துறைக்கும் உண்மைக்கும் உள்ள தூரத்தைவிட அதிகமாக இருக்கும் என்று. சுடலையைக் கைது செய்வதைத் தவிர வேறு வழியில்லை. ஆனால் அவருக்குப் பயிற்சி அளித்தவர்கள் பழைய ஐசிஎஸ் அதிகாரிகள். அரசுப்பணி செய்கிறவர்களை மதிக்காமல் பேசுகிறவர்களும் தண்டிக் கப்பட வேண்டியவர்கள் என்பதைத் திரும்பத் திரும்பச் சொல்லிக் கொடுத்திருந்தார்கள். அன்று பேசினானே ஒருவன் அவனுக்குக் கற்பிக்கப் போகிற பாடத்தை அவன் கடைசி நாள்வரை மறக்கக் கூடாது. அவன் கூட இருந்தவனும்தான். ஆட்சியர் சர்வ கட்சிக் கூட்டம் ஒன்றைக் கூட்டினார்.

காங்கிரஸும் கம்யூனிஸ்ட் கட்சிகளும் மாணவர் பக்கம். பாலா அவர்கள் சார்பில் பேசினார். “அரசு பையங்க சொல்லறத்தில இருக்கற நியாயத்தை புரிஞ்சிகிட்டுதுன்னு நம்பறோம். அந்த நம்பிக் கைல நாங்க வந்திருக்கோம். அந்தக் காவாலிப்பய இன்ஸ்பெக்டரை உடனே கைது செய்யுங்க. கொஞ்சம் தள்ளிப் போட்டாலும் நிலைமை மோசமா ஆயிரும்.”

“இந்த பாருங்க. உங்களுக்கு இருக்கற அனுபவம் இங்க யாருக்கும் கிடையாது. உங்களுக்கே தெரியும் போலீஸ்காரனை அரெஸ்ட் செய்யிறது அவ்வளவு சுலபம் இல்லைன்னு. அவங்க எல்லாரும் கலகத்தில இறங்கிட்டான்னா என் வேலை பறிபோயிரும். இந்தா இருக்காரே டிஐஜி அவரும் போயிரும். சுடலை வாத்தியாரை அடிச்சு உள்ள தள்ளினது தப்புத்தான். ஆனா இந்த வாத்தியாருங்க பையங்களத் தூண்டிவிட்டது எந்த விதத்தில நியாயம்? அன்னிக்குச் செத்துப்போன பையனோட அப்பா வந்திருந்தாரு. அவரு சொல்லு தாரு என் பையன் எந்த சோலிக்கும் போகமாட்டான்னு. அவனைக் கூட்டியாந்தது யாரு? இவனுகதானே. நம்ம எம்.எல்.ஏ என்ன சொல்லுதாரு?”

திமுக ஆட்சியரின் பக்கம். “ஆமாங்க. அண்ணாகூடச் சொல்லிருக் காரு. ‘கல்வி கற்றுக்கொடுப்பவர் கலங்கரை விளக்கங்கள். கலங்கரை விளக்கம் காட்டும் வழி சரியில்லையேல் கடலில் மிதக்கும் கலங்களின் நிலை என்ன?’ என்று. இவங்க செய்தது தப்புத்தாங்க.”

“ஆசிரியர்களைக் கைது செய்தா போராட்டம் இன்னும் வலுவாகும். இது ஒத்துக்க முடியாத தீர்வு. போலீஸ்காரன் அத்துமீறினதுனால தான அவங்க கூட்டமா வந்தாங்க. பையனை யார் கொன்னது

வாத்தியாருங்களா? போலீஸ்தானே? வாத்தியார் மேல ஏன் கை வைக்கணும்?"

"நான் கைது பண்ணப் போறோம்னு சொன்னேனா? காலேஜ் நிர்வாகத்துகிட்ட அவங்களை மூணு நாலு மாசம் சஸ்பெண்டு செய்யுங்கன்னு சொல்லப்போறேன். சஸ்பெண்டு செய்யறது லோக்கல் விவகாரம் பாருங்க. வர பிரச்சினையும் லோக்கலாத்தான் இருக்கும். சமாளிச்சிறலாம்."

"எத்தனைப் பேர இப்படி வெளில தள்ளப் போறீங்க"

"ரெண்டே பேர்தான். அன்னிக்கு புசுபுசு மீசைக்குள்ளேருந்து வசனம் பேசினான் ஒத்தன். அவன். இன்னொத்தன் அவனோட தொத்திகிட்டு இருந்த செவத்த பையன். கண்ணாடி போட்டுக்கிட்டு இருந்தான்."

"நடக்காத காரியம்" என்றார் பாலா. அவருக்கு நடக்கும் என்பது தெரியும்.

5

கண்ணன் தற்காலிகப் பணி நீக்க உத்தரவுகளை எதிர்பார்க்கவில்லை. ஆட்சியர் நினைத்த மாதிரியே அவை பெரிய பிரச்சினைகளை ஏதும் விளைவிக்கவில்லை. ததிதா கல்லூரி வளாகத்திற்குள் மாணவர்கள் மூன்று நாட்கள் கூச்சல் போட்டார்கள். மற்ற ஆசிரியர்கள் அந்தத் தினங்களில் காலி வகுப்புகளுக்குத் தவறாமல் சென்றார்கள். சந்திரனிடம் கல்லூரியில் கட்டுப்பாடு திரும்ப வர நிச்சயம் வாய்ப்பு இருக்கிறது என்று சொன்னார்கள். திருமலையிடம் சந்திரன் தனியாக மன்னிப்புக் கேட்டுக்கொண்டார்.

"உன் பையன் அந்த மாணிக்கத்தைக் கட்டி அளாம இருந்தா இது நடந்திருக்காது. கலெக்டர் கிட்ட நான் சொல்லிப்பாத்தேன். அவர் இரண்டு பேரையும் சஸ்பெண்டு செய்யணும்னு ஒத்தைக் கால்ல நின்னாரு. அவர் கூட குஸ்தி போட முடியுமா? மூணு மாசம்தானே? பாதிச் சம்பளம் கிடைக்கும். அவனை வெளியூர் எங்கனயாச்சும் அனுப்பு."

திருமலை கண்ணனிடம் முதல்வர் வருத்தப்பட்டதைச் சொன்னான்.

"மாணிக்கம் இல்லைப்பா. முத்து. அவன் சினேகிதம் சரியில்லையா? நான் என்ன பள்ளிக்கூடம் போற பையனா, இவரைக் கேட்டு சினேகிதம் பிடிக்கறத்துக்கு? Your friend is a cheap, vengeful person. முத்துவோட சிநேகிதம் இந்த சூட்டுப் போட்ட பெருச்சாளி சிநேகிதத்தைவிட ஆயிரம் மடங்கு தேவலை."

"Well, there is no accounting for taste. ஆனா பிரின்சிபாலை பெருச்சாளி மூஞ்சூறுன்னு சொல்லிண்டு திரிஞ்சேன்னா காலேஜுக்குத் திரும்பிப் போறது கஷ்டம்."

"யாரு திரும்பிப் போகப்போறா?"

கண்ணன் நம்பியை நினைத்தான். அவன் இருந்திருந்தால் ஒரு வழி சொல்லியிருப்பான். நல்ல சமயத்தில் ஜோஷி மடம் போய் விட்டான்.

உமாவினால் போராட்டம் நடந்த அன்று கண்ணனைச் சந்திக்க முடியவில்லை. அவனைத் தூரத்திலிருந்து பார்க்க முடிந்தது. பக்கத்தில் போயிருந்தாலும் அவன் பேசியிருப்பான் என்று சொல்ல முடியாது. ராதாதான் கண்ணனுடைய தற்காலிக வேலை நீக்கத்தைப் பற்றிச் சொன்னாள்.

"நிலைமை மோசமாத்தான் இருக்கு. கலெக்டர் இவங்க அன்னிக்கு பேசினத்தை அவரைச் சொந்தமா அவமதிச்சதா நினைச்சுண்டாராம். அவர்தான் பிரின்சிபாலைக் கூப்ட்டு சஸ்பெண்ட் பண்ணினாத்தான் ஆச்சுன்னு பிடிவாதமா நின்னாராம். பாலா மாமா அப்பாட்ட சொன்னார்."

"நான் கண்ணனைப் பாக்கணும். நீ சொல்லறயா? எங்க சிநேகிதத்தை மூடி மறைச்சு இனிமே ஒரு பிரயோசனமும் இல்லை. அவன் சரின்னா ஆத்துக்கு வரேன். அவனோட பேசியே ஆகணும். அடுத்த வாரம் பம்பாய் போகப் போறேன்."

அன்று வீட்டில் யாருமே இல்லை. திருமலையும் ரெங்கநாயகியும் நாங்குனேரி சென்றிருந்தார்கள்.

உமா வேகமாகப் படியேறி வந்தாள். படியேறிய மூச்சைக்கூட சரியாக வாங்க முடியாமல் வாயில் முத்தம். உமா தடை செய்ய வில்லை. நாக்குகள் பிணைந்துகொண்டன. வாய்ச்சுவை தித்தித்து இருக்கவில்லை. அவன் அறியாத சுவை. ரத்தச் சிவப்புப் புடவையில் அவள் இருந்தாள். அவன் கைகளுக்குச் சுதந்திரம். அன்றுதான் அவன் அவளை முழுவதுமாகப் பார்த்தான்.

"என்ன? மேல போகலாமா?"

"மேலயா? ஓ, அதைச் சொல்லறயா? ஒண்ணும் வேண்டாம். கீழயே இருப்போம்."

கண்ணன் அவளை வற்புறுத்த விரும்பவில்லை. அவள் அவனுக் குத்தான். அவசரப்பட வேண்டியது இல்லை. ஆசை சுகமாகத் தணிந்தது. உமா தன்னை விடுவித்துக்கொண்டாள்.

"உன்னோட சிநேகிதத்துக்குப் பதிலா குடுக்க எங்கிட்ட ஒண்ணுமே இல்லை உமா." கண்ணாடி இல்லாமல் அவன் வேறு மாதிரி இருந்தான். எப்போதும் ஆச்சரியத்தில் இருப்பது போல விரிந்த கண்கள். கண்களுக்குக் கீழ் இரண்டு சிவப்புத் தடங்கள். கோபத் தடங்கள். கண்ணாடி அழுத்திக்கொண்டிருந்ததால் வந்தவை. உமா அவனது புருவங்களை நாக்கால் தொட்டாள். இறங்கித் தடங்களுக்கு வந்து ஈரப்படுத்தினாள்.

“முட்டாத்தனமாகப் பேசாதே. பிரியம் என்ன பண்டமாத்து விவகாரமா? பதிலுக்கு எதாவது கொடுக்கறத்துக்கு? அப்படிக் கொடுத்தாலும் அதை பிரியத்துக்குப் பதிலா மாத்திப்பேன்னு நினைக்கறயா?”

“நீ ஒன்னோட முடிவில மாறல்லைங்கறது சந்தோஷமா இருக்கு. வேலை திரும்பக் கிடைச்சிடும். அதுல சந்தேகம் இல்லை. மூணு மாசந்தானாம். சந்திரன் அப்பாட்டச் சொல்லிட்டார். ஆனா நான் காலேஜுக்குத் திரும்பப் போவேன்னு நினைக்கல்லை.”

“என்ன ஆனாலும் பரீக்ஷைக்கு உக்காரமாட்டே இல்லையா?”

“எழுதணுமா? உமா நான் வேற திட்டம் வச்சிருக்கேன்.”

உமாவின் கோபம் அவளுடைய வருத்தத்துடன் போட்டியிட்டது. எப்படி இப்படி நடைமுறையோடு ஒத்துப்போகாமல் இருக்கிறான்? அவளுடைய உணர்வுகள் சாக்கடையில் சேர வேண்டியவையா?

“நீ மனசுக்குள்ள என்ன நினைச்சுண்டு இருக்கே? ஊரில எல்லாரும் உன்னோட அடுத்த வீரச்செயல் என்னன்னு பாக்கறத்துக்கு மூச்சைப் பிடிச்சிண்டு உக்காந்திண்டு இருக்காளா? சோம்பேறிக் கனவு கண்டே நாளைக் கழிச்சிடலாம்னு பாக்கறே. நீ இவ்வளவு தூரம் வந்ததே அதிருஷ்டம். நரசிம்மனை மாதிரி நீயும் வேலை இல்லாம இருந்திருந்தே இந்தக் கனவெல்லாம் என்னிக்கோ பறந்து போயிருக்கும். எது எப்படியோ நான் காத்துண்டு இருக்கத் தயாரா இல்லை.”

அவனுக்குச் சொல்லப் பதில் இல்லை. அவளுடைய மாற்றம் அவனை அதிரவைத்து விட்டது. ஏன் பொய் சொன்னோம், ஒரு மண்ணாங்கட்டித் திட்டமும் இல்லை. நான் மகா சோம்பேறி. பரீட்சையென்றாலே ஆயாசம். ஆனாலும் சொன்ன பொய்யை திரும்பப் பெறுவது நடக்காத காரியம்.

“நான் சொல்லறதக் கேளு உமா. நான் என்ன திட்டம்னே சொல்லல்லை.”

“குப்பைல போடு உன்னோட திட்டத்தை. நீ உதவாக்கரை. ஒண்ணுக்கும் ஆகாத உதவாக்கரை. உன் மூஞ்சியப் பாக்கவே எனக்குப் பிடிக்கல்லை.” மை கரைந்து கன்னங்களில் வழிந்தது. பிடித்த கையை உதறியதில் கண்ணாடி வளையல்கள் உடைந்து தரையில் விழுந்தன.

“கேளு உமா. தயவு செய்து சொல்லறதக் கேளு.”

“என்ன பிரயோஜனம்?”

“நான் லெக்சரர் வேலைக்கு வெளியூர் காலேஜுக்கு அப்ளை பண்ணிருக்கேன். நிச்சயம் வேலை கிடைக்கும். இந்த ஊர்ல நாம இருக்க வேண்டாம். நான் பரீக்ஷையும் எழுத வேண்டாம்.” அவனுடைய பொய்களைக் கேட்க அவனுக்கே வெட்கமாக இருந்தது.

“உனக்கு ஏன் நீ எந்த வேலைக்கும் லாயக்கில்லாதவன்னு புரியமாட்டேங்கறது? உன்னோட பிஸிக்ஸ் துருப்பிடிச்சுப் போய்

ரொம்ப நாளாச்சு. நூத்துக்கணக்கா புதுசாப் படிச்சவா காத்திண்டுருக்கா. யாரை முட்டாளாக்கறே? உன்னோட சோம்பேறித்தனத்தை இந்தப் பொய்ப் போர்வை போட்டு மறைச்சிடும்னு நினைக்கறயா? கண்ணா, எனக்கு வெறுத்துப் போச்சு. நான் பம்பாய்க்குப் போறேன். குட் பை.”

ராதாவுக்கும் கண்ணனிடம் கோபம்.

“உனக்கு நீ எதை இழந்திருக்கேங்கற யோசனையே இல்லை. உன்னோட வாழ்க்கைல நல்ல உண்மையான பாதிப்பே அவதான். நினைவு வச்சுக்கோ. பாதிப்புன்னு நீ நினைச்சிண்டு இருக்கற மத்ததெல்லாம் பொய். நீ திரும்பத் தேடும்போது, சீக்கரம் தேடத்தான் போறே, உனக்கே தெரியப் போறது உமா மாதிரி ஒரு பொண்ணு கிடைக்கறது கஷ்டம்னு.”

ராதா சொல்வது சரி. உமா மாதிரி ஒரு பெண் கிடைப்பது கஷ்டம்.

“நான் அவளைத் தொலைச்சுட்டதா நினைக்கல்லை. அவளோட கோபம் உடனே மாறிடும். மாறின உடனே அவ எங்கிட்டத் திரும்பி வந்திடுவா. முறைக்காதே. நான் அவகிட்டப் போயிடுவேன்னு வச்சுக்கயேன். நான் ஐ. ஏ. எஸ் பரிக்ஷை எழுதறதா முடிவு பண்ணிட்டேன்னு அவகிட்டே சொல்லு. கோபம் தணியலாம்.”

“அவ உன்னை இனிமே நம்பப் போறதில்லை. நீ கை கழுவின கேஸ். உன்னோட சிவப்புக் கனவுகளை இனிமே தொந்தரவே இல்லாமப் பாரு. உண்மை வந்து எழுப்பற வரைக்கும்.”

ராதா உமாவிடம் சொன்னாள். “கண்ணன் யோசிக்கற சக்தியத் தொலைச்சிட்டு நிக்கறான். அதத் தேடணுங்கற எண்ணமும் இல்லை. நீ போறது எனக்கு நஷ்டம் உமா. உனக்குக் கண்ணனை விட நல்லவா எவ்வளவோ கிடைப்பா. எனக்குத்தான் உன்ன மாதிரி ஒரு மன்னி கிடைக்கறது கஷ்டம்.”

“அவசரப்படாதே ராதா. நான் கண்ணனை இன்னும் கை கழுவிட்டதா நினைக்கல்லை. அவன் திரும்ப வரும்போது நான் இருந்தேன்னா அவனைக் கட்டாயம் விடமாட்டேன்.”

அவன் அவளை வழி அனுப்புவதற்கு ரயில் நிலையத்திற்கு வந்திருந்தால் அவள் அவனைக் கட்டாயம் ஏற்றுக்கொண்டிருப்பாள். ரயில் புறப்படும் வரையும், கைகாட்டல்கள் மறையும் வரையும் அவளது கண்கள் அவனைத் தேடிக்கொண்டிருந்தன. அவன் வரவில்லை.

பதினைந்து

1

முத்திரை மை அடர்ந்து தெளிவாக இல்லாமல் இருந்தாலும் கையெழுத்து தெரிந்ததாக இருந்தது. கடிதம் பட்சிக்கு எழுதப்பட்டது.

அன்புள்ள பட்சிக்கு,

நான் இன்னும் உயிரோடு இருப்பதால் நீயும் உயிரோடு இருப்பாய் என்ற நம்பிக்கையில் இந்தக் கடிதத்தை எழுதுகிறேன். அறுபது வருஷங்களுக்கு முன்னால் நானே அறுத்துக் கொண்ட தொடர்பு. அதைத் தேடிக் கண்டுபிடித்து என்னோடு ஒட்ட வைக்கும் முயற்சிதான் இது. தேடுவது கிடைத்தால் அதிசயம். என்னுடைய நிலைமையில் நான் அதிசயங்களை நம்பித்தான் ஆக வேண்டும்.

அம்மாவைப் பற்றி நான் கேட்கப்போவதில்லை. அவள் போய்ச் சேர்ந்து பல வருஷங்கள் ஆகி இருக்க வேண்டும். அவள் என்னோடு இன்றுவரை இருக்கிறாள். நானும் அவளுடைய கடைசி நொடி வரையில் அவளுடன் இருந்திருப்பேன். என்னுடைய மகன் அறுபதைத் தாண்டி இருப்பான். ஆண்டாளுக்கு எண்பது வயது, இல்லையா? குடும்பத்தில் மற்றவர்களை எனக்குத் தெரியாது. எல்லோருக்கும் என்னுடைய ஆசீர்வாதங்கள்.

எழுதுவதற்கு நிறைய ஒன்றும் இல்லை. என்னுடைய பயணங்கள் முடிந்து பல வருஷங்கள் ஆகிவிட்டன. கடந்த முப்பது ஆண்டுகளாக ஜோஷி மடத்தில் இருக்கிறேன். ரிஷிகேசம் தாண்டி பத்ரிநாத் போகும் வழியில்.

கடிதம் எழுதாமலே நான் வந்திருப்பேன். ஆனால் என்னைத் தெரிந்த யாராவது ஒருவர் குடும்பத்தில் இருக்கிறார் என்பதை உறுதி செய்துகொள்ள விரும்புகிறேன். பார்த்து பல வருஷங்கள் ஆகியிருந்தாலும் பழகியிருந்த ஒரு பிடிப்பு இருந்தால் நல்லதுதானே.

மறுபடியும் எல்லோருக்கும் என்னுடைய ஆசிர்வாதங்கள்.

அன்புள்ள
அண்ணா

பட்சி உயிரோடு இல்லாவிட்டால் இந்தக் கடிதத்தை அவனுடைய வாரிசிடமோ அல்லது அவனுடைய அண்ணன் மகனிடமோ கொடுக்கவும்.

நம்பி கடிதத்தைப் படித்துவிட்டு பட்சியிடம் கொடுத்தான்.

"இவ்வளவு வருஷத்துக்கு அப்பறம் இப்ப ஏன் தலை காட்டணும்?"

"நீ இதை அண்ணாட்டத்தான் கேக்கணும் நம்பி. எனக்கு அவன் கிடைச்சது சந்தோஷந்தான். அவன் என்னல்லாமோ நினைச்சிண்டு எழுதியிருக்கான். ஆனா அவனோட பாக்யம் அவன் நினைச்ச ஒண்ணு சரி. நான் உயிரோட இருப்பேங்கறது."

"பெரிய பாட்டிட்ட சொல்லியாச்சா?"

"இல்லை. நம்மாழ்வார் நிச்சயமா இங்க திரும்பி வருவான்னு எப்படிச் சொல்ல முடியும்? அவனுக்கு எம்பத்தைஞ்சு வயசாவது இருக்கும். இவ்வளவு தூரம் பிரயாணம் பண்ணத் திராணி இருக்கோ என்னவோ? அம்மா நான் சொன்னா நம்பமாட்டா. அவன் வந்தா அவனை இருக்கற மங்கலான கண்ணால பாத்து தொட்டுத் தடவிப்பாத்து நம்பலாம்."

"அருமை அண்ணாக்கு பதில் எழுதியாச்சா?"

"இல்லை. உனக்காக காத்திண்டு இருந்தேன். அவன் உன்னோட தாத்தா. நீதான் அவனுக்கு எழுதணும்."

"நான் ஏன் எழுதணும்? கொஞ்ச நேரத்துக்கு முன்னால வரைக்கும் அவர் உயிரோட இருக்கார்ங்கறதே எனக்குத் தெரியாது. நம்ம குடும்பத்தில போனவான்னு நான் நினைச்சிண்டு இருந்தவங்கள்ள எனக்கு பிடிக்காதவா யாராவது ஒத்தர்னா அது அவர்தான்."

பட்சி நம்பியின் அருகில் வந்து அவன் கன்னத்தைத் தொட்டார்.

"நம்பி, நீயா இப்படிப் பேசற? என் மேல உனக்கு மரியாதை இருந்துதுன்னா இப்படியெல்லாம் பேசாதே. ஒரு யோசனை தோணறது. நீ அவன் இருக்கற இடத்துக்குப் போனா என்ன?"

"தாத்தா, இப்பதான் சொன்னேன் அவர் பேரைக் கேக்கவே எனக்குப் பிடிக்கல்லைன்னு. பாக்கப் போங்கறேளே. நான் போகப் போறதில்லை. நீங்களும் அவசரப்பட்டு பதில் எழுதாதீங்கோ. உங்களை அறுபது வருஷம் காக்க வச்சிருக்கார். அவர் விட்டுட்டுப் போனவா எல்லாரும் அவரை உடனே பாக்கறத்துக்கு ஆசையா இருக்கான்னு அவர் நினைச்சுக்க வேண்டாம்."

பட்சியிடம் நம்மாழ்வார் அவருக்கு எழுதிய கடிதம் இன்னும் இருந்தது. கண்ணனிடம் அதைக் காட்டலாம் என்று இருந்தார். அவன் கோபத்தைப் பார்த்ததும் மனதை மாற்றிக்கொண்டார். "சரி, நான் பதில் எழுதப் போறதில்லை. உங்கிட்டக் கேக்காம நான் எதுவும் செய்யப் போறதில்லை. போறுமா?"

ரோஸாவும் பட்சியின் பக்கம். "நம்பி நீ பேசறது கொஞ்சம் கூட நல்லால்லே. தாத்தா சொல்லறது ரொம்ப சரி. நீ போயேன்.

வயசானவரு. தனியாயிட்டோம் என்கிற நினைப்புலதானே இந்தக் கடிதாசிய எழுதியிருக்கணும்?"

"தனியாயிட்டாரா? அவரோட அம்மாவை விடவா தனியா யிட்டார்? அவளைக் கொஞ்சம் கூட ஈரப்பசை இல்லாம இவர் விட்டுட்டுப் போகல்லையா? என்னோட அப்பா அப்போ நம்ம இந்து மாதிரி கைக்குழந்தை. அம்மா இல்லாத குழந்தை."

"அவர் தப்பு பண்ணிட்டார்ன்னே வச்சுக்கிடுவோம். அறுபது வருஷத்துக்கு முன்னால பண்ணின தப்பு. அது அவரோட தனி மையை சகிச்சுக்கக்கூடியதா ஆக்கிடுமா? நீ என்ன பழி வாங்கற, செய்த தப்புக்குத் தண்டனை கொடுக்கிற தேவ தூதனா? உன்னோட நிதானம் எங்கே போச்சு?"

"ரோஸா, அவர் நாலு தலைமுறைகளைத் தவியா தவிக்க வச்சிருக் கார். அவரோட கடிதாசில அவர் அதை நினைச்சு வருத்தப் படறார்ங்கற அறிகுறியே காணோம். ஆனாலும் நீ சொல்லறது சரி. நான் ஒண்ணும் பழி வாங்கற தேவ தூதன் இல்லை. போறேன். வரப் போறேன்னு கடிதாசி எழுதப் போறதில்லை. போய்ப் பாத்துட்டு பாக்கற மனுஷனைப் பிடிக்கல்லைன்னா பேசாம திரும்பி வந்திடு வேன்."

2

ரிஷிகேசத்திற்கு வடக்கே அவன் செல்வது இதுதான் முதல் தடவை. அவன் குழந்தையாக இருந்தபோது பெரிய பாட்டி, பட்சி, வேதாவு டன் அவன் ரிஷிகேசம் வந்திருக்கிறான். பத்ரிநாத்வரை செல்வதாகத் தான் திட்டம். ஆனால் அந்த வருஷம் கடுமையான நிலச்சரிவுகள். பத்ரிநாத் போவதற்கு அப்போது சரியான சாலைகள் கிடையாது. பஸ்களும் கிடையாது. பக்தர்கள் நடந்து சென்றார்கள் அல்லது மட்டக்குதிரை மேல் அமர்ந்து சென்றார்கள். பாதை மிகக் குறுக லானது. நிலச்சரிவுகளைப் பற்றிக் கவலைப்படாமல் பத்ரிநாத் சென்றிருந்தால் அவரை ஒரு வேளை பார்த்திருக்கலாம் என்று நம்பி நினைத்தான். பார்த்திருந்தால்? அவர் திரும்ப வந்திருப்பாரா? வந்திருந்தால் பெரிய பாட்டி இப்போது உயிரோடு இருந்திருக்க மாட்டாள். அவள் உயிரைக் கையில் பிடித்து வைத்திருப்பதே இவரை ஒரு தடவை பார்க்கத்தானே? நான் ரோஸாவை மணம் செய்து கொண்டிருப்பேனா? இந்து பிறந்திருப்பாளா? எங்கேயோ எப் போதோ நடந்த நிலச்சரிவின் அதிர்வுகள் எவ்வளவு பாதிப்புகளை நிகழ்த்தியிருக்கின்றன. நமது கண்களுக்குத் தெரிந்தோ தெரியாமலோ நமது வாழ்க்கை சங்கிலிகளால் பிணைக்கப்பட்டிருக்கிறது. உண்மை யான விடுதலை என்பது உயிரோடு இருக்கும்போது அடைய முடியாதது. தாத்தா அறுபது வருஷங்கள் அதைத் தேடித் தேடி அலுத்திருக்க வேண்டும். சங்கிலியையாவது பார்ப்போம் என்ற ஆசை இப்போது அவரைப் பிடித்து ஆட்டுகிறது.

பயணிகளை பாகிஸ்தானுடன் நடந்த போர் பயமுறுத்தி இருக்க வேண்டும். அல்லது போகாமல் மிஞ்சி இருக்கும் குளிர். பத்ரிநாத் கோவிலுக்கு இன்னும் கோடை ஆரம்பிக்கவில்லை. ஜோஷி மடம் அமைதியின் மையத்தில் இருந்தது. காலைச் சூரியனின் பொலிவு அதற்கு அசாத்திய அழகைக் கொடுத்தது. சுற்றிலும் பனி அடர்ந்த சிகரங்கள். பிரமிப்புக்கும் எல்லை உண்டு என்பதை மறக்க வைப்பவை. பனிப்புலங்கள் அவனுக்குப் புதியவை. அவனுடைய உணர்வுகளின் மையங்களை மாற்றுபவை. மரணத்திற்குப் பின் மனித உயிர்களின் பாதையும் இதுதானோ? இறப்புக்கும் தென் திசைக்கும் இந்து மதம் எதற்காக முடிச்சுப் போட்டிருக்கிறது என்பது எனக்குப் பிடிபடவில்லை. நமது தெற்கு மலைகள் மனிதத்துவம் பெற்றவை. அவற்றின் அடர்ந்த, ஈரம் மின்னும் பச்சை உயிருடன் இணைந்தது. நான் இறந்தால் வடதிசைக்கே வருவேன். இந்த மலைகளில் மானுடம் இழந்த தெய்வங்கள் இயங்குகிறார்கள். அல்லது துறவு பூண்ட பேய் மனிதர்கள். என் தாத்தா இந்த இடத்தைத் தேர்ந்தெடுத்ததில் எந்த ஆச்சரியமும் இல்லை.

வைஷ்ணவ பாபாவை எல்லோருக்கும் தெரிந்து இருந்தது. "எங்களுடைய மனுக்களையெல்லாம் அவர்தான் எழுதுகிறார்" என்று ஒரு வயதான கிழவர் உடைந்த ஆங்கிலத்தில் சொன்னார். கூடவே ஒரு சிறுவனை வழிகாட்ட அவனுடன் அனுப்பினார்.

பாபாவுக்குச் சுத்தமாக முண்டனம் செய்யப்பட்ட தலை. வயதால் சுரண்டப்படாத, ஆரோக்கியத்தின் தடங்கள் அழுத்தமாகப் பதிந்த முகம். நெற்றியில் ஒளிரும் திருமண். நம்பி வருவதைப் பார்த்ததும் அவர் நடுக்கமற்ற குரலில் சொன்னார். "நீ மதுரகவியின் பையன். இல்லையா? அவன் எப்படி இருக்கான்? அவன் ஏன் வரல்லை?"

நம்பி தாத்தாவுடன் சந்திப்பதைப் பல தடவை மனதுக்குள் ஒத்திகை பார்த்து இருக்கிறான். அவன் எதிர்பார்த்தது படுத்த படுக்கையில் சாவை வரவேற்றுக்கொண்டிருக்கும் கிழம். இவர் இன்னும் வாழ்வின் சமவெளியில் நடமாடிக்கொண்டிருப்பவர். சாவைப் பயமுறுத்துபவர். தான் யார் என்பதை அவரிடம் முதலில் சொல்லக் கூடாது என்று நினைத்தான். முதலில் மனிதர் எப்படி என்பதை எடை போட்ட பின்னரே தன்னை அடையாளம் காட்டிக்கொள்ள வேண்டும் என்பது அவனது எண்ணம். இவ்வளவு யோசித்தவன் அவரால் என்னில் தன்னை எளிதாகப் பார்க்க முடியும் என்பதை மறந்து விட்டேனே?

"அப்பா செத்துப் போய் முப்பது வருஷம் ஆச்சு. நீங்க இங்க வந்த வருஷமா இருக்கலாம். அம்மாவும் இல்லை. நான் பாத்ததே இல்லை. உங்களுக்கு இன்னும் இருக்கா."

துறவியின் கண்ணில் ஈரம் தெரிந்ததுபோல இருந்தது. "நாராயணா, நாராயணா." கரங்களைக் கூப்பினார். "பக்ஷி இருக்கானா?"

"இருக்கார். ஆண்டாப் பாட்டி இல்லை. நீங்க நேத்திக்கு ஊரை விட்டு ஓடிப் போகல்லை. அறுபது வருஷத்தைச் சில வார்த்தைகளுக் குள்ள அடைக்கறது முடியாத காரியம்."

"ஒத்துக்கறேன். கேட்டது முட்டாத்தனமான கேள்விதான். என்னை மாதிரி எல்லாரும் இன்னும் தலைல பொதி சுமந்துண்டு உலாத் திண்டுருப்பாளா?"

"இவ்வளவு வருஷம் கழிச்சு என்ன திடீர் ஞாபகம்? வயசான சன்யாசிகள் உலக பாரங்களை விட்டு விலகின்னா போகணும். நீங்க திரும்ப வரப் பிரியப் படற மாதிரி இருக்கு?"

"ஏன்னு தெரியல்லை. பல வருஷமா இந்த ஆசை பிடிச்சு ஆட்டறது. இவ்வளவு வருஷ வைராக்கியம் அல்லது பிடிவாதம்னு வச்சுக்கயேன், அது ஆசைய அமுக்கிடும்னு நினைச்சேன். ஆசைதான் ஜெயிச்சிது. இன்னிக்கு அமாவாசை. தர்ப்பணத்துக்கு ஏற்பாடு செய்யறேன். இது ரொம்ப பவித்திரமான க்ஷேத்ரம். இங்க நீ தர்ப்பணம் பண்ணறேன்னா அம்மா அப்பாவோட ஆத்மாக்களுக்கு சந்தோஷமா இருக்கும்."

"எனக்கு நம்பிக்கை இல்லை. திருமலைச் சித்தப்பாதான் தர்ப் பணம் பண்ணறார். அவரோட அப்பா அம்மா இருந்தாலும் எனக்காக அவர் பண்ணறார். உங்களுக்கும் சேர்த்துப் பண்ணறார்னு நினைக்கறேன்."

"கல்யாணம் ஆயிடுத்தா?"

"ஆயிடுத்து. பொண் குழந்தை பிறந்து கொஞ்ச நாள்தான் ஆச்சு. விட்டுட்டு ஓடிப் போறதா இல்லை."

துறவிக்குப் பாணங்கள் துரும்பு. சிரித்துக்கொண்டே சொன்னார். "யாரு உன்னை ஓடிப் போகச் சொல்லறா? நான் நினைச்சது உங்க எல்லாரோடயும் கொஞ்ச காலம் இருக்கலாமேன்னுதான். நீ என் னோட இங்க கொஞ்ச நாள் இருப்பேல்யோ?"

"பயம். பயந்தான் காரணம்" நம்மாழ்வார் பேரனிடம் சொன்னார். எளிமையான இரவு உணவு உண்ட பின் கட்டைகள் எரியும் வெப்பத்தில் குளிர் காய்ந்துகொண்டிருந்தார்கள். "பயந்தான் என்னை ஊர் ஊராத் துரத்தித்து. ஆஷ் வழக்கு நடக்கும்போது பிடிச்சுண்டது. கேஸ் முடிஞ்சப்பறமும் என்னை அது விடல்லை. முட்டாத்தனமான, காரணமே இல்லாத பயம். உடம்பெல்லாம் சூட்டு முத்திரை போட்டிருக்குன்னு நினைப்பு. சட்டையக் கழட்டி போலீஸ்காரன் பாத்தாப் போறும் பிடிச்சிண்டு போறதுக்கு. மத்தொரு பக்கம் எனக்குக் கோபம். நானும் பாரத மாதா சங்கத்தில ஒத்தன் அப்படிங் கறத யாரும், குறிப்பா வெள்ளைக்காரன் கண்டுக்கல்லைங்கற கோபம். அம்மாதான் என் உதவிக்கு வந்தா. இன்னொரு கல்யாணம் பண்ணிக் கோன்னு சொன்னா. லக்ஷ்மி செத்துப்போனப்பறம் – உன்னோட

பாட்டி – நான் இன்னோரு பொண்ணோட குடும்பம் நடத்த விரும்பல்லை. இதை நான் ஒழுங்கா விதண்டாவாதம் பண்ணாமச் சொல்லிருந்தா அம்மா புரிஞ்சிண்டு இருப்பள். அவளுக்கு அசாத்திய பொறுமை. மூளை. ஆனா நான்தான் என்ன நினைக்கறேங்கறதை ஒழுங்காச் சொல்லல்லை. ஓடிப்போறத்துக்கு ஒரு சந்தர்ப்பம் கொடுத்தா. நான் ஓடியே போயிட்டேன்."

"காப்பாத்தறத்துக்கு உங்களுக்கு ஒரு கைக்குழந்தை இருந்தது ஞாபகத்தை விட்டு ஓடிப் போயிடுத்தா? அம்மா மேல அந்தக் குழந்தைய வளக்கற பொறுப்பை விட்டுட்டுப் போறோமேங்கற எண்ணமே இல்லையா?"

"லக்ஷ்மியோட குழந்தை நினைவ நான் அப்போ மனசிலிருந்து தொடைச்சுட்டேன். இப்பவும் அது மேல பிரியம் வரமாட்டேங் கறது."

அதுவா? என்னை உலகுக்குக் கொண்டு வந்தது அதுவா?

"ஏன்? அந்தக் குழந்தையா உங்க பயத்துக்கும் கோழைத்தனத்துக் கும் பொறுப்பு?"

"அது ஒரு பாபமும் அறியாதது. ஒத்துக்கறேன். நான்தான் பொறுப்பில்லாதவன். என் பிறவியே அப்படி. எல்லாப் பொறுப்பில் லாதவா மாதிரியும் என்னோட பாரத்தை அடுத்தவாளோட தோள் மேல ஏத்தறதுக்கு நான் சங்கோஜமே படல்லை."

"இந்த பாரம் எப்படி? உங்க பையன் உங்க தம்பி மேல ஏத்தின பாரம்."

"நீ பாரமே இல்லப்பா. உம்மேல எனக்கு எந்தப் பொறுப்பும் இல்லை. அதனால உன் மேல பிரியமா இருக்க முடியறது. இல்லை. நான் சொல்றது சரியில்லை. பேரக்குழந்தைகளே தனிங்கறது உன்னைப் பாத்த உடனேயே தெரிஞ்சிடுத்து. நீ எப்படியிருந்தாலும் மடில ஒண்ணுக்குப் போற, அப்பறம் மூக்கொழுகற குழந்தையா இருந்தாலும் உன்னை விட்டுப் போக மனசு வந்திருக்காது. அது வேறவிதமான பிரியம்னு இப்ப தோணறது."

"ரொம்ப தாங்க்ஸ். இந்த ஆத்மாவத் தேடி அலையற விவகாரம் எப்படி. அதுவும் வேஷம்தானே?"

"இல்லைப்பா. அது பயத்தால வந்ததுதான். ஆனா அதனாலயே அது வேஷம் ஆயிடுமா? நான் இந்தப் பாதைல அறுபது வருஷம் நடந்து வந்திருக்கேன். அறுபது வருஷம் ஒத்தனால ஒரு வேஷத்தைக் கட்டிக் காப்பாத்த முடியுமா, சொல்லு."

நம்பி பேசவில்லை. இவ்வளவு வெறுப்பிலும் அவனுக்குத் தாத்தாவும் துன்பப்பட்டிருக்கிறார் என்பது புரிந்தது. அவர் நிச்சய மாக போலி இல்லை. அவரால் ஊரில் இருக்கிற மற்ற பண்ணையார் களைப் போல நாலைந்து ஆசை நாயகிகளை வைத்துக்கொண்டு சுகமாக இருந்திருக்க முடியும். அவர் அப்படிச் செய்யாததே

அவர் போலி இல்லை என்பதற்கு அத்தாட்சி. பேசுவது என் உணர்ச்சி. இந்த மனிதன் போலி இல்லை என்பதால் என்னுடைய அப்பா, அம்மா, பெரிய பாட்டி பட்ட கஷ்டங்கள் குறைந்து போய் விடுமா? இவர் பிடிப்புடன் இருந்திருந்தால் என் அப்பா இப்போது உயிரோடு இருந்திருக்கலாம்.

"தேக சம்பந்தம் என்னிக்குமே எனக்குப் பெரிய பிரச்சினையா இருந்ததில்லை. உன் பாட்டி செத்துப்போன உடனேயே அந்த உந்துதல்கள் எல்லாம் மாயமா மறைஞ்சு போச்சு. நீ டாக்டர். அதுக்கு ஆயிரம் காரணம் கொடுப்பே. மத்த ஆசைகளெல்லாம் அப்படியே கொஞ்ச காலத்துக்கு இருந்தது. அம்மாவைப் பாக்கணுங்கற ஆசை. நம்மூரு சாப்பாட்டு ஆசை. நம்ம குளத்தில குளிக்கணுங்கற ஆசை. இது எல்லாம். ஒண்ணு ரெண்டு வருஷம் சுத்திட்டுத் திரும்பிடலாம்னு போனேன். ஆனா சன்யாசமே ஒரு போதைன்னு எனக்கு அப்போ தெரியல்லை. நாளாக ஆக எனக்கே நான் ஒரு இயற்கையான சன்யாசிங்கறது தெரிஞ்சு போச்சு. ஆசைகளை உதற நான் கஷ்டமே படல்லை."

"அப்போ நான் ஏன் இங்க இருக்கேன்? எதுக்குக் கடிதாசி போடணும்?"

"எனக்கே தெரியல்லை. போதையிலிருந்து விடுதலை கிடைக்கப் போறதோ என்னவோ? ஆனா நானும் சீக்கரம் தோல்விய ஒத்துக் கல்லை. இத்தனை வருஷமா போராடிண்டு இருக்கேன். திருநெல் வேலிலேருந்து பத்ரி போறவா எத்தனை பேர் ஜோஷி மடத்தைத் தாண்டிப் போயிருப்பா. நான் அவாகிட்ட நம்ம குடும்பத்தைப் பத்திக் கேட்டிருக்க முடியாதா? கேட்கல்லை. கடைசில இனிமே தாங்க முடியாதுங்கற நிலைமை வந்தப்பறம்தான் பக்ஷிக்கு எழுத லாம்னு முடிவு செய்தேன். தோல்விதான். நானே விரும்பி ஏத்துண்ட தோல்வி. ஏத்துண்டு இருக்கல்லைன்னா உன்னைப் பாத்திருக்க முடியுமா?"

"நீங்க இருக்கறது தெரியாம நாங்க சந்தோஷமா இருந்தோம்."

நம்மாழ்வார் தரையைப் பார்த்தார். எரியும் நெருப்பைப் பார்த் தார். பேரனைப் பார்க்காமல் கேட்டார்.

"அம்மாக்கு என் ஞாபகம் இருக்கா?"

"அவ இப்போ இருக்கற உலகத்தில இந்தக் கேள்விக்கும் பதிலுக்கும் அர்த்தமே இல்லை. நீங்க அந்த உலகத்தில அவளோட எப்போதுமே இருக்கறீங்க. ஒரு காலத்தில – உங்ககிட்ட காலத்தைப் பத்திப் பேசக் கூடாது – நான் குழந்தையா இருக்கறச்சே ஒரு நாள்கூட உங்களைப் பத்திப் பேசாம பெரிய பாட்டி இருந்தது கிடையாது. நான் சொல்லுவேன் இந்த நம்மாழ்வார் புராணம் போறும் காது புளிச்சு போச்சுன்னு. ஆனா பெரிய பாட்டி கேக்கவேமாட்டா."

துறவி சிரித்தார். "சன்யாசிக்கு சத்துருவே அம்மாதான்."

"ஆமா, நீங்க முதல்ல தேச விடுதலைக்காகப் பாடுபடணும்னு புறப்பட்டவர். அது எப்படி இடைல விட்டுப் போச்சு?"

"ஆமா, விட்டுப் போச்சு. முதல்ல என்னோட உள்ள இருக்கறத விடுதலை செஞ்சுப்போம்னு நினைச்சேன். இல்லை. நான் சுயப் பிரதாபத்தை அளக்கறேன்னு நினைக்கறேன். வெள்ளைக்காரன் ராஜாங்கம் கடவுளோட செய்கைகள் மாதிரிங்கற நினைப்பு எனக்கு வந்துடுத்து. நீதிக்கு அப்பாற்பட்டது அழிவே இல்லாதுங்கற நினைப்பு. நீ இவ்வளவு வருஷங்கள் கழிச்சுப் பாக்கறே. உனக்கு நடந்ததெல்லாம் சேந்து ஒண்ணுக்குப் பின்னால ஒண்ணா உடனே நடந்த மாதிரி தெரியறது. நம்ம ஊரு சுலோசன முதலியார் பாலத்தை ஒரு பக்கத்தில இருந்து பாத்தா அடுத்த பக்கத்தில இருக்கற வளைவுகளெல் லாம் சேந்து தெரியுமே அத மாதிரி. எங்களுக்கெல்லாம் ஒரு போராட்டத்துக்கு அப்பறம் இன்னொண்ணு வரத்துக்கு ஒரு யுகம் ஆகற மாதிரி இருந்தது. ஆனா நீ இது ரொம்ப சௌகரியமான வாதம்னு நினைக்கலாம். நான் தப்புச் சொல்லமாட்டேன்."

"காந்தி உங்களைத் தாண்டிப் போனதைக்கூட பாக்கல்லையா?"

"காந்தி ஒரு இடத்தில பைபிளை மேற்கோள் காட்டறார். அபாஸில் பால் கொரிந்தியர்களுக்கு எழுதின முதல் நிருபம்னு நினைக்கறேன். இப்பொழுது, விசுவாசம் நம்பிக்கை அன்பு இம்மூன்றும் நிலைத்திருக் கின்றன; இவைகளில் அன்பே பெரியது. நானும் அறுபது வருஷமா ரொம்பக் கஷ்டப்பட்டவங்க மத்தில, ஏழைப்பட்டவங்க மத்தில என்னால முடிஞ்சதச் செஞ்சிருக்கேன். ஸ்ரீகாகுளத்தில, கஞ்ஜாம்ல, சிட்டகாங்கில, மணிப்பூர்ல அப்பறம் இங்க கடுவால்ல. கடவுள் என்னை இப்படிச் செய்யறதுக்கு விதிச்சிருக்கார், ஜெயிலுக்குப் போகறத்துக்கு இல்லைன்னு நினைச்சேன். அது சரியா தப்பான்னு என்னால சொல்ல முடியாது. ஆனா ஒண்ணு. காந்தியும் சமூக சேவையில கழிச்ச நாள்தான் அதிகங்கறத மறந்து போயிடாதே."

"இதெல்லாம் சரிதான். சேவையோ உதவியோ குடும்பத்துக்குச் செய்யணும்னு தோணல்லையா?"

"அவாளுக்கு என்னோட உதவி தேவைன்னு நான் நினைச்சதே இல்லை. எனக்குத்தான் உன்னோட உதவி இப்போ தேவை."

நம்மாழ்வார் நம்பியுடன் வரவில்லை. நாட்டின் மேற்குப் பகுதியில் இருக்கின்ற விஷ்ணு ஷேத்திரங்களுக்கு முதலில் செல்வதாகத் திட்டம்.

"நான் மெதுவா வரேன். வர வழில புஷ்கர், நாத்துவாரா, துவாரகா, நாசிக் பண்டரிபூர் உடுப்பி இங்கல்லாம் ஏள்ளி இருக்கற பெருமாளச் சேவிச்சிட்டு வரேன். நான் மேற்குப் பக்கமே போனதில்லை. ஆறு மாசம் ஆகலாம். அம்மா நிச்சயம் இருப்பா. என்னை பாத்து புரிஞ்சுப்பா."

"பெரிய பாட்டி உங்களைப் பாக்காம இந்த உலகத்தை விட்டுப் போக மாட்டா. ஆனா நீங்கதான் உங்க முடிவை மாத்திக்கக் கூடாது.

மாத்திண்டேள்னா ஒரு கடிதாசி எழுதுங்கோ. எதிர்பாத்துண்டு இருந்து ஏமாந்து போற கஷ்டத்தைக் கொடுக்காதீங்கோ.”

3

பொன்னாவுக்கு நம்பியின் ஸ்பரிசத்தை நன்றாக உணர முடிந்தது. அவன் என்னைப் பார்க்க வந்தே நிறைய நாட்கள் ஆகிவிட்டன.

“பெரிய பாட்டி நான் என்னோட தாத்தாவைப் பாத்தேன். பக்ஷித் தாத்தாவை இல்லை. என்னோட தாத்தாவை. அப்பாவைப் பெத்த தாத்தாவை.”

நான் உயிரோடுதான் இருக்கிறேனா? இவன் எங்கே பார்த்தான்?

“ஆண்டா. ஆண்டா. ஆண்டாளைப் பாத்தயா?”

நம்பி அவளது கன்னத்தைத் தொட்டான். அவளுக்குக் கதகத வென்று சுகமாக இருந்தது. சிரித்தாள்.

“நான் பொய் சொல்லல்லை, பெரிய பாட்டி. நிஜமா பாத்தேன்.”

அவளுக்குப் பதில் சொல்லச் சக்தி இல்லை. அவனது கையை இறுக்கமாகப் பிடித்துக்கொண்டு சிறிது நேரத்தில் தூங்கிவிட்டாள். பட்சி சொன்னார். “கொஞ்ச நாள் முன்னால அண்ணா லோகத்தில இல்லைன்னு சொல்லி நம்ப வைக்கறதுக்கு படாத பாடு பட்டோம். இப்போ உயிரோடு இருக்காங்கறத நம்ப வைக்கறத்துக்குக் கஷ்டப் பட வேண்டியிருக்கு. எது எப்படியோ அவன் இருக்கறதும் இல்லாததும் இவள்ட்ட எந்தச் சலனமும் இனிமே ஏற்படுத்தும்னு எனக்கு நம்பிக்கை இல்லை.”

பட்சியும் வேதாவும் இந்துவைப் பார்க்க நம்பியின் வீட்டிற்கு வந்திருந்தார்கள். அவர் கோபம் பறந்து போய்ப் பல நாட்கள் ஆகிவிட்டன. பேத்தியைக் கொஞ்சுவதிலேயே இருந்த நேரத்தைக் கழித்தார்.

“ராதாக்கு பதினெட்டு வயசாறதா? அவளுக்கு அப்பறம் குடும்பத்தில பொறந்திருக்கற குழந்தை இவதான். உங்க பெரிய பாட்டி ஆரம்பிச்சு வச்சதில அஞ்சாவது வாரிசு. அவகிட்ட குழந்தைய காட்ட வேண்டாமா? புரிஞ்சுப்பள். எள்ளுப் பேத்தியில்லையா?”

அவர்கள் போன பிறகு ரோஸா சொன்னாள்.

“உங்க தாத்தா எவ்வளவு அருமையான மனிதர்.”

“அதில என்ன சந்தேகம்? என்னோட அந்த திரும்ப தரிசனம் கொடுக்கப் போற தாத்தாவைப் பத்தியும் இப்படிச் சொல்ல முடிஞ்சா எவ்வளவு நன்னா இருந்திருக்கும்.”

“நம்பி, இந்தத் தப்பெண்ணத்தை நீ மாத்திக்கணும். அவர் கூட பேசினதைப் பத்தி நீ சொல்லிருக்கே. இந்தத் தாத்தா அவரை கோவில்ல வச்சு கும்பிடாத குறைதான். அவரும் அருமையான ஆளாத்தான் இருக்கணும்.”

“இப்பதான் எனக்கு ஞாபகம் வரது. என்னோட அப்பாவைப் பத்தி அவர் கேக்கவே இல்லை.”

“அவருக்கு உன் அப்பாவைப் பத்தி அதிகமாத் தெரியாது. என்ன கேக்க முடியும்?”

“எப்படிப் போனார்ங்கறதையாவது கேட்டிருக்கலாம் இல்லையா?”

“நீ என்ன சொல்லற நம்பி. அவர் துறவியா இருக்கலாம். ஆனாலும் தன்னோட பையன் எப்படி செத்துப் போனாங்கறத கேக்கறது எவ்வளவு கஷ்டமா அவருக்கு இருக்கும்? அதுவும் முதமுதலா பாக்கற பேரன்கிட்ட. எப்படியும் இங்க வரப்போறாரே. உங்கூடத் தானே இருக்கப்போறார். கேக்கறதுக்கு நேரம் நிறைய இருக்கு.”

“அதுதான் எனக்குப் பயமா இருக்கு. அவர் கூட ஒரே கூரை கீழ இருக்க என்னால முடியாது. எனக்குப் பைத்தியம் பிடிச்சிடும். உங்க தம்பியோட இருங்கோன்னு சொல்லப் போறேன்.”

“உனக்கு இப்பதான் பித்து பிடிச்சிருக்கு. அவர் எங்க தங்கப் போறாருங்கறதை வந்தப்பறம் பாத்துக்கலாம். எனக்கு அவரை இப்பவே பாக்கணும் போல இருக்கு.”

சமையல் அறைப் பக்கம் போனவள் திரும்பி வந்தாள்.

“மறந்தே போயிட்டேனே. முத்துவும் கண்ணனும் நாளைக்கு ஒரு மலையாளத் தோழரை கூட்டியாராங்க. எம். எல். ஆளாம். உன்னோட பேசணுமாம்.”

“எதுக்கு ரோஸா? இப்பதான் ஜோஷி மடத்திலேருந்து திரும்பி வந்திருக்கேன். தாத்தாவோட மூச்சு வாங்க சித்தாந்தம் பேசிட்டு. இவரு புதிசா என்ன சொல்லப் போறார்? என்னை மாத்தப் போறாரா அல்லது பணத் தட்டுப்பாடா?”

“தெரியல்ல நம்பி. என்ன சொல்லறாருன்னுதான் கேப்பமே?”

“நூறு தரம் கேட்டாச்சு. உனக்குத் தெரியாததை என்ன சொல்லிடப் போறார்?”

“எனக்குத் தெரியாதது இல்லைங்கறத அவர்கிட்ட இருந்தே தெரிஞ் சிக்கறேனே?”

ரோஸா சமையலறைக்குள் சென்று மறைந்தாள்.

பதினாறு

1

பணி நீக்கம் கண்ணனைவிட முத்துவைத்தான் அதிகம் பாதித்தது. அவனது கிராமத்தில் குறைந்தது முப்பது பேராவது அவனது சம்பளத்தை நம்பி இருக்கிறவர்கள். அது இப்போது பாதி ஆனது அவர்களது நம்பிக்கையைக் குற்றுயிர் ஆக்கிவிட்டது. சம்பளம் குறைந்ததுகூட அவனுக்கு அதிக அதிர்ச்சி அளிக்கவில்லை. மாவட்ட ஆட்சியர் எளிதாக அவர் நினைத்ததைச் செய்ய முடிந்ததுதான் பெரிய அதிர்ச்சியாக இருந்தது. கொசுவை அடிக்கிறமாதிரி அவர்களை அடித்தது அவர் முன்னால், அவருடைய உயர் பதவியை மதிக்காமல் பேசியதற்காக. அவன் சார்ந்திருந்த கட்சி ஆட்சியரின் ஆசிரியர் விரோதக் கொள்கைகளைப் பற்றியும் கருத்துச் சுதந்திரம் பற்றியும் கட்சிப் பத்திரிகையில் ஒரு தலையங்கம் எழுதியது. அதன் பின் முத்துவை மறந்துவிட்டது.

“முன்னால சஸ்பெண்ட் ஆன கடனையே கொஞ்ச நாளைக்கு முன்னாலதான் அடைச்சேன். அந்த அரதக் . . . மவன் கலெக்டர் பாத்த பார்வை. முன்னால கையக் கட்டிகிட்டு பல்லைக் காட்டிக் கிட்டு அவன் டவாலி மாதிரி நிக்கணும்னு எதிர்பாத்தான் போலிருக்கு.”

முகுந்தன் சொன்னான்.

“இன்னும் குட்டி முதலாளிப் பார்வை உம்மை விட்டுப் போகல் லையே? உமக்கு ஏன் கோபம் வருது? நீரு மனசில நானும் அவன் வர்க்கத்தைச் சேர்ந்தவன், என்னைய வாங்க உக்காருங்க நீங்க சொல்லுதது சரிதான், உங்க பிரச்சினைய ஒரு நொடில தீத்து வைக்கேன் அப்படின்னு சொல்லுவான்னு எதிர்பாத்து போயிருக்கீரு. அவன் புடதில போட்டதும் கத்துதீரு. அவனுக்கு நீரும் வரப்பாட்டில வேலை பாக்குறவனும் ஒண்ணுதான். ஆட்களை கூட்டிட்டு வந்தா ஐயோ சாமிம்பான். ஆள் பலம் இல்லைன்னா காலுக்கு கீள போட்டு மிதிப்பான். உம்மை டிஸ்மிஸ் செய்யாம இருந்ததுக்கு அவனுக்கு நீரு ஒரு நன்றிக் கடிதம் எளுதி இருக்கணும். செய்யாம விட்டது தப்பு.”

“நீங்க என்ன சொல்லறீங்க முகுந்தன்?”

“நீரு உம்மைப் பத்தி ரொம்ப உயர்வா நினைச்சிகிட்டு இருந்தாலும் அவனுடைய சமஸ்தானத்தில நீரு எடுபிடிக்குச் சமானம். அதுதான் உண்மை.”

“எடுபிடின்னே வச்சுப்பமே. எடுபிடிங்க சண்டை போடக் கூடாதா?”

“சண்டை போடறத்துக்கு இதைவிட முக்கியமான காரணங்கள் இருக்கு. அதுக்கெல்லாம் நீங்க வரமாட்டேங்க. இப்ப சாகப்போற ஒரு பாப்பானை போலீஸ்காரன் ஒரு தட்டு தட்டிட்டாங்கறதுனால பையங்களைச் சேத்து கலாட்டாப் பண்ணி அவங்கள்ள ஒரு பையனைக் காவும் கொடுத்திருக்கீங்க. இதனால யாருக்கு லாபம்? கலெக்டர் போலீஸையும் அவன் கட்டை விரலுக்குக் கீள வச்சிருக்க அவனுக்கு நல்ல ஒரு சந்தர்ப்பத்தை கொடுத்திருக்கீங்க. சாரி, மிஸ்டர் கண்ணன். பாப்பாங்கற வார்த்தை தவறி வந்திருச்சு.”

கண்ணனுக்குப் புரியவில்லை. எனக்காக நான் போராடக் கூடாதா? பாட்டாளி வர்க்கத்தின் பக்கத்தில் நான் போனால் அடிக்க வருகிறார்கள். அவனுக்குக் கோவில்பட்டி ரயில் நிலையத்தில் வடை விற்பவர் நினைவில் வந்தார்.

“அந்த டாக்டர் தம்பதிகளைப் பாக்கப் போறோமே? அவங்க எப்படி? நல்ல பிடிப்புள்ள காம்ரேட்ஸ்தானா? அல்லது இதுவரை ஒரு நக்ஸலைட்டை பாத்ததில்லைங்கற ஆர்வத்தில என்னை வரச் சொல்லி இருக்காங்களா?”

கண்ணனுக்குக் கோபம் வந்தது. மார்க்சீய சித்தாந்தத்தின் கடைசி வார்த்தையே அவனிடம்தான் இருக்கிறதுபோல முகுந்தன் பேசுவது பிடிக்கவில்லை. முத்துவும் நெளிந்தான்.

“அவங்க பல வருஷங்களா இயக்கத்தோட தொடர்பு வச்சிருக்காங்க, முகுந்தன். நம்பியப் போல தெளிவா பேசறவங்கள நான் பாத்ததே கிடையாது. ரோஸா ஒரு பழைய கம்யூனிஸ்டோட மக. கட்சில சேரல்லைன்னாலும் கட்சிக்காக எவ்வளவோ செய்திருக்காங்க. நீங்க எப்படியும் வெறும் கையோட போகமாட்டீங்க.”

“நீரு சொன்னா சரிதான், முத்து.”

2

நம்பிக்கு எரிச்சல் வந்தது. படித்துக்கொண்டிருந்த பத்திரிகையைப் படுக்கையின் மீது வீசினான்.

“என்ன கோபம்?”

“அந்த முகுந்தன் கொடுத்த பத்திரிகை. நான் படிக்கறேன் கேளு.” பத்திரிகையைத் திரும்பக் கையில் எடுத்துப் படித்தான்.

“ ‘சம்பாரன் விவசாயிகளின் போராட்ட காலத்திலிருந்தே பெரு முதலாளிகள் மற்றும் பெருநிலப் பிரபுக்களின் பிரதிநிதியான காந்தியத் தலைமை அகிம்சை, சத்தியாக்கிரகம், அமைதிப் போராட்டம், ராட்டை போன்ற கொள்கைகளினால் தேசீய இயக்கத்தை

பிரிட்டிஷ் ஏகாதிபத்தியத்திற்கும் அதன் நிலப் பிரபுத்துவ அடிவருடிகளுக்கும் இயைந்ததாக அமைக்க முயற்சி செய்தது.' இவ்வளவு வருஷத்துக்கு அப்பறமும் இதுதான் காந்தியப் பத்தி இவங்களோட மதிப்பீடுன்னா இவங்க சங்காத்தமே நமக்கு வேண்டான்னு தோணுது. வேற வழியே கிடையாது, நான் போற ஒரே வழிதான் சரியான வழின்னு என்னால என்னிக்கும் சொல்ல முடியாது. அப்படிச் சொன்னாலும் வேற வழில போறவங்களைக் கெட்ட வார்த்தை சொல்லி திட்டவும் என்னால முடியாது."[19]

"நீ சொல்லுது புரியுது, நம்பி. ஆனா எல்லாக் கம்யூனிஸ்டுகளும் அம்பத்து ஒண்ணு வரைக்கும் காந்தியப் பத்தி இந்தப் பாட்டைத்தான பாடிகிட்டு இருந்தாங்க. அதுக்கு அப்பறம்தான வேற பாட்டை ஆரம்பிச்சாங்க. அவங்களையும் குறை சொல்ல முடியாது. மார்க்சீய உளியையும் சுத்தியலையும் வச்சிகிட்டு காந்தி சிலையச் செய்யறது முடியாத காரியம்."

"தெரியுதுல்ல. அப்பறம் ஏன் திரும்பத் திரும்பச் செய்ய முயற்சி எடுக்கணும்? காந்தியை விடு. இவங்க சொல்லற ஆயுதம் தாங்கிய போராட்டமே சிறுபிள்ளைத்தனமா இருக்கு. தாத்தாவோட 1911ல நடந்ததைப் பத்திப் பேசிண்டு இருந்தேன். அவர் சொன்னார். பாரத மாதா சங்கம் வெள்ளைக்காரனை நாட்டை விட்டு ஓட வைக்கப் போட்ட திட்டமெல்லாம் வெறும் கேலிக் கூத்து அப்படின்னு. இங்க வரேன், இதைப் படிக்கறேன். அறுபது வருஷத்துக்கு அப்பறமும் புரட்சின்னு புறப்படறவன் புத்தி ஒரே மாதிரித்தான் இருக்கு."

"அவங்களுக்கு வேற வழியே இல்லை, நம்பி. பொறுமைய தொலச்சிட்டு நிக்கறவங்க. எத்தனை வருஷந்தான் பொறுமையா இருக்கறது?"

"அதுக்காக? ஆயிரக்கணக்கான பையங்களை பலி கொடுக்கணுமா? அதுவும் எப்படி. சீனத்தின் தலைவர் எங்கள் தலைவர் அப்படின்னு குரல் எழுப்பிண்டு. இதுக்கும் God save the Kingனு முன்னால சொல்லிண்டு இருந்ததுக்கும் என்ன வித்தியாசம்?"

"ஒரே வித்தியாசம் அதைச் சொன்னவங்க தின்னு கொழுத்தாங்க. இதைச் சொல்லறவங்க போலீஸ் குண்டுகள வாங்கிக்கறாங்க. என்ன பேசறே நம்பி. கோபத்தில என்ன வேணும்னாலும் சொல்லறதா? சரி, எனக்குத் தூக்கம் வருது. விளக்கை அணை."

3

அது பள்ளி செல்லும் பையனின் கனவு. குற்றாலத்தின் அருவிகள் பெண்களாக மாறித் தங்களுடைய நுரை படிந்த மார்புகளைக் குலுக்கிக்கொண்டு அவனை வா வா என்று அழைத்தன. அவன் குற்றாலம் சென்று பல ஆண்டுகள் ஆகிவிட்டன என்றாலும் அதன் அருவிகள் அவனுக்குப் புனிதமானவை. ஆனால் கனவில்

அவை இருட்டில் வாடிக்கையாளரை எதிர்பார்த்து நிற்கும் வேசிகள். அவசரமே இல்லாமல் புடவைகளைத் தொடைகளுக்கு மேல் தூக்கிக் காட்டுபவர்கள். எங்கும் நுரை. ஆனாலும் இருப்பவை தெளிவாகத் தெரிந்தன.

"இது வேடிக்கையா இருக்கு, ரோஸா. நேத்திக்கு வரைக்கும் எனக்குத் தூங்கும்போது கனவு வந்ததே இல்லை. சின்ன வயசில கூட இந்த மாதிரி சில்லறைக் கனவெல்லாம் கண்டு வேட்டிய நனைச்சுண்டதா ஞாபகம் இல்லை."

"அப்பல்லாம் நீ பகல்லையே எல்லாக் கனவையும் கண்டு முடிச்சிருப்பே. ராத்திரி பாக்கறதுக்கு கனவே மீதி இருந்திருக்காது. இப்போ கிழவனாயிட்டு வரே. குடும்பம். பொண்டாட்டி பிள்ளைங்க. பகல்ல கனவு காணற சக்தி பறந்திருச்சி. கனவுக்குப் பகல்ல வந்து போக வழியில்லை. ராத்திரி வருது."

"இப்பவும் நான் பகல் கனவு காணறேன். ஆனா பொம்பளைங் களைப் பத்தி இல்லை. ராத்திரி பாத்த கனவுல எத்தனை பொம்ப ளைங்க. வெக்கத்தை வித்துட்டு வந்த பொம்பளைங்க. ரோஸா, உங்கிட்டதான் எதோ தப்பு இருக்கு."

ரோஸா சிரித்தாள். புடவை விலகியிருந்ததால் ரவிக்கையின் மார்புப் பகுதியில் பால் சுரந்த ஈரம் தெரிந்தது. "இப்பத்தானே இமயமலைக்குப் போயிட்டு திரும்பி வந்திருக்கே. மனசில மலை சுத்திகிட்டு இருக்கு. தமிழ் மனசில்லயா. அந்த மலையைப் பாத்த வேகத்திலயே இங்குள்ள மலையையும் பாத்திடலாம்னு நினைக்குதோ என்னவோ? நான் உன் இடத்தில இருந்தா குத்தாலத்துக்கு ஒரு சுத்து போயி மனக்குறையைத் தீத்துக்குவேன்."

"நல்ல யோசனைதான். நாம காலைல போயிட்டு சாயந்தரமே வந்துடலாம்."

"எனக்கும் வர ஆசைதான். ஆனா இந்துக்கு பால் குடுத்துகிட்டு இருக்கேன். நாங்க வந்தா உனக்குத்தான் தொந்தரவு. தனியாவே போயிட்டு வா. ஒரு நாள்தானே."

அவனுக்குத் தனது முதல் பயணம் நினைவிருந்தது. ஐசக் வாத்தி யார் தலைமையில் சென்ற பயணம். நான்கே மாணவர்கள்.

"நம்ம ஊரில ஓடற தண்ணி எல்லாம் இந்த மலையோட கொடை. அந்தக் காலத்திலெல்லாம் மலையை அடைச்சு மரம். அது தண்ணியத் தேக்கிகிட்டு கொஞ்சம் கொஞ்சமா விடும். வெள்ளைக்காரன் காப்பித் தோட்டம் போடுதேன்னு மரத்தை வெட்டித் தொலச்சிட் டான். அதனால தண்ணி தேங்காம வேகமா ஓடி வளில இருக்கற ஊரெல்லாம் வெள்ளக்காடா ஆக்கிட்டு இருந்திச்சி. பாபநாசம் அணை கட்டினாங்களோ பொளச்சமோ."

குற்றாலத்தின் ஒவ்வொரு மரத்தையும் அவரால் அடையாளம் சொல்ல முடியும் என்று குழந்தைகள் நினைத்தார்கள்.

"டாக்டர் வைட்னு ஒருத்தன். என்னய மாதிரி கிறுக்குப் பிடிச்ச வன்னு வச்சுக்கங்களேன். அவன் இந்த குத்தால மலைலேருந்து மாத்திரம் 1200 வகை பூக்களை எடுத்துருக்கான். நம்ம வாத்தியானுங் களுக்குப் பூசணிப் பூ பறிக்கத்துக்கே சோம்பேறித்தனம்."

அவரோடு எல்லா அருவிகளுக்கும் சென்றார்கள். செண்பகா தேவி அருவி. அதற்கும் மேல் தேன் அருவி. அவரது பேச்சு குழந்தைகளிடமிருந்து மலையேறும் அச்சத்தை அடித்து விரட்டி விட்டது. அவரது ஏக்கப் பார்வை குழந்தைகளுக்குப் பழகிவிட்டது. ஏக்கமே அவரை அதிகம் பேச வைத்தது. அதிகம் பேசினால் ஆச்சரியமான விஷயங்கள் அவரிடமிருந்து வந்தன.

குழந்தையில் பார்த்த குற்றாலத்தைக் காணோம். அதனிடத்தை ஆக்கிரமித்துக்கொண்டிருப்பது பயணிகள் சொர்க்கம் என்று நினைத்து மொய்க்கும் நரகம். பழமையான குற்றாலநாதர் கோவிலைச் சுற்றி மலையோடு போட்டி போடும் விளம்பரத் தகரங்கள். தகரங ்களில் துணி குறைவாக அணிந்த கன்னிகள். மேல்துணி, உட்துணி, துணிகளைத் துவைப்பவை, உட்துணியால் மறைக்கப்பட்டிருப்பதற்கு உறைகள் போன்றவைகளை விற்றுக்கொண்டிருந்தார்கள். மலையின் மீதும் விகாரமாக எழுதப்பட்ட விளம்பரங்கள். முழு முட்டாள் களையும் தேர்வுகளை எளிதாகத் தாண்ட வைப்பதாக உறுதி அளிக்கும் பயிற்சிக் கல்லூரி விளம்பரங்கள். நான் குழந்தைப் பருவத்தில் இங்கு வந்தபோதும் மனித ஊடுருவல்கள் இருந்திருக்கும். எனக்கு அவை தொல்லை தந்ததாக ஞாபகம் இல்லை. குழந்தைகள் கவனிக்க வேண்டியதை மட்டும் கவனிப்பார்கள். இப்போது ஒருவர் தனிமையை இன்னொருவர் தயக்கமே இல்லாமல் சிதைக்கும் ஊடுருவலைத் தாங்கத் திராணி இல்லை. அருவிகள்கூட கிழவி களாகத் தெரிகின்றன. அவற்றில் நனையும் பெண்களும் கிளர்ச்சி ஊட்டுபவர்களாகத் தெரியவில்லை.

புனலூருக்குப் போவோம் என்ற முடிவை அவன் குற்றாலமும் அதன் அருவிகளும் தந்த ஏமாற்றத்தால் எடுத்தான். புனலூர் அவனுடைய தாத்தாவும் வெங்கடேச ஐயரும் நீலகண்டனும் வாஞ் சியும் மற்ற சிலரும் கூடி, பேசி, பேச்சினாலும் ஓரிரு ஆயுதங்க ளினாலும் வெள்ளைக்காரன் பயந்து ஓடிவிடுவான் என்று கனவு கண்ட ஊர். தற்கொலை செய்துகொண்ட வெங்கடேச ஐயரின் வீடு இன்னும் இருக்கும். இருக்க வேண்டும். அடையாளம் காட்ட ஊரில் ஒருவனாவது இல்லாமலா போய் விடுவான்? குற்றாலத்தி லிருந்து செங்கோட்டைக்கு பஸ் ஏறி அங்கிருந்து புனலூருக்கு இன்னொரு பஸ்ஸைப் பிடித்தான்.

4

உளவுத்துறை தலைமைச் செயலகத்திற்கு அனுப்பிய அறிக்கையின் சில பத்திகள்:

"முகுந்தன் மேனன் என்ற கம்யூனிஸ்ட் கட்சி (மார்க்ஸிஸ்ட் – லெனினிஸ்ட்) உறுப்பினர் புனலூர் வழியாகத் தமிழ்நாட்டில் நுழைந்திருக்கிறார் என்று நம்பத்தக்க செய்திகள் வந்திருக்கின்றன. அவர் தமிழ் நாட்டில், குறிப்பிடத்தக்கதாக திருநெல்வேலி மாவட்டத்தில், பல இடங்களுக்குச் சென்று கட்சிக்கு உறுப்பினர் சேர்க்கும் பணியிலும் நிதி திரட்டும் பணியிலும் ஈடுபட்டிருக்கிறார். ரகசிய கூட்டங்களும் பல இடங்களில் நடந்திருக்கின்றன."

"முகுந்தன் பங்குபெற்ற முக்கியமான கூட்டங்களில் ஒன்று திருக்குறுங்குடியில் டாக்டர் நம்பி என்பவரின் வீட்டில் நடைபெற்றது. கிடைத்த தகவல்களின்படி நம்பியும் அவருடைய மனைவி ரோஸா நம்பியும் கம்யூனிஸ்ட் இயக்கத்தில் பல நாட்களாகப் பணி ஆற்றி வருகிறார்கள். இருவரும் அந்த வட்டாரத்தில் புகழ் பெற்ற மருத்துவர்கள். ஏழைகளிடம் பணமே வாங்காமல் வைத்தியம் செய்பவர்கள். நம்பி பார்ப்பன வகுப்பைச் சேர்ந்தவர். அவருடைய தந்தையும் சுதந்திரத்துக்கு முன்னால் கம்யூனிஸ்ட் கட்சியில் இருந்தவர். அவரது மனைவி டாக்டர் ரோஸா ஒரு நொண்டி. அரிசனம். அவருடைய தந்தையும் கம்யூனிஸ்ட் கட்சியில் உறுப்பினராக இருந்திருக்கிறார். நம்பி சமீபத்தில் கல்கத்தாவிற்கு (தில்லியாகவும் இருக்கலாம். தகவல் தந்தவரால் உறுதியாகச் சொல்ல இயலவில்லை) கட்சி மேலிடத்திலிருந்து உத்தரவு பெறச் சென்றிருந்ததாகச் சொல்லப்படுகிறது. தம்பதிகள் சீக்கிரத்தில் மார்க்ஸிஸ்ட் -லெனினிஸ்ட் கட்சியில் சேருவார்கள் என்று எதிர்பார்க்கப்படுகிறது. அவர்களுடைய செல்வாக்கு கட்சிக்கு இந்தப் பகுதியிலிருந்து பல உறுப்பினர்களைக் கொண்டுவரப் பயன்பட வாய்ப்பு இருக்கிறது."

"கூட்டத்தில் கண்ணன், முத்து என்ற இரு திருநெல்வேலி த. தி. தா. கல்லூரி ஆசிரியர்களும் கலந்துகொண்டார்கள். இருவருமே பேராசிரியர் ரெங்கராஜன் தாக்குதல் சம்பந்தமாக நடந்த போராட்டத்தில் முன்னால் நின்றதற்காக தற்காலிக வேலை நீக்கம் செய்யப் பட்டவர்கள். கொள்கைப் பிடிப்பு இல்லாதவர்கள் என்று எங்களுக்குக் கிடைத்த தகவல்கள் தெரிவிக்கின்றன. கண்ணன் ஒரு பெரிய வழக்கறிஞரின் மகன். நம்பியின் ஒன்று விட்ட சகோதரர். கண்ணனின் தந்தை ஒரு சுதந்திரா கட்சி அனுதாபி. முத்து அம்பாசமுத்திரம் அருகே உள்ள ஒரு கிராமத்தைச் சேர்ந்தவர். சாலியர்."

"மிகக் கவனமாகக் கண்காணிக்கப்பட வேண்டியவர்கள் டாக்டர் நம்பியும் அவரது மனைவியும் என்று பரிந்துரை செய்யப்படுகிறது. கேரளக் காவல்துறைக்கும் இந்தத் தகவல் தெரிவிக்கத்தக்கது."

5

உளவுத்துறையைச் சேர்ந்தவர்கள் சாதாரணமாக உட்கார்ந்து கொண்டே தூங்கும் வரத்தைப் பெற்றவர்கள். குறியை நழுவ விட்டுக் கற்பனை அறிக்கைகளைத் தயாரிப்பதில் வல்லுனர்கள். நம்பியின் துரதிருஷ்டம் அவனைப் பின்தொடர்ந்தவர் செய்கிற வேலையை ஒழுங்காகச் செய்ய வேண்டும் என்று நினைப்பவர். தூக்கம் வராத நோயினால் அவதிப்படுபவர். நம்பி வந்த பஸ்ஸிலேயே புனலூருக்கு வந்தார். வந்ததும் உடனே அஞ்சலகத்திற்குச் சென்று சென்னைக்கும் திருவனந்தபுரத்திற்கும் தொலைபேசியில் பேசினார். பின் புனலூர் காவல் நிலையத்திற்குச் சென்று அங்குள்ள அதிகாரியை அவருடைய ஊரில் ஒரு பயங்கரமான நக்சல்வாதி நுழைந்திருக்கிறான் என்று நம்ப வைக்க நாற்பது நிமிடங்கள் எடுத்துக்கொண்டார்.

வெங்கடேஸ்வர ஐயரைப் பற்றி புனலூரில் யாருக்கும் தெரிய வில்லை. "இந்த ஊரை ஐயமார்கள் விட்டுப் போய் ரொம்ப நாளாச்சு" என்று ஒரு முதியவர் சொன்னார். அறுபது வருஷங்களுக்கு முன்னால் தற்கொலை செய்துகொண்ட ஒருவரை ஞாபகம் வைத்துக் கொள்ள வேண்டிய அவசியம் இருப்பதாக யாரும் உணரவில்லை. நம்பிக்கு வருத்தமாக இருந்தது. கற்றுக்குட்டிப் புரட்சியாளர்கள் ஒட்டுமொத்தமாக மறக்கப்பட வேண்டியவர்களா? வெள்ளைக் காரனின் ஒரே அடியில் ரத்தம் கக்கி உயிரை விட்டவர்களாக இருந்தாலும். யாருக்காக வெங்கடேஸ்வர ஐயர் தன் கழுத்தை அறுத்துக்கொண்டார்? நம்பி மெதுவாக பஸ் நிலையத்துக்கு நடந்தான்.

காவல் துறையினர் அவன் இருக்கையைச் சூழ்ந்துகொண்டனர். மற்ற பயணிகளை பஸ்ஸிலிருந்து இறங்கச் சொல்லிவிட்டு அவனை அடிக்கத் தொடங்கினர். அவனைப் பேசவே விடவில்லை. அவனை பஸ்ஸிலிருந்து இறக்கும்போது அவன் சட்டை ரத்தத்தால் நனைந்திருப் பதை மற்ற பயணிகள் கவனித்தனர்.

"பாத்தா படிச்ச ஆளு மாதிரி இருக்காரு? போலீசு ஏன் அவரை மாட்டைப் போட்டு அடிக்கறமாதிரி அடிக்குது?" ஒரு பயணி மெதுவாகப் பக்கத்தில் நின்றவரைக் கேட்டார்.

"போலீஸ்காரன் அடிக்குதுக்குக் காரணம் வேணுமா? கை ஊரலெடுத்தா கிடைச்சவனை நொறுக்கறதுதானே இவன் வேலை. இந்த ஆளு நக்சலைட்டுன்னு சொன்னாங்க."

"சரிதான். பாத்தா பளீரின்னு புத்திசாலி மாதிரி தெரியுது. இந்த மாதிரி ஆளுங்கதான் கண்ட கண்ட கட்சிலெல்லாம் சேரு வாங்க. ஆமா ஆளு உயிரோட திரும்பி வருவானா?"

"அது அவன் பொண்டாட்டி தாலி பாக்கியம். அல்லது அவன் அம்மாக்கு பிள்ளை கையால கொள்ளி போடறத்துக்குக் கொடுப் பினை இருக்கணும். இப்ப உள்ள முதலமச்சரு அடிச்சு நொறுக்குங்

கடான்னு போலீசுகிட்டச் சொல்லிட்டாராமே? இவனுக சாதரணமாவே வெறி பிடிச்ச பயலுவ. இப்ப உச்சத்தில நிப்பானுவ.”

6

காவல் துறையின் விசாரணை மையம் முன்பு மக்கள் அதிகமாகப் புழங்கும் இடத்தில் இருந்தது. சாஸ்தமங்கலத்திற்கு மாற்றப்பட்டு சில நாட்கள்தான் ஆயிருந்தன. மேல் தட்டு மக்கள் வசிக்கும் இடம். அழகான வீடு. சுற்றிலும் மரங்கள். விசாரணைக்காகக் கொண்டு வரப்படுபவன் சுயநினைவோடு இருந்தால்தான் தான் ஒரு தங்கும் விடுதிக்குக் கொண்டுவரப்படுவதாக நினைத்துக்கொள்வான். “காவல் துறை ஆய்வு மையம்” என்று மலையாளத்திலும் ஆங்கிலத்திலும் எழுதப்பட்ட பலகை வீட்டின் வெளியே தொங்குவதை பார்வை சீராக இருந்திருந்தால் அவனால் பார்க்க முடிந்திருக்கும். நம்பி சுயநினைவோடு இல்லை.

கனமான, ஆணிகள் அடித்த காலணி அவன் முகத்தை மிதித்த வேகத்தில் இரண்டு பற்கள் உதிர்ந்து வாயில் தங்கின. வலி தாங்க முடியவில்லை. காலணியில் ஒட்டிக்கொண்டிருக்கும் பழஞ்சாணி யின் நாற்றம் அடிவயிற்றைப் புரட்டிக் கொண்டு வந்தது. நம்பி ரத்தம், பித்தம், உமிழ்நீர், உணவுத்துண்டுகள், பற்கள் கலந்த கலவையை வெளிக்கொண்டு வந்தான். கலவையின் சிதறல்கள் உதவிக் கண் காணிப்பாளர் காலாடையை அசுத்தப்படுத்தின.

“துப்பவா செய்தே பாப்பாரக் கண்டார ஓளி? உன் சுருங்கின சாமானை அறுத்து நாய்க்குப் போடுதேன்.” சண்முக நாதன் தலை மயிரைப் பற்றி நம்பியைத் தூக்கினான். ஒரு காவல்காரன் உருட்டுக் கட்டை ஒன்றை அவனது கால்களுக்கு இடையில் வலிமையோடு நுழைத்தான்.

“துப்பவாடா செய்தே தேவடியா மவனே. நானும் பதிலுக்குத் துப்புவேண்டா.” நம்பியின் முகத்தில் வெற்றிலை, புகையிலை, பாக்கு, எச்சில் சேர்ந்த அரைவை விழுந்து வழிந்தது. வீக்கத்தில் கண்கள் சுருங்கி இருந்தன. சரியாகப் பார்க்க முடியவில்லை. ஒரு காவல்காரன் அவனைக் கீழே தள்ளி அவன் மேல் உட்கார்ந்தான். அவன் தலையை தரையில் மோதினான்.

“கொஞ்ச நேரம் நீ சும்மா இரு. இன்னிக்கே இவன் சாகணும்னு நினைக்கயா? இன்னும் நாலைஞ்சு நாள் பிரம்மா இவன் தலைல எளுதி வச்சிருக்கான். ஏலெ, அளுகின சூத்து மவனே, புனலூருக்கு ஏம்லெ வந்த?”

“நான் எத்தனை தரம் சொல்லுவேன். என் தாத்தாவோட நண்பர் சுதந்திரப் போராட்டத்தில கலந்துண்டு உயிரைக் கொடுத்தவர். வெங்கடேஸ்வர ஐயர்ன்னு பேரு. அவர் வீட்டைப் பாக்கணும்னு வந்தேன். நம்பல்லைன்னா நான் என்ன செய்வேன்.”

“இத்தனை அடிக்கும் பின்னே பொய்யா? உனக்குத்தான் தமிழ் நாட்டுல ஆயிரம் தேவடியா கிடைப்பாளே. புதுத் தேவடியாளுக்குப் புனலூரு ஏண்டா வந்தே? வெங்கடேஸ்வர ஐயரா? அவனுக்குத் தவசம் பண்ண வந்தயா? அவன் ஒன் பாட்டியை வச்சிகிட்டு இருந்தானா? எனக்கு எத்தனை வருஷம் சர்வீசு? உன்னைய மாதிரி எத்தனை ஒக்காளஓளிங்களப் பாத்திருக்கேன். உண்மையச் சொல்லுடா அலிக்குப் பொறந்தவனே. யாரைப் பாக்க வந்தே?. அவன் விலாசம் என்ன? எங்க பதுங்கிகிட்டு இருக்கான்?”

“நான் யாரையும் பாக்க வல்லை. நீ என்ன சொல்லறேன்னே எனக்குப் புரியல்லை. நான் ஒரு டாக்டர். குத்தாலத்துக்கு வந்தவன் புனலூர் பக்கந்தானேன்னு வந்தேன். நீ இதுக்குப் பதில் சொல்லத்தான் போறே. எந்தச் சட்டத்தின் கீழ என்னை உள்ள அடைச்சு வச்சிருக்கே?”

இந்த முறை மிதித்த மிதியில் தலை கழுத்தை விட்டு வந்து விடும் போல இருந்தது.

“இதைப் பாருடா. இந்த பாப்பாரப் பண்டாரத்துக்குப் பொறந்த பய எனக்குச் சட்டம் சொல்லிக் கொடுக்கான். நீ பெரிய டாக்டரா இருக்கலாம். ஆனா நான் உடைக்கப் போற எலும்புகள எந்த டாக்டராலையும் ஒட்ட வைக்க முடியாது. ஒழுங்கா உண்மையச் சொல்லு. இல்லைன்னா நாளைக்கு உனக்கு ரெண்டு.”

“உண்மையத்தான் சொல்லறேன். தெரியாததை எப்படிச் சொல்ல முடியும்?”

“முகுந்தன் மேனனைத் தெரியுமா?”

“நல்லாத் தெரியாது. ஒரு மாசத்துக்கு முன்னால எங்க ஊருக்கு வந்திருந்தார். அவரோட அரசியல் விவாதம் நடந்தது. அதுக்கப்பறம் அவரைப் பாக்கவே இல்லை.”

“என்னடா அரசியல்? உண்மையச் சொல்லு. உன் நொண்டி வப்பாட்டிய அவனுக்குத் தொடையப் பொளந்து காட்டுன்னு சொன்னையா? அவ்வளவு நேரம் அவன் என்ன பேசினான், பொல்லாத பேச்சு? அவன் உனக்கு என்ன ஆர்டர் கொடுத்தான்?”

“ஆர்டரா? அவர் என்னோட முதலாளியா, ஆர்டர் கொடுக்க?”

“துப்பாக்கி வாங்கத்தான பணம் கொடுத்தே? இங்க யாருகிட்ட வாங்க வந்தே? உண்மையைச் சொன்னா அந்த நொண்டித் தேவடியா கிட்டத் திரும்பிப் போகலாம். அவளுக்கும் உன்னுது இல்லாம அரிப்பு எடுத்துகிட்டு இருக்கும்”

“நீ என்ன சொல்லறேன்னே எனக்குத் தெரியல்லை. துப்பாக்கியா நான் ஏன் துப்பாக்கி வாங்கணும்?”

“இவனுக்கு மனசில MGRன்னு நினைப்பு. வழிக்கு வரமாட்டான். நீ உன் வேலைய ஆரம்பி.”

ஒரு காவல்காரர் மிளகாய்பொடி தடவிய மெல்லிய தடி ஒன்றை எடுத்து வந்தார். நம்பியின் பேண்டும் உள்ளாடையும் கழற்றப்பட்டன.

தடி மெதுவாக ஆசன வாயில் நுழைக்கப் பட்டது. வலியோடு ஒரு ஒப்பந்தத்துக்கு வரும்வரை அவன் அலறிக்கொண்டு இருந்தான். வலி அவனை மெதுவாகச் சூழ்ந்து நினைவை இழக்கச் செய்தது.

7

ரோஸா நம்பிக்குக் குற்றாலத்தை விட்டு வர மனமே இல்லை என்று நினைத்தாள். நினைப்பு பதற்றமாக மாற நான்கு நாட்கள் எடுத்தது. நாங்குனேரிக்கு ஓடினாள்.

"அவன் அப்படிச் செய்ய மாட்டானே. உடம்பு சரியில்லையோ என்னவோ. நான் திருமலைக்கு போன் பண்ணி கண்ணனை குத்தாலத்துக்கு அனுப்பச் சொல்லறேன்."

பட்சி அவர் நினைத்ததை ரோஸாவிடம் சொல்லவில்லை. நம்பியை அண்ணாவிடம் அனுப்பியது தவறாக இருக்குமோ? அண்ணா தனது பைத்தியத்தை இவனிடம் மாற்றிவிட்டானா? இருக்காது. இவனுடைய உலகம் இங்கேதான். இவன் ரோஸாவை விட்டு ஓடிப் போகிறவன் இல்லை. வேறு ஏதோ நடந்திருக்கிறது. நடக்கக் கூடாதது. உண்டியல் கடை குடும்பம் மரணத்தோடு சமரசம் செய்துகொள்ளவே முடியாது போலிருக்கிறது.

"நீ திருக்குறுங்குடி திரும்பப் போக வேண்டாம் குழந்தே. இங்கயே இரு. நம்பி வந்தப்பறம் போயிக்கலாம்."

"இல்லை தாத்தா. பேஷண்ட்ஸ் வருவாங்க. நான் காலைல திரும்பப் போயிடுதேன்."

"அப்போ வேதாவை உங்கூட வரச் சொல்லறேன். நீ தனியா இருக்கக் கூடாது."

பாட்டி என்ன சாப்பிடுவாள்? என் வீட்டில் சாப்பிடுவாளா?

"நீ தயங்கறது புரியறது. அவளை உனக்கும் சேத்து சமைக்கச் சொல்லறேன். ப்ரச்சினை தீந்துது."

எனக்குத் துணை வேண்டும். ஆனால் அதற்காகப் பாட்டியின் ஆசாரத்தைக் குலைக்கக் கூடாது. எழுபது வருஷங்களுக்கு மேல் கடைபிடித்து வரும் ஆசாரம். என்னுடைய பாத்திரங்கள் எல்லாம் மாமிசத்தால் தீண்டப்பட்டவை.

"தாத்தா, பாட்டி அங்க வந்து ஏன் கஷ்டப்படணும்? நானே இங்க நாலஞ்சு நாள் இருக்கேன். அதுக்குள்ள நம்பி வந்திடுவாரு."

கண்ணனும் முத்துவும் குற்றாலத்தைச் சல்லடை போட்டு அரித்தார்கள். குற்றாலத்தின் 'படு – ஓடு' விடுதிகளில்கூடத் தேடினார்கள். தென்காசி மருத்துவமனைகளில், பிணக்கிடங்குகளில் தேடினார்கள். அவன் புனலூர் போயிருக்கலாம் என்பது அவர்களுக்குத் தோன்றவில்லை. அதனால் புனலூருக்கும் அவர்கள் போகவில்லை.

8

கழிப்புத் தொட்டி மிகச் சிறியது. மலமும் மூத்திரமும் நிரம்பி வெளியே வழிந்து தரையில் தடமிட்டுக் கொண்டிருந்தன. அறைக்கு வெளியே இருக்கும் சாக்கடையில் தேங்கிய கொசுக்கள் குடியிருக்கும் கறுப்பு. கொசுக்கள் சில்வண்டு பருமன். ரத்தம் குடித்த மயக்கத்தில் அவனைச் சுற்றி தள்ளாடிக் கொண்டே வட்டமிட்டன. நம்பிக்கு அவன் எங்கே இருக்கிறான் என்றே தெரியவில்லை. மனம் எங்கெங்கோ சுற்றி மாவோவின் படைப்புகளுக்கு வந்தது. அவருடைய In Memory of Norman Bethune அவனுக்குப் பிடித்தமான கட்டுரை. அதன் கடைசி வரிகளை அவன் திரும்பத் திரும்பப் படித்து இருக்கிறான்.

"நாம் அவரிடமிருந்துதான் முழுமையான தன்னலமின்மைக் குணத்தைக் கற்றுக் கொள்ள வேண்டும். இந்தக் குணம் யாரையும் மக்களுக்குப் பயன்படுபவராக ஆக்குகிறது. ஒரு மனிதனுடைய திறமை மகத்தானதாகவோ அல்லது குறைவானதாகவோ இருக்கலாம். ஆனால் அவனுக்கு இந்தக் குணம் இருந்தால் அவன் ஏற்கெனவே ஓர் உயர்ந்த, தூய்மையான மனிதன். அப்பழுக்கற்ற ஒழுக்கமுடைய, கொச்சையான விருப்பங்களுக்கு அப்பாற்பட்ட மனிதன். மக்களுக்கு பயன்படக்கூடிய மனிதன்."[20]

பெத்யூனின் தூய்மை மாசுபடாமல் இருந்ததற்குக் காரணம் அவர் செய்ய நினைத்ததை அவரால் செய்ய முடிந்ததால்தான். அவர் மரணம் மகத்தான மரணம். அதில் சந்தேகம் இல்லை. ஆனால் அவர் கோமின்டாங் போலீஸ் கையில் அகப்படவில்லை. அகப்பட்டிருந் தால் அவருக்கும் புழுத்த நாயின் மரணம்தான் கிடைத்திருக்கும். கோமின்டாங் போலீஸ் நம் போலீஸுக்கும் சித்திரவதைத் திறமை களில் பாடம் சொல்லிக் கொடுக்கக் கூடியவர்கள். என்னுடைய தூய்மை எங்கே? அந்த தொந்தி பெருத்த போலீஸ்காரன் என் வாய்க்குள் மூத்திரம் விடும்போது எப்படித் தூய்மையாக இருக்க முடியும்? அவனிடம் உன்னைப் போன்றவர்களுக்குத்தான் நான் இதுவரை தொண்டு செய்துகொண்டு வந்திருக்கிறேன் என்று சொன்னால் சிரிப்பான். என் வாயிலேயே அடிப்பான். அவன் இப்போது மனித உணர்வுகளே இல்லாத மிருகம். மார்க்ஸ் இந்த மிருகங்களைப் பற்றிப் பேசியிருக்கிறாரா?

நான் கோழையா? தெரியவில்லை. இதுவரை இந்தத் தடியர்களை என்னுடைய சுயமரியாதையை விட்டுக் கொடுக்காமல் பொறுத்து வந்திருக்கிறேன். என்னுடைய தைரியத்துக்கும் எல்லை உண்டு. என்னுடைய தாங்கும் சக்திக்கும் எல்லை நிச்சயமாக உண்டு. நான் மனதளவில் கம்யூனிஸ்ட் என்று சொல்லிக்கொண்டால்கூட. நான் இவர்களிடம் இதுவரை உண்மையே சொல்லி வந்திருக்கிறேன். ஆனால் இந்த மடையர்கள் உண்மை பொய்யின் ஆடை போர்த்தி வந்ததையே அறிந்தவர்கள். அது தன்னுடைய சொந்த ஆடையில் வரும்போது இவர்களால் அதை அடையாளம் கண்டுகொள்ள முடியவில்லை.

இந்த நாடகம் பார்வையாளர்கள் முன்னால் நடந்திருந்தால், அவர்கள் நடந்ததை நாளைக்கு வெளியே சொல்வார்கள் என்ற எண்ணமே எனது சுய கௌரவத்திற்குக் காவலாக இருந்திருக்கும். எனது நாடகம் பார்வையாளர்கள் பார்க்காத நாடகம். மற்ற முட்டாள் நடிகர்கள் மட்டும் பார்க்கும் நாடகம். அது நடக்கும் போது எனது சுய கௌரவத்தின் கொலையும் எளிதாக நடக்கும். என்னால் தடுக்க முடியாது. பெத்யூனின் மரணம் பார்வையாளர் களின் முன்னால் நிகழ்ந்தது. அவர் அதிர்ஷ்டசாலி. சே குவெரா? சே குவெராவின் மரணம் அவராகத் தேடிக்கொண்ட மரணம். அவரது தூய்மையும் வீரமும் உலகத்திற்கு இன்று தெரியும். என்னுடை யவை தெரிய வாய்ப்பே இல்லை. நான் சாக விரும்பவில்லை. பார்வையாளர்கள் இருந்தாலும். இங்கு நடப்பவை நாளை உலகத் திற்குத் தெரிந்தாலும்.

இது குட்டி முதலாளி ஒப்பாரியா? என்னுடன் இந்த ராட்சசர்கள் சிறிது விளையாடிப் பார்த்திருக்கிறார்கள், உடனே எனது சுயரூபம் தெரிந்து விட்டது. எத்தனை இளைஞர்கள் நாய்களைவிடக் கேவல மாகக் கொல்லப்பட்டிருக்கிறார்கள்? நான் மட்டும் ஏன் வித்தியாச மாக, சிறப்பாக நடத்தப்பட வேண்டும் என்று எதிர்பார்க்கிறேன்?

ஒவ்வொரு மனிதனும் தன்னைச் சிறப்பாகவே நினைத்துக் கொள்கிறான். தனக்கு நடப்பது வித்தியாசமாக, மற்றவர்களுக்கு நடப்பதிலிருந்து வேறுபட்டதாக இருக்கும் என்று நினைத்துக் கொள்கிறான். நினைப்பதில் தவறில்லை. ஆயிரம் இளைஞர்கள் என்னை விட அதிகமாகச் சித்திரவதை செய்யப்பட்டிருக்கிறார்கள் என்ற உண்மை என்னுடைய வலியை தாங்கக்கூடியதாக ஆக்கப் போவது இல்லை. நான் ஏன் இங்கு இருக்கிறேன்? நான் எதற்காகத் துன்பப்படவேண்டும்? இந்த யாத்திரையை ஏன் தொடங்கினேன்? குவிக்சோட்டின் யாத்திரை மாதிரி என்னுடையதும் இருக்க வேண் டும் என்பதற்கா? நான் காயப்படுத்தப் பட்ட, காலின் கீழ் போட்டு நசுக்கப்பட்ட குவிக்சோட். என்னுடைய வாண வேடிக்கைகள் இந்த மூத்திரக்குழிக்குள்ளேயே நடக்கின்றன. மற்ற மனிதர்கள் பார்க்க நடக்கவில்லை. வெடிச் சப்தங்களும் வாணங்களின் வண்ணங்களும் வெளியில் யாருக்கும் தெரியாது.

9

நீதிபதிக்குத் தினமும் சவரம் செய்துகொள்ளும் வழக்கம் இல்லை என்பது அவர் இடது கையால் தாடையைத் தேய்க்கும்போது எழுந்த சப்தத்தால் தெரிந்தது. போன ஜன்மத்தில் சுவர்க்கோழியாக இருந்திருக்க வேண்டும். விடாமல் தேய்த்துக்கொண்டிருந்தார். நம்பியைப் பார்த்த பார்வையில் இரக்கத்தின் ஈரம் இல்லை. நம்பியின் இடது கண் கறுப்பும் சிவப்பும் கலந்த குழம்பு. வலது

கண்ணைத் திறக்க முயற்சி எடுக்க வேண்டியிருந்தது. கன்னத்தில் ரத்தக் கீறல். வாய் வீங்கி இருந்தது.

அரசுத் தரப்பு வழக்கறிஞர் ஆங்கிலத்தில் துவங்கினார். "இவர் ஒரு பயங்கரமான நக்சலைட் என்பதற்கு வலுவான ஆதாரங்கள் இருக்கின்றன. இவர் தமிழ்நாட்டிலிருந்து கேரளாவிற்கு வந்ததே ஆயுதங்கள் வாங்கத்தான். இவர் அதற்காக முன்பணம் கொடுத்திருப் பதற்கும் எங்களிடம் சான்றுகள் இருக்கின்றன. கேரள நக்சல்வாதி களுடன் இவருக்கு நெருங்கிய தொடர்பு இருந்திருக்கின்றது. தலை மறைவாக இருக்கும் முகுந்தன் மேனனும் இவரும் நெருங்கிய தோழர்கள். அவர் பதுங்கி இருக்கும் இடம் இவருக்குத் தெரிய வாய்ப்பு இருக்கிறது."

"சார், எல்லாம் பொய். நான் புனலூருக்குச் சொந்த விஷயமாக வந்தபோது என்னைப் பலவந்தமாக அடித்து இங்கே கொண்டு வந்து விட்டார்கள். ஒரு வாரமாக என்னை அடைத்து வைத்திருக் கிறார்கள். எனக்கு கம்யூனிச இயக்கத்தின் மீது அனுதாபம் உண்டு. ஒத்துக்கொள்கிறேன். ஆனால் நக்சல்வாதிகளுக்கும் எனக்கும் எந்த சம்பந்தமும் கிடையாது. நான் தமிழ்நாட்டில் திருநெல்வேலி மாவட் டத்தில் டாக்டராக இருக்கிறேன். ஓரளவு மக்கள் மத்தியில் செல்வாக் கும் இருக்கிறது. வேண்டுமானால் விசாரித்துப் பார்க்கலாம். இந்தக் காயங்கள் எப்படி வந்தன என்பதை போலீசிடம் கேளுங்கள். நான் நக்சல்வாதி இல்லை. அப்படியே இருந்தாலும் என்னை இப்படி மிருகத்திலும் கேவலமாக நடத்த இவர்களுக்கு எந்த அதிகாரமும் இல்லை. என்னை மருத்துவப் பரிசோதனை உடனடியாகச் செய்ய வேண்டும். என்னை ஒரு லாயரை அமர்த்திக்கொள்ள அனுமதி அளிக்க வேண்டும் என்று கேட்டுக்கொள்கிறேன்."

நீதிபதி தமிழில் பேசினார்.

"இங்க கேட்டா எதுவுமே கிடைக்காது, தம்பி." அரசுத் தரப்பு வழக்கறிஞரிடம் அவர் கேட்டார். "என்ன வேணும்? இன்னும் விசாரணை செய்யணுமா?"

"ஆமாம். இவர்கிட்டேருந்து தெரிஞ்சிக்க வேண்டியது நிறைய இருக்கு."

"பதினைந்து நாள் போலீஸ் கஸ்டடி."

"அவங்க என்னைக் கொன்னே போட்டுடுவாங்க. இதுவா நியாயம்?"

"ஆமாம் தம்பி. வேற இருக்கறதா எனக்குத் தெரியல்லை. இப்பத் தான தொடங்கிருக்கு. போகப் போக உனக்கே தெரியும்."

10

இந்தியக் காவல்துறையின் அறிவுலக வானத்தில் நட்சத்திரங்கள் மிகக் குறைவு. பாலசந்திரன் அவ்வானத்தின் பிரகாசமான நட்சத்திரங் களில் ஒருவர். பின்னால் அவர் எழுதிய "நக்சல்வாதம் – கேரள

அனுபவம்” என்ற ஆராய்ச்சிக் கட்டுரை அவருக்கு ஜவகர்லால் நேரு பல்கலைக் கழகத்தின் முனைவர் பட்டத்தை வாங்கித் தந்தது. பின்னால் புத்தகமாக வந்தபோது இடதுசாரி பத்திரிகைகள் கூட அதன் விருப்பு வெறுப்பு இல்லாத ஆராய்ச்சி முறையைப் பற்றிப் பேசின. எழுபதுகளில் பாலசந்திரன் நக்சல்வாதி கைதிகளைக் குறுக்கு விசாரணை செய்வதில் பேர் பெற்றவர்.

“உக்காருங்க டாக்டர் நம்பி.”

நம்பி நாற்காலியின் விளிம்பில் உட்கார்ந்தான். ஒழுங்காக அவனால் உட்கார முடியவில்லை. பிருஷ்டத்தின் இரு புறங்களிலும் ரணம். முதல் தடவையாக ஒரு காவல்துறை அதிகாரி அவனைப் பெயர் சொல்லி அழைப்பது ஆச்சரியமாக இருந்தது. சண்முகநாதன் அவனை எப்போதும் ரோஸாவின் அந்தரங்க உறுப்புகளுடன் இணைத்தே அழைப்பது வழக்கம்.

அவர் மலையாள ஆங்கிலத்தில் பேசினார்.

“என் பெயர் பாலசந்திரன். உங்களை நடத்திய விதம் மிகவும் வருந்தத்தக்கது. ஆனால் அவர்களுக்கும் தங்கள் கடமையைச் செய்ய வேண்டிய கட்டாயம்.”

“எனக்கு இன்றுவரை கைதியின் ஆசனவாயில் மிளகாய்ப் பொடி தடவிய தடியை நுழைப்பது போலீசின் கடமைகளில் ஒன்று என்பது தெரியாது.”

“இவர்களை மனிதர்களாக அடையாளம் கண்டுகொள்வது சிறிது சிரமம், டாக்டர் நம்பி. மனித குல வளர்ச்சி இவர்களைக் கண்டு கொள்ளாமல் தாண்டிப் போய்விட்டது.”

“கேரள அரசு மனிதக் குரங்குகளைத்தான் போலீசில் சேர்த்துக் கொள்வதாக முடிவு செய்திருக்கிறதா? ஆனால் மனிதக் குரங்குகள் நிச்சயமாக சித்திரவதைக் கலைஞர்கள் இல்லை. இவர்கள் அந்தக் கலையில் டாக்டர் பட்டம் வாங்கியிருக்கிறார்கள்.”

“எனக்கும் வருத்தமாகத்தான் இருக்கிறது. கேள்விப்பட்டதும் ஓடி வந்தேன். இனிமேல் இது மாதிரி நடக்காது. அந்த ஆளைப் பதவி நீக்கம் செய்யலாமா என்று யோசித்துக்கொண்டிருக்கிறோம். நான் சில கேள்விகள் கேட்கலாமா? உங்களுடைய சொந்த வாழ்க்கையைப் பற்றிய கேள்விகள் இல்லை. அறிவுப் பூர்வமான கேள்விகள். நீங்க அவற்றிற்கு உண்மையான பதில்களைச் சொன்னால் உதவியாக இருக்கும். நீங்கள் உண்மைதான் பேசுவீர்கள் என்பது எனக்குத் தெரியும்.”

நம்பி மௌனமாக இருந்தான்.

“நீங்கள் சமீபத்தில் கல்கத்தா பக்கம் போயிருந்தீர்களா?”

“கல்கத்தாவா? இல்லை.”

“வடக்கே எங்கேயாவது?”

“ஜோஷி மடம் போயிருந்தேன். என்னுடைய தாத்தாவின் ஆசிரமம் அங்கு இருக்கிறது.”

பாலசந்திரன் திசையை மாற்றினார். “இந்த மார்க்ஸிஸ்ட் – லெனினிஸ்ட் பத்திரிகைகளை நீங்கள் படிப்பது உண்டா? உண்டு என்றால் எந்த பத்திரிகைகள்?

“படிப்பேன். *Mass Line. Liberation.*”

“நக்சல்வாதிகளை ஆதரித்து எழுதும் பத்திரிகைகள் ஏதாவது?”

“*Frontier.* அது எனக்குப் பிடித்த பத்திரிகை.”

“இந்தப் பத்திரிகைகளையெல்லாம் எங்கே வாங்குவீர்கள்?”

“தமிழ்நாட்டில் கடைகளில் சொல்லி வைத்தால் வரவழைத்துத் தருவார்கள். கேரளாவிலும் அப்படித்தான் இருக்க வேண்டும்.”

“நீங்கள் அவர்கள் கொள்கைகளை ஆதரிப்பவரா?”

“இல்லை.”

“ஏன்?”

“கேள்வியே வேடிக்கையாக இருக்கிறதே. ஆதரிக்கிறீர்களா? இல்லையென்றால் ஏன் ஆதரிக்கவில்லை?”

“நான் சொல்வதைப் புரிந்துகொள்ளுங்கள் டாக்டர் நம்பி. நான் கம்யூனிஸ்ட் இல்லை. நீங்கள் ஒரு கம்யூனிஸ்ட். உங்களுடைய கொள்கை சார்பான யுத்தங்கள் உலகம் முழுவதும் தெரியும். அதனால்தான் கேட்டேன். கொள்கை ரீதியாக அவர்களோடு என்ன வேறுபாடு?”

“நிறையக் காரணங்கள் இருக்கின்றன. அவற்றில் முக்கியமானது வர்க்க எதிரிகளை அழித்தொழிக்கும் கொள்கை. அதைச் செய்தால் அவர்களுடைய இரண்டு லட்சியங்கள் நிறைவேறும் என்று எதிர் பார்க்கிறார்கள். முதலாவது இந்திய மக்களின் உண்மையான விடுதலை. இரண்டாவது ஏகாதிபத்தியத்தின் அழிவு. அழித்தொழிப் பினால் இந்த லட்சியங்களை அவர்கள் ஒரு போதும் அடையப் போவதில்லை. மாறாக அவர்கள்தான் அழிந்து போகிறார்கள். துணைக்கு ஆயிரக்கணக்கான தியாக உணர்வு மிக்க இளைஞர்களைக் கூட்டிச் செல்கிறார்கள்.”

“ஆனாலும் உங்களுக்கு கம்யூனிச சித்தாந்தத்தின் மீது பிடிப்பு உண்டு இல்லையா?”

“நிச்சயமாக. நீங்களே சிறிது நேரத்திற்கு முன்பு சொன்னீர்கள் நான் கம்யூனிஸ்ட் என்று. நான் என்னை ஒரு கம்யூனிஸ்டாகவே அடையாளம் கண்டுகொள்கிறேன்.”

“இந்திய அரசின் உண்மையான தன்மை என்ன?”

“இந்திய அரசு பெரு முதலாளிகளையும் நில உடமையாளர் களையும் ஆதரிப்பது. அது பெரு முதலாளிகளின் பாட்டுக்குத்

தாளம் போடுகிறது. அவர்களாலேயே நடத்தப்படுகிறது என்று கூடச் சொல்லலாம்."

"நீங்கள் சொல்வது ஏறத்தாழ மார்க்ஸிஸ்ட் கட்சியின் கோட்பாடு போல இருக்கிறதே."

"இருக்கலாம். ஆனால் நான் எந்தக் கட்சியையும் சார்ந்தவன் இல்லை. மார்க்ஸிஸ்ட் கட்சியினர் காந்தியின் கொள்கைகளை நிறை போடுவதிலும் நமது நாட்டின் ஆன்மீக மரபுகளைப் பற்றி எடுக்கும் நிலைப்பாடுகளிலும் பெரிய தவறு செய்கிறார்கள் என்று நினைக் கிறேன்."

"முகுந்தன் மேனனை உங்களுக்குத் தெரியுமா?"

"தனிப்பட்ட முறையில் தெரியாது. நான் முதல் முதலாக அவரைப் பார்த்ததே திருக்குறுங்குடியில் எங்கள் வீட்டிற்கு வந்தபோதுதான். அவர் திருநெல்வேலியிருந்து பஸ்ஸில் வந்தார். கூட ஆட்களோடு வந்தார். நானும் என் மனைவியும் அவரோடு சில மணி நேரங்கள் பேசிக்கொண்டிருந்தோம். போகும்போது அவர் கோபமாகப் போனார். என்னுடைய குட்டி முதலாளித்தனத்தைத் திருத்தவே முடியாது என்று சொல்லிக்கொண்டு போனார்."

"அவர் கேரளாவில் எங்கே இருக்கிறார் என்பது உங்களுக்குத் தெரியுமா?"

"எனக்கு எப்படித் தெரிந்திருக்க முடியும்? அவர்கள் எவ்வளவு ரகசியமானவர்கள் என்பது உங்களுக்கே தெரியும்."

"அவரை யார் உங்களிடம் கூட்டிக்கொண்டு வந்தார்கள்?"

நம்பி சிறிது நேரம் தயங்கினான்.

"என்னுடைய சகோதரனும் அவனுடைய நண்பனும் அழைத்து வந்தார்கள். இருவரும் கல்லூரி ஆசிரியர்கள். என் தம்பியின் நண்பன் மார்க்ஸிஸ்ட் கட்சி உறுப்பினர். ஆனால் அவர்களுக்கும் முகுந்தனை போலீஸ் தேடிக்கொண்டிருப்பது தெரியாது."

பாலசந்திரனுக்கு நம்பி சொல்வது உண்மை என்பது தெரியும். முகுந்தன் மேனன் மீதான கைது வாரண்ட் அவர் தமிழ் நாட்டில் சுற்றிக் கொண்டிருக்கும் போது பிறப்பிக்கப்படவில்லை.

விசாரணை மூன்று மணி நேரம் தொடர்ந்தது.

11

பாலசந்திரன் தனது நீண்ட குறிப்பின் முடிவில் இவ்வாறு எழுதி யிருந்தார் :

"சுருக்கமாகச் சொல்வதானால், டாக்டர் நம்பிக்கும் நக்சல்வாதி களின் வன்முறைச் செயல்களுக்கும் எந்த சம்பந்தமும் இருப்பதாகத்

தெரியவில்லை. அவர் நமது நாட்டில் நடமாடிக்கொண்டிருக்கும் குழப்பமான, கட்சி சாரா கம்யூனிஸ்டுகளில் ஒருவர். அவர் புரட்சியைப் பற்றிக் காணும் கனவுகளுக்கு நாம் ஒரு போதும் தடை விதிக்கக் கூடாது. அவை நிறைவேறும் வாய்ப்புகள் மிகக் குறைவு. டாக்டர் நம்பியின் உலகம் வேறு. அதற்குள் நாம் நுழையத் தேவை இல்லை."

பாலசந்திரனுடைய குறிப்பைப் படித்துவிட்டு அவருடைய மேலதிகாரி அவரைப் பேச அழைத்தார்.

"சார். ஒரு பெரிய பிரச்சினை. அந்த மூர்க்கன் சண்முகநாதன் அதிகமாக விளையாடிவிட்டான்."

"இந்த மாதிரி அயோக்கியர்களுக்கு சண்முகநாதன்கள் அவசியம்."

"டாக்டர் நம்பி அயோக்கியன் இல்லை சார். சொல்லப்போனால் அவரைவிட யோக்கியமானவர்கள் அகப்படுவது கஷ்டம். அவரும் அவர் மனைவியும் தமிழ்நாட்டில் ஒரு கிராமத்தில் ஏழை மக்களுக்கு இலவசமாக மருத்துவம் செய்துகொண்டு இருக்கிறார்கள். அவருடைய தந்தை 1942 போராட்டத்தில் உயிர் கொடுத்தவர். அவரது குடும்பம் தமிழ்நாட்டில் மிகவும் மதிப்புப் பெற்ற குடும்பம் என்று தோன்றுகிறது. அவருக்குக் கொடுக்கப்பட்ட வரவேற்பு பத்திரிகைக் காரர்களுக்குத் தெரிய வந்தால் நம்மைச் சும்மா விடமாட்டார்கள்.

மேலதிகாரி சிறிது நேரம் யோசனை செய்தார்.

"இதை ஆரம்பித்தது சண்முகநாதன். எப்படி முடிக்க வேண்டும் என்பதையும் அவனிடமே விட்டுவிடுவோம். நான் அவனிடம் பேசிக்கொள்கிறேன். நாம் நமது அதிகாரிகளை ஒரு போதும் கைவிடக் கூடாது, பாலசந்திரன். மகாபாரத யுத்தத்தில்கூட ஒரு பாவமும் அறியாதவர்கள் உயிரை விட நேர்ந்தது. நாம் எல்லோரும் காலத்தின் பலிகடாக்கள். வலுவற்ற கடாக்கள்."

நீங்களும் நானும் பலிகடாக்கள் இல்லை, வலுவற்றவர்கள் நிச்சயமாக இல்லை என்று பாலசந்திரன் சொல்ல நினைத்தார். ஆனால் இந்தியக் காவல் பணியின் எழுதாத விதிகளில் முக்கியமானது மேலதிகாரியின் கூற்றிற்கு எதிர் கூற்று இல்லை என்பதுதான்.

பாலசந்திரன் பேசவில்லை.

அவரது மனசாட்சி சில ஆண்டுகள் துடித்துவிட்டு அடங்கிப் போனது. இந்தச் சிறு சம்பவத்தைப் பற்றி அவரது 'நக்சல்வாதம் – கேரள அனுபவம்' குறிப்பிடவில்லை. ஒருவேளை அவர் மறந்திருக்கலாம்.

12

பாலசந்திரன் நம்பியிடம் நீதிபதி முன் வாயைத் திறக்காமல் இருக்கும் படிக் கேட்டுக் கொண்டார். நம்பியும் சம்மதித்தான். வாயைத்

திறந்தாலும் ஒரு பயனும் இருக்காது என்பது அவனுக்குத் தெரியும். அவனது விடுதலை உத்தரவு தடையெதுவும் இல்லாமல் கிடைத்து விட்டது. நீதிபதி 'காட் ப்ளஸ் யூ' என்று முணுமுணுத்ததாக நம்பி நினைத்தான்.

தொலைபேசியை எடுத்தது கண்ணன்.

"ஹலோ."

"ஹலோ. யாரு நம்பியா? எங்க தொலைஞ்சு போயிட்டே. உன்னை எங்கல்லாம் தேடினோம் தெரியுமா? எங்கேருந்து பேசறாய்? ரோஸா ரொம்பக் கவலைப் படறா. எல்லாரையும் கவலைப்பட வைச்சிட்டயே."

"அவசரப்படாதே கண்ணா. நான் திருவனந்தரத்திலேருந்து காலை பஸ்ஸைப் பிடிச்சு வரேன். நேர நாங்குனேரி வரேன். நாங்குனேரி நம்பர் கிடைக்கமாட்டேங்கறது. மத்யானத்துக்குள்ள வந்துடுவேன்னு நினைக்கறேன். ரோஸாட்ட சொல்லிடு."

"நான் உடனே போறேன். என்ன நடந்துது? நம்பி குரல் ஏன் ஒரு மாதிரி இருக்கு?"

"அதையெல்லாம் டெலிபோன்ல சொல்ல முடியாது. நேரில பேசிக்கலாம்."

கண்ணன் ஒரு வாடகை காரை எடுத்துக் கொண்டு திருக்குறுங்குடி சென்றான். ரோஸாவும் அவனும் நாங்குனேரிக்கு இரவிலேயே சென்று நம்பியை வரவேற்கக் காத்திருந்தார்கள். பட்சி அன்று தனது பேரனுடன் பேசினார். உண்டியல் கடைக் குடும்பத்தின் மிக சந்தோஷமான இரவு அது.

நம்பியின் பஸ் காலை நான்கு மணிக்குப் புறப்படுவதாக இருந்தது. அவன் பஸ் நிலையத்தை ஊர் விழிக்கும் முன்னாலேயே அடைந்து விட்டான். ஒரு அழுக்கான ஸ்டாலில் அவன் தேநீர் குடித்தான். நம்பியின் மரணத்திற்குப் பிறகு அமர்த்தப்பட்ட விசாரணைக் கமிஷன் முன்னால் சாட்சி சொன்ன ஸ்டால் சொந்தக்காரர் நம்பியை யாரும் பின்தொடரவில்லை என்றார். அவனது மரணம் எழுபதுகளின் துலக்கப் பெறாத மர்மங்களில் ஒன்று. அவனது உடல் தண்ணீரையே பார்த்திராத ஒரு கழிப்பறையில் கண்டெடுக்கப் பட்டது. உயிரோடு இருக்கும்போது அவன் அது போன்ற இடத்தில் நுழையும் சாத்தியக் கூறு மிகக் குறைவு. அவனது இடது மார்பில் கத்தியால் குத்தப்பட்ட காயம். குத்திய கத்தி காவல்துறைக்குக் கிடைக்கவில்லை.

காவல்துறைக்கு நம்பியின் மரணம் பற்றி அவனது குடும்பத்தி னருக்குத் தெரிவிக்க ஐந்து நாட்கள் எடுத்தன. அவனது உடல் ஒரு அனுபவம் மிகுந்த, அதிகமாகக் குடித்துத் தள்ளாடிக்கொண்டி ருந்த பிணச்சாலைத் துணையாளரால் அறுக்கப்பட்டது. பிண ஆராய்வு அறிக்கையில் கையெழுத்திட்டவர் ஒரு மாநகராட்சி

மருத்துவர். அவரைக் காவல்துறையினர் ஒரு திருமண மண்டபத்தில் தேடிப் பிடித்தனர். அன்று அவரது மருமகளின் திருமணம். அபசகுனமான காரியத்தைச் செய்ய அவர் தயங்கினார். காவல்துறையினர் மருமகளுக்கு ஒரு மோதிரத்தைப் பரிசாக அளித்த பின்பே மனமிரங்கி கையெழுத்திடச் சம்மதித்தார். அறிக்கை சண்முகநாதனால் ஏற்பட்ட காயங்களைப் பற்றிப் பேசவில்லை. ஏனென்றால் அவை அவனது மரணத்திற்குக் காரணம் இல்லை. நம்பி ஐந்து நாட்கள் பிணவறைத் தரையில் அமைதியாக அழுகினான். அவனது காயங்களும் அழுகி அடையாளம் தெரியாமல் கரைந்தன. அவனுடைய உடல் பனை ஓலையில் தாறுமாறாகக் கட்டப்பட்டு குடும்பத்தினரிடம் கொடுக்கப் பட்டது. புகையிலைக் கருப்பட்டிச் சிப்பம். அதே வண்ணம். அதே ஒழுகல். நாற்றம்தான் வேறு மாதிரி. நாற்றம்தான் கண்ணனையும் ரோஸாவையும் உடலை நாங்குனேரிக்குக் கொண்டு செல்லலாம் என்ற முதலில் எடுத்த முடிவை மாற்ற வைத்தது. ஒரு கள்ளி படர்ந்த திருவனந்தபுரச் சுடுகாட்டில் அவன் புகைந்துபோனான்.

பதினேழு

1

அவனுடைய இரவு விழிப்புகள் இளமை மாறாதவை. தூக்கத்தின் கறைபடாதவை. டெக்ஸட்ரைன் உபயம். பகல் நேரங்கள் அரைத்தூக்கத்திற்கு ஆட்சியை விட்டுக்கொடுத்தவை. அறுபதே நாட்கள். சிறை வாசமா அல்லது தப்பிக்க வழி கிடைத்துவிட்டதா என்பது அவனுக்குத் தெரிவதற்கு. திருநெல்வேலி அவனுக்கு மிகவும் பிடித்த இடம். அவன் எப்போதும் இருக்க நினைத்த இடம். உமாவையே திருநெல்வேலிக்காக விட்டேன் என்று கண்ணன் நினைத்தான். இப்போது இங்கு இருக்கும் ஒவ்வொரு நாளும் நரகமாக இருக்கிறது.

நம்பி இறந்த பின் ஒரு நாள் போலீஸ் அவன் வீட்டிற்கு வந்தது. ஒரு வயதான சப் இன்ஸ்பெக்டர் திருமலைக்கு ஒரு சல்யூட் அடித்து விட்டுக் கண்ணனிடம் சில கேள்விகள் கேட்க வேண்டும் என்றார். கண்ணன் காவல்நிலையத்திற்கு வரத் தேவை இல்லை என்று சொன்னார். முகுந்தன் மேனன் சந்திப்பு பற்றி அவன் சொன்ன பதில்களில் அவர் அதிக அக்கறை எடுத்துக்கொள்ளவில்லை. ஆனால் மாவோவின் எழுத்துக்கள் பற்றிய கேள்விகளுக்கு அவர் அவனிடமிருந்து சரியான பதில்களை எதிர்பார்த்தார்.

“*The Selected Works of Mao-Tse-Tung.* இது சைனா தூதரகத்திலேருந்து வந்ததில்ல?”

“ஆமாம்.”

முகுந்தன் சொன்னான். ஒரு கார்டு எழுதினால் போதும், சீனத் தூதரகம் நான்கு பாகங்களையும் அனுப்பிவிடும். ஒரு அழகான அட்டைப் பெட்டியில் வரும். ஒவ்வொரு பாகமும் பைண்டு செய்யப்பட்டிருக்கும். ஒரு தனி வாசனை அடிக்கும். புத்தகங்கள் வந்தது அவன் திருவனந்தபுரம் சென்றிருந்தபோது. அவற்றை அவன் பிரிக்கக்கூட இல்லை.

“நீங்கதான் அனுப்பச் சொல்லி எழுதினீங்களா?”

திருமலை தலையிட்டார்.

“மாவோ புஸ்தகங்களுக்கு இங்க தடையா?”

“இல்லை.”

“அப்போ வரவழைச்சா என்ன தப்பு?”

கண்ணன் சொன்னான். “எப்படி இருந்தாலும் நான் வரவழைக்கல்லை. என்னோட அண்ணா நம்பிதான் எழுதியிருக்கணும். அவன் கிராமத்தில இருந்ததுனால இந்த விலாசத்தைக் கொடுத்தா சௌகரியமா இருக்கும்னு நினைச்சிருக்கணும்.” நம்பி உயிரோடு இருந்த வரையில் பொய் சொன்னதாக எனக்குத் தெரியவில்லை. நான் அவன் பெயரில் பொய் சொல்லி அவனை அசுத்தப் படுத்துகிறேன்.

“எங்க கடமை சார். தப்பா எடுத்துக்காதீங்க. விசாரிச்சுத்தான் ஆகணும்.”

திருமலை முகத்தைக் கடுமையாக வைத்துக்கொண்டு கேட்டார்.

“புஸ்தகங்களை பறிமுதல் செய்யப் போறீங்களா? தாராளமாச் செய்யிங்க. அந்த பார்சலை இவன் திறந்ததாவே தெரியல்லை.”

“ஐய்யய்யோ. அதல்லாம் இல்லை சார். புஸ்தகங்கள் உங்களுக்குத் தான். நாங்க கொண்டுபோய் என்ன செய்யப்போறோம்?”

அவர் சென்ற பின் திருமலை கண்ணனிடம் சொன்னார்.

“உனக்குப் பொய் சொல்லணும்னா வேற பேரைச் சொல்லிருக்கலாமே? ஏன் என் பேரைக் கூடச் சொல்லிருக்கலாம். நம்பி பேரைச் சொன்னது எனக்குக் கொஞ்சம்கூடப் பிடிக்கல்லை.”

எனக்கும் பிடிக்கவில்லை. ஆனால் வேறு வழி தெரியவில்லை.

கண்ணன் பதில் சொல்லவில்லை.

போலீஸ் போன பின் வீட்டைவிட்டுப் போனவர்கள் மார்க்ஸ்களும் லெனின்களும் மாவோக்களும். எல்லோரும் லட்சுமி விலாசில் முடிந்தார்கள். பொட்டலங்களுக்கு ஏற்றவர்கள். அல்வா பொட்டலங்களுக்கு. கூம்புகளுக்கும்தான். மிக்சர் காரச்சேவு கூம்பு களுக்கு. அட்டைகளை எடுத்த பின் விலை மிக மலிவு. கிலோ எட்டணா. “பத்து ரூபா கிடைக்கும்னு நினச்சேன்” ரெங்கநாயகியிடம் வேலைக்காரி சொன்னாள். “ஆனா அட்டை எடுத்திட்டா புஸ்தமெல்லாம் காத்தால்ல இருக்கு. மூணு ரூபாதான் குடுத்தான், திருட்டுப் பய.”

திருமலை நம்பி மரணத்தின் மர்மத்தைக் கண்டுபிடிக்கத் தீவிர முயற்சி எடுத்தார். கேரளக் காவல்துறையின் கை இந்தக் கொலையில் இருக்கக்கூடும் என்று அவர் சந்தேகப்பட்டார். அவர் விடாமல் குடியரசுத் தலைவருக்கும் பத்திரிகைகளுக்கும் எழுதியதால் கேரள அரசு ஒரு விசாரணைக் கமிஷன் அமைக்கும் கட்டாயத்திற்கு ஆளானது. எல்லா அமர்வுகளுக்கும் திருமலை போனார். கமிஷன் ஒரு வெற்று அறிக்கையை வெளியிட்டுத் தனது வேலையை முடித்துக் கொண்டது. திருமலைக்குக் கோபம். கடிதத்துக்கு மேல் கடிதம் கேரள அரசுக்கும் தமிழக அரசுக்கும் எழுதினார். பதில்கள் தவறாமல் வந்தன. செய்ய வேண்டியதைச் செய்துவிட்டோம், செய்வதற்கு வேறொன்றும் இல்லை என்று. திருமலை விடவில்லை. கேரள

உயர் நீதிமன்றத்தில் கமிஷனின் அறிக்கையை எதிர்த்து ஒரு மனு தாக்கல் செய்தார். மனுவைத் தள்ளுபடி செய்ய நீதிமன்றம் அதிக நேரம் எடுத்துக்கொள்ளவில்லை. திருமலைக்கு நம்பியின் மரணத்தில் சண்முகநாதனின் பங்கு என்ன என்பது கடைசிவரை தெரியாது. அந்த ஆண்டு குடியரசுத் தலைவர் அளித்த காவல்துறை பதக்கம் பெற்றவர்கள் பெயர் வரிசையில் அவனுடைய பெயரும் இருந்தது. திருமலையும் அந்தச் செய்தியைப் படித்தார்.

அரசுகள் ரகசியங்களை வெளிவிடாமல் காப்பதில் தேர்ச்சி பெற்றவை.

கண்ணன் கல்லூரிக்குத் திரும்பச் செல்லவில்லை. பணி நீக்க உத்தரவு ரத்து செய்யப்பட்டதும் விடுப்பு எடுத்துக்கொண்டான்.

"உனக்குத் திமிர் கொஞ்சமா இருக்கு. இந்த லீவை உமா இருக்கும் போது எடுத்திருந்தா அவ சந்தோஷப்பட்டிருப்பா. நீ அவளை ஒரு பொருட்டாவே எடுத்துக்கல்லை. இல்லையா?"

"அப்படியே வச்சுக்கயேன். நீ கேக்கற கேள்விக்கெல்லாம் நான் பதில் சொல்லணும்னு கட்டாயம் இல்லை. ஆமாம். அவளை நான் என்னிக்குமே சீரியஸா எடுத்துக்கலை. போறுமா?"

ராதா கூர்மையானவள். இல்லாவிட்டால் அகமதாபாத் மானேஜ் மெண்ட் இன்ஸ்டிடியூட்டில் இடம் கிடைத்திருக்காது.

"பொய் சொல்லாதே. நான் கேட்டேன்னு நீ இப்படிச் சொல்லறே. நான் பம்பாயில அவளைப் பாப்பேன். ஏதாவது சொல்லணுமா? அவளுக்கு உன்னை விட மனசிருக்காது. அதைவிட நான் அவ நாத்தனார் ஆகணும்னு ஆசை. அவ கிட்ட நான் என்ன சொல்லறது?"

"என்னத்தை சொல்லறது ராதா? முன்னால இருந்த அந்த வேகம் இப்ப இல்லைன்னுதான் சொல்லணும். என்ன செய்யற துன்னே தெரியல்லை."

"உன்னைத் திருத்தவே முடியாது கண்ணா. ஹாம்லெட்டுக்கும் அண்ணன் நீ. சரி, நான் ரோஸாவைப் பாக்கப்போறேன், வரயா?"

"வரலை ராதா. நான் கேட்டேன்னு சொல்லு."

பட்சியும் வேதாவும் ரோஸாவை நாங்குனேரிக்கு வரச்சொன்னார் கள். ஆனால் ரோஸா நோயாளிகளைக் கைவிடத் தயாராக இல்லை. வேதா ஒரு நல்ல வேலைக்காரியை அமர்த்திக் கொடுத்தாள். இசக்கியின் கொள்ளுப் பேத்தி. இந்துவை அவள் நன்றாகப் பார்த்துக் கொண்டாள். கிராமத்து மக்கள் நம்பியை மறக்கவில்லை. நம்பியின் சாயல் சிறிதுகூட இல்லாத சிமெண்ட் சிலை ஒன்றை அவர்கள் அவன் நினைவாக வைத்தனர். ஊர் எருமைகள் முதுகுகளைத் தேய்ப்பதற்கு அதன் பீடம் மிக உபயோகமாக இருந்தது.

நம்பியின் பிரிவைப் பொன்னாவால் புரிந்துகொள்ள முடிய வில்லை. "யாரைச் சொல்லறாய்? நம்மாழ்வார் பேரனா? அவன் குழந்தைன்னா? எங்க போயிடப் போறான். ஊர் சுத்தணுங்கற

ஆசை இருக்காதா? இதோ திரும்பி வந்துடுவன். அவன் தாத்தா மாதிரி இல்லை.”

நம்பியின் தாத்தாவின் வருகைக்காக எல்லோரும் காத்துக் கொண்டிருந்தார்கள்.

2

கண்ணன் தேர்வு எழுதியது திருவனந்தபுரம் மகராஜா கல்லூரியில். கல்லூரி வளாகத்தின் சுவர்களில் Viva la Vietnam என்று பெரிதாக எழுதப்பட்டிருந்தது. கண்ணனுக்கு சென்னையில் அவன் ராஜா ராமனோடு கழித்த மழை இரவுகள் நினைவுக்கு வந்தன. வியட்நாம் அவன் வாழ்வில் நுழைந்தது அப்போதுதான். இப்போது? வேகம் நடையாக மாறி நடை தளர்ந்து சோர்வுதான் மிச்சம். வியட்நாம் வெளியேறியது நம்பியின் மறைவோடு. உச்சக்கட்டத்தில் நடந்து கொண்டிருக்கும் ஹனோய் குண்டு வீச்சும் ஹைபாங்க் சுரங்க வெடிவைப்பும் வெறும் செய்திகள். தேர்வில் பதில் எழுதுவதற்காக நினைவில் நிற்கும் செய்திகள். அவை அவனிடம் சீற்றத்தை வர வழைக்கவில்லை.

டெக்ஸ்ட்ரைன் பழி வாங்கிவிட்டது. அவனுக்கு என்ன எழுதி னோம் என்றே நினைவு இல்லை. திருநெல்வேலியின் பிடி வலுவானது என்று அவன் நினைத்துக்கொண்டிருக்கும் போது அவனுடைய எண் நேர்காணலுக்கு அழைக்கப்பட்டவர்கள் பட்டியலில் இருக்கிறது என்று திருமலை சொன்னார்.

சூட் தைத்தவன் மதுரையில் பெரிய தையல்காரன். அவன் தொடைகள் சேரும் இடத்தில் சில ஊசிகளையும் சேர்த்துத் தைத்தி ருக்க வேண்டும். கண்ணன் சூட் அணிவது அதுதான் முதல் தடவை. கால்களை அகல விரித்துக்கொண்டுதான் நடக்க முடிந்தது. நேர்காணலுக்கு வந்தவர்கள் அவனை ஒரு மாதிரியாகப் பார்ப்பதாக அவன் நினைத்தான். கால்களை ஒன்று சேர்த்தால் ஊசிகள் ஏறக் கூடாத இடத்தில் ஏறி சுரீர் என்று வலி.

நேர்காண்பவர்களின் மதிய உணவு சரி இல்லை போலிருந்தது. கண்ணனைப் பார்த்துச் சிரிக்கக்கூட இல்லை.

“மின்சக்தி போன்ற சக்திகளின் ஆதாரம் என்ன?”

“க்யூரி டெம்பரேசர் என்றால் என்ன?”

“நார்த் பிரபுவின் அமெரிக்கக் காலனிக் கொள்கை என்ன?”

“எட்டாவது ஹென்றியின் இரண்டாவது மனைவியின் பெயர் என்ன?”

ஒரு ஐயங்காரும் குழுவில் இருந்தார். வடகலையாக இருக்க வேண்டும். கண்ணனை அவருக்குப் பிடிக்கவில்ல.

“புஸ்தகம் படிக்கற வழக்கம் உண்டா?”

“உண்டு”

"என்ன புஸ்தகம்? பெரி மேஸனா?"

"இல்லை. நான் கனமான புஸ்தகங்களைத்தான் படிப்பேன்."

"அப்படி என்றால்?"

"இப்போது படித்துக்கொண்டிருப்பது சாத்தர். *Iron in the Soul.*" தொடை இடுக்கில் ஊசிகள்.

"படிக்கறத்துக்கு வேற புஸ்தகமே கிடைக்கல்லையா?" ஐயங்கார் தமிழில் பாய்ந்தார். "புஸ்தகமா அது? நிரீச்வரவாதம் பண்ணறவன், கல்யாணம் பண்ணாமலே குடித்தனம் நடத்தறவன். இவன் எழுதின புஸ்தகம்தான் உன்னை மாதிரி பையனுக்குப் பிடிக்கும் போலிருக்கு. அப்படித்தானா, இல்லே இந்த நாமம் போட்டுண்டு இருக்கறவனை அசத்திடலாம்னு அந்த பிரஞ்சுக்காரன் பேரைச் சொல்லறயா?"

கண்ணன் பதில் சொல்லவில்லை. நேர்காணலுக்குப் பின் யாரையும் அவன் அன்று பார்க்கவில்லை.

3

நம்மாழ்வார் திரும்புவதற்கு ஆறு மாதங்கள் எடுத்துக்கொண்டார். பிருந்தாவனத்தில் ஒரு மாதம். புஷ்கரத்தில் ஒரு மாதம். நாத்துவாரத்தில் உடல் சரியில்லாததால் இரண்டு மாதங்கள் ஓய்வு. கடிதம் எழுதும் பழக்கமே விட்டுப்போய்விட்டது. பட்சிக்கு எழுதியது வேறு வழியில்லாமல் செய்தது. பேரனுக்கு எழுதி தான் எங்கிருக்கிறேன் என்பதைத் தெரிவிக்க வேண்டும் என்று அவருக்குத் தோன்றவில்லை.

திருநெல்வேலி நிறைய மாறி இருக்கும் என்பது அவர் எதிர்பார்த்ததுதான். ஆனால் அவர் படித்த கல்லூரி இருந்த இடத்தில் இருக்கும் என்று அவர் நினைத்தார். லட்சுமி விலாஸ் இருந்தது. கடையின் முன்னால் ஒரே கூட்டம். அப்பா பார்த்தால் சந்தோஷப்படுவார். திருநெல்வேலி டவுணுக்குச் செல்லும் சாலையை ஒரு விகாரமான மேம்பாலம் மறைத்திருந்தது. ஆனால் அதன் குறுக்காக ஓடும் இருப்புப்பாதை மாறவில்லை. திருநெல்வேலியிலிருந்து கொல்லம் செல்வது. இப்போது திருச்செந்தூருக்கும் ரயில் போகிறது என்று நம்பி சொன்னான்.

திருமலை அவர் வருவதை தொலைவிலிருந்தே பார்த்துவிட்டார். நெடியதாக வயதை வென்ற தோற்றத்தில் வேகமாக நடந்து வருபவர் பெரியப்பாவாகத்தான் இருக்க வேண்டும். நான் இன்றுவரை பார்க்காத பெரியப்பா. அவர் எதிரே சென்று காலில் விழுந்தார் திருமலை.

"சுவாமி, திருமலை. உங்க தம்பி பக்ஷி பிள்ளை."

"தீர்க்காயுசா இரு. பக்ஷி எங்க இங்கயா, ஊரிலயா? என்னை அடையாளம் கண்டுபிடிக்க நீ கஷ்டமேபடல்லை, இல்லையா? அதான் பேரன் இருக்கானே என்னை உரிச்சிண்டு."

திருமலை சத்தம் இல்லாமல் அழுதார். "என்ன ஆச்சு திருமலை? நான் ஏதாவது தப்பாச் சொல்லிட்டேனா?"

"ஆத்துக்கு போலாம் சுவாமி. அப்பா இருக்கார். நாங்குனேரிலேருந்து எதேச்சையா காலைலதான் வந்தார்."

பட்சியின் தலை முடி அதே அடர்த்தி. நரையும் அதிகம் இல்லை. ஆனால் சுருங்கிப் போய்விட்டான். உடம்பில் சதையே பார்க்க முடியாது. என்னைப் போல. பேரனும் வயதானால் சதை போடுவான் என்று தோன்றவில்லை. வரதராஜா, இந்தக் காலத்தை எதிர்த்து சண்டை போடுகின்ற வலிமையை எனக்கும் என் தம்பிக்கும் கொடுத் திருக்கிறாய். என் பேரனுக்கும் கொடு.

"வா அண்ணா. வரத்துக்கு கொஞ்ச நாள் எடுத்துண்டுட்டாய்."

"பக்ஷி, உன்னை அப்படியே கட்டிக்கணும்போல இருக்கு. உனக்குத்தான் நன்றி சொல்லணும். எப்படி வளத்திருக்காய் என் பேரனை."

பட்சி சிரித்தார். "என்ன பிரயோசனம் அண்ணா? எமனுக்குத் தத்தம் பண்ணிக் கொடுக்கறத்துக்குத்தான் அவனை அப்படி வளத் தேன் போலிருக்கு."

ஆண்டாண்டுகளாகக் கடைபிடித்த துறவறம் பேரன் மறைந்த செய்தியை எதிர்த்துப் போராட வலுவற்றுத் தள்ளாடியது. என்னு டைய தன்னையே தியாகம் செய்யும் முடிவை எடுத்தது அவனுக் காகத்தான். இங்கே யார் இருக்கிறார்கள்? திரும்பச் சென்று விடலாமா? நம்மாழ் வார் கூடத்தின் ஒரு மூலையில் உட்கார்ந்தார்.

"அவனோட பார்யாள் உன்னைப் பாக்கணும்னு காத்துண்டு ருக்கா. அருமையான கொள்ளுப் பேத்தி. திருக்குறுங்குடில இருக்கா. எவ்வளவு சீக்கரம் போணுமோ அவ்வளவு சீக்கரம் போலாம்."

"அவனோட காரியமெல்லாம் யார் பண்ணறா?"

பட்சி அந்தக் கேள்விக்குக் குலுங்கிக் குலுங்கி அழுதார்.

"எங்களுக்கு அது விதிச்சிருக்கு அண்ணா. மது காரியம் திருமலை பண்ணிண்டு இருந்தான். இப்போ அவனோட பையன் காரியமும் அவன்தான் பண்ணறான். ஊருக்கு போலாம் அண்ணா. அம்மா வைப் பாக்கணும்போல இல்லையா?"

"அம்மாவையா? பக்ஷி நான் பொய் பேசறதில்லை. வந்தது பேரனைப் பாக்கத்தான். அவன் கூட கடைசிக் காலத்தை போக்கலாங் கற நப்பாசை."

இத்தனை ஆண்டுகள் துறவியாக இருந்தும் சுய நலம் பசையற அழிந்துவிடவில்லையே?

"நீ என்ன நினைக்கறாய்னு தெரியறது. அண்ணா இன்னும் மாறவே இல்லையே. அவனோட தன்னாசை அவனை விட்டு போலையேன்னு நினைக்கறாய் இல்லையா? பக்ஷி இப்போ

என்னோட மனசு பூரா நம்பிதான் இருக்கான். அம்மாக்குக்கூட இடம் இல்லை.”

பட்சியின் கையைப் பிடித்துக்கொண்டு கண்களில் நீர் ததும்ப அவர் பேசினார். “எனக்கு நாலைஞ்சு நாள் வேணும் பக்ஷி. இந்தத் தடவை நான் நிச்சயம் ஓடிப்போகமாட்டேன். என்னோட பேரன் விட்டுட்டுப் போனதைப் பாக்க வேண்டாமா? அம்மாவைப் பாக்காம எப்படி இருக்க முடியும்? அவதானே இவன் வரத்துக்கு முன்னால என் கூட இருந்தா?”

துறவி திருமலை வீட்டில் தங்கவில்லை. வரதராஜப் பெருமாள் கோவில் பிரகாரத்தின் மூலையில் அவர் துண்டை விரித்தார். ஆனால் அவர் விரும்பிய தனிமையும் அமைதியும் கிடைக்கவில்லை. ஊர் திரண்டு அவரைப் பார்க்க வந்தது. அவர் காலடியில் விழுந்து ஆசிகள் பெற விரும்பியது. “என்ன தேஜஸ் என்ன தேஜஸ். இந்த வயசிலும் இப்படி இருக்க முடிஞ்சுதுன்னா எவ்வளவு தவம் பண்ணி இருக்கணும். எல்லாத்தையும் துறந்தவராலத்தான் இப்படி இருக்க முடியும்.” அவர் முன்னால் பழங்கள். முந்திரிப் பருப்பு. உலர்ந்த திராட்சை. வீட்டுக்கு விஜயம் செய்ய, கல்லூரிகளில் பேச அழைப்புகள். அவர் நிரம்பப்படித்தவர் என்பதும் எல்லோருக்கும் தெரிந்து இருந்தது. ஆனால் அவர் மூலையை விட்டு நகரவில்லை. நம்பியின் மனைவி வருவாள் என்ற ஆசை. அவள் வரவில்லை.

4

மாமரம் தோட்டத்தின் ஒரு ஓரத்தை அடைத்துக்கொண்டு பரவியிருந்தது. “அதே மரமா அல்லது அதனோட வாரிசா?”

“அதே மரமாத்தான் இருக்கணும் அண்ணா. மரத்தை வெட்டினதா ஞாபகமே இல்லையே.”

பக்கத்து வீடு மறைந்துவிட்டது. நான் இருந்த வீடோடு இணைந்துவிட்டது. ஏன் தயங்குகிறேன்?

“அம்மாவோட ரூமுக்குப் போலாமா?”

என் அம்மா வேறு மாதிரி. இந்தச் சுருங்கிய உருவத்தின் உள்ளே மறைந்துகொண்டு இருக்கிறாள். தலையில் என்ன? முட்களா அல்லது முடிதானா?

“அம்மா, அம்மா. நான் நம்மாழ்வார் வந்திருக்கேன்.”

கண்ணைத் திறக்க முடியவில்லை. ஆனால் ஸ்பரிசம் புதிது இல்லை. இவ்வளவு நாளாக எங்கே போயிருந்தான்? மெல்லிய குரலில் அவள் பேசினாள். “நம்பி, எங்க போயிட்ட இத்தனை நாளா?”

“அம்மா, நான் நம்மாழ்வார்.”

அவள் பேசவில்லை. அவர் கையைப் பிடித்துக்கொண்டாள். பல நிமிடங்கள் அப்படியே இருந்தாள். பட்சி காலடியில் அமர்ந்திருந்தார்.

“என்ன மருந்து கொடுத்திருக்காய். கசப்பா கசக்கறது. மருந்தை மாத்து, என்ன. அடிக்கடி வா. எத்தனை நாள் இன்னும் நான் இருக்கப் போறேன்.”

என்னை அடையாளம் கண்டுகொள்ள அவள் விரும்பவில்லை. அவளுக்குத் தெரியும் வந்திருப்பது நான் என்று. அவளுக்குக் கோபம். திரும்பத் திரும்ப வருவேன். என்னை நீ அடையாளம் கண்டு கொள்ளும் வரை.

பட்சிக்கு ஏமாற்றம். அவர் அறுபது வருஷப் பிரிவால் அடைந்து கிடந்த உணர்வுகள் சிதறி அண்ணனைச் சூழ்ந்துகொள்ளும் என்று எதிர்பார்த்தார். இவன் ஏதோ தூரத்து உறவுக்காரியைச் சந்தித்து உடல் நலம் விசாரித்துவிட்டு போவது மாதிரி போகிறான். அம்மா அடையாளம் கண்டுகொள்ளாதது நல்லதுதான். அடையாளம் தெரிந்திருந்தால் மனம் உடைந்துபோயிருப்பாள். இவன் உணர்வுகளே இல்லாத ஒரு பிரகிருதி.

5

“என் பையனோட போட்டோ எதாவது இருக்கா?” நம்மாழ்வார் அம்மாவின் அறையிலிருந்து வெளியில் வரும்போது கேட்டார்.

“இருக்கு அண்ணா. அவன் போட்டோல நிக்கறதுக்கே பிரியப்பட மாட்டான். ஏதோ நாலஞ்சு இருக்கு. வேதா பழைய போட்டோ ஆல்பம் ஒண்ணு பெரிசா வச்சுண்டு இருக்கா. அதில இருக்கு.”

ஆல்பத்தில் இருந்த புகைப்படங்களில் அவனைக் கண்டுபிடிப் பதே கஷ்டமாக இருந்தது. ஓரங்களில் பாதி தெரிந்தும் தெரியாமலும் அவன் இருந்தான். ஒரே விதிவிலக்கு பொன்னா. அறுபது வயதைத் தாண்டியது ஞாபகம் வந்தபோது எடுத்த புகைப்படம். எடுக்கச் சொன்னதே மதுதான். எப்படியோ கூட்டிக்கழித்துப் பாட்டியின் வயது அறுபதைத் தாண்டி இருக்க வேண்டும் என்று கண்டு பிடித்து விட்டான். வண்ணார்பேட்டை வீட்டில் எடுத்தது. ஆண்டாளும் இருந்தாள். கடுகடுவென்று இருந்தாள். அவளைப் புகைப்படத்திற்கு நிற்கச் சொல்லுவதற்குள் போதும் போதும் என்று ஆகிவிட்டது. மது நடுவில் இருந்தான். ஆண்களில் திருமண் இல்லாதவன் அவன் ஒருவன்தான். கையைக் கட்டிக் கொண்டு புகைப்படக்காரனின் கண்களைப் பார்த்துக்கொண்டு நின்றான்.

“எப்போ சம்பிரதாயத்தை விட்டான்?”

“கிட்டத்தட்ட இந்த போட்டோ எடுத்த சமயத்தில இருக்கணும்.”

ஆல்பத்தைப் புரட்டியதில் மதுவும் அவனது மனைவியும் நிற்கும் ஒரு புகைப்படத்தை நம்மாழ்வார் பார்த்தார்.

“இது யாரு? அவனோட பார்யாளா? ஏதோ மாதிரி இருக்காளே?”

“ஆமாம் அண்ணா. இது ஒண்ணுதான் ரெண்டு பேரும் சேந்து இருக்கற போட்டோ. அவ இந்த போட்டோல ஒரு மாதிரி இருக்கா.

ஆனா நேரில லட்சணமா இருப்பா. ரொம்ப நல்ல பொண்ணு. நம்ம குடும்பம் அந்த விஷயத்தில கொடுத்து வச்சிருக்கு. நம்ம எல்லாருக்கும் தங்கமான பொண்கள் வாய்ச்சிருக்கா. உன் பேரன் பொண்டாட்டியையும் சேத்துத்தான் சொல்லறேன்."

"மது நான் ஏன் இல்லைன்னு எப்பவாது கேட்டிருக்கானா?"

"இல்லவே இல்லை. சின்னப் பையனா இருந்தபோதுகூடக் கேட்டதில்லை. ஆண்டா அவனை அப்படிச் சீராட்டினா. அவன் உன்னை மனசிலேருந்து தொடைச்சு எடுத்துட்டான்னு நினைக்கறேன். அம்மாதான் உன்னைப் பத்திச் சொல்லிச் சொல்லி உன்னை உயிரோட இருக்கற ஒரு மனுஷனா அவன் நினைக்கணும்னு எதிர்பாத்தா. ஆனால் அவன் போக்கே தனி. எங்களுக்கு ஒத்தருக்கும் அவனைத் தடுக்கறதுக்குத் தைரியம் இல்லை. நீ இருந்திருக்கணும் அண்ணா. இருந்திருந்தா அவன் ஒரு நிலைக்கு வந்திருப்பான். அப்பறம் உன் பேரன் நம்பி..." பட்சிக்குக் குரல் தழுதழுத்தது. "அவா ரெண்டு பேரும் கெட்ட வழில போயிட்டான்னு சொல்ல வல்லை. போன வழி நேரான வழி. குறுகலான வழி. நேர எமன்கிட்ட கொண்டு சேத்துடுத்து."

பட்சி தொடர்ந்தார்.

"மது உன்னை மாதிரித்தான். பிடிச்சா பிடிச்சது. விடவே மாட்டான். 1940. நாப்பதுன்னுதான் நினைக்கறேன். கம்யூனிஸ்ட் சதி வழக்கு ஒண்ணை ஜோடிச்சு திருநெல்வேலில ரொம்பப் பேரை உள்ள தள்ளினா. இவனும் போயிருக்கணும். கமலா நம்பியப் பிள்ளையாண்டு இருந்தா. அதிர்ஷ்டவசமா போலீஸ் சூப்பிரண்டு எனக்குத் தெரிஞ்சவர். வெள்ளைக்காரர். நான் அவரைப் பாத்து பேசி மது ஒண்ணும் சதிலெல்லாம் கலந்துக்கல்லை. அவனோட நல்ல நடத்தைக்கு நான் உத்தரவாதம் கொடுக்கறேன்னு சொல்லி இவனைக் கைது செய்யாம பாத்துண்டேன். கட்சில அதனால அவனுக்கு ஏதோ பிரச்சினை வந்ததுன்னு கேள்விப்பட்டேன். அவன் எங்கிட்ட அதைப் பத்திப் பேசவே இல்லை. ஆனா அதுக்கப்பறம் எங்கிட்ட அரசியல் பேசறதையே விட்டுட்டான். 42ல அந்தப் பாழாப் போன சூலூருக்குப் போறதுக்கு முன்னாலகூட எங்க போறேங்கறதைச் சொல்லல்லை. சமயத்தில நானே அவன் சாவுக்குக் காரணமோன்னு தோணறது. நாப்பதில நான் அவனை ஜெயிலுக்குப் போக விட்டிருந்தேன்னா, நாப்பத்திரெண்டில எங்கிட்ட யோஜனை கேட்டிருப்பன். நான் அவனை மாத்திருக்கலாம். அந்த வருஷம் ராஜாஜியும் கம்யூனிஸ்டுகளும் ஒரே பாஷைல பேசினா. இரண்டு பேரும் நேசக் கட்சியை ஆதரிச்சா. அப்ப பாத்து இவன் கம்யூனிஸ்ட் கட்சிலேருந்து விலகி காங்கிரஸ் கட்சி நடத்தின க்விட் இண்டியா போராட்டத்தில கலந்துண்டான். எல்லாம் விதி."

"யோசிச்சா எல்லாத்துக்கும் காரணம் நான் வீட்டை விட்டுப் போனது. நான் உனக்கு ஒரு கடிதாசி போட்டேன். போய் சில நாள் ஆனப்பறம்."

“ஆமாம் அண்ணா. அது இன்னும் எங்கிட்ட இருக்கு.”

“அதைக் காட்டறயா?”

பட்சி உள்ளே சென்று கடிதத்தை எடுத்து வந்தார். எட்வர்ட் தலை போட்ட உறை. நம்மாழ்வார் கடிதத்தைப் படிக்க நேரம் எடுத்துக்கொண்டார்.

“நான் இவ்வளவு கொடூரமானவனா இருந்திருக்கேனா?”

பட்சி பதில் சொல்லவில்லை.

“இதை நம்பிட்ட காட்டினயா?”

“இல்லை அண்ணா. யாரிட்டையும் காட்டல்லை. அம்மாட்டக் கூட சொல்லல்லை.”

நம்மாழ்வார் தம்பியின் கையைப் பிடித்துக்கொண்டார். “நீ காட்டிருந்தேன்னா என்னால என் பேரனைப் பாத்திருக்கவே முடியாது. பாக்கப்போனா நீதான் துணையே இல்லாம இவ்வளவு காலமா குடும்பத்தை அரவணச்சிண்டு போயிருக்கே. கம்பனோட ராமன் சொல்லறதத்தான் நான் சொல்லணும். ‘யாவை யாதும் இலார்க்கு இயையாதவே’.”

தம்பி அண்ணா முகத்தைப் பார்க்கவில்லை.

“மது கம்பனைக் கரைச்சுக் குடிச்சிருந்தானாமே.”

“ஆமா அண்ணா. அவனுக்கு ஐயாயிரம் பாட்டாவது மனப்பாடமாத் தெரியும். பி. நா. சி பிரதர்ஸ் பதிப்பு அவனுக்குப் பிடிக்கும். அவனோட புஸ்தகம் இன்னும் எங்கிட்ட இருக்கு. பிடிச்ச பாட்டுக்குக் கீழ கோடு போட்டிருப்பன். அல்லது மார்ஜின்ல குறிப்பு எழுதியிருப்பன்.”

“நான்கூட அன்னிக்கு அவனோட புஸ்தகம் ஒண்ணைத் திருப்பிப் பாத்துண்டு இருந்தேன். ஐங்குறு நூறு. அதில புலிநகக் கொன்றையைப் பத்தி உள்ள பாடல்கள் தெரியுமா? ஞாழற் பத்து.”

“நெய்தல் பாடல்கள் இல்லையா? எனக்கு ஐங்குறு நூறு பாடம் கிடையாது அண்ணா. அதிகமாத் தெரியாது.”

நம்மாழ்வார் ஒரு பாடலை மெதுவாக முணுமுணுத்தார்.

“எனக்கு நல்ல ஞாபகம் இருக்கு பக்ஷி. இந்தப் பாடல்களை முதமுதல்ல சாமிநாத ஐயர் பதிப்பில நம்ம மாமரத்துக்குக் கீழ உக்காந்து படிச்சேன். ரொம்ப சந்தோஷமான நாட்கள். அப்பத்தான் சிதம்பரம் பிள்ளையைத் தூத்துக்குடில பாத்துட்டு திரும்பி வந்திருக்கேன். சுயராஜ்யம் கதவைத் தட்டிண்டு இருக்குன்னு நினைப்பு. ஆனா அப்பவும் அந்த சந்தோஷமான நேரத்திலயும் இந்த பாடல்களோட, கண்ணீர்ச் சிதறல்ல சூர்ய வெளிச்சம் பட்டு ஜொலிக்கற மாதிரி ஜொலிக்கற இந்தப் பாடல்களோட எனக்கு ஒரு பிடிமானம் ஏற்பட்டுடுத்து. காத்துண்டு இருக்கறது, பிரிவு, சோகம் இதையெல்லாம் பத்தி எவ்வளவு அழகா சின்னச் சின்ன வார்த்தைகள்ள சொல்லியிருக்கு. இவ்வளவு நாள் கழிச்சு மது புஸ்தகத்தைப் பாக்கும் போது

அவனுக்கும் இந்தப் பாடல்கள் பிடிச்சிருக்குன்னு தெரியறது. அதுவும் உள்ளதிலேயே பிரமாதமான பாட்டுக்குக் கீழ கோடு போட்டு மார்ஜின்ல 'நம் கதை'ன்னு எழுதியிருக்கான்."

"உனக்கு அந்தப் பாட்டு பாடமா அண்ணா?"

நம்மாழ்வார் அந்தப் பாட்டைச் சொன்னார்.

எக்கர் ஞாழல் இறங்கிணர்ப் படுசினைப்
புள்ளிறை கூருந் துறைவனை
உள்ளேன் தோழி படீஇயரென் கண்ணே.

அர்த்தம் புரியறதா?"

"இல்லை அண்ணா."

"இந்தப் பாடல்களுக்கு அர்த்தம் சொல்லறது வைரத்தைக் கரியாக்கற விவகாரம். இருந்தாலும் சொல்லறேன். தோழி கேள். நான் அவனைப் பற்றி நினைக்கமாட்டேன். யாரை? எவன் நாட்டின் மணலடர்ந்த கரையில் இருக்கும் புலிநகக் கொன்றை மரத்தின் – ஞாழல்னா புலி நகக் கொன்றை மரம் – புலிநகக் கொன்றை மரத்தின் தாழ்ந்த, பூத்திருக்கும் கிளைகளில் பறவைகள் ஆக்கிரமித்துக் கூச்சல் இட்டு அழிவு செய்து கொண்டிருக்கின்றனவோ அவனை. என் கண்களுக்குச் சிறிது தூக்கம் கிடைக்கட்டும்."

"நீ இந்த மரத்தைப் பாத்திருக்கையா அண்ணா?"

"இல்லை. பாத்திருந்தாலும் அதுதான் இந்த மரம்னு தெரிஞ்சிருக்காது. ஆனா மனசுக்குள்ள ஒரு மரம் இருக்கு. தனி மரம். யோசிச்சுண்டே இருக்கற மரம். பறவைகள் கூடி கொட்டம் அடிக்கற மரம். வேண்டாத பறவைகள்."

துறவி தொடர்ந்தார்.

"இது காதல் பாட்டு இல்லை பக்ஷி. யாருக்கு அப்படித் தோணினாலும் எனக்குக் காதல் பாட்டுன்னு தோணல்லை. நம்ம குடும்பம் தான் அந்த மரம். அம்மா பகவான்கிட்ட முறையிட்டு இருக்கணும். அப்பா செத்துப் போனபோது. ஆண்டா இப்படி ஆனபோது. மது போனபோது. இந்தப் பறவைகளை விரட்டு பகவானேன்னு. இப்போ அவ அந்தக் கட்டத்தைத் தாண்டிட்டா. இப்போ பகவானைப் பத்தியும் நினைக்கல்லை. மரத்தைப் பத்தியும் நினைக்கல்லை. பறவைகள பத்தியும் நினைக்கல்லை. இவ்வளவு நாள் கழிச்சி அவ கண்களுக்குத் தூக்கம் கிடைச்சிடுத்துன்னு நினைக்கறேன்."

அண்ணாவுக்குப் புரியவில்லை. மது 'நம் கதை' என்று எழுதியது அவனுடைய, அவனுடைய அப்பாவினுடைய கதையைத்தான்.

புலிநகக் கொன்றை. ஒரே மரம்தானா? எனக்குள் என் மரம். அம்மாவுக்குள் அவள் மரம். அண்ணாவிற்குள் அவன் மரம். பறவைகள் சில சமயம் சத்தமிடும். பூக்களை அழிக்கும். சில சமயம் அமைதியாகவும் இருக்கும். எல்லா மரங்களும் ஒன்று போல இருக்காது. அம்மாவுக்குத் தெரியாதா, மரங்கள் பல பறவைகளை

ஆகர்ஷிக்கும், பறவைகள் வந்தாலே கூச்சலும் குழப்பமும்தான் என்று.

"அண்ணா எல்லாருக்கு உள்ளே இந்த மாதிரி மரம் ஒண்ணு இருக்கு. சில மரங்கள்ள பறவைகள் கூடறது. சிலது பக்கத்திலேயே வரதில்லை. பகவான் விதிச்சது. அவர்தான் பறவைகள அனுப்பறார். இது அம்மாக்குத் தெரியாதா? அவள் முறையிடறவளா? அதுவும் தன்னோட சந்தோஷத்துக்காக. கடவுளோட பேசணும்னு நினைக் கறதும் அவர்கிட்ட வேண்டுகோள் பத்திரிகை வாசிக்கறதும் வேற இல்லையா? அவளுக்குத் தூக்கம் வரும்னு எனக்குத் தோணல்லை."

நம்மாழ்வார் சிறிது நேரம் பேசாமல் இருந்தார். பிறகு சொன்னார். "நீ சொல்லறது சரி. உனக்கு அவளை நன்னாத் தெரியும். நான் அவளைத் தொலைச்சிட்டேன்."

6

"கண்ணன்."

தபால்காரர் அன்று கடிதங்களை வீசிவிட்டுப் போகவில்லை. "பதிவுத் தபால் வந்திருக்கு. சென்ட்ரல் கவர்மெண்டிலேருந்து. பத்து ரூபாய் கொடுத்தா தருவேன். சாயங்காலம் மாருதி விலாசில வெங்காய தோசை வாங்கித்தரணும்."

"பத்து ரூபாய் என்ன இருபதாவே தரேன்."

"ரொம்ப சந்தோஷம் கண்ணன். நல்ல எதிர்காலம் காத்துகிட்டு இருக்கு." தபால்காரர் கடிதத்தைக் கொடுத்தார். கண்ணன் பெயர் தேர்ச்சி பெற்றவர்களின் பெயர் வரிசையில் இருந்தாலும் மிகவும் கீழே இருந்தது. வேலை கிடைக்குமா என்று அவனுக்கு உள்ளூர சந்தேகம். கிடைத்துவிட்டது. இதுவரை அவன் கேள்விப்பட்டிராத பணி. ஆனாலும் திருநெல்வேலியிலிருந்து விடுதலை.

கண்ணன் வந்தபோது நம்மாழ்வார் இந்துவுடன் விளையாடிக் கொண்டிருந்தார்.

"தாத்தா எனக்கு வேற வேலை கிடைச்சிருக்கு. மத்திய சர்க்கார் வேலை. தில்லிக்குப் போணும். உங்களையும் ரோஸாவையும் பாத்துட்டு போலாம்னு வந்தேன்."

அவர் அவன் தலையைத் தொட்டு ஆசீர்வாதம் செய்தார். "நீ மேல மேல போவாய்னு எனக்கு நிச்சயமாத் தெரியும். தீர்க்காயுசா இரு. ரோஸா கிளினிக்ல இருக்கா."

கிழவர் இன்னும் காவி உடையிலேயே இருந்தார். யயாதி மாதிரி மகன் வயதையும் பேரன் வயதையும் திருடிக்கொண்டு இன்னும் இளமையாக இருப்பவர். யயாதி தான் பெற்ற ஆண்டுகளைக் கேளிக்கைகளில் கழித்தான். இவர் துறவின் சுடும் பாலைவனத்தில் திரிந்தவர். அந்தத் திரிதல்களுக்காகத் தன் வாரிசுகளின் உயிர்களைப் பறித்துக்கொண்டவர்.

நம்பியின் சாவுக்கு இவர்தான் காரணம். எனக்கு இவரைப் பார்க்கவே பிடிக்கவில்லை.

நம்மாழ்வார் பட்சியோடு தங்கவில்லை. ரோஸாவிடம் வந்தார். கூடத் தங்குவதற்கு அனுமதி கேட்டார்.

"நீங்க நான் தொட்டு சாப்டுவீங்களா தாத்தா?" ரோஸா கேட்டாள்.

துறவி சிரித்தார். "குழந்தே, வார்த்தா மாலைல ஒண்ணு சொல்லிருக்கு. தீர்த்தக்குடி ஜீயரோட வார்த்தைன்னு நினைக்கறேன். 'பிணச்சோறும், மணச்சோறும், விலைச்சோறும், புகழ்ச்சோறும், பொருட்சோறும், எச்சில் சோறும் இவை ஆறும் த்யாஜ்யம். மற்றைச் சோறிறே வைஷ்ணவன் உண்ணும் சோறு' அப்படின்னு."

"த்யாஜ்யம்னா?"

"த்யாஜ்யம்னா விலக்குன்னு அர்த்தம். சாப்பிடக் கூடாதது. உன் வீட்டில சாப்படறத்துக்கு நான் ஏன் தயங்கப்போறேன். நீ இருக்கே. இந்து இருக்கா, எனக்கு வேற என்ன வேணும்?"

"எனக்கு இதைவிட சந்தோஷம் வேற என்ன இருக்க முடியும் தாத்தா? ஆனா ஒண்ணு. நீங்க எப்ப போணும்னு நினைக்கிறீங்களோ அப்போ எங்கிட்ட சொல்லிட்டுப் போங்க. நீங்க நம்பியோட பழைய காலம். உங்க கூட இருந்தா நான் நிறையத் தெரிஞ்சிக்கலாம்."

"நான் நீ பெத்த இந்த ரோஜாப்பூவை விட்டுட்டு போவேன்னு நினைக்கல்லை. அப்படி நினைப்பு வந்தா நிச்சயம் சொல்லறேன். சொல்லாம இந்தத் தடவை ஓடிப்போக மாட்டேன். போன தடவை யும் சொன்னேன். ஆனா அதை அம்மா புரிஞ்சிக்கல்லை."

கண்ணன் கிளினிக்கை அடைந்தபோது ரோஸா தலைவிரி கோலமாக இருந்த ஒரு தாயைச் சமாதானப்படுத்திக்கொண்டி ருந்தாள்.

"குழந்தை பொளைக்காதோன்னு பயமா இருக்கு தாயே. உச்சந் தலையத் தொட்டுப் பாருங்க. உள்ளல்லா இறங்குது. சாகப் போகுதா தாயி? உங்களைத்தான் தெய்வமா நம்பியிருக்கேன். உங்களைத் தவிர யாரு காப்பாத்தப்போறாங்க?"

அவள் குழந்தையைப் பற்றிப் பயப்படுவது சரி. ஊட்டச்சத்தையே பார்த்திராத குழந்தை. இப்போது உடலில் நீர் இல்லாமல் தளர்ந்து போயிருக்கிறது. உயிரே இல்லாது உள்ளே சென்றிருக்கும் கண்கள். உலர்ந்த வாய். ரோஸா குழந்தையின் முன்கைத் தோலை இழுத்துப் பார்த்தாள். இழுத்த தடம் மறையாமல், அது பழைய நிலைக்குப் போக மறுத்தது.

பதில் என்ன வரும் என்று தெரியும். இருந்தாலும் கேட்டாள். "பால் இருக்கா?"

"எங்க தாயி. ஒரு மாசம் குடுத்திருப்பேன். இப்ப வத்திப் போச்சு."

ரோஸா இயந்திரம் போல் சொன்னாள். சொன்னதைப் பல தடவைகள் சொல்லி இருக்க வேண்டும். "நாலு சோடா பாட்டில்

நிறைய தண்ணி எடுத்துக்கோ. எட்டு ஸ்பூன் சீனி. ஒரு சிட்டிகை உப்பு. இளனி இருந்தா தண்ணியோட இளனி சேத்துக்கோ. ஆனா நாலு சோடா பாட்டில்தான். குழந்தைக்கு ரெண்டு டம்ளர் நாலு மணி நேரத்துக்கு ஒரு தரம் கொடு. வாயால எடுத்தாலும் கொடுக்கறத நிறுத்தாதே."

அந்தத் தாய் முழித்த முழியில் அவளுக்கு ரோஸா சொல்வது ஒன்றும் புரியவில்லை என்பது தெரிந்தது. ரோஸா ஒரு பாட்டிலில் ஏற்கெனவே கரைத்து வைத்திருந்த கலவையைக் கொடுத்தாள். "இந்தா, இதைக் கொடு. படிச்ச ஆள் யாரையாவது கூட்டியா. நான் எழுதித்தாரேன். அவங்ககிட்ட விளக்கமாவும் சொல்லுதேன். நாளைக்குத் திரும்ப வா. காலி பாட்டில மறக்காம கொண்டுவா."

அவள் போகவில்லை. தயங்கினாள்.

"இன்னும் என்ன வேணும்?"

"தாயி ஒரு ஊசி போட்டீங்கன்னா உடனடியா குணம் இருக்கும்."

"இப்போ ஊசினால எந்த பிரயோசனமும் இல்லை. நாளைக்குப் வா. அதைப் பத்தி யோசிக்கலாம்."

நம்பியின் மறைவுக்குப் பின் ரோஸா அதிகம் மாறவில்லை. கண்களில் மை மாத்திரம் இல்லை. கண்ணனைப் பார்த்து அவள் சிரித்தாள். "இங்க எல்லாருக்கும் ஊசி வேணும் கண்ணா. ஊசில மந்திரம் போட்டிருக்குன்னு நினைக்கறாங்க. செத்துப் போனவனை யும் எழுப்பி நடக்க வைக்கற மந்திரம்."

"இது உனக்குத் தினப்படிதானே. நம்பிட்ட வரவங்க எப்படி இருந்தாங்க?"

"அவங்கிட்ட வந்தவங்க வேற மாதிரி. காச நோய்க்காரங்க, குஷ்டம் ஆரம்ப திசைல இருக்கறவங்க, குடிச்சுக் குடிச்சு கல்லீரல் வீங்கிப் போனவங்க, வீடி வாட்டற உள்ளூர் கதாநாயகங்க இது மாதிரி பல தினுசு. நானாவது மருந்து தாராளமா எழுதிக் கொடுப் பேன். அவன் அதுவும் செய்யமாட்டான். நிச்சயம் தேவைன்னாத் தான் எழுதுவான். சில்லறை வியாதிகளுக்கெல்லாம் நாட்டு மருந்தே போதும்பான். ஊர் வைத்தியருக்கு அவனை ரொம்பப் பிடிக்கும். அஜீர்ணக்காரங்களையெல்லாம் அவர்கிட்டத்தான் அனுப்புவான்."

"அவங்க இப்போ எங்க போறாங்க?"

"போக்கெடமே இல்லை கண்ணா. எங்கிட்ட வரத்துக்கு வெட்கம். வந்தாலும் உண்மையச் சொல்ல மாட்டாங்க. நம்பி இல்லாம சமாளிக்கறதே கஷ்டமா இருக்கு." அவன் கண்களைப் பார்க்காதபடி முகத்தைத் திருப்பிக்கொண்டாள்.

"எனக்கும் கஷ்டமா இருக்கு ரோஸா. இந்த இடத்தை விட்டுப் போக எனக்குப் பிடிக்கல்லை. ஆனா நம்பியில்லாம நான் என்னை ஒரு முழு மனிதனா நினைக்க முடியல்லை. முழுசா இருந்த இடத்தில

அரைகுறையா இருக்கறதைவிட வேற இடத்தில அரைகுறையா இருக்கறது உத்தமம்னு நினைக்கறேன்."

"எனக்கு இன்னொரு வழி இருக்கு கண்ணா. நான் சின்ன பிள்ளையா இருக்கும்போது - பதினைஞ்சு வயசு இருக்கும் - அப்பா வீடு மாத்தினாரு. என்ன வீடு? ஒரு பாழிலேருந்து பக்கத்தில இருக்கற இன்னொரு பாழ். சாமானும் அதிகம் கிடையாது. பாத்து ஆச்சரியப்பட ஒண்ணும் இல்லாததனாலேயோ என்னமோ காலி வீட்டைப் பாத்தாலே எனக்குத் துள்ளிக் குதிக்கணும்போல இருந்தது. 'இருப்பா வாரேன்'னு அப்பாட்ட சொல்லிட்டு பழைய வீட்டுக்கு போனேன். நான் வேண்டான்னு விட்டுட்டுப் போன சாமான்களே எனக்கு என்னைப் பத்திச் சொன்னது. அப்பதான் எனக்குத் தெரிந்தது இருந்த வீடு என்னிக்கும் காலியாக முடியாதுன்னு. ஏதாவது ஒரு தடயம் இருக்கும். எல்லாக் காலி வீடும் கதை சொல்லும். நீ பொறுமையா கேட்டா. இன்னிக்கும் எனக்கு அப்பபடிப்பட்ட வீட்டைப் பாக்கப் பிடிக்கும். அங்க இங்க கிடக்கற குப்பையை வச்சிகிட்டு ஆள் எப்படின்னு கற்பனைப் பண்ணி பாப்போம்னு ஆசை. நான் ஹாஸ்டல்ல இருந்தபோதுகூட என் சிநேகிதிகள் ரூம் காலியானா எங்கிட்ட ஓடி வருவாங்க. எனக்குத் தெரியாதவங்க காலி பண்ணினா. நானும் ஒரு மிலிட்டரி கர்னல் ரவுண்டு போற மாதிரி கைய பின்னால கட்டிகிட்டு சுத்திப் பாப்பேன். இறைஞ்சி கிடக்கறதை வச்சிகிட்டு காலி பண்ணிப் போன பொண்ணு இப்படித் தான் இருந்திருப்பான்னு சொல்லுவேன். பல சமயங்கள்ள சரியாவே சொல்லறேன்னு என்னோட சினேகிதிகள் சொல்லுவாங்க. நம்பிக் கும் இந்தக் குப்பை ஜோசியம் பிடிக்கும். இப்ப இருக்கற வீட்டுக்கு வந்தப்பகூட குப்பை ஜோசியம் பாத்தேன். நம்பி சொல்லிச் சொல்லி சிரிப்பான். அவனுக்கு முன்னால இருந்தவரை நல்லாத் தெரியும் . . . ஊம் . . . இப்ப அவன் வீட்டைக் காலி பண்ணிட்டு போயிட்டான். விட்டுட்டு போனதை வச்சு அவனை நினைச்சுக்க வேண்டியதுதான். ஆனா அவன் குப்பைய விட்டுட்டு போகல்ல. விலை மதிக்க முடியாத பொக்கிஷங்கள் பலதை விட்டுட்டுப் போயிருக்கான்."

அவளுடைய ஊன்று கோல், நாற்காலியின் மேல் சாத்தி இருந்தது, சரிந்து விழுந்தது. கண்ணன் குனிந்து எடுத்தான். அதிகம் கனப்பதாகத் தெரியவில்லை. "என் பிரச்சினைகளுக்கு முடிவே இல்லை. நீ சொல்லு கண்ணா. ஆர்டர் வந்திடுத்தா? அதிகாரக் காட்டுக்குள்ள நுழைய அனுமதி."

"வந்துடுத்து ரோஸா. நேரம் எடுத்திண்டாலும் வந்துடுத்து. அதைச் சொல்லத்தான் வந்தேன். அடுத்த மாசம் தில்லி போகணும்."

"கன்கிராஜுலேஷன்ஸ். ரொம்ப சந்தோஷமான செய்தி. வீட்டுக்குப் போகலாம் வா. ஸ்வீட் எதாவது செய்யறேன். தாத்தா வந்ததி லேருந்து அவருக்கும் ஒண்ணுமே ஸ்பெஷலா செய்யல்ல. அவர்தான்

எனக்கு விதவிதமா செஞ்சு போடறாரு. நான் செய்தா அவருக்கும் சந்தோஷமா இருக்கும்."

"அவர் இங்க சாப்படறாரா? ஆச்சரியமா இருக்கே. நீ மாமிசம் சாப்படறதை விட்டுட்டையா?"

"இல்லை கண்ணா. அவருக்குன்னு தனி பாத்திரத்தில சமைக் கறேன். அவருக்கு மாமிசம் பக்கத்தில இருந்தா ஒண்ணும் இல்லை. அவர் வங்காளத்தில மணிப்பூர்லெல்லாம் இருந்திருக்காரு. அங்க உள்ள பிராமணங்க தமிழ்நாட்டு பிராமணங்க மாதிரி இல்லை. மாமிசத்தை விரும்பிச் சாப்பிடுவாங்க. உனக்குத் தெரியாததா? சரி போகலாம் வா. தாத்தாவுக்குப் பசி எடுத்திருக்கும்."

"என்ன அவசரம் ரோஸா. அவர் வடக்கயே இருந்து பழகிப் போனவர். உன்னோட சாப்பாடு பிடிச்சிருக்கா?"

கண்ணன் துறவியின் உணவுப் பழக்கங்களைப் பற்றிப் பேச வர வில்லை. ஏதோ கேட்க நினைக்கிறான். தயங்குகிறான். ஆனால் நான் என்ன என்று கேட்கத் தயங்கமாட்டேன்.

"கேளு கண்ணா. கேக்க வந்ததைக் கேளு."

"கேக்க வந்ததையா? என்ன சொல்லறே ரோஸா?"

"கண்ணா, விளையாடாதே. நான் என்ன சொல்லறேன்னு உனக்கு நல்லாத் தெரியும்."

"சரி ரோஸா. சொல்ல வந்ததைச் சொல்லிடறேன். நீ தப்பா நினைச்சுக்காம இருந்தா."

"நான் ஏன் தப்பா நினைச்சுக்கணும்? எங்கிட்ட ஏன் வெக்கப் படறே கண்ணா?"

"எப்படி தொடங்கறதுன்னே தெரியல்லை. நம்பி போனதிலிருந்தே யோசிச்சிண்டு இருக்கேன். ஆர்டர் வந்ததும் உங்கிட்ட பேசிக்கலாம்னு நினைச்சேன். இப்ப வந்தாச்சு. இன்னும் தள்ளிப்போட முடியாது. உன்னோட முடிவு உடனே தெரிஞ்சாகணும்."

ரோஸா சிறிது நேரம் பேசாமல் இருந்தாள். கண்ணன் மேலே எதுவும் பேசவில்லை. சுவற்றைப் பார்த்துக்கொண்டு இருந்தான்.

"நீ என்னன்னு சொல்லமாட்டே. நான் சொல்லுதேன். உன்னை கல்யாணம் பண்ணிக்கச் சம்மதமான்னு கேக்கப் போறே அவ்வளவு தானே?"

"என் உள்ள ஓடறது அவ்வளவு சுத்தமாத் தெரியறதா ரோஸா?"

ரோஸா பெருமூச்சு விட்டாள் மெதுவாக எழுந்து ஜன்னல் பக்கம் போனாள். திரைகள் காற்றில் அசைந்தன. மாலைக் காற்று. மலைக் காற்று. காற்று தரும் புத்துணர்வை உள்வாங்கிக் கொண்டே சிறிது

நேரம் நின்றாள். திரும்ப வந்து கண்ணனின் மிக அருகில் நின்றாள். முழங்கையில் செதில்கள். எண்ணெய் பசையில்லாததால் சாம்பல். அவளது வியர்வை மழைத்துளி விழுந்த மண்போல வாசமடித்தது.

"கண்ணா நான் இன்னிக்கு முயல்கறி சமைச்சிருக்கேன். மரத்தீல சுட்டு கொஞ்சம் ஆறப்போட்ட மாமிசம். புகை வாடை அடிக்கும். என் அப்பாக்கு பிடிக்கும். நம்பிக்கும் பிடிக்கும்."

"எனக்கு நீ பதில் சொல்லல்லை ரோஸா."

"நான் உன் கேள்விய சரியா சொன்னேன்ல. என் பதில நீ சரியா சொல்லு பாப்போம்."

கண்ணன் மௌனமாக இருந்தான். ரோஸா கண்ணன் தலை மயிரில் கையை விட்டு அளைந்துகொண்டு சொன்னாள்.

"இன்னும் சின்னப்பிள்ளை மாதிரியே இருக்கயே கண்ணா. எனக்குப் பதில் சொல்லுததுக்கு நேரம் வேண்டாமா? நீ கேக்காத கேள்விக்கு. வா வீட்டுக்குப் போகலாம். குலாப் ஜாமூன் செய்யக் கத்துகிட்டு இருக்கேன். தாத்தா சொல்லிக்கொடுத்தாரு."

பதினெட்டு

1

ஜோசியர் சோழிகளை முழித்துப் பார்த்துக்கொண்டிருந்தார். முப்பது நிமிடங்களுக்கு மேல் ஆகிவிட்டது. பணம் வாங்காத ஜோசியர். அதனால் அவர் சொல்வது பலிக்கும் என்ற நம்பிக்கை. ஆனால் அவர் முன்னால் பொறுமையாக உட்கார வேண்டும். பேசவே கூடாது. காற்று நுழையாத சிறிய அறை. சுவர்களே தெய்வங்களின் படங்களால் உருவானது போன்ற தோற்றம். புகை யால் கறுத்த தெய்வங்கள். மூச்சைத் திணற வைப்பதற்கு ஊதுபத்திப் புகைச் சுருள்கள். அவர் முன்னால் எப்போதும் சோழிகள் மண்டை ஓட்டின் பற்கள்போல இளித்துக்கொண்டு இருக்கும். அவருடைய இஷ்ட தேவதை பகவதி. கனவில் தவறாமல் வந்து காலத்தின் மூட்டத்தைக் கலைக்கும் வழியைச் சொல்லிக் கொடுப்பவள். அவர் பழைய நிகழ்வுகளைத் தவறாமல் சொல்லக்கூடியவர் என்று நம்புகிறவர்கள் சொன்னார்கள். அதனால் எதிர்காலம் அவர் மூலம் தெளிவாகத் தெரியலாம் என்ற நினைப்பு.

"உங்க குடும்பத்தில நிறைய துர்மரணம் நடந்திருக்கணுமே? சரிதானா?"

"ஆமாம் ஸ்வாமி. சமீபத்திலகூட அப்படி ஒண்ணு நடந்தது." திருமலை கண்ணனை ஓரக் கண்ணால் பார்த்தார். கண்ணன் ஜோசியரின் திறமையைச் சந்தேகித்தது கடைந்தெடுத்த முட்டாள் தனம் என்பது அந்தப் பார்வையின் அர்த்தம். இவர் சொல்லுவதைச் சொல்வதற்கு ஜோசியம் தேவை இல்லை என்று கண்ணன் நினைத் தான். ஊருக்குத் தெரிந்த குடும்பம் நம் குடும்பம். அதன் சரித்திரமும் ரகசியம் இல்லை.

"பகவதி சொல்லறா. உங்க குடும்பத்தில ரொம்ப காலத்துக்கு முன்னால் யாரோ ஒருத்தர் ராஜாவுக்குக் கேடு பண்ணிருக்கார். அந்த ராஜாவோட சாபம் இத்தனை நாளா பிடிச்சு ஆட்டறது. எத்தனை வம்சமானாலும் சாபம் தீராது. பரிகாரம் தேவதைகளைத் திருப்தி செய்யறதுதான். குடும்பத்தில இருக்கற எல்லா புருஷாளும் சேந்து பரிகாரம் செய்யணும். என்ன செய்யணுனு சொல்லறேன்." செய்ய வேண்டியதை ஜோசியர் சொன்னார்.

“என்னப்பா அவர் சொல்லறதை நம்பறேளா? அவர் செய்யச் சொன்னதெல்லாம் செய்யப்போறேளா?” கண்ணன் வீட்டுக்கு வரும் வழியில் கேட்டான்.

“ஆமாம். அவர் சொன்னது அத்தனையும் செய்யப்போறேன். என்ன சக்தி பாத்தையா அவருக்கு. எத்தனை வருஷத்துக்கு முன்னால நடந்ததெல்லாம் அப்படியே சொல்லறார்.”

“அப்பா. அவர் இப்ப வேணா பகவதி உபாசகரா இருக்கலாம். மலையாள வழில போகலாம். ஆனா அவர் நம்ம ஊர் பக்கத்து தென்கலை ஐயங்கார்தானே. தளவாய் பிள்ளை கதை நம்மூர் குழந்தைக்குக்கூடத் தெரியும். நான் சின்னப் பையனா இருக்கும் போது அதைச் சொல்லி என்னோட சினேகிதாள் எல்லாம் ப்ளாக் மெயில் பண்ணுவா.”

“ரொம்பத் தெரிஞ்சவன் மாதிரிப் பேசாதே. இந்த கம்யூனிஸ்ட் போர்வையை என்னிக்குத் தூக்கிப் போடறயோ அன்னிக்குத்தான் நீ உருப்படுவே.”

பட்சிதான் திருமலையிடம் ஜோசியரைப் பார்க்கச் சொன்னார். சாபம் குடும்பத்தைப் பிடித்து ஆட்டுகிறது என்பதில் அவருக்குச் சந்தேகம் இல்லை. “குடும்பத்தில சின்னப் பசங்க அல்பாயுசில சாகறது வாடிக்கையான்னா போச்சு. நான் நினைச்சேன் மது தான் கடைசின்னு. ஆனா துர்த்தேவதைகளுக்கு ஞாபக சக்தி ஜாஸ்தின்னு இப்பொ தெரியறது. நம்ம சிக்கிலிங்கிராமம் ஜோசியர் கிட்ட கேளு. அவர் சரியாச் சொல்லுவர்.

“அப்படி பாக்காதே கண்ணா. எனக்கும் சரியா தெரியல்லை. ஆனா கண்ணுக்குத் தெரியாத மரண தேவதையோட நான் தாயம் ஆட தயாரா இல்லை. நீ வயசாகி எங்களைப் போல இருக்கணும். அது வரையும் உங்கிட்ட இந்தத் தேவதை நெருங்காம இருக்கணும். அதைப் பயமுறுத்தறத்துக்கு என்ன செய்யணுமோ அதை நான் நிச்சயம் செய்வேன்.”

“தாத்தா, நீங்க சொல்லறது தப்பு. நம்மை எல்லாரையும் பயமுறுத் தறதே மரண தேவதைதானே. தாயத்தை உருட்டறதும் அதுதான். உங்களை அது விளையாட விடுமா? அதை எப்படி பயமுறுத்த முடியும்?”

“அதுக்குதான ஜோசியர்ட்ட போங்கறேன்.”

2

கூடத்தின் தரை மிக அழகானது. சலவைக்கல் பூக்கள் பதித்தது. அதன் நடுவில் இப்போது குண்டம். உள்ளே சமித்துக்கள், எரு முட்டைகள், சிறு கட்டைகள், உமி சேர்ந்த கலவை எரிந்துகொண்டி ருந்தது. ஊதுகுழலால் ஊதி ஊதி பிரதான வாத்தியார் தீயை வலிதாக்கிக்கொண்டிருந்தார். மற்றவர்கள் குண்டத்தைச்சுற்றி

உட்கார்ந்திருந்தார்கள். மர அகப்பையால் நெய்யைக் குண்டத்திற்குள் ஊற்றினார்கள். ஒன்றாக, சீரான குரலில் சொல்வது யா கல்பயந்தி மந்திரம். ரிக் வேத மந்திரம். ப்ரத்யங்கரா தேவியை அழைக்கும் மந்திரம். அவள் ஒரு பார்வையிலேயே துர்சக்திகள் அழிந்துவிடும். உண்டியல் கடைக் குடும்பத்தைச் சுற்றிக்கொண்டிருக்கும் துர் சக்திகள். அவள் பார்வையைக் குடும்பத்துக்கு பக்கம் திருப்புவதுதான் கடினம். பார்வையைத் திருப்ப வேள்வி. கூடவே வேள்வி செய்பவர்கள் மறைந்தவர்களிடம் இருப்பவர்களைக் காக்கக் கேட்டுக்கொண்டார் கள். குண்டத்தின் அருகில் நிற்பது முடியாத காரியம். நெருப்பின் ஆவேசம் கண்ணனைத் தாக்கியது. வியர்வை ஆற்றினால் தணிக்க முடியாத ஆவேசம். வியர்வை அவன் சட்டை அணியாத மார்பை நனைத்து வேட்டியையும் பிசுபிசுவென்று ஆக்கியது. அவனது பூணூல் புதியது. பளீர் என்ற வெள்ளை. முடிச்சுகளில் மஞ்சள் மிளிரும் வெள்ளை.

சுவர்களில் குடும்பத்துப் படங்கள். இருப்பவர்கள், இறந்தவர்கள் படங்கள். புகையில் அனைவருமே ஆவிகளாகத் தெரிந்தார்கள். கிருஷ்ண ஐயங்காரும் அவரது கொலையுண்ட மனைவியும்; குண்டு ராமனும் பொன்னாவும்; நம்மாழ்வாரும் லட்சுமியும்; பட்சியும் வேதாவும்; ஆண்டாளும் அவள் கணவனும்; மதுரகவியும் கமலாவும்; திருமலையும் ரெங்கநாயகியும்; நம்பியும் ரோஸாவும். கண்ணனுக்கு இறந்தவர்கள் யாரையும் சரியாகத் தெரியாது. நம்பியைத் தவிர. நம்பி என் அருகிலேயே இருக்கிறான். அவன் கண்களைக் கசக்கிக் கொண்டு இந்தக் குண்டத்தைச் சுற்றி வட்டமிடுகிறானா? அவனு டைய மார்க்ஸீய ஆத்மா அவனுக்குப் படைக்கப்படுபவைகளை ஏற்றுக் கொள்கிறதா?

ரோஸா வேள்விக்கு வர மறுத்துவிட்டாள். "நம்ம நினைவில அழியாம நிக்கறத்துக்கும் அவன் தனியா ஆவியா திரியறான்னு நினைக்கறத்துக்கும் வேத்துமை இல்லையா, கண்ணா? அவன் இன்னும் இருக்கான். என்கூட இருக்கான். உங்கூட இருக்கான். அவன் தாத்தாக்கள்கிட்ட இருக்கான். அவனை ஆகாசத்தில அலையற, படையலை எதிர்பார்க்கற ஆவியா ஏன் மாத்த நினைக் கணும்? கண்ணா, நம்பி இருக்கற வரைக்கும் இந்த பயமுறுத்தற, பளபளக்கற, மூளைக்கு அதிகம் வேலை கொடுக்காத சடங்குகள் பக்கத்திலேயே போகக் கூடாதுன்னு உங்கிட்டச் சொல்லிக்கிட்டே இருந்திருக்கான். அவனோட மரணம் உன்னைச் சடங்குகள் கிட்டப் போன்னு விரட்டினது வேடிக்கைதான். ஆனா பட்சித் தாத்தா இதனால சந்தோஷப்படறார்னா எனக்கும் சந்தோஷம்தான். நம்பி இருந்தா அவனும் சந்தோஷப்பட்டிருப்பான்."

நம்மாழ்வாரும் வரவில்லை. "நம்பி மாதிரி பிறப்புக்கெல்லாம் மறுஜன்மமே கிடையாது. அவனுடைய ஆத்மா நாராயணனோட திருவடிகளைச் சேர்ந்திருக்கும். அவன் நாராயணனை நம்பல் லைன்னா என்ன? நாராயணனோட அருள்தான் முக்கியம். அது

நம்பிக்குப் பரிபூர்ணமா இருக்குன்னு எனக்கு நிச்சயமாத் தெரியும். ஆனா பக்ஷி தென்கலை சம்பிரதாயத்தை விட்டுட்டு இப்படி மீமாம் சகா வழில போறது ஆச்சரியமா இருக்கு. அவனை நம்மாழ்வாரைத் திருப்பிப் படிக்கச் சொல்லு. குறிப்பா 'சூழ் விசும்பு அணி முகில்' பாசுரங்களைப் படிக்கச் சொல்லு."

பட்சி தென்கலை மார்க்கத்தை மறந்துவிட்டதாகத் தெரியவில்லை. அவருடைய வற்புறுத்தலால் கண்ணன் ஜீயர் செய்த பஞ்ச சம்ஸ் காரத்தில் கலந்துகொண்டான். அவன் வைஷ்ணவ மார்க்கத்தில் சேரும் சடங்கு. ஜீயர் இளைஞர். துறவுக்கு முன்னால் கல்லூரியில் இலக்கியம் சொல்லிக்கொடுத்துக்கொண்டிருந்தவர். அவருக்குள்ளே வைஷ்ணவத்தீ கொழுந்து விட்டு எரிந்துகொண்டிருந்தது.

"எல்லாரும் திரும்பத்தான் வரணும் பக்ஷி ஐயங்கார். எல்லாரும் வந்துதான் ஆகணும்." கண்ணன் கைகளில் தீயில் பொலிந்த சங்கு சக்கர முத்திரைகளைப் பதித்துக்கொண்டே ஜீயர் சொன்னார். "மனுஷா எத்தனை நாள் வறண்ட பாலைவனத்தோட மகிமைகளை தூக்கிப் பிடிச்சு ஸ்லாகிச்சிண்டு இருக்க முடியும்? கண்ணன் ஐயங்கார் இதுவரை பேசிண்டிருந்த தத்துவம் ஆத்மாக்களுக்குப் பாலைவனத் தைத்தான் காட்டும். அந்தக் தத்துவமும் சரி. சங்கரர் சொல்றாரே அத்வைதம் அதுவும் சரி. இரண்டும் ஒரே நேர்தான். நாஜி தத்துவம் இருந்ததே அதையும் சேத்துக்கலாம். இவர் திரும்ப சம்பிரதாயத்துக்கு வந்தது சந்தோஷமா இருக்கு. கம்யூனிஸ்ட் வலைலேருந்து மீளறவா ரொம்ப சொல்பம்."

அவ்வளவு நிச்சயம் இல்லை ஜீயர் சுவாமி. கண்ணன் நினைத்தான். கைகளில் வைத்த சூடு எரிச்சலைத் தந்தது. நான் வாசலில் நின்று கொண்டிருப்பவன். ஓடிப்போவது எளிது. ஆனால் சூடு ஆறினாலும் சூட்டின் சுவடுகள் அப்படியே இருக்கும். அவன் ஓடிப் போக நினைக்கும்போதெல்லாம் அவனை இழுத்துப் பிடித்து நிறுத்தலாம்.

புகை கண்ணை எரித்தது. கண்ணன் கூடத்தை விட்டு முற்றத்திற்கு வந்தான். ஏன் இந்த மறுபிறப்பு? துர்மரணம் துரத்துகின்ற பயமா? நடப்பது எல்லாம் என்னுடைய நீண்ட ஆயுளுக்கு. என்னுடைய ஆயுள் என்று வரும் போது கொள்கைகள் மறைந்துவிடுகின்றன. நான் நம்பாத சக்திகளோடு போராட மனத்திடம் இல்லை. நான் சுயநலம் பிடித்தவனா? அல்லது முடிவு எடுக்க இயலாதவனா? மதம் மனதிற்கு அமைதி தருமானால் அதன் மடியில் சேர்வதில் என்ன தவறு? நான் அதைப் பணம் சம்பாதிக்கும் கருவியாகப் பயன்படுத்தாத வரையில்?

நம்பிக்கும் முகுந்தனுக்கும் இடையே நடந்த உரையாடல் நினை வுக்கு வந்தது.

"நாம மக்களோட கலாச்சார, ஆன்மீகத் தவிப்புகளைக் கணக் கிலேயே எடுத்துக்கறது இல்லை. அதுவும் யாருக்காகக் கலகக் கொடிய உயர்த்திருக்கோமோ அவங்களோட தவிப்புகளை. நம்மைப் பத்தி

நாமே ஒரு எண்ணத்தைப் பரப்பிண்டு இருக்கோம். இவங்க எல்லாரும் ஒரே பாட்டையே திரும்பத் திரும்பப் பாடற கலாச்சாரத்தின் பின்னால போறவங்க. அதுவும் இறக்குமதி செய்யப்பட்ட கலாச்சாரத்தின் பின்னால போறவங்க என்ற எண்ணத்தை பரப்பிண்டு இருக்கோம். அந்தக் கலாச்சாரத்தை மக்கள் ஏத்துக்கமாட்டாங்க. அது அவங்களுக்குப் பல நன்மைகளை உண்மையிலேயே கொடுத்தாலும்."

"இது அவதூறு டாக்டர் நம்பி. நம்ம எதிரிகள் சொல்லற அநியாயமான அவதூறு. நாம எப்போதும் ஒரே கலாச்சாரம்தான் இருக்கணும்னு சொன்னதில்லை. நமக்கு பலம் இருக்கற இடத்தில எல்லாம் பாருங்க. நாம அவங்க பேசற மொழியையே பேசறோம். அவங்க எப்படி நடந்துக்கறாங்களோ அப்படியே நடக்கறோம்."

"நான் நமக்கு பலம் இருக்கற இடத்தைப் பத்திப் பேசல்லை. அப்படி பலமும் நமக்கு அதிக இடத்தில இல்லை. இந்த இடத்தையே எடுத்துப்பமே. நாம என்ன சொல்லறோங்கறதே நிறையப் பேருக்கு புரியல்லை. ஏன்னா நாம வேற மொழில பேசறோம். கம்யூனிஸ்ட் மொழியே தனி மொழியா இருக்கு. மக்களோட சம்பந்தம் இல்லாத மொழி. அவங்களை மாறணும் மாறணும்னு சொல்லறோம். ஆனா எப்படி மாறணுங்கறதைப் பத்திச் சரியா சொல்லறது கிடையாது. உழைக்கும் மக்களின் சொர்க்கத்தை உண்டாக்குவோம்னு சொன்னா அவங்க நமக்குப் பைத்தியம் பிடிச்சிருக்குன்னு நினைப்பாங்க. சாதாரண மக்கள் அநியாயத்தை தினமும் சந்திக்கறாங்க. அதை எதிர்கொள்ளறதுக்கு அவங்க வழி கண்டுபிடிச்சி வைச்சிருக்காங்க. பல வருஷங்களா போராடி போராடி கண்டுபிடிச்ச வழி. நிதம் சண்டை போடறாங்க. லக்ஷக்கணக்கான சிறிய சண்டைகள். வெளில வராத சண்டைகள். அதைப் பற்றி அவங்க இருக்கார்னு நினைக்கற கடவுள்கிட்ட முறையிடறாங்க. அவங்க அவங்க வழிபாட்டு முறைகளின் மூலமா. பதிலை எதிர்பாக்காத முறையீடு. சொல்லறதே போதும் அவங்களுக்கு. இந்த வழியெல்லாம் குப்பை, கூளம். நாம நடந்தா மூக்கைப் பிடிச்சிண்டு நடக்கணும். ஒத்துக்கறேன். ஆனா நம்பறவனுக்கு நாத்தம் பெரிசில்லை. அவன் அதை கண்டுக்கறதே இல்லை. நாம சொல்லறோம் எங்க வழில வா. அது நல்ல வழி, சுத்தமான வழின்னு. நல்லதுதான். அதில சந்தேகம் இல்லை. ஆனா அவன் போற வழியை அடைச்சிட்டு நாங்க காட்டற வழில வான்னு அவங்கிட்டச் சொன்னா அவன் நம்மை நம்பப் போறதில்லை. நாம ஏன் அவனோட கொஞ்ச தூரம் நடந்து போகக் கூடாது? அந்த வழியையே நாம நினைக்கறதை நடத்தறதுக்கு உபயோகப்படுத்தக் கூடாது? அதில குப்பை அள்ளற வேலைய ஏன் செய்யக் கூடாது? கடைசில நாம திசை திரும்பி எங்ககூட இப்ப வாங்கன்னு சொன்னா அவன் நம்மை நம்பறதுக்கு வாய்ப்புகள் இருக்கு. ரோஸாவோட அப்பாவையே எடுத்துக்கலாம். அவர் கம்யூனிஸ்ட். அவர் பாட்டைக் கேட்டு மயங்கியே கட்சிக்கு வந்தவங்க நிறையப் பேர் இருக்காங்க."

"நம்பி நீ சொல்லறது சரியில்லை. அவர் கோவில்ல பாடறதை ஆசைப்பட்டா பாடினாரு? அவருக்குக் கொஞ்சம் கூடத் தான் செய்யறது பிடிக்கல்லை. ஆனா வயித்துக்காக பாட வேண்டிய கட்டாயம். பாடினாரு."

"நீ நான் சொல்லறதை புரிஞ்சிக்கல்லை ரோஸா. அவர் என்ன நினைச்சாருங்கறது பெரிசில்லை. ஆனா அவரை இன்னிக்கு ஊர்ல பாட்டு பாடறவரு அப்படின்னுதான் தெரியும். அவரும் வயித்துக்கு மாத்தரம் நீ சொல்லற மாதிரி பாடியிருந்தா அவர் பேரே இன்னிக்குத் தெரிஞ்சிருக்காது. அவருக்கு ஏன் தான் செய்யறது பிடிக்காமப் போச்சு? நாம் அவர்கிட்ட உங்க தொழிலுக்கும் உங்க கொள்கைக்கும் உங்க வர்க்கத்துக்கும் முரண்பாடு கிடையாது. நீங்க உங்க தொழிலச் செய்துகிட்டே உண்மையான காம்ரேடா இருக்கலாம்னு சொல் லல்லை. முகுந்தன், மதம் நமது நாட்டில மிகப் பெரிய உண்மை. அது நாம கண்ணை மூடிகிட்டா மறைஞ்சி போயிடாது. நாம் அநியாயத்தை எதிர்த்துப் போராடறத்துக்கு மதம் உதவியா இருக்கும்னு நினைச்சா அதோடு கை குலுக்க நாம தயங்கக் கூடாது. காந்தி இதைத்தான் அவர் பாணில, கொஞ்சம் குழப்பமான முறைல செய்ய நினைச்சாரு."

"காந்தியைப் பத்திப் பேசாதீங்க. அவர் ஒரு ஏமாத்துப் பேர்வழி."

"மக்கள் அப்படி நினைக்கறது இல்லையே?"

"எனக்குத் தெரிஞ்சு நிறைய காம்ரேடுங்க காந்தின்னா கத்தியை எடுடாங்கறாங்க" என்று முத்து சொன்னான்.

"இல்லை முத்து. நீ சொல்லறது தப்பு. காந்தி பேரு இன்னும் ஒரு மந்திரம். அதை நாம மறுக்க முடியாது. நம்பி சொல்லறது சரி" என்றாள் ரோஸா.

முகுந்தன் எரிச்சலில் சொன்னான். "இந்த காந்தி விவாதம் நம்மை எங்கயும் கொண்டுபோகாது. நம்ம நேரத்தை அவரைப் பத்தி பேசி வீணாக்க வேண்டாம். டாக்டர் நம்பி, மதத்தை அணைச்சி கிட்டா அது அப்சல்கான் சிவாஜியை அணைச்சிகிட்ட கதையாத் தான் முடியும். நாம அப்சல்கான். மதம் சிவாஜி. அல்லது மதம் நம்மையே மாத்திடும். முதல்ல நல்லா இருக்கும். ஆனா நம்மோட சொந்த ஆத்மாவை கரையேத்தற முயற்சில நாம மக்களை மறந்திடு வோம். அவங்க பிரச்சினைகளை மறந்திடுவோம்."

"அந்த அபாயம் எப்போதுமே இருக்கும். அது கம்யூனிஸ்ட் இயக்கத்தில இல்லையா?"

"டாக்டர் நம்பி, என் நண்பருங்க உங்க தனிச் சிறப்பே உங்க சிந்தனைத் தெளிவுதான்னு சொன்னாங்க. ஆனா உங்களை மாதிரி குழப்பவாதியை நான் பாத்ததே இல்லை. உங்க குழப்பம் நீங்க வளர்க்கப்பட்ட முறையினாலும் உங்களோட சமுதாய உறவுகளா லேயும் ஏற்பட்டிருக்கு. நான் மதத்தைப் பற்றித் தெளிவா இருக்கேன். அது யாருக்குக் கடைசில துணை போகுது என்பதைப் பத்தியும் எனக்குத் தெளிவுதான். மதம் எப்போதுமே மனிதனை அடிமையாக்கற

எந்திரமாத்தான் இருந்திருக்கு. அது மாறுவதாக எந்த அறிகுறியும் இல்லை. பாவப்பட்ட ஏழை மக்கள் இன்னிக்கும் அதன் அடிமைகள். சிந்திக்காத அடிமைகள். ஒவ்வொரு உண்மையான கம்யூனிஸ்டும் மக்களை அதன் பிடியிலிருந்து விடுவிக்கப் பாடுபடணும். மக்களைச் சிந்திக்கறவங்களா மாத்தப் பாடுபடணும். ரஸ்ஸல் சொல்லற மாதிரி அவர்களை comforting fairy tales அதாவது அம்புலிமாமா கதைகள் எங்களுக்குத் தேவையே இல்லைன்னு சொல்லற அளவுக்கு மாத்தணும். உங்க குழப்பத்துக்கு இன்னொரு முக்கியமான காரணம் உங்களுக்குப் போராட்டத்தில நேரடி அனுபவம் கிடையாது. தொழிலாளர்கள் விவசாயிகள் மத்தில நீங்க கட்சி வேலை பாத்தது இல்லை. ஒரு கட்சில சேருங்க நம்பி. எங்க கட்சில இல்லாட்டாலும் ஏதோ ஒரு கம்யூனிஸ்ட் கட்சில சேருங்க. குழப்பம் சீக்கரமா தெளிஞ்சிரும்."

"ரொம்ப நன்றி முகுந்தன். நான் மதத்தை மனித குலத்தினுடைய வளர்ச்சியை வேகப்படுத்த உபயோகப்படுத்தலாங்கறதை நிச்சயமா நம்பறேன். அம்புலிமாமா கதைகள் மக்களுக்கு, அதுவும் மாற்றத்தின் விளிம்பில இருக்கற மக்களுக்கு நிச்சயமாத் தேவை. மதம் அப்படிப் பட்ட கதைகள நிறைய வச்சிருக்கு. மதத்து மேல உள்ள இந்த மூடத்தனமான வெறுப்பும் அதனுடைய நல்ல அம்சங்களைக் கண்டுக்காம விடறதும்தான் நம்மை மக்கள்கிட்ட இருந்து அன்னியப் படுத்தி இருக்கு. நான் ஒரு நாளும் கட்சில சேரமாட்டேன். கட்சிக்கும் வெளில அனுதாபிகள் தேவைன்னு நினைக்கறேன். நான் அனுதாபி யாவே இருந்துக்கறேன். முகுந்தன், நாம எவ்வளவு பேசினாலும் இந்த விவாதத்துக்கு முடிவு இருக்காது. உங்களுக்கு என் வாழ்த்துக்கள்."

நம்பி சொன்ன மதம் ஏழைகளின் மதம். அதன் நல்ல அம்சங் களைப் பற்றிப் பேசும்போது அவன் நிச்சயமாக ப்ரத்யங்கரா வேள்வியை நினைத்துப் பேசவில்லை. அவன் பிராமண மதத்தோடு கை குலுக்கி இருப்பானா? இந்த நெய்யைக் குடிக்கின்ற சடங்குகளில் கலந்துகொண்டிருப்பானா? அவன் சொன்ன குப்பையும் கூளமும் இதுதானோ?

திருமலை வேள்வி முடியும் தறுவாயில் இருக்கிறது என்று கத்தினார். கண்ணன் உள்ளே ஓடினான்.

3

"நீ தில்லிக்குப் போறது எனக்கு சந்தோஷம் கண்ணன். நம்ம பையங்க வெளியூருக்கு போகணும். போனாத்தான் ஊருக்கும் நல்லது அவங்களுக்கும் நல்லது." பாலா சொன்னார்.

"மாமா, இப்போ நீங்க போற வழில கூட்டம் அதிகம் இல்லைன்னு நினைக்கறீங்களா?"

பாலா உடனே பதில் சொல்லவில்லை. அவருடைய புத்தக அலமாரியிலிருந்து ஒரு புஸ்தகத்தை உருவினார். "இதைக் கேளு. எட்கார் ஸ்நோ மாவோவை பேட்டி காணறார். மாவோ சொல்

லறதைக் கேளு. 'இரு வாய்ப்புகள் இருக்கின்றன. புரட்சி கம்யூனிசத்தை நோக்கித் தொடர்ந்து முன்னேறலாம். அல்லது இளைஞர்கள் புரட்சிக்கு எதிராகச் செயல்படலாம். எதிர்காலத்தில் நடக்கப்போகும் நிகழ்ச்சிகள் எதிர்காலத்தின் தலைமுறைகளாலேயே – நம்மால் அனுமானிக்க முடியாத, அப்போது நிலவும் சூழ்நிலைகளால் – நிர்ணயிக்கப்படும். தொலைநோக்குடன் பார்த்தால், வரப்போகும் தலைமுறைகள் நம்மைவிட அறிவுமிக்கவர்களாக இருப்பார்கள். நம்முடையதல்ல, அவர்கள் தீர்ப்புதான் நிலை நிற்கும். புரட்சி சாதித்ததை அவர்கள் தங்களுடைய அளவுகோல்கள் கொண்டு மதிப்பீடு செய்வார்கள். இன்றைக்கு ஆயிரம் வருஷங்களுக்குப் பின்னால், நாம் எல்லோரும், ஏன் மார்க்ஸ், ஏங்கல்ஸ், லெனின்கூட, ஏளனத்திற்கு உரியவர்களாகத் தெரியலாம்.' "[21]

பாலா தொடர்ந்தார்.

"இந்த பாரு கண்ணா, நான் நீ நம்பிட்டக் கத்துகிட்டதெல்லாம் மறந்திடக் கூடாதுன்னுதான் நினைப்பேன். ஆனா நீ மறந்திட்டேன்னு தெரிஞ்சுதுன்னா தூக்கம் இல்லாம கஷ்டப்படமாட்டேன். மாவோ ஆயிரம் வருஷம் ஆகும்னு சொல்லிருக்காரு. ஆனா உலகம் போற வேகத்தில எனக்கு நூறு வருஷத்திலயே அவர் சொன்னது நடந்து டும்னு தோணுது. ஆனா எனக்கு நிச்சயமா நம்பிக்கை இருக்கு. மனித குலத்தோட முன்னேற்றத்தை யாராலையும் தடுக்க முடியாது. கஷ்டப்படறவங்க குறைஞ்சிகிட்டே வருவாங்க. அந்த நம்பிக்கைதான் என்னை இவ்வளவு தூரம் கொண்டுவந்திருக்கு. இதைத்தான் உன் அண்ணனும் கடைசிவரை நம்பிக்கிட்டு இருந்தான்னு நினைக்கறேன்."

"நான் அப்படி நினைக்கல்லை மாமா. சாகறத்துக்கு முன்னால அவனுக்கு நம்பிக்கை எதுவும் இருந்ததுன்னு என்னால சொல்ல முடியல்லை. ஆனா மாமா அவன் இல்லாதது உங்க தூக்கத்தை நிச்சயம் பாதிச்சிருக்குமே?"

"கண்ணா எனக்கு ரொம்ப நாளா உறுத்திகிட்டு இருந்தது இதை மாதிரி ஏதாவது நடக்கும்னு. நான் ஒரு கம்யூனிஸ்ட் மாதிரி பேசல்லைன்னு எனக்கே தெரியுது. ஆனா அவனைச் சுத்தி அவன் அப்பாவைச் சுத்தி இருந்த மாதிரியே ஒரு மரண வளையம் இருந்த துன்னு எனக்கு நினைப்பு."

அவனுடைய தாத்தாவைச் சுற்றி உயிர் வளையம் இருக்கிறது.

4

கண்ணன் தன்னுடைய கணுக்காலை மெதுவாகத் தொட்டுப் பார்த்துக் கொண்டான். வீக்கம் இன்னும் இருந்தது. ஆனால் வலி அதிகம் இல்லை. ரெங்கநாயகி பதறிப் போய்விட்டாள். "என்னடா இது. போறதுக்கு முன்னால தடுக்கி விழறாய். இன்னிக்கு போவேண்டாம். ஆத்துக்கு வந்துடு. நாளைக்கு டாக்சி வச்சுண்டு போலாம்."

திருமலை அவளைச் சமாதானம் செய்தார். "என்ன சொல்லறாய் நீ. ஒரு நாள்னா ஒரு நாள். இங்கேருந்து மெட்ராஸ் வரையும் டாக்சில போவாளா? கண்ணா ஒண்ணு செய். மெட்ராஸில இறங்கினதும் குளிச்சிட்டு நேர பார்த்தசாரதி பெருமாள் கோவிலுக்குப் போ. போயி ஒரு அர்ச்சனை பண்ணிடு. எல்லாம் பெருமாள் பாத்துப்பர்."

கண்ணன் தலையாட்டினான். புது வைஷ்ணவன்.

எப்போதும் அவன் சிறு பொருள்களைப் பாராமல்தான் தடுக்கி விழுவான். இந்த முறை ஒரு பெரிய இரும்பு பாளம். முத்துவைப் பார்த்ததும் ஓடி வந்தவன் பாளத்தைப் பார்க்கவில்லை. பிளாட்பாரத்தில் நெடுஞ்சாண்கிடையாக விழுந்தான். கண்ணாடி நல்ல வேளையாக உடையவில்லை. ரோஸா வந்திருந்தாள். அவளது கைப்பையில் பாண்டேஜ் எப்போதும் இருக்கும். அவன் காலை இறுக்கக் கட்டும்போது சட்டைப் பையில் ஒரு கடிதத்தைத் சொருகினாள்.

அவன் பயணம் செய்வது முதல் வகுப்பு. முதல் முறையாக முதல் வகுப்பு. பரிசோதகர் மற்ற பயணிகள் மதுரையில்தான் ஏறுவார்கள் என்று சொல்லிவிட்டார். காலை நன்றாக நீட்டிக் கொள்ளலாம். இரண்டு கடிதங்களைப் படிக்க வேண்டும்.

அன்புள்ள கண்ணன்,

இந்தக் கடிதம் எழுதத் தேவையே இல்லை. சம்மதமா இல்லையா என்பதை நேரிலேயே சொல்லியிருக்கலாம். உனக்குப் பதில் என்னவாக இருந்தாலும் அது அதிர்ச்சியைத் தராது என்று எனக்குத் தெரியும். ஆனால் பேசும்போது உன்னை அதிகமாகப் புகழ முடியாது. உன்னுடைய பண்புக்கு மரியாதை எழுத்து மூலமே தர வேண்டும். இரண்டாவது நான் மார்க்சீய வழியில் ஊறிப் போனவள். நான் எழுதப் போவது ஒரு விவாதத்தை ஆரம்பிக்கலாம். நான் நல்ல விவாதங்களை விரும்புபவள் என்பது உனக்கு நன்றாகத் தெரியும்.

சம்மதம் இல்லை.

காரணம் நம்பி இல்லை. நம்பிக்கு நெருக்கமானவர்கள் அதிகம் கிடையாது. ஆனால் நீ மிகவும் நெருக்கமானவன். என்னிடம் சொல்லாத பல விஷயங்களை அவன் உன்னிடம் நிச்சயம் சொல்லியிருப்பான். அவன் நினைவுகளிலேயே நாம் நாட்களைக் கழித்துவிடலாம். நீ என்னிடம் சம்மதம் கேட்டதற்கு முக்கியக் காரணமே இதுதான் என்று எண்ணுகிறேன்.

உன்னைத் திருமணம் செய்துகொண்டால் ஊரை விட வேண்டும். என்னுடைய நோயாளிகளை விட வேண்டும். விட்டால் நான் மருத்துவம் படித்ததற்கு அர்த்தம் இல்லாமல் போய்விடும். நம்பி அதை விரும்பியிருக்கமாட்டான்.

இரண்டாவது சொந்தக் காரணம். நான் உன்னைவிட பத்து வயது மூத்தவள். நான் நம்பியைவிடவும் மூத்தவள். மருத்துவக் கல்லூரியில்தான் அவன் எனக்கு சீனியர். நான் முதல் வகுப்பு படிக்கப் போனது பத்து வயதில். நான் கிழவி இல்லை. நீ வாலிபன். உன்னுடைய எண்ணங்கள் ஆசைகள் எல்லாம் என்னுடையவையிலிருந்து நிச்சயமாக வேறுபட்டிருக்கும். நீ ஒத்துப்போகக்கூடியவன்தான். சமரசம் செய்து கொள்வாய் என்பதில் எனக்குச் சந்தேகம் இல்லை. ஆனால் ஏன் அப்படி வாழ வேண்டும்? நீ நல்ல, மகிழ்ச்சியான, பிரச்சினைகள் அதிகம் இல்லாத வாழ்க்கை வாழ வேண்டும் என்று நான் விரும்புகிறேன். என்னை உன்னுடன் இணைத்துக்கொள்வது பல தீர்க்க முடியாத சிக்கல்களை உருவாக்கும். ராதா எழுதி யிருந்தாள். உமா இன்னும் உன்னை நினைத்துக் கொண்டி ருக்கிறாள் என்று. அவள்தான் உனக்கு ஏற்றவள்.

நான் இப்போது நினைப்பதையே எழுதியிருக்கிறேன். ஒரு வேளை மனம் எப்போதாவது மாறினால், நீயும் அப்போது திருமணம் ஆகாதவனாக இருந்தால், நானே எழுதுவேன். அப்படி ஒரு கடிதம் உனக்கு வரும் சாத்தியக்கூறுகள் குறைவு என்று எனக்குத் தோன்றுகிறது.

சம்மதம் இல்லை என்பது கடிதப் பரிமாறல்களுக்கு அல்ல.

அன்புள்ள
ரோஸா.

ரோஸா மறுத்தது நல்லதுதான். அவள் ஒவ்வொரு நிகழ்வுகளையும் இரக்கம் இல்லாமல் கூறு போட்டுப் பார்ப்பவள். அவளுடன் என் வாழ்வை இணைத்துக்கொள்வது கடினம்.

இரண்டாவது கடிதம் அவனுக்கு ஆறு மாதங்கள் முன்பே வந்துவிட்டது. முகவரி எழுதியிருந்தவரின் கையெழுத்து தெரிந்த கையெழுத்து இல்லை. உறையின் உள்ளே இருந்த கடிதத்தைத் தெரிந்த வன் எழுதி இருந்தான். கூர்மைப்படுத்தாத பென்சிலால் எழுதியிருந்த தால் நம்பியின் கையெழுத்து அழகு மங்கி இருந்தது.

அன்புள்ள கண்ணன்,

நான் ரோஸாவுக்கு எழுதப் போவதில்லை. வெளிப்பார்வைக்கு அவள் தைரியசாலி. உண்மையில் சீக்கிரம் பயந்துவிடக் கூடியவள். அவள் பயப்படக்கூடிய நிலைமையில்தான் நான் இருக்கிறேன். என்னை மாறி மாறி துன்புறுத்துபவர்களில் ஒருவர் மனிதர். பென்சிலும் தாளும் அவர் கொடுத்தது. கடிதத்தை உடனே அஞ்சலில் சேர்க்க மாட்டார். வேலையை காப்பாற்றிக் கொள்ள வேண்டிய கட்டாயம்.

இது வரை நான் வாழ்ந்த வாழ்வை நினைத்துப் பார்க்கிறேன். நீயோ மற்றவர்களோ நான் நல்ல பயனுள்ள வாழ்க்கைதான் வாழ்ந்திருக்கிறேன் என்று நினைக்கலாம். நம்மை நிறைபோடு

வது எப்போதும் மற்றவர்கள்தானே. ஆனால் நான் வாழ்ந்த வாழ்வு எனக்கோ ரோஸாவுக்கோ தனிப்பட்ட முறையில் ஒரு பயனையும் இதுவரை அளிக்கவில்லை என்று இப்போது தோன்றுகிறது. தன்னைத் தானே வருத்திக்கொள்ளும் இந்த வாழ்க்கையால் என்ன பயன்? ஒரு வடிகட்டின முட்டாளின் நினைவாற்றலைக் கொண்டிருக்கும் மக்களுக்கு உழைப்பதால் என்ன லாபம்? நிறைவேறவே முடியாத கொள்கைகளைக் கட்டிக் காப்பதில் என்ன கிடைக்கப் போகிறது? மரணத்தின் நிழல் வாழ்க்கையின் வெளிச்சங்களை மறைத்துக்கொண்டிருக்கும் இந்தத் தருணத்தில் நான் தாத்தா சொன்னதை நினைத்துப் பார்க்கிறேன். அவரிடம் உங்களைத் துணிவு ஏன் கைவிட்டது என்று கேட்டேன்.

அவர் துணிவு கொழுப்பது வெற்றிகளால்தான் என்றார். "தோல்விகள் அதைச் சதையே இல்லாத எலும்புக்கூடு ஆக்கி விடும். அது அசையும் சப்தம் கொடுக்கும் அருவருப்பால் கிடைத்த முதல் வாய்ப்பில் அதை நழுவ விட்டு விடுவோம். மிகச் சிலர்தான் வெற்றிகள் பின்னால் வரலாம் என்ற நம்பிக்கையில் தோல்விகளோடு இசைந்து வாழும் வரத்தைப் பெற்றிருக்கிறார்கள். நான் அவர்களில் ஒருவன் இல்லை என்பதில் எனக்கு வெட்கம் இல்லை. பகவான் என்னை இப்படி அதிக துணிவு இல்லாதவனாகப் படைத்திருக்கிறார். அதனால் எனக்கு வருத்தம் இல்லை."

நான் அந்த மிகச் சிலரில் ஒருவன் என்ற மாயையில் இருந்தேன். அந்த மாயை இப்போது மறைந்துவிட்டது. ஆனாலும் எதையும் நம்பாத பிறவி எடுத்துவிட்டேன். மாயையைக் கொடுத்து பின்பு எடுத்துக்கொள்பவன் ஒருவன் இருக்கிறான் என்பதை நம்புவது கடினமாக இருக்கிறது. பானையை வனைபவன் போல என்னை வனைபவன் ஒருவன் இருக்கிறானா?

அப்படி ஒருவன் இருந்தால் அவன் எப்போதும் முன்னுக்குப் பின் முரணாகத்தான் நடந்துகொண்டிருக்கிறான். இல்லை. அவன் நிலை தடுமாறியதாகத் தெரியவில்லை. King Lear என்று நினைக்கிறேன். அதில் ஒரு வரி வருகிறது. "Now Gods, stand up for bastards." அவன் எப்போதும் அயோக்கியர்களுக்குத் துணையாக இருந்திருக்கிறான். அயோக்கியர்களுக்கு மட்டும்.

நான் எழுதுவது உனக்கு அர்த்தமில்லாமல் தோன்றலாம். எழுதுவது ரணத்தின் உக்கிரம் தாங்கமுடியாமல். குளித்த பிறகு, சாப்பாட்டை ஒரு பிடி பிடித்த பிறகு இந்தக் கடிதத்தை நான் படித்தால் எனக்கே இது குழப்பத்தில் பிறந்தது என்று தோன்றலாம். எனக்கு அதிர்ஷ்டம் இருந்தால் நீயும் நானும் சந்திக்கும் போது இது பற்றிப் பேசுவோம்.

ரோஸாவிடம் இந்தக் கடிதத்தைக் காட்ட வேண்டாம். அவளுக்கு என்னுடைய இந்தத் தவளை வயிறு தெரிய வேண்டாம். உயிரின் வெளிச்சம் ஒரு வேளை அதை இரும்பாக ஆக்கலாம்.

அன்புள்ள

நம்பி.

கடிதம் வந்தபோது கண்ணனுக்கு அதைத் திருமலையிடம் காட்டவா வேண்டாமா என்ற தடுமாற்றம் இருந்தது. திருமலை அப்போது நம்பி கொலையைப் பற்றி ஏதாவது துப்பு கிடைக்காதா என்று தேடிக்கொண்டிருந்தார். காட்ட வேண்டாம் என்று அவன் முடிவு செய்ததற்குக் காரணம் கடிதத்திலிருந்து நம்பி அடைபட்டிருப்பதைத் தான் தெரிந்துகொள்ள முடிந்தது. அடைத்திருப்பவர் யார் என்பதற்கு அதில் ஒரு துப்பும் இல்லை. கடிதம் அவனைப் பற்றி வேறு சில துப்புக்களைக் கொடுத்தது. அவற்றைக் கண்ணன் விளம்பரம் செய்ய விரும்பவில்லை.

கோவில்பட்டி வந்துவிட்டது. வானம் கறுத்து உறுமியது. பயணிகளை அங்கும் இங்கும் விரட்டியது. காற்றில் தூரத்து மரங்கள் அசைவது கண்ணனுக்கு முதலில் தெரிந்தது. ஆனால் ஜன்னல் கொழுத்த, குறை ஆயுள் கொண்ட மழைமுத்துக்களைச் சேர்க்கத் தொடங்கியதில் மரங்கள் சீக்கிரம் மறைந்து போயின. இங்குதான் நான் உமாவிற்காகக் காத்துக்கொண்டிருந்தேன். அவள் எனக்காக ஒரு வேளை காத்துக்கொண்டிருக்கலாம். தில்லி சென்ற பின் அவளுக்கு எழுத வேண்டும். பதில் நிச்சயம் எழுதுவாள். அவள் விரும்பியதை நான் செய்து விட்டேன்.

கண்ணன் காலைத் தொட்டுப் பார்த்தான். வீக்கம் வற்றி இருப்பது போலத் தெரிந்தது. கட்டைப் பிரிப்பதா வேண்டாமா?

அவன் முடிவு எடுக்கத் தெரியாதவர்களுக்கும் துணை நிற்கலாம்.

அனுபந்தம்

நாவலில் இடம் பெறும் சில உரையாடல்கள், செய்திகள், பகுதிகள் முதலியவற்றின் ஆங்கில மூலங்கள் இங்கே தரப்பட்டுள்ளன.

(பக். 112)

1. "Ah, we have the new Chesterton. May I please borrow this book Mr. Pillai? My wife's parents are from Notting Hill. She is dying to read it."

(பக். 113)

2. "Don't worry Mr. Pillai. Tell me who has the book. I shall request him to lend it to me. My wife .. she will be delighted."
3. "Mr. Aravinda Lochanam Pillai. Will you please come closer? I have to speak to you in private."

(பக். 116)

4. "Our mission is to establish a cheap and reliable steamer service between Tuticorin and Colombo and all such ports and places and to popularise the art of navigation among the Indians, Ceylonese and other Asiatics and to make them profit by it."

(பக். 122)

5. "Congratulations. We now have a demagogue who can set the college on fire. I must share a secret with you. I am without doubt a mlechcha, but I hate Indian beef and so does my wife. We find it too stringy. Your cows are thus reasonably safe from us."
6. "There is nothing personal in what I spoke, sir. I hold you in high esteem."
7. "Let me complete, my son. What you spoke was treasonable. I could report you to the police."
8. "It is your prerogative, sir."
9. "Don't be stupid. Now you really make me angry. Swadeshi is your business and I wish you good luck. All I ask of you is air

your adulation of Tilak or Pillai or whoever outside the campus. As an honourable academic I wouldn't like the police to set foot in our college."

10. "Thank you very much, sir. I shall never utter a word on Swadeshi inside the campus."

(பக். 128)

11. "At least do that before you dive into the treacherous waters of Swadeshi. When you come out of it, Alwar, there won't be any body to receive you. You will stand shivering at the edge of the pool unnoticed. Swaraj may still come. I won't see it. You won't see it. Your children may not herald it. It is still in the impenetrable mists of the future."

12. "May be sir. We are only attempting to penetrate the mist and see how far away Swaraj is."

(பக். 129)

13. "Oh, you are impossible. I have this book for you. It may keep you away from the Swadeshi mischief atleast for a few hours."

14. "There exists a very critical state of feeling against Europeans generally and the classes who are well disposed towards government and a corresponding state of anxiety amongst the European loyalists."

(பக். 132)

15. "I think they are stunned at the heavy sentences. ..... I don't think any one would dare to speak a word against the British Raj again."

(பக். 194)

16. "Sir, I read your poem on the bomb. Personally, I prefer the bomb to your poetry."

17. "On second thoughts, I share your preference."

(பக். 237)

18. "The Communists must make every effort to direct the working class movement and social development in general along the straightest and shortest road to the victory of Soviet power and the dictatorship of the proletariat on a worldwide scale. This is an incontestable truth. But it is enough to take one little step further - a step that might seem to be in the same direction - and truth turns to error."

(பக். 282)

19. "Beginning from the Champaran peasant struggle, the Gandhian leadership representing the upper stratum of the bourgeoisie and the feudal class, with its ideology of ahimsa, satyagraha, passive resistance and charka, sought to tailor the national movement to serve the interests of the British imperialist rule and its feudal lackeys."

(பக். 291)

20. "We must learn the spirit of absolute selflessness from him. With this spirit everyone can be useful to the people. A man's ability can be great or small, but if he has the spirit he is already noble-minded and pure, a man of moral integrity and above vulgar interests, a man who is of value to the people."

(பக். 324)

21. "There are two possibilities. There could be continued development of the revolution towards Communism, the other possibility is that youth could negate revolution . . . But future events would be decided by future generations, and in accordance with conditions we can not foresee. From the long-range view, future generations ought to be more knowledgeable than we are... Their judgment would prevail, not ours and they would assess the work of revolution in accordance with the values of their own. In thousand years from now all of us, even Marx, Engels and Lenin would possibly appear rather ridiculous."

෴෴

ஆசிரியரின் பிற நூல்கள்

திரும்பிச் சென்ற தருணம்
(கட்டுரைகள்)
ரூ.290

'ஆழமாகவும் அகலமாகவும் பேசக்கூடியவர் கிருஷ்ணன்' என்று சுந்தர ராமசாமி ஒருமுறை குறிப்பிட்டார். அவர் ஆழமாகவும் அகலமாகவும் எழுதக்கூடியவர் என்பதற்கு இந்தத் தொகுப்பு ஒரு சான்று. மொழியின் எளிமை எப்போதுமே சிக்கலான பொருட்களை விளக்கத் தடையாக இருந்துவிடாது என்பதை அவரது கட்டுரைகள் காட்டுகின்றன. பயணம், வாழ்க்கை வரலாறு, மனிதர்கள், திரைப்படங்கள் போன்ற பல தளங்களில் இயங்கும் இந்தக் கட்டுரைகள் வாசகர்களை மதித்து தமிழில் எழுதும் மிகச் சில எழுத்தாளர்களில் ஒருவரான கிருஷ்ணனின் இருத்தல் அனுபவங்களின் ஒரு வடிகால்.

அக்கிரகாரத்தில் பெரியார்
(கட்டுரைகள்)
ரூ. 300

பி.ஏ. கிருஷ்ணனின் இந்தக் கட்டுரைத் தொகுப்பில், புத்தகங்கள், ஆளுமைகள் பற்றிய கட்டுரைகளும் மதிப்புரைகளும் அடங்கியுள்ளன. இவை மர்மக் கதைகள், சமஸ்கிருதக் கவிதை, மேற்கத்தியக் கலை, வாழ்க்கை வரலாறு, மேற்கத்திய நாவல், கிரிக்கெட், மக்கள் அறிவியல், சமூகவியல், தமிழ்ச் சிறுகதைகள், நாவல்கள் எனப் பரந்து விரிந்த தளத்தினை உள்ளடக்கியுள்ளன.

தமிழ்ச் செவ்வியல் மரபில் ஆசிரியருக்குள்ள பரிச்சயமும் நவீன அறிவுத் துறைகள் சார்ந்த புரிதலும் கட்டுரைகளுக்குப் புதிய பரிமாணத்தைக் கொடுக்கின்றன. தெளிவான, சரளமான நடை யில், நேரடியாகப் பேசுவதுபோல் அமைந்துள்ள இக்கட்டுரைகள், வாசகரின் அனுபவத்தை மேலும் விரிவடையச் செய்யும் ஆழமான பார்வை கொண்டவை.

கலங்கிய நதி

(நாவல்)

ரூ. 420

ஈடுகட்ட முடியாத இழப்பின் பிடியில் சிக்கித் தவிக்கும் அரசு அதிகாரியான சந்திரன் அஸ்ஸாமில் தீவிரவாதிகளால் கடத்தப்பட்ட இன்ஜினீயர் ஒருவரை மீட்கும் பணியில் முனைந்து ஈடுபடும்போது சந்திக்கும் பலவிதமான மனிதர்கள் தமிழ்ப் புதின உலகுக்குப் புதிய பரிமாணங்களைச் சேர்க்கிறார்கள்.

கடத்தல் தொடர்பான பேச்சுவார்த்தை உச்சத்தை அடையும் தருவாயில் சந்திரன் தன் நிறுவனத்தில் நடந்த பெரிய ஊழலைக் கண்டுபிடிக்கிறான். அதனால் தனக்கு ஏற்படும் சிக்கல்களையும் கடத்தல் நாடகம் எவ்வாறு முடிவுறுகிறது என்பதைப் பற்றியும் நாவல் எழுத முனைகிறான். பல அடுக்குகள் கொண்ட இந்த நாவல் கதைக்கும் அதை எழுதுபவனுக்கும் உள்ள எல்லைக் கோட்டை மாறிமாறிக் கடக்கிறது. சந்திரனின் மனைவி சுகன்யாவுக்கும் அவன் நண்பர்களுக்கும் இடையிலான கடிதப் பரிவர்த்தனையில் உண்மையின் பல சாயல்கள் இயல்பாக வெளிப்படுகின்றன.

தாய்மொழியிலும் ஆங்கிலத்திலும் திறம்பட எழுதும் மிகச் சில இந்திய எழுத்தாளர்களில் ஒருவரான பி. ஏ. கிருஷ்ணன் தன் முதல் நாவலான ‘Tiger Claw Tree’ஐத் தமிழில் ‘புலிநகக் கொன்றை’ எனப் படைத்தார். பரவலான கவனத்தையும் பாராட்டையும் பெற்ற அப்படைப்புக்குப் பின் ‘கலங்கிய நதி’ கிருஷ்ணனின் இரண்டாம் புதினமான ‘Muddy River’இன் தமிழ் வடிவமாக வெளிவருகிறது.

திருப்பாவை

உரை

ரூ. 160

பெரும்பாலான தமிழர்களின் வாழ்வில் மார்கழி மாதத்துடன் பிரிக்க முடியாதபடி பிணைந்திருப்பது ஆண்டாள் எழுதிய திருப்பாவை. பக்தியில் கரைந்து, கேட்பவரையும் கரையவைக்கும் இந்த முப்பது பாடல்களும் மனதைக் கொள்ளை கொள்ளும் கவித்துவமான ஆக்கங்கள். இந்தப் பாடல்களுக்கான எளிய உரையைச் சமகாலத் தமிழ் நடையில் வழங்கியிருக்கிறார் பி.ஏ. கிருஷ்ணன்.

கிருஷ்ணனின் பல்துறை சார்ந்த அறிவும் தகவல் செறிவும் உரையில் இயல்பாக வெளிப்படுகின்றன. கம்பன், அண்ணங்கராச்சாரியர், திருமூலர், பி.ஸ்ரீ., பாரதி, ஷேக்ஸ்பியர், ஷெல் சில்வர்ஸ்டைன் போன்றோரின் கருத்துகளும் வரிகளும் உரைக்குக் கூடுதல் வண்ணங்களைச் சேர்க்கின்றன.

வைணவக் கோட்பாடு, பக்தி ரசம், இலக்கிய நயம், மானுட நேயம் முதலானவையும் உரையில் பொருத்தமான விதத்தில் இடம்பெறுகின்றன.

திருப்பாவையின் ஒவ்வொரு பாசுரத்தையும் பற்றிய அருமையான தகவல்களும் ரசனையுடன் கூடிய விளக்கங்களும் இந்த உரையில் இருக்கின்றன. சொல்லுக்குச் சொல் உரை எழுதும் முறையினின்று வேறுபட்டுச் சுவாரஸ்யமான இலக்கிய வகுப்பில் அமர்ந்து பாடம் கேட்டதைப் போன்ற உணர்வைத் தரக்கூடிய உரை இது.

மேற்கத்திய ஓவியங்கள்

குகை ஓவியங்களிலிருந்து
பிரெஞ்சுப் புரட்சிக்கு முந்தைய ஆண்டுகள் வரை
(அறிமுகம்: நவீன ஓவியங்கள்)

ரூ. 1350

மேற்கத்திய ஓவியங்களின் பரம்பரை 30,000 ஆண்டுகளுக்கு முன்னால் வரையப்பட்ட குகை ஓவியங்களில் தொடங்கி இன்றுவரை பரந்து விரிகிறது. இதன் உச்சங்களைத் தமிழில் விளக்கி எளிதாகப் புரியும் வண்ணம் எழுதப் பட்டுள்ள முதல் நூல் இது. உலகம் முழுதும் பல்வேறு ஓவியக்கூடங்களில் இருக்கும் பேரோவியங்களையும் அவற்றை வரைந்த ஓவியர்களையும் அறிமுகம் செய்யும் ஆசிரியர், அவற்றின் வரலாற்றுப் பின்னணியையும் விளக்குகிறார். வாசகர்களுக்குத் தெளிவு ஏற்பட வேண்டும் என்ற பேரார்வத்துடன் எழுதப்பட்ட நூல் இது. அதன் பின்புலத்தில் இருக்கும் உழைப்பு அபாரமானது.

பற்பல ஓவிய மேதைகள் இந்தப் புத்தகத்தில் பேசப்படுகிறார்கள். குகை ஓவியங்களில் தொடங்கி பிரெஞ்சுப் புரட்சிக்கு முந்தைய ஓவியர்களுடன் முடியும் முதல் பாகம் 160 பல வண்ண ஓவியங்களுடன்

மிக அழகான முறையில் இந்நூல் வடிவமைக்கப்பட்டிருக்கிறது.

மேற்கத்திய ஓவியங்கள்

பிரெஞ்சுப் புரட்சி ஆண்டுகளிலிருந்து
இருபத்தொன்றாம் நூற்றாண்டுவரை

ரூ. 1480

"ஓவியங்களைப் பற்றிய கட்டுரைகளோ, நூல்களோ தமிழில் அரிதாகவே வருகின்ற பின்புலத்தில் அதிலும் ஐரோப்பிய ஓவியங்களைப் பற்றி யாரும் எழுதாதபோது, பி.ஏ. கிருஷ்ணன் இந்த அரிய நூல் மூலம் மேற்கத்திய ஓவியங்களைத் தமிழ் வாசகர்களுக்கும் எளிதாக உள்வாங்கக்கூடிய நடையில் அறிமுகப்படுத்துகிறார்."

– தியடோர் பாஸ்கரன், 'தி இந்து' நாளிதழில்.

'மேற்கத்திய ஓவியங்கள்' முதல் நூலுக்குக் கிடைத்த வரவேற்பு இரண்டாம் கட்ட நூலுக்குக் கடுமையாக உழைக்கும் உற்சாகத்தைத் தந்தது. நூற்றிற்கும் மேற்பட்ட ஓவியர்களின் படைப்புகளைப் பற்றியும் அவர்களின் மேதைமையின் வீச்சு, ஓவியங்களின் வரலாற்றுப் பின்னணி என்பவை பற்றியும் சுருக்கமாக, ஆனால் தெளிவாகச் சொல்லுவதில் ஓரளவு வெற்றி அடைந்திருக்கிறேன் என்று நினைக்கிறேன்.

– பி.ஏ. கிருஷ்ணன்.

இந்நூலில் நமக்கு மிகவும் பரிச்சயமான பல ஓவியங்கள் பேசப்படுகின்றன. இருநூற்று நாற்பதிற்கு மேற்பட்ட வண்ண ஓவியங்களுடன் புத்தகம் வடிவமைக்கப்பட்டிருக்கிறது. தமிழ் பதிப்பு வரலாற்றில் இவ்விரு நூல்களும் மைல்கற்களாக அமையும் என்பது உறுதி.